AF761587

എൻ സി ശേഖർ: കേരളത്തിലെ
വിപ്ലവ പ്രസ്ഥാനത്തിന്റെ തീപ്പൊരി

n c sekhar: keralathile viplava prasthanathinte theeppori

•

dr. chanthavila murali

•

first edition
november 2015

•

typesetting & *published*
chintha publishers, thiruvananthapuram

•

cover
vinod

•

വിതരണം

ദേശാഭിമാനി ബുക്ക് ഹൗസ്

H O തിരുവനന്തപുരം–695 035
Ph: 0471-2303026, 6063020
www.chinthapublishers.com
chinthapublishers@gmail.com

ബ്രാഞ്ചുകൾ

ഹെഡ്ഡാഫീസ് ബ്രാഞ്ച് കുന്നുകുഴി • സ്റ്റാച്യു തിരുവനന്തപുരം • കെ എസ് ആർ ടി സി ബസ് സ്റ്റേഷൻ ആലപ്പുഴ • കെ എസ് ആർ ടി സി ബസ് സ്റ്റേഷൻ എറണാകുളം • മച്ചിങ്ങൽ ലെയ്ൻ തൃശൂർ • ഐ ജി റോഡ് കോഴിക്കോട് • കെ എസ് ആർ ടി സി ബസ് സ്റ്റേഷൻ കോഴിക്കോട് • എൻ ജി ഒ യൂണിയൻ ബിൽഡിങ് കണ്ണൂർ • സെൻട്രൽ ബസ് ടെർമിനൽ കോംപ്ലക്സ് താവക്കര കണ്ണൂർ

CO - 2270 / 3756

എൻ സി ശേഖർ: കേരളത്തിലെ വിപ്ലവ പ്രസ്ഥാനത്തിന്റെ തീപ്പൊരി

ഡോ. ചന്തവിള മുരളി

ചിന്ത പബ്ലിഷേഴ്സ്
തിരുവനന്തപുരം-695 035
വില: ₹ 210

ഡോ. ചന്തവിള മുരളി

ആയിരത്തി തൊള്ളായിരത്തി അറുപത്തിമൂന്ന് ഒക്ടോബർ 30 ന് തിരുവനന്തപുരം ജില്ലയിൽ കഴക്കൂട്ടത്തിനടുത്തുള്ള ചന്തവിളയിൽ ജനിച്ചു. അച്ഛൻ: ചന്തവിള ശ്രീധരൻപിള്ള. അമ്മ: ശാന്തകുമാരി. ചന്തവിള യു പി സ്കൂൾ, തുണ്ടത്തിൽ മാധവവിലാസം ഹയർ സെക്കന്ററി സ്കൂൾ, ചെമ്പഴന്തി എസ് എൻ കോളേജ്, കാര്യവട്ടം യൂണിവേഴ്സിറ്റി ക്യാമ്പസ്, തിരുവനന്തപുരം ലോ അക്കാദമി ലോ കോളേജ് എന്നിവിടങ്ങളിൽ വിദ്യാഭ്യാസം. കേരള സർവ്വകലാശാലയിൽ നിന്നും 1986 ൽ പൊളിറ്റിക്സിലും 1987 ൽ ഹിസ്റ്ററിയിലും 1988 ൽ സോഷ്യോളജിയിലും എം എ ബിരുദവും 1999 ൽ എൽ എൽ ബി ബിരുദവും. 2003 ൽ *ഇ എം എസും കേരളത്തിലെ കമ്യൂണിസ്റ്റ് പ്രസ്ഥാനവും 1959 വരെ (EMS and the Communist Movement in Kerala upto 1959)* എന്ന പ്രബന്ധത്തിന് ഡോക്ടറേറ്റും ലഭിച്ചു. ഇപ്പോൾ കല്ലമ്പലത്തിനടുത്തുള്ള കരവാരം വൊക്കേഷണൽ ഹയർ സെക്കന്ററി സ്കൂളിൽ ഹിസ്റ്ററി അദ്ധ്യാപകൻ.

പ്രധാന കൃതികൾ: *സഖാവ് പി കൃഷ്ണപിള്ള ഒരു സമഗ്ര ജീവചരിത്രപഠനം* എന്ന ഗ്രന്ഥത്തിന് 2009 ലെ *വി ടി പുരസ്കാരവും* 2009 ലെ അബുദാബി ശക്തി അവാർഡും ലഭിക്കുകയുണ്ടായി. *എ കെ ജി ഒരു സമഗ്ര ജീവചരിത്രം* (3 വോള്യങ്ങൾ), *സി പി ഐ (എം) രൂപീകരണം ഒരു ചരിത്രം* എന്നീ ഗ്രന്ഥങ്ങളും പ്രസിദ്ധീകരിച്ചിട്ടുണ്ട്.

ഭാര്യ : സുധാകുമാരി

മക്കൾ : അമൃത, ആര്യ

വിലാസം : അമൃത, ചന്തവിള
കാട്ടായിക്കോണം പി ഒ
തിരുവനന്തപുരം–695 584

ഫോൺ : 9895706568

ഉള്ളടക്കം

പ്രസാധകക്കുറിപ്പ്

കേരളത്തിൽ കമ്മ്യൂണിസ്റ്റ് പ്രസ്ഥാനം ഔപചാരികമായി പിറവിയെടുക്കുന്നതിനു മുമ്പ് കമ്മ്യൂണിസ്റ്റ് ലീഗ് എന്നൊരു സംഘടനയ്ക്ക് തിരുവനന്തപുരത്ത് രൂപം കൊടുക്കുന്നതിന് നേതൃത്വപരമായ പങ്കുവഹിച്ചയാളാണ് സഖാവ് എൻ സി ശേഖർ. കേരളത്തിലെ പ്രഥമ കമ്മ്യൂണിസ്റ്റു ഗ്രൂപ്പിൽ പി കൃഷ്ണപിള്ളയ്ക്കും ഇ എം എസിനും കെ ദാമോദരനും ഒപ്പം എൻ സി ശേഖറും ഉണ്ടായിരുന്നു. അങ്ങനെ കേരളത്തിലെ കമ്മ്യൂണിസ്റ്റ് പ്രസ്ഥാനത്തിന്റെ ആദ്യപഥികരിൽ ഒരാളായി അടയാളപ്പെടുത്തപ്പെട്ട എൻ സി ശേഖറിന്റെ ജീവിതകഥയാണീ പുസ്തകം. ഗവേഷണ മനസ്സോടെ ഡോ. ചന്തവിള മുരളി എൻ സി ശേഖറിന്റെ ജീവിതവും കാലവും ഇവിടെ സമഗ്രമായി രേഖപ്പെടുത്തുന്നു. ഇങ്ങനെയൊരാൾ ഇവിടെ ജീവിച്ചിരുന്നു എന്ന് അത്ഭുതത്തോടെ മാത്രമേ പുതിയ തലമുറയ്ക്കു വായിക്കുവാൻ കഴിയൂ, സമരതീക്ഷ്ണവും നിസ്വാർത്ഥവുമായ ആ ജീവിതം നേർരേഖയിലായിരുന്നില്ല മുന്നേറിയത്. ഒരു വ്യക്തിയുടെ ജീവിതത്തിലെ ശരിയും തെറ്റും കാലമാണ് നിർണ്ണയിക്കുന്നതും പുനർനിർണ്ണയിക്കുന്നതും. സ. എൻ സിയുടെ ജീവിതകഥ പറഞ്ഞുപോകുമ്പോൾ കേരളത്തിലെ ട്രേഡ് യൂണിയൻ പ്രസ്ഥാനത്തിന്റെയും സ്വാതന്ത്ര്യസമരപ്രസ്ഥാനത്തിന്റെയും കമ്മ്യൂണിസ്റ്റു പ്രസ്ഥാനത്തിന്റെയും കഥകൾ കൂടിയാണ് നമുക്ക് മുന്നിൽ അനാവൃതമാകുന്നത്.

ചിന്ത പബ്ലിഷേഴ്സ്

സമർപ്പണം

അഴീക്കോടൻ രാഘവന്

ചരിത്രത്തിലേക്ക് തുറന്നുവെച്ച കണ്ണാടി

വി എസ് അച്യുതാനന്ദൻ

ലോകത്തെവിടെയും കമ്യൂണിസ്റ്റ് പാർട്ടിയുടെ വളർച്ച സ്വച്ഛ സുന്ദരമായ വഴികളിലൂടെയല്ല എന്നത് ചരിത്രപാഠമാണ്. നിലവിലുള്ള ചൂഷണാധിഷ്ഠിതമായ വ്യവസ്ഥക്കെതിരെ പോരാടുകയും, ചൂഷണം അവസാനിപ്പിച്ച് ചൂഷിതരുടെ ആധിപത്യം സ്ഥാപിക്കുകയും ചെയ്യുക എന്നത് ഒരുതരത്തിലും ആയാസരഹിതമായ കാര്യമല്ല. അതുകൊണ്ടുതന്നെ ഇത്തരമൊരു പോരാട്ടത്തിൽ സ്വയം സമർപ്പിക്കുന്ന കമ്യൂണിസ്റ്റ് പാർട്ടിക്ക് ഒരുതരത്തിലുള്ള അലോസരങ്ങൾ കൂടാതെ മുന്നേറുക സാദ്ധ്യമല്ല തന്നെ. വിപ്ലവകരമായ പ്രത്യയശാസ്ത്രം അടിസ്ഥാനപ്രമാണമാവുകയും അതിന്റെ അടിസ്ഥാനത്തിലുള്ള വിപ്ലവകരമായ പ്രായോഗികപ്രവർത്തനങ്ങൾ സംഘടിപ്പിക്കുകയും ചെയ്യുമ്പോൾ സ്വാഭാവികമായും നിലവിലുള്ള വ്യവസ്ഥിതിയും അതിന്റെ ഉപോല്പന്നങ്ങളുമായി നേരിട്ട് ഏറ്റുമുട്ടേണ്ടി വരും. ചൂഷണം അവസാനിപ്പിക്കാനും അതുവഴി സമത്വസുന്ദരമായ ഒരു സാമൂഹ്യവ്യവസ്ഥയുടെ പുതിയ ഭൂമിയും പുതിയ ആകാശവും സൃഷ്ടിക്കാനും മുന്നിട്ടിറങ്ങുമ്പോൾ വഴിയിൽ നേരിടേണ്ടി വരുന്ന തടസ്സങ്ങളോ ദുരിതങ്ങളോ ഒരു വിപ്ലവകാരിയെ സംബന്ധിച്ചിടത്തോളം ഒരിക്കലും പ്രശ്നമാവാറില്ല. ഇത്തരമൊരു ദീപ്തമായ ആശയത്തിന്റെ ഊർജ്ജവും ഉന്മേഷവും സിരകളിൽ ആവാഹിച്ച് മുന്നോട്ടു പോകുമ്പോൾ നേരിടേണ്ടി വരുന്ന വ്യക്തിപരമായ ദുരിതങ്ങളോ ദുരന്തങ്ങളോ വിപ്ലവകാരികൾ അല്പം പോലും വകവയ്ക്കാറുമില്ല. കമ്യൂണിസ്റ്റ് പ്രസ്ഥാനത്തിന്റെ കയറ്റിറക്കങ്ങളിലൂടെയും, അവിടങ്ങളിൽ കൊടിപാറിച്ചവരുടെ ചരിത്രത്തിലൂടെയും സഞ്ചരിക്കുമ്പോൾ ഈ വസ്തുതകൾ ഏതൊരാൾക്കും ബോദ്ധ്യപ്പെടുകയും ചെയ്യും.

ഇത്തരത്തിൽ തിളച്ചുമറിയുന്ന ജീവിതത്തിൽനിന്ന് തീ പിടിച്ച മനസ്സുമായി മുന്നേറിയ നിരവധി ത്യാഗധനരുടെ ജീവിതവും പോരാട്ടങ്ങളുമാണ് എവിടെയുമെന്നതുപോലെ കേരളത്തിലും കമ്യൂണിസ്റ്റ് പാർട്ടിക്ക് ശക്തമായ വേരോട്ടമുണ്ടാക്കുന്നതിന് സഹായകമായത്. അത്തരത്തിൽപ്പെട്ട ധീരരുടെ പ്രഥമശ്രേണിയിൽ വരുന്ന പേരാണ് നാരായണപിള്ള ചന്ദ്രശേഖരപിള്ള എന്ന എൻ സി ശേഖർ. കേരളത്തിലെ കമ്യൂണിസ്റ്റ് പാർട്ടിയുടെ രൂപീകരണം ചരിത്രത്തിൽ അടയാളപ്പെടുത്തിയ പ്രഥമ കമ്യൂണിസ്റ്റ് ഗ്രൂപ്പിലെ അംഗമായിരുന്നു

പി കൃഷ്ണപിള്ളയ്ക്കും, ഇ എം എസിനും കെ ദാമോദരനും ഒപ്പം എൻ സി ശേഖറും. ഇവരിൽ ഇ എം എസും കെ ദാമോദരനും ഏറെ എഴുതുകയും എഴുതപ്പെടുകയും ചെയ്ത കമ്യൂണിസ്റ്റ് ആചാര്യന്മാരാണ്. ഈ നാൽവരിൽ താരതമ്യേന കുറച്ചുമാത്രം എഴുതപ്പെട്ടിട്ടുള്ളതാണ് പി കൃഷ്ണപിള്ളയുടെയും എൻ സി ശേഖറിന്റെയും ചരിത്രം. ആ ചരിത്രത്തിന്റെ നാനാമേഖലകൾ വായനക്കാർക്ക് മുന്നിൽ അവതരിപ്പിക്കുന്ന ക്ലേശകരമായ ഉത്തരവാദിത്വമാണ് ഡോ. ചന്തവിള മുരളി ഏറ്റെടുത്തത്. വർഷങ്ങൾക്ക് മുമ്പു തന്നെ അദ്ദേഹം സഖാവ് പി കൃഷ്ണപിള്ളയുടെ ബൃഹത്തായ ജീവചരിത്ര ഗ്രന്ഥം മലയാളികൾക്ക് സമ്മാനിച്ചിട്ടുള്ളതാണ്. ഒരുപക്ഷേ, കൃഷ്ണപിള്ളയെപ്പറ്റിയുള്ള ഏറ്റവും ആധികാരികമായ ജീവചരിത്രഗ്രന്ഥമാണ് ഡോ. ചന്തവിള മുരളി രചിച്ചത്. ഏതാണ്ട് ആ ഗ്രന്ഥത്തിന് അനുബന്ധമെന്ന രീതിയിലാണ് *എൻ സി ശേഖർ: കേരളത്തിലെ വിപ്ലവപ്രസ്ഥാനത്തിന്റെ തീപ്പൊരി* എന്ന ഗ്രന്ഥം രചിച്ചിട്ടുള്ളത്. എൻ സി ശേഖറുടെ ജീവിതവും പോരാട്ടവും സംബന്ധിച്ച് താരതമ്യേന ലഘുവായ ചരിത്രം മാത്രമേ മലയാളികൾ അറിഞ്ഞിട്ടുള്ളൂ. അതിലേറെയും ഇ എം എസും എ കെ ജിയും സി എച്ച് കണാരനും എൻ ഇ ബാലറാമും എൻ ശ്രീകണ്ഠൻ നായരുമൊക്കെ രചിച്ചിട്ടുള്ള ഗ്രന്ഥങ്ങളിലും അവരിൽ ചിലരുടെ ആത്മകഥകളിലുമാണ് കാണാൻ കഴിയുക. സി ഭാസ്കരൻ രചിച്ച *ഇന്ത്യൻ കമ്യൂണിസ്റ്റ് പ്രസ്ഥാനം: ആദ്യപഥികർ* എന്ന ഗ്രന്ഥത്തിൽ എൻ സി ശേഖറെപ്പറ്റി സംഗ്രഹരൂപത്തിലുള്ള ഒരു ജീവചരിത്രക്കുറിപ്പുണ്ട്. ഇങ്ങനെ അവിടവിടങ്ങളിലായി പ്രത്യക്ഷപ്പെട്ടിട്ടുള്ള ചുരുക്കം പരാമർശങ്ങളിലൂടെയും കുറിപ്പുകളിലൂടെയും മാത്രമേ പുതുതലമുറയ്ക്ക് എൻ സി ശേഖറെ അറിയാൻ കഴിഞ്ഞിട്ടുള്ളൂ. ആ കുറവ് പരിഹരിക്കാൻ കഴിയുന്ന വിധത്തിലുള്ള ഗൗരവതരമായ പഠന ഗവേഷണ ഗ്രന്ഥമാണ് ചന്തവിള മുരളി രചിച്ചിട്ടുള്ളത്. എൻ സി ശേഖറിന്റെ ജീവിത വഴികളെയും, പോരാട്ട പഥങ്ങളെയും അതിന്റെ സാകല്യാവസ്ഥയിൽ പരിശോധിക്കാനുള്ള ശ്രമമാണ് ഈ ഗ്രന്ഥത്തിൽ നടത്തിയിട്ടുള്ളത്.

1931 ൽ തിരുവനന്തപുരത്ത് രൂപംകൊണ്ട കമ്യൂണിസ്റ്റ് ലീഗിലെ അംഗത്വത്തിൽ തുടങ്ങി 1937 ൽ കോഴിക്കോട് രൂപീകൃതമായ പ്രഥമ കമ്യൂണിസ്റ്റ് ഗ്രൂപ്പിലെ അംഗത്വവും 1931 ആഗസ്തിൽ അഖില തിരുവിതാംകൂർ യൂത്ത് ലീഗ് എന്ന രഹസ്യസംഘടനയുടെ രൂപീകരണവും 1934 ലെ കോൺഗ്രസ് പാർട്ടി രൂപീകരിക്കാൻ നിയോഗിക്കപ്പെട്ട പി സുന്ദരയ്യയുടെ കേരളത്തിലേക്കുള്ള വരവും, അന്നത്തെ കമ്യൂണിസ്റ്റ് പാർട്ടി കേന്ദ്രകമ്മിറ്റിയംഗം എസ് വി ഘാട്ടെയുടെ കേരള സന്ദർശനവും തുടർന്ന് ടെക്സ്റ്റൈൽ തൊഴിലാളികളെ സംഘടിപ്പിക്കുന്നതിലടക്കം നടത്തിയ ട്രേഡ് യൂണിയൻ പ്രവർത്തനങ്ങളും പിന്നീട് രാജ്യസഭയിലേക്ക് തിരഞ്ഞെടുക്കപ്പെട്ടതിനുശേഷമുള്ള പാർലമെന്ററി പ്രവർത്തനവും 1960 ൽ പാർട്ടിയിൽനിന്ന് സസ്പെന്റ് ചെയ്യപ്പെട്ടതും 1964 ൽ പാർട്ടി പിളർന്നപ്പോൾ സി പി ഐ (എം) നൊപ്പം നിന്നതും, മാസങ്ങൾ നീണ്ട ജയിൽവാസവും 1968 ൽ സി പി ഐ (എം) ൽനിന്ന് പുറത്താക്കപ്പെട്ടതും, അതിനുശേഷമുള്ള നക്സൽ ബന്ധവും ഉൾപ്പെടെയുള്ള എൻ സി ശേഖറിന്റെ പോരാട്ട വഴിയിലെ നാഴികക്കല്ലുകളെല്ലാം തേടിപ്പിടിച്ചെടുത്ത് വിശദമായി ഈ ഗ്രന്ഥത്തിൽ അവതരിപ്പിക്കുന്നുണ്ട്.

ആദ്യകാലത്തെ ഏതൊരു കമ്യൂണിസ്റ്റ് നേതാവിനെയും പോലെ

എൻ സി ശേഖറും പാർട്ടി വിദ്യാഭ്യാസത്തിന് ഏറെ പ്രാധാന്യം നല്കിയിരുന്നു. മാർക്സിസ്റ്റ്–ലെനിനിസ്റ്റ് വിദ്യാഭ്യാസത്തിന്റെ ആവശ്യകതയെപ്പറ്റി ലെനിനും, സ്റ്റാലിനും ഊന്നിപ്പറഞ്ഞിട്ടുണ്ട്. 1939 ൽ സോവിയറ്റ് കമ്യൂണിസ്റ്റ് പാർട്ടിയുടെ പതിനെട്ടാം കോൺഗ്രസിൽ വിപുലമായ പാർട്ടി വിദ്യാഭ്യാസപരിപാടി ആവിഷ്കരിക്കുകയുണ്ടായി. സ്റ്റാലിന്റെ നിർദ്ദേശപ്രകാരമായിരുന്നു ഇത്. "വിപ്ലവകരമായ തത്ത്വശാസ്ത്രമില്ലാതെ വിപ്ലവപ്രസ്ഥാനം ഉണ്ടാവുകയില്ല" എന്നാണ് മഹാനായ ലെനിൻ പറഞ്ഞിട്ടുള്ളത്. സോവിയറ്റ് വിപ്ലവത്തിനു ശേഷം 1918 ൽ തന്നെ റഷ്യൻ പാർട്ടി കോൺഗ്രസിൽ പാർട്ടി വിദ്യാഭ്യാസത്തിന്റെ പ്രാധാന്യത്തെപ്പറ്റി പറയുന്നുണ്ട്. ഇതിനേക്കാളൊക്കെ മുമ്പ് മാർക്സും എംഗൽസും *കമ്യൂണിസ്റ്റ് മാനിഫെസ്റ്റോ*യിൽ പലതവണ വിദ്യാഭ്യാസത്തിന്റെ പ്രാധാന്യത്തെപ്പറ്റി വിശദീകരിക്കുന്നുണ്ട്. ഇത് കൃത്യമായി തിരിച്ചറിഞ്ഞ ആളായിരുന്നു എൻ സി ശേഖർ.

സമ്പന്നമായ കുടുംബ പശ്ചാത്തലത്തിൽ നിന്നാണ് എൻ സി ശേഖർ കല്ലുംമുള്ളും നിറഞ്ഞ കമ്യൂണിസ്റ്റ് പ്രവർത്തനത്തിന്റെ വഴികൾ തിരഞ്ഞെടുത്തത്. ഭേദപ്പെട്ട സർക്കാർ ഉദ്യോഗം സ്വീകരിച്ച് കഴിയാനുള്ള എല്ലാ ഭൗതിക സാഹചര്യങ്ങളും അദ്ദേഹത്തിനുണ്ടായിരുന്നു. അതെല്ലാം വേണ്ടെന്നുവെച്ചാണ് പുതിയ മനുഷ്യനെയും, പുതിയ സമൂഹത്തെയും സ്വപ്നം കണ്ട് പൊതുപ്രവർത്തനത്തിലേക്ക് അദ്ദേഹം എടുത്തുചാടിയത്. അതൊരു ചരിത്രനിയോഗംപോലെ അദ്ദേഹം ഏറ്റെടുക്കുകയായിരുന്നു. ആ പോരാട്ടത്തിന്റെ വഴികളിൽ കയറ്റിറക്കങ്ങൾ ധാരാളമുണ്ട്. ഇടർച്ചയും തുടർച്ചയുമുണ്ട്. വ്യക്തി, സമൂഹം, കമ്യൂണിസ്റ്റ് പോരാളി എന്നീ ഭാവങ്ങളിലെല്ലാമുള്ള വൈരുദ്ധ്യാത്മക ബന്ധത്തിന്റെ ഭാവങ്ങളും അതിൽ കാണാം.

എൻ സി ശേഖറിന്റെ ജീവിതവും, പോരാട്ടങ്ങളും അവയിലെ അറിയപ്പെടാത്ത ഏടുകളും വെളിച്ചത്തിലേക്ക് കൊണ്ടുവരുമ്പോൾ അതൊരു വ്യക്തിയുടെയോ, കുറേക്കൂടി വിപുലമായ അർത്ഥത്തിൽ ഒരു കമ്യൂണിസ്റ്റ് പോരാളിയുടെയോ കേവലമായ ചരിത്രം മാത്രമല്ല. സ്വാതന്ത്ര്യത്തിന്റെയും ജനാധിപത്യത്തിന്റെയും, മാനവികതയുടെയുമൊക്കെ നന്മനിറഞ്ഞ മൂല്യങ്ങൾ കേരളത്തിനും രാജ്യത്തിനും അന്യമായിരുന്ന ഒരു കാലഘട്ടത്തിന്റെ ചരിത്രമാണ് നമുക്ക് മുന്നിൽ ഇതൾവിരിയുന്നത്. ഇരുപതാം നൂറ്റാണ്ടിന്റെ അവസാന ദശകങ്ങളിലും ഇരുപത്തിയൊന്നാം നൂറ്റാണ്ടിന്റെ ആദ്യദശകത്തിലുമുള്ള കേരളീയ ജീവിതം കണ്ടു പരിചയിച്ച ഒരാൾക്ക് അത്ഭുതാദരങ്ങളോടെ മാത്രമേ എൻ സി ശേഖറും, അതുപോലുള്ള കമ്യൂണിസ്റ്റ് പോരാളികളും പ്രവർത്തിച്ച കാലത്തെ കാണാനാവൂ. എൻ സി ശേഖറെ മുൻനിർത്തി ഇത്തരമൊരു കാലത്തിന്റെ മഹാപ്രവാഹത്തിലൂടെ വായനക്കാരെ കൂട്ടിക്കൊണ്ടുപോവുകയാണ് ഡോ. ചന്തവിള മുരളി ചെയ്യുന്നത്. ഇവിടെ കേരളത്തിന്റെയും രാജ്യത്തിന്റെയും രാഷ്ട്രീയ–സാമൂഹ്യ മുന്നേറ്റത്തിന്റെ കഥകൾ മാത്രമല്ല, ലോക രാഷ്ട്രീയത്തിന്റെ ഗതിവിഗതികൾ പോലും ഇവിടെ അവതീർണ്ണമാവുകയാണ്. അഥവാ ലോകത്തിന്റെയും രാജ്യത്തിന്റെയും രാഷ്ട്രീയ സംഭവവികാസങ്ങളുടെ പശ്ചാത്തലത്തിൽ കേരളത്തിലെ കമ്യൂണിസ്റ്റ് പാർട്ടിയുടെയും സംഘടിത തൊഴിലാളിവർഗ്ഗ പ്രസ്ഥാനത്തിന്റെയും മുന്നേറ്റവഴികൾ കോറിയിടുകയാണ്.

മുപ്പത്തിരണ്ട് അദ്ധ്യായങ്ങളിലായി എൻ സി ശേഖറിന്റെ തീപിടിച്ച

ജീവിതം അവതരിപ്പിച്ചപ്പോൾ അതുമായി ബന്ധപ്പെട്ട സൂക്ഷ്മാംശങ്ങൾ പോലും വെളിച്ചത്തുകൊണ്ടുവരാൻ ഗ്രന്ഥകാരൻ കാട്ടിയിരിക്കുന്ന ജാഗ്രത പ്രത്യേകം ശ്രദ്ധേയമാണ്. രാജ്യസഭാംഗമായിരിക്കെ എൻ സി ശേഖർ നടത്തിയ ചർച്ചകളും ഇടപെടലുകളും ഗ്രന്ഥത്തിൽ ചേർത്തിട്ടുണ്ട്. പാർലമെന്ററി പ്രവർത്തനരംഗത്ത് എത്ര ദൂരക്കാഴ്ചയോടെയായിരുന്നു എൻ സി ശേഖർ ഇടപെട്ടിരുന്നത് എന്ന് വ്യക്തമാക്കുന്നതാണ് അത്.

ചുരുക്കത്തിൽ കേരളത്തിന്റെ സാമൂഹ്യചരിത്രം മാറ്റിയെഴുതിയ പോരാട്ട സന്നദ്ധമായ ഒരു കാലഘട്ടത്തിന്റെ ചരിത്രപരവും വസ്തുനിഷ്ഠവുമായ അന്വേഷണവും കണ്ടെത്തലുമാണ് *എൻ സി ശേഖർ: കേരളത്തിലെ വിപ്ലവപ്രസ്ഥാനത്തിന്റെ തീപ്പൊരി* എന്ന ഗ്രന്ഥത്തിലൂടെ ഡോ. ചന്തവിള മുരളി നടത്തിയിരിക്കുന്നത്. തികച്ചും ചരിത്രപരമായ ഒരു കർത്തവ്യമാണ് ഇതുവഴി അദ്ദേഹം നിർവ്വഹിച്ചിരിക്കുന്നത്. അതുകൊണ്ടുതന്നെ ഈ ഗ്രന്ഥം വായനക്കാരുടെ മുന്നിൽ അവതരിപ്പിക്കാൻ എനിക്ക് അത്യധികമായ ആഹ്ലാദവും അഭിമാനവുമുണ്ട്.

ആമുഖം

സ്വദേശാഭിമാനി രാമകൃഷ്ണപിള്ളയുടെയും മഹാത്മ അയ്യങ്കാളിയുടെയും ജന്മനാടായ തിരുവനന്തപുരത്തിനടുത്തുള്ള വെങ്ങാനൂരിൽ 1904 ജൂലൈ 2 ന് ഒരു സമ്പന്ന നായർ കുടുംബത്തിൽ ജനിച്ച എൻ സി ശേഖർ സിദ്ധാർത്ഥ രാജകുമാരനെപ്പോലെ എല്ലാം ത്യജിച്ച് സ്വാതന്ത്ര്യ സമരത്തിന്റെ തീക്കുണ്ഡത്തിലേക്ക് എടുത്തുചാടി. 1921 ൽ കോൺഗ്രസിൽ മെമ്പർഷിപ്പ് നേടിയ എൻ സി വിദ്യാർത്ഥിരാഷ്ട്രീയത്തിലൂടെ, സാമൂഹ്യ-സാംസ്കാരിക വിദ്യാഭ്യാസ പ്രവർത്തനത്തിലൂടെ സ്വാതന്ത്ര്യ പ്രസ്ഥാനത്തിലെത്തുകയായിരുന്നു. മഹാത്മജിയുടെയും കോൺഗ്രസിന്റെയും നേതൃത്വത്തിൽ നടന്ന ഖാദി പ്രസ്ഥാനം, ഹരിജനോദ്ധാരണ പ്രവർത്തനം, ഉപ്പു സത്യഗ്രഹം, നിയമലംഘനം, മദ്യവിരുദ്ധ സമരം, വിദേശവസ്ത്രഷാപ്പ് പിക്കറ്റിങ് എന്നിവയിലൊക്കെ പങ്കെടുത്ത അദ്ദേഹം ക്രമേണ കോൺഗ്രസിന്റെ രാഷ്ട്രീയത്തിലും പ്രവർത്തനശൈലിയിലും അസംതൃപ്തനായി.

1917 ൽ റഷ്യയിൽ നടന്ന ഒക്ടോബർ വിപ്ലവം യുവാക്കളിൽ പുതിയ ആവേശം സൃഷ്ടിച്ച കാലമായിരുന്നു അത്. ആ ആവേശം 1931 മാർച്ചിൽ എൻ സി യെയും കൂട്ടരെയും കമ്യൂണിസ്റ്റ് ലീഗ് സംഘടിപ്പിക്കുന്നതിൽ കൊണ്ടെത്തിച്ചു. *കമ്യൂണിസ്റ്റ് ലീഗ്* നിരോധിച്ചപ്പോൾ എൻ സിയും സുഹൃത്തുക്കളും ചേർന്ന് 1931 ആഗസ്തിൽ *അഖില തിരുവിതാംകൂർ യൂത്ത്ലീഗ്* രൂപീകരിച്ചു. 1932-33 കാലത്ത് തിരുവിതാംകൂറിൽ നടന്ന നിവർത്തന പ്രസ്ഥാനത്തിലും എൻ സി സജീവം പങ്കെടുത്തു.

കോൺഗ്രസ് രാഷ്ട്രീയത്തിലുണ്ടായ അസംതൃപ്തി എൻ സിയെ 1934 ൽ രൂപംകൊണ്ട കോൺഗ്രസ് സോഷ്യലിസ്റ്റ് പാർട്ടിയിലേക്കെത്തിച്ചു. 1937 ജൂലൈയിൽ ഇ എം എസ് നമ്പൂതിരിപ്പാട്, പി കൃഷ്ണപിള്ള, കെ ദാമോദരൻ എന്നിവരോടൊപ്പം ചേർന്ന് എൻ സി കോഴിക്കോട്ട് വെച്ച് കേരളത്തിലെ ആദ്യത്തെ *കമ്യൂണിസ്റ്റ് ഗ്രൂപ്പ്* രൂപീകരിച്ചു. 1938 കാലത്ത് തിരുവിതാംകൂറിൽ നടന്ന ഉത്തരവാദഭരണ പ്രക്ഷോഭണത്തിലും എൻ സി സജീവമായിരുന്നു.

1940 ആദ്യം കേരളത്തിലെ കോൺഗ്രസ് സോഷ്യലിസ്റ്റ് പാർട്ടി ഒന്നടങ്കം കമ്യൂണിസ്റ്റ് പാർട്ടിയായി മാറിയപ്പോൾ എൻ സി കമ്യൂണിസ്റ്റ് പാർട്ടിയുടെ പ്രമുഖ നേതാക്കളിൽ ഒരാളായിത്തീർന്നു. 1939-40 കാലത്ത് തമിഴ്നാ

ട്ടിലെ കോയമ്പത്തൂരിൽ കമ്യൂണിസ്റ്റ് പാർട്ടി കെട്ടിപ്പടുക്കുന്നതിന് എൻ സി നിയോഗിക്കപ്പെട്ടു. 1948–51 കാലത്ത് (പി കൃഷ്ണപിള്ള 1948 ആഗസ്ത് 19 ന് അന്തരിച്ചതിനെത്തുടർന്ന്). കേരളത്തിലെ രഹസ്യ കമ്യൂണിസ്റ്റ് പ്രവർത്തനത്തിന് നേതൃത്വം കൊടുത്ത മൂന്നംഗ സംസ്ഥാന സെക്രട്ടേറിയറ്റിലെ അംഗമായിരുന്നു എൻ സി. സോഷ്യലിസ്റ്റ് – കമ്യൂണിസ്റ്റ് പാർട്ടി നേതാവെന്ന നിലയിൽ തൊഴിലാളി പ്രസ്ഥാനം കെട്ടിപ്പടുക്കുക എന്നതായിരുന്നു അദ്ദേഹത്തിന്റെ പ്രധാന ചുമതല. ആ ചുമതല വളരെ ഭംഗിയായിത്തന്നെ എൻ സി നിർവ്വഹിക്കുകയുണ്ടായി. 1954–60 കാലഘട്ടത്തിൽ രാജ്യസഭാംഗമായി അദ്ദേഹം പ്രവർത്തിച്ചു. പാർലമെന്റംഗമെന്ന നിലയിൽ ജനകീയമായ പ്രശ്നങ്ങൾ പാർലമെന്റിൽ കൊണ്ടുവരുന്നതിൽ അദ്ദേഹം ശ്രദ്ധ വെച്ചു.

പല പ്രാവശ്യം ജയിൽവാസം വരിക്കേണ്ടി വന്നിട്ടുള്ള എൻ സി ശേഖർ ജയിലിലെ അക്രമങ്ങൾക്കും അനീതികൾക്കുമെതിരെ പോരാടി. നീണ്ട ഒളിവു ജീവിതവും അദ്ദേഹത്തിനുണ്ടായിട്ടുണ്ട്. പൊലീസ്–ഗുണ്ട മർദ്ദനങ്ങൾക്ക് അനവധി തവണ അദ്ദേഹം വിധേയനായിട്ടുണ്ട്. കടുത്ത സാമ്പത്തിക ക്ലേശവും യാതനകളും അദ്ദേഹത്തിന് സഹിക്കേണ്ടി വന്നിട്ടുണ്ട്.

കൃതഹസ്തനായ ഒരു എഴുത്തുകാരനായിരുന്നു എൻ സി. തൊഴിലാളികൾക്കും കമ്യൂണിസ്റ്റ് പാർട്ടി പ്രവർത്തകർക്കും രാഷ്ട്രീയ വിദ്യാഭ്യാസം നല്കുന്നതിൽ അദ്ദേഹം ശ്രദ്ധേയമായ പങ്കുവഹിച്ചു.

കേരളത്തിലെ കമ്യൂണിസ്റ്റ് പ്രസ്ഥാനത്തിന്റെ ചരിത്രത്തിൽ വൈശിഷ്ട്യവും സവിശേഷതകളുമാർന്ന അനന്യസാധാരണമായ ഒരു വ്യക്തിത്വത്തിനുടമയാണ് അദ്ദേഹം. ധീരതയും നിശ്ചയദാർഢ്യവുമായിരുന്നു അദ്ദേഹത്തിന്റെ പ്രത്യേകത. ആശയക്കുഴപ്പവുമായി അദ്ദേഹം എവിടെയും പകച്ചു നിന്നില്ല.

ഒന്നിനോടും സന്ധിചെയ്യാതെ, എല്ലാറ്റിനെയും വെല്ലുവിളിച്ച് നമ്മുടെ വിപ്ലവ ചരിത്രത്തിൽ സ്വന്തം വ്യക്തിമുദ്ര പതിപ്പിച്ച കമ്യൂണിസ്റ്റ് വിപ്ലവകാരിയാണ് എൻ സി ശേഖർ.

നാലര പതിറ്റാണ്ടു മുമ്പ് സി പി ഐ (എം) അച്ചടക്ക നടപടിയെടുത്തതിനെത്തുടർന്ന് (1968 ൽ) സംഘടനയിൽനിന്നും അദ്ദേഹം അകന്നുപോയെങ്കിലും ഒരിക്കലും അദ്ദേഹം ഒരു കമ്യൂണിസ്റ്റ് വിരുദ്ധനായി മാറിയില്ല.

മൂന്ന് വ്യാഴവട്ടത്തിലധികം കാലം നിരന്തരം സമരസജ്ജമായ ജീവിതം നയിച്ച കേരളത്തിലെ വിപ്ലവ പ്രസ്ഥാനത്തിന്റെ തീപ്പൊരിയായിരുന്ന എൻ സി ശേഖറുടെ ജീവചരിത്രമാണിത്.

നന്ദി

***എ**ൻ സി ശേഖർ: കേരളത്തിലെ വിപ്ലവപ്രസ്ഥാനത്തിന്റെ തീപ്പൊരി* എന്ന ഈ പുസ്തക രചനയ്ക്ക് ഞാൻ ഏറ്റവുമധികം കടപ്പെട്ടിരിക്കുന്നത് എൻ സി ശേഖറുടെ മൂത്തമകനും സാമൂഹ്യ–രാഷ്ട്രീയ പ്രവർത്തകനും, 'എൻ സി ശേഖർ ഫൗണ്ടേഷൻ' മാനേജിങ് ട്രസ്റ്റിയുമായ ഇടയത്ത് രവിയോടാണ്. നിരന്തരം എന്റെ സംശയങ്ങൾ നിവാരണം ചെയ്തും സദാ പുസ്തകത്തിന്റെ പുരോഗതിയെക്കുറിച്ച് അന്വേഷിച്ചും എന്നെ സഹായിക്കുകയും പ്രോത്സാഹിപ്പിക്കുകയും ചെയ്ത അദ്ദേഹത്തോടുള്ള എന്റെ കൃതജ്ഞത വാക്കുകൾകൊണ്ട് രേഖപ്പെടുത്താൻ കഴിയുന്നതല്ലെങ്കിലും ഔപചാരികമായി എന്റെ നന്ദി ഇവിടെ രേഖപ്പെടുത്തട്ടെ. അതുപോലെതന്നെ എൻ സി ശേഖറുടെ മക്കളും എൻ സി ശേഖർ ഫൗണ്ടേഷനിലെ അംഗങ്ങളുമായ ഇടയത്ത് ശശി ശേഖർ (സെറ്റ്ലർ), ഇടയത്ത് വേണു ശേഖർ, ഇടയത്ത് ഇന്ദുശേഖർ, ഇടയത്ത് ഹരിശേഖർ, ഇടയത്ത് രേണു രാജേന്ദ്രൻ എന്നിവരോടുള്ള നന്ദിയും അറിയിക്കുന്നു.

ഏറ്റവുമധികം രേഖകൾ പരിശോധിക്കാൻ തന്ന് ഈ ഗ്രന്ഥരചനയ്ക്ക് എന്നെ സഹായിച്ചത് സി പി ഐ സംസ്ഥാന കമ്മിറ്റി ഓഫീസ് ലൈബ്രേറിയനായ സ. സുരേന്ദ്രനാണ്. അനേകം പുസ്തകങ്ങളും ലഘുലേഖകളും സുവനീയറുകളും പത്രങ്ങളും വാരികകളും പരിശോധിക്കാൻ തന്ന അദ്ദേഹത്തോടുള്ള എന്റെ നന്ദി എത്ര പറഞ്ഞാലും മതിയാകാത്തതാണ്.

മാതൃഭൂമി പത്രത്തിന്റെയും ആഴ്ചപ്പതിപ്പിന്റെയും ഫയലുകൾ പരിശോധിക്കാൻ സഹായം ചെയ്തുതന്നെ മാതൃഭൂമിയുടെ ഹോൾടൈം ഡയറക്ടറും മാനേജിങ് എഡിറ്ററുമായ പി വി ചന്ദ്രൻ, കോഴിക്കോട് മാതൃഭൂമി എം എം പ്രസിന്റെ മാനേജർ, മറ്റു സ്റ്റാഫംഗങ്ങൾ, റിക്കാർഡ്സിലെ റജീഷ് എന്നിവരോടുള്ള കടപ്പാടും നന്ദിയും ഇവിടെ രേഖപ്പെടുത്തുന്നു.

കേരള സ്റ്റേറ്റ് ആർക്കൈവ്സ് ഡയറക്ടർ ഡോ. റജികുമാർ, കോഴിക്കോട് റീജണൽ ആർക്കൈവ്സ് സൂപ്രണ്ട് സി പി അബ്ദുൽ മജീദ് തുടങ്ങിയവരോടുള്ള എന്റെ നന്ദിയും ഇവിടെ അറിയിക്കുന്നു.

തിരുവനന്തപുരം എ കെ ജി പഠന ഗവേഷണ കേന്ദ്രം ലൈബ്രറിയിലെ ഐശ്വര്യ, ഗിരിജ, കോമളം എന്നീ സഖാക്കളോടും എനിക്ക് നന്ദിയുണ്ട്.

ജനയുഗം പത്രത്തിന്റെ ഫയലുകൾ പരിശോധിക്കാൻ സഹായം ചെയ്തു തന്ന *ജനയുഗം* കൊല്ലം ബ്യൂറോ ചീഫ് പി വി സുരേഷ്, സ്റ്റാഫായ ബാബു എന്നീ സഖാക്കളോടുള്ള എന്റെ അതിരറ്റ നന്ദിയും ഇവിടെ രേഖപ്പെടുത്തട്ടെ.

ഈ ഗ്രന്ഥരചനയ്ക്ക് എന്നെ ഏറ്റവുമധികം സഹായിച്ച കരവാരം വൊക്കേഷണൽ ഹയർ സെക്കന്ററി സ്കൂളിലെ ഇംഗ്ലീഷ് അദ്ധ്യാപികയായ സിന്ധുവിനോടുള്ള അകമഴിഞ്ഞ നന്ദി ഇവിടെ രേഖപ്പെടുത്തുകയാണ്.

അതുപോലെ തന്നെ എനിക്ക് എല്ലാവിധ പ്രോത്സാഹനങ്ങളും നിരന്തരം നല്കിക്കൊണ്ടിരിക്കുന്ന സ്കൂൾ മാനേജർ സുരേഷ്, പ്രിൻസിപ്പൽ സണ്ണി വി ജോർജ്ജ്, ഹെഡ്മിസ്ട്രസ് ശോഭ, സ്റ്റാഫ് സെക്രട്ടറി ഷാജു, ജയചന്ദ്രകുമാർ, രേഖ വി നായർ, അനിൽകുമാർ തുടങ്ങി എല്ലാ അദ്ധ്യാപക-അനദ്ധ്യാപകരോടും എനിക്കുള്ള നന്ദിയും കടപ്പാടും അറിയിക്കുന്നു.

ഈ പുസ്തകം മുഴുവൻ ഡി റ്റി പി ചെയ്യാൻ സഹായിച്ച അനീസ (പടിഞ്ഞാറ്റുമുക്ക്), ഷീബ (കഠിനംകുളം), ഷാജിജോസഫ്, പ്രേംരാജ്(മേനംകുളം), പുസ്തകത്തിന്റെ വിവിധ ഘട്ടങ്ങളിൽ എന്നെ സഹായിച്ച ഷമീർ (നാവായിക്കുളം), ചന്തവിളയിലെ അനിൽകുമാർ, സുരേഷ്കുമാർ, സുധാകരൻ എന്നിവരോടുള്ള എന്റെ നന്ദിയും കടപ്പാടും വാക്കുകൾകൊണ്ട് വിവരിക്കാൻ പറ്റുന്നതല്ല.

ഈ പുസ്തകത്തിന് മനോഹരവും അനുയോജ്യവുമായ ഒരു അവതാരിക എഴുതിത്തന്ന് എന്നെ അനുഗ്രഹിച്ച സഖാവ് വി എസ് അച്യുതാനന്ദനോടുള്ള എന്റെ അങ്ങേയറ്റത്തെ ബഹുമാനവും നന്ദിയും ഇവിടെ കുറിക്കട്ടെ.

എന്റെ മറ്റെല്ലാ പുസ്തകങ്ങളുംപോലെ തന്നെ ഈ പുസ്തകവും പ്രസിദ്ധീകരിക്കുന്നത് ചിന്ത പബ്ലിഷേഴ്സ് ആണ്. ചിന്തയിലെ മുഴുവൻ പ്രവർത്തകരോടും പ്രത്യേകിച്ച് ജനറൽ മാനേജർ വി കെ ജോസഫ്, ചീഫ് എഡിറ്റർ സി പി അബൂബക്കർ എന്നിവരോടുള്ള എന്റെ ഹൃദയംഗമമായ നന്ദിയും കടപ്പാടും ഇവിടെ രേഖപ്പെടുത്തുന്നു.

1

ബാല്യവും വിദ്യാഭ്യാസവും

ആയിരത്തിത്തൊള്ളായിരത്തി നാല് ജൂലൈ 2 ന് (1081 മിഥുനം) തിരുവനന്തപുരത്തിനടുത്ത് വെങ്ങാനൂരിൽ കുര്യാത്തി വീട്ടിൽ നാരായണ പിള്ളയുടെയും ജാനകിയമ്മയുടെയും മകനായി പിറന്ന നാരായണപിള്ള ചന്ദ്രശേഖരപിള്ളയാണ് പിന്നീട് എൻ സി ശേഖറായത്. മാതാപിതാക്കളുടെ ഏഴാമത്തെ സന്താനമാണ് ചന്ദ്രശേഖരൻ. കുര്യാത്തിവീട് നാരായണപിള്ള യുടെ മൂലതറവാടായിരുന്നു. ചന്ദ്രശേഖരന്റെ അച്ഛന്റെ അമ്മാവനും അമ്മ യുടെ അച്ഛനുമായ വേലായുധൻപിള്ള എന്ന വലിയ കാരണവരാണ് കുര്യാ ത്തിയിൽ താമസിച്ചിരുന്നത്. ഈ വീട് സ്ഥാപിച്ച് ഏറെ കാലം കഴിഞ്ഞാണ് അച്ഛൻ താമസിക്കുന്ന ചെറിയ കളിയിക്കൽ ഭവനം സ്ഥാപിച്ചത്. ചെറിയ കളിയിക്കൽ വീട്ടിൽനിന്ന് പടിഞ്ഞാറ് രണ്ട് വീട് കഴിഞ്ഞാണ് കുര്യാത്തി വീട്. ചന്ദ്രശേഖരന്റെ ബാല്യത്തിന്റെ പകുതിവരെ ഈ വീട്ടിലായിരുന്നു. അതിനാൽ അപ്പൂപ്പന്റെ സ്നേഹവും വാത്സല്യവും ചന്ദ്രശേഖരന് ധാരാളം കിട്ടുകയുണ്ടായി. പിന്നീട് ചന്ദ്രശേഖരന്റെ താമസം അച്ഛന്റെ ഭവനമായ പയ്യിങ്ങാലി വീടെന്നു അറിയപ്പെടുന്ന ചെറിയ കളിയിക്കൽ വീട്ടിലായി. അപ്പൂ പ്പനും അവിടേക്ക് താമസം മാറ്റി. അന്നത്തെ കാലത്തെ ഏറ്റവും സമ്പന്ന മായ നായർ കുടുംബമായിരുന്നു അത്. കുടുംബത്തെക്കുറിച്ച് എൻ സി ശേഖർ ആത്മകഥയിൽ ഇങ്ങനെ രേഖപ്പെടുത്തിയിരിക്കുന്നു:

> നാലുകെട്ടും പടിപ്പുരയും പടിഞ്ഞാറുഭാഗത്ത് വലുതായൊരു ബംഗ്ലാവുമടങ്ങിയതായിരുന്നു അച്ഛന്റെ ഭവനം. പയ്യിങ്ങാലി വീടെന്നു അറിയപ്പെടുന്ന ചെറിയ കളിയിക്കൽ വീടിനു നൂറുപറനിലം ഒന്നിച്ചു കൊയ്തിട്ടു മെതിക്കാനും വൈക്കോലുണക്കാനും പറ്റുന്ന വിശാല മായൊരു നീണ്ട മുറ്റവും ആ മുറ്റത്തിന്റെ വടക്ക് പടിഞ്ഞാറ് മൂലയിൽ മഴക്കാലത്ത് കൊയ്തിട്ടു മെതിക്കാൻ പറ്റുന്ന തരത്തിൽ പൊക്ക ത്തിലും വിസ്തൃതിയിലും ഭീകരമായ ഒരു കളിയലും ഉണ്ടായിരുന്നു. അതിനുള്ളിലെ ഓരങ്ങളിൽ അറപ്പുരയ്ക്കു പുറമെ അഞ്ഞൂറും അറുന്നൂറും പറ വീതം നെല്ലു സൂക്ഷിക്കുന്ന പത്തായങ്ങളും വെച്ചിരു ന്നു. മുറ്റത്തിന്റെ തെക്കും കിഴക്കും ഭാഗങ്ങളിൽ കന്നുകാലികളെ കെട്ടുന്ന നീളൻ തൊഴുത്തും.[1]

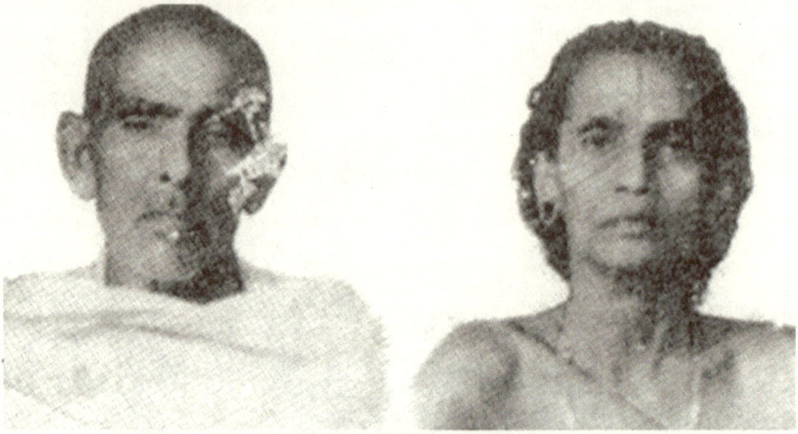

എൻ സി യുടെ മാതാപിതാക്കൾ
(നാരായണൻപിള്ളയും ജാനകിഅമ്മയും)

ഇവയെ വലയം ചെയ്തുകൊണ്ട് നാലു ഭാഗത്തും കയ്യാലകൾ ഉണ്ടായിരുന്നു. കയ്യാലകളുടെ മേൽഭാഗം ഓലകൊണ്ട് മേഞ്ഞിരുന്നു. അതിനോട് ചേർന്ന് കിഴക്കു ഭാഗത്ത് സ്ഥിതിചെയ്യുന്ന പടിപ്പുരയ്ക്കും തൊഴുത്തിനും മദ്ധ്യഭാഗത്താണ് കൊട്ടിയമ്പലം എന്ന പ്രവേശനകവാടം. ബംഗ്ലാവിൽ കാരണവരും, പടിപ്പുരയിലും വീട്ടിറയത്തും മക്കളും അനന്തിരവന്മാരും, നാലുകെട്ടിനുള്ളിൽ സ്ത്രീകളും കുട്ടികളും എന്നിങ്ങനെയാണ് ഭവനത്തിലെ അംഗങ്ങൾ പെരുമാറി വന്നത്.

ചെറിയ കളിയിക്കൽ തറവാടിനോടു ചേർന്ന് കുര്യാത്തിവീട്, കുളങ്ങര വീട്, പയ്യിങ്ങാലിവീട് എന്നീ ഭവനങ്ങളുമുണ്ടായിരുന്നു. കുര്യാത്തിവീട് എൻ സി ശേഖറുടെ അച്ഛന്റെ മൂലതറവാടായിരുന്നുവെന്നും അവിടെ അച്ഛന്റെ അമ്മാവനും അമ്മയുടെ അച്ഛനുമായ വേലായുധൻപിള്ള എന്ന വലിയ കാരണവരായിരുന്നു താമസിച്ചിരുന്നതെന്നും പറഞ്ഞിട്ടുണ്ടല്ലോ. മറ്റുഭവനങ്ങളിൽ ഒന്നിൽ അച്ഛന്റെ ഇളയമ്മമാരും മക്കളും, മറ്റൊന്നിൽ സഹോദരിമാരും അവരുടെ കുട്ടികളും താമസിച്ചിരുന്നു.

എൻ സി യുടെ അച്ഛൻ നാരായണപിള്ള ഭൂവുടമകളിൽനിന്ന് കരം പിരിക്കുന്ന വില്ലേജ് അധികാരിയായിരുന്നു. അദ്ദേഹത്തോട് നാട്ടുകാർക്ക് മതിപ്പും ബഹുമാനവും വർദ്ധിക്കാൻ മഹാരാജാവ് കൊടുത്ത ഈ അധികാരവും പദവിയും സഹായിച്ചു. അക്കാലത്ത് ഒരു അധികാരിക്ക് രാജഭക്തനല്ലാതാവാൻ കഴിയില്ലല്ലോ. നാരായണപിള്ളയും രാജഭക്തനും യാഥാസ്ഥിതികനുമായിരുന്നു. എങ്കിലും അദ്ദേഹത്തിന്റെ യാഥാസ്ഥിതിക ജീവിതത്തിൽ ആധുനികതയുടെ ഒളി വീശിയിരുന്നു എന്നതാണ് യാഥാർത്ഥ്യം. അദ്ദേഹം അയിത്തം ഇഷ്ടപ്പെട്ടിരുന്നില്ല. മണ്ണിൽ പണിയെടുക്കുന്ന പുലയന്റെയും പറയന്റെയും അടുത്തു പോകുന്നത് കുറ്റമാണെന്ന് അദ്ദേഹം മക്കളോട് പറഞ്ഞില്ല. കാലം കുറെ കഴിഞ്ഞപ്പോൾ മനയ്ക്കത്ത് കയറി കലപ്പകളും നുകങ്ങളും മറ്റുമെടുത്ത് വയലിൽ പോകാനും കന്നുകാലികളെ അഴിക്കാനും അദ്ദേഹം പറയർക്ക് അനുമതി നല്കി. കരം പിരിവിനുവേണ്ടി എല്ലാ വീടുകളിലും കയറിയിറങ്ങുന്ന അധികാരിക്ക് തീണ്ടലും തൊടീലും ഒരു പ്രശ്നമായിരുന്നില്ല. വൈകുന്നേരങ്ങളിൽ വെടിപറഞ്ഞു രസിക്കാൻ

വരുന്ന കൂട്ടുകാരോട് കാലം മാറി വരികയാണ്, പഴയ ആചാരങ്ങളൊന്നും ഇനിമേൽ നടക്കുകയില്ല എന്ന് പറയുന്നത് ചന്ദ്രശേഖരൻ കേട്ടിട്ടുണ്ട്. അച്ഛനിൽനിന്നു ലഭിച്ച ഈ പാഠങ്ങൾ എൻ സി ശേഖറുടെ ജാതിരഹിത സാമൂഹിക വീക്ഷണത്തിന് അടിത്തറപാകി.[2]

വിദ്യാഭ്യാസം

നാലാം വയസ്സിൽ വീടിനടുത്തുള്ള ഒരു കുടിപ്പള്ളിക്കൂടത്തിൽ എഴുത്തിനിരുത്തി. ആ കുടിപ്പള്ളിക്കൂടത്തെ 'എഴുത്തുപള്ളി'യെന്നും പറഞ്ഞുവന്നു. അങ്ങനെ ചന്ദ്രശേഖരൻ ആദ്യമായി പാഠശാലയിൽ പ്രവേശിച്ചു. ആ സ്കൂളിൽ രാമൻപിള്ളയെന്ന ഒരേയൊരു അദ്ധ്യാപകനെ ഉണ്ടായിരുന്നുള്ളൂ. ചന്ദ്രശേഖരന്റെ വീടിനു പടിഞ്ഞാറുള്ള കളിയിക്കൽ വീടായിരുന്നു അദ്ദേഹത്തിന്റേത്. അദ്ദേഹത്തെ *വാദ്ധ്യാർ* എന്ന് വിളിച്ചു വന്നു. മറ്റു ചിലർ 'സാർ' എന്നും വൃദ്ധന്മാർ 'എഴുത്താശാൻ' എന്നും അദ്ദേഹത്തെ വിളിച്ചു. നാലു വയസ്സു മുതൽ അഞ്ചുവരെ പ്രായമുള്ള അമ്പതറുപത് കുട്ടികളെയാണ് അദ്ദേഹം എഴുത്തും വായനയും പഠിപ്പിച്ചത്. ഒരു കുട്ടിക്ക് ദക്ഷിണയ്ക്ക് പുറമെ ഏഴു ചക്രമോ അഞ്ചിടങ്ങഴി നെല്ലോ ആണ് അദ്ദേഹത്തിന്റെ ഫീസ്. എന്നാൽ ചന്ദ്രശേഖരനുവേണ്ടി അദ്ദേഹത്തിന്റെ അച്ഛൻ ചക്രവും നെല്ലും കൊടുത്തിരുന്നു.

ചുമരിനോട് ചേർന്ന് നിലത്തിട്ടിട്ടുള്ള മെടഞ്ഞ ഓലയിലാണ് കുട്ടികൾ ഇരിക്കുന്നത്. അവരുടെ മുന്നിൽ മണൽ നിരത്തിയിട്ടിട്ടുണ്ട്. കുട്ടികളുടെ മുന്നിൽ ചെന്ന് വാദ്ധ്യാർ കുത്തിയിരുന്ന് "ഇന്നാ എഴുത്" എന്ന് സരസമായി പറഞ്ഞുകൊണ്ട് മണലിൽ പയ്യെ എഴുതി കാണിക്കും. അതിന്റെ പുറത്തു കുട്ടികൾ എഴുതും.[3]

ആ കുടിപ്പള്ളിക്കൂടത്തിൽനിന്നും അക്ഷരമെഴുത്തെല്ലാം ചന്ദ്രശേഖരൻ പഠിച്ചു. ഏടുനോക്കി വായിക്കാൻ പഠിച്ചു. ചന്ദ്രശേഖരൻ നാലാം ക്ലാസിൽ പഠിക്കുന്ന കാലത്താണ് ഈ പള്ളിക്കൂടത്തിന്റെ അന്ത്യം സംഭവിച്ചത്.

ബാലരാമപുരത്തു സെന്റ് ജോസഫ് പ്രാഥമിക പാഠശാലയിലാണ് ചന്ദ്രശേഖരൻ ഒന്നാം ക്ലാസിൽ ചേർന്നത്. ഒന്നാം ക്ലാസ് അദ്ധ്യാപകനായിരുന്നു ഹെൻട്രി. അദ്ദേഹം ക്ലാസിലെത്തിയാൽ കുട്ടികൾക്ക് ഉല്ലാസമാണ്. ശങ്കരപ്പിള്ളസാറും ഹെൻട്രിസാറും സ്കൂളിൽ പോകുന്നതും വരുന്നതും ചന്ദ്രശേഖരന്റെ കണ്ണേറ്റിലൂടെ ആണ്.

ചന്ദ്രശേഖരന്റെ രണ്ടാംക്ലാസ് അദ്ധ്യാപകനായിരുന്നു നാരായണനാശാരി. അദ്ദേഹം മുണ്ടും ഷർട്ടും ധരിച്ച് നേര്യതും തോളിലിട്ടുകൊണ്ട് വെടിപ്പായി സ്കൂളിലെത്തും. നന്നായി പഠിപ്പിക്കുകയും കൊച്ചുകുട്ടികളെ ഭംഗിയായി നിയന്ത്രിക്കുകയും ചെയ്യും. അപൂർവ്വമായേ അടിക്കുകയുള്ളു. അതുകൊണ്ട് കുട്ടികൾക്ക് ആശാരി സാറിനോട് വലിയ ഇഷ്ടമാണ്.

മൂന്നാം ക്ലാസിൽ ശങ്കരപ്പിള്ള സാറായിരുന്നു ക്ലാസദ്ധ്യാപകൻ. ഉഗ്രമൂർത്തിയായ അദ്ദേഹത്തിന്റെ ക്ലാസിൽ പഠിക്കുക നല്ലൊരു പരിശീലനമാണ്. ക്ലാസ് എപ്പോഴും നിശ്ശബ്ദമായിരിക്കണം. നോട്ടും അർത്ഥവുമൊക്കെ ശരിക്ക് എഴുതി പഠിച്ചുകൊള്ളണം. ഗൃഹപാഠം ചെയ്യാതെ വന്നാൽ സാറ് അടിച്ചു ശരിയാക്കും. വികൃതിത്തരത്തിനും കിട്ടും നല്ല ശിക്ഷ.

നാലാം ക്ലാസിൽ ചന്ദ്രശേഖരൻ വെങ്ങാനൂരിലെ സ്കൂളിലേക്ക് മാറി. 'ചാവടി പള്ളിക്കൂടം' എന്ന പേർ ആ സ്കൂളിന് സിദ്ധിച്ചു. സൈ്വര്യമായി ഒരു വർഷം അവിടെ പഠിക്കാൻ കഴിഞ്ഞു. അക്കാലത്ത് കുട്ടികളധികവും

അർദ്ധനഗ്നരായിട്ടാണ് പള്ളിക്കൂടങ്ങളിൽ പോകുന്നത്. ആറും ഏഴും ക്ലാസു കളിലെ കുട്ടികൾ 16 ഉം 17 ഉം വയസ്സുള്ളവരായിരിക്കും. അതിനാൽ അവർ അവരുടെ സാമ്പത്തിക ശേഷിക്കനുസരിച്ച് തോർത്തോ നേര്യതോ പുതച്ചി രിക്കും.

നാലാം ക്ലാസിൽ ചന്ദ്രശേഖരൻ മോണിറ്ററായിരുന്നു. അതുകൊണ്ട് അദ്ധ്യാപകനായിരുന്ന നാരായണപിള്ള സാറിനും സഹപാഠികൾക്കും അവ നോട് വലിയ പ്രിയമായിരുന്നു.

ചന്ദ്രശേഖരൻ നാലാം ക്ലാസ് ജയിച്ചു. നാലിൽ പഠിക്കുമ്പോൾ തന്നെ ഇംഗ്ലീഷ് സ്കൂളിൽ ചേരുവാനുള്ള മോഹം അവന്റെ മനസ്സിൽ ഭയങ്കരമായി വളർന്നു. അച്ഛന്റെ സുഹൃത്ത് കൂടിയായ നാരായണപിള്ളസാർ മകനെ ഇംഗ്ലീഷ് പഠിപ്പിക്കണമെന്ന് അച്ഛനോട് പറഞ്ഞിരുന്നു. ആ വിവരം സാർ ചന്ദ്ര ശേഖരനോടും പറഞ്ഞു. സന്തോഷഭരിതനായ ചന്ദ്രശേഖരൻ അക്കാര്യം അമ്മയെ അറിയിച്ചു. അവൻ അച്ഛനോട് പറഞ്ഞു: "അച്ഛാ, ഞാൻ നാലിൽ ജയിച്ചു. ഇനി എനിക്ക് ഇംഗ്ലീഷ് പഠിക്കാൻ പോകണം". അച്ഛൻ സമ്മതിച്ചു.

ചന്ദ്രശേഖരൻ ബാലരാമപുരം ഇംഗ്ലീഷ് മിഡിൽ സ്കൂളിൽ പ്രിപ്പറേറ്ററി ക്ലാസിൽ ചേർന്നു. അന്ന് സ്കൂളിൽ പ്രിപ്പറേറ്ററി, ഫസ്റ്റ് ഫാറം, സെക്കന്റ് ഫാറം എന്നിങ്ങനെ മൂന്നു ക്ലാസുകളാണ് ഉണ്ടായിരുന്നത്. അവിടെയുണ്ടാ യിരുന്ന നാല് അദ്ധ്യാപകരിലൊരാൾ ഡ്രില്ലും, ഡ്രോയിങ്ങും പഠിപ്പിക്കുന്നു. അദ്ധ്യാപകർ ചിലപ്പോൾ യൂറോപ്യൻ ഡ്രസ്സിൽ ക്ലാസിൽ വരും. സാധാരണ യായി അദ്ധ്യാകരുടെ വേഷം ദോത്തി, ഷർട്ട്, കോട്ട്, തുപ്പട്ടാവ് എന്നിവയാണ്. ടൈ കെട്ടിയാലും ഒരു നേര്യതോ തുപ്പട്ടാവോ കോട്ടിനുമുകളിൽ കഴുത്തി ലൂടെ ചുറ്റിയിരിക്കും.

ചന്ദ്രശേഖരന്റെ വേഷത്തിനും മാറ്റമുണ്ടായി. കാതിലണിഞ്ഞിരുന്ന കടു ക്കൻ മാറ്റി തലമുടി മുറിച്ചു ക്രോപ്പാക്കി. കാലിലുണ്ടായിരുന്ന തളകൾ ഒന്നാം ക്ലാസിൽ ചേർന്നപ്പോൾ തന്നെ നീക്കം ചെയ്തിരുന്നു. വസ്ത്രങ്ങൾ മേൽമുണ്ടും കോട്ടും ഷർട്ടുമായി. പുറമെ ഒരു ശീലക്കുടയും ഫൗണ്ടൻ പേനയും. അങ്ങനെ വെങ്ങാനൂരിൽ ഭഗവതി ക്ഷേത്രനട പ്രദേശത്തു നിന്ന് ആദ്യമായി ഇംഗ്ലീഷ് സ്കൂളിൽ ചേർന്ന വിദ്യാർത്ഥിയായി ചന്ദ്രശേഖരൻ.

സ്കൂളുകൾ മാറുകയും ക്ലാസുകൾ കയറുകയും ചെയ്തതോടെ ചന്ദ്ര ശേഖരന്റെ പരിചയരംഗങ്ങൾ വിപുലപ്പെട്ടു. വിവിധങ്ങളും വ്യത്യസ്തങ്ങളുമായ സ്വഭാവങ്ങളുമായി ഇടപഴകാൻ അദ്ദേഹത്തിന് സൗകര്യം ലഭിച്ചു. ബാലരാമ പുരം മെയിൻറോഡരുകിലായിരുന്നു ഇംഗ്ലീഷ് മിഡിൽസ്കൂൾ. ചെറിയ നഗ രമായ ബാലരാമപുരത്ത് പഠിച്ചപ്പോൾ ടൗൺ ജീവിതത്തോട് താൻ അടുക്കു ന്നതായി ചന്ദ്രശേഖരന് തോന്നി.

ബാലരാമപുരം ഇംഗ്ലീഷ് മിഡിൽ സ്കൂളിലെ പഠനത്തിനുശേഷം ചന്ദ്ര ശേഖരൻ നെയ്യാറ്റിൻകര ഇംഗ്ലീഷ് ഹൈസ്കൂളിൽ ചേർന്നു. ഹൈസ്കൂളി ലെത്തിയതോടെ പഴയ ദുശ്ശീലങ്ങളിൽ നിന്നൊക്കെ അകന്നുനിൽക്കാൻ അവൻ ബോധപൂർവ്വം ശ്രമിച്ചു. അവിടത്തെ സഹപാഠികളിൽ മിക്കവരും വിജ്ഞാനസമ്പാദനത്തിന്റെ കാര്യത്തിൽ പാഠ്യവിഷയങ്ങൾക്ക് പുറത്ത് എത്തി നോക്കിയതേയില്ല. ഇതിൽ നിന്ന് വ്യത്യസ്തരായ ഏതാനും ചിലർ ചന്ദ്രശേ ഖരന്റെ ക്ലാസിലും സീനിയർ ക്ലാസിലും ഉണ്ടായിരുന്നു. ചന്ദ്രശേഖരൻ അവ രുമായി കൂട്ടുകൂടി. തിരുവനന്തപുരത്തുപോയി കോളേജ് വിദ്യാഭ്യാസം നട ത്തുന്നവരും ഡിഗ്രി എടുത്ത് വീട്ടിലിരിക്കുന്നവരുമായ വേറെയും ചില കൂട്ടു കാരെ ചന്ദ്രശേഖരനു കിട്ടി. ഈ സുഹൃത്തുക്കളുമായുള്ള ബന്ധവും മഹാ

ന്മാരുടെ ജീവചരിത്രഗ്രന്ഥങ്ങളും വർത്തമാനപത്രങ്ങളുടെ നിരന്തരവായനയും ഹൈസ്കൂൾ വിദ്യാഭ്യാസകാലത്തെ ജീവിതത്തിന് അർത്ഥവും വ്യാപ്തിയും ഗൗരവവും നല്കി. ക്ലാസ് മുറിക്ക് പുറത്തുള്ള വിജ്ഞാനമായിരുന്നു ചന്ദ്രശേഖരന്റെ പൊതുജീവിതം കരുപിടിപ്പിച്ചത്.

ഹൈസ്കൂൾ വിദ്യാർത്ഥിയായിരിക്കുമ്പോൾ തന്നെ ദേശീയ സ്വാതന്ത്ര്യ പ്രസ്ഥാനവും ഇന്ത്യൻ നാഷണൽ കോൺഗ്രസും മഹാത്മാഗാന്ധിയും ഖാദിയും സ്വരാജ്യാശ്രമവും ചന്ദ്രശേഖരനെ വല്ലാതെ ആകർഷിച്ചു. കോളേജിൽ പഠിക്കുന്ന തന്റെ കൂട്ടുകാരിൽനിന്നും പല വിവരങ്ങളും മനസ്സിലാക്കാൻ അദ്ദേഹത്തിന് കഴിഞ്ഞു. നെയ്യാറ്റിൻകരയിലും ബാലരാമപുരത്തുമുള്ള വായനശാലകളും ഗ്രന്ഥാലയങ്ങളും സ്കൂൾ വിട്ടാലുള്ള സമയത്തെ അദ്ദേഹത്തിന്റെ പഠനകേന്ദ്രങ്ങളായിത്തീർന്നു.

രാപ്പകൽ വായനയും പഠനവും ആലോചനയുമായി നടക്കുന്ന ചന്ദ്രശേഖരന്റെ ഭാവപ്പകർച്ച അച്ഛന്റെയും അമ്മയുടെയും ശ്രദ്ധയിൽപ്പെട്ടു. ചന്ദ്രശേഖരൻ ഗുണം പിടിക്കുമെന്ന് അച്ഛനും, മകൻ വലിയവനാകുമെന്ന് അമ്മയും പറഞ്ഞു. അക്കാലത്ത് എന്താകണമെന്ന് അമ്മ ചോദിച്ചിരുന്നുവെങ്കിൽ 'സ്വരാജ് ആശ്രമ'ത്തിൽ ചേരണമെന്ന് താൻ പറഞ്ഞേനെ എന്ന് എൻ സി പിൽക്കാലത്തെഴുതി.

സ്വരാജ് ആശ്രമം

നെയ്യാറ്റിൻകര ഇംഗ്ലീഷ് ഹൈസ്കൂളിൽ പഠിച്ചുകൊണ്ടിരിക്കുമ്പോൾ തന്നെ ചന്ദ്രശേഖരൻ പരമരഹസ്യമായി ബാലരാമപുരത്തെ 'സ്വരാജ് ആശ്രമ'ത്തിൽ അംഗമായി ചേർന്നു. 1921 ൽ ആയിരുന്നു അത്. അന്ന് 16 വയസ്സ് കഴിഞ്ഞതേയുള്ളൂ പ്രായം. ബാലരാമപുരത്തെ ദേശീയ പ്രബുദ്ധരായ പ്രായമുള്ളവരും അല്ലാത്തവരുമായ ആളുകളുടെ പ്രവർത്തന കേന്ദ്രമാണ് 'സ്വരാജ് ആശ്രമം'. ചന്ദ്രശേഖരനും മറ്റു ചില വിദ്യാർത്ഥികളും പതിവായി അവിടെ എത്തും. സ്വരാജ് ആശ്രമത്തിൽ ചർക്ക തിരിക്കുന്നവരും നൂൽ നൂൽക്കുന്നവരും വന്നുപോകുന്നവരും ചന്ദ്രശേഖരന്റെയും സുഹൃത്തുക്കളുടെയും പരിചയക്കാരായിത്തീർന്നു. ഇവിടെവെച്ച് ടി കെ മാധവൻ, കെ പി കേശവമേനോൻ, ജോർജ് ജോസഫ്, സി രാജഗോപാലാചാരി, ഇ വി രാമസ്വാമി നായ്ക്കർ, രാമസ്വാമി ഗൗഡർ, എം ഇ നായിഡു, നാരായണ ഗുരു, മഹാത്മാഗാന്ധി തുടങ്ങിയ നേതാക്കൻമാരെയൊക്കെ എൻ സി കണ്ടിരുന്നു. സ്വരാജ് ആശ്രമത്തിലെ അന്തേവാസിയായിത്തീർന്നതു മുതൽ വീടും കുടുംബവുമായി മാതാപിതാക്കളും ബന്ധുക്കളുമായി ഇടപഴകി കഴിയാൻ ആ ചെറുപ്പക്കാരന് സമയം കിട്ടാതായി. അതിൽ ചന്ദ്രശേഖരന് വിഷമമൊന്നുമുണ്ടായില്ല. കാരണം അദ്ദേഹം പൊതുപ്രവർത്തനരംഗത്തേ് ഇറങ്ങിക്കഴിഞ്ഞിരുന്നു.

1920–22 കാലത്ത് ബ്രിട്ടീഷുകാർക്കെതിരെ മഹാത്മജിയുടെ നേതൃത്വത്തിൽ നടന്ന നിസ്സഹകരണ പരിപാടിയിൽ ക്രിയാത്മകവും നിഷേധാത്മകവുമായ പരിപാടികൾ അടങ്ങിയിരുന്നു.

ഇക്കാലത്ത്(1920–22)ക്രിയാത്മക പരിപാടികളിൽപ്പെട്ട ചർക്കയും ഖാദിയും പ്രചരിപ്പിക്കൽ, ഹരിജനോദ്ധാരണം (അയിത്തോച്ചാടനം)മുതലായ പ്രവർത്തനങ്ങളിൽ എൻ സിയും ഏർപ്പെട്ടു.

ഹൈസ്കൂൾ വിദ്യാഭ്യാസത്തിന്റെ തുടർച്ചയായി ഒന്നുരണ്ടു വർഷക്കാലം തിരുവനന്തപുരത്തെ 'സനാതന ഇൻസ്റ്റിറ്റ്യൂട്ട് ഓഫ് കൊമേഴ്സ്' എന്ന സാങ്കേതിക സ്ഥാപനത്തിൽ ചേർന്ന് പഠിച്ചു. അക്കാലത്ത് അത് ഏതാണ്ട്

ഇന്റർമീഡിയറ്റിനു തുല്യമായ ക്ലാസായിരുന്നു. ആ അർത്ഥത്തിൽ ഇന്റർമീഡിയറ്റ് വരെ പഠിച്ചെന്ന് പറയാമെങ്കിലും കോളേജിലേക്ക് പോയില്ല. കോളേജിൽ പോകാനുള്ള ആഗ്രഹമില്ലാഞ്ഞിട്ടല്ല, അതിന് ഒത്തില്ല.

"അതുകൊണ്ട് എന്തെങ്കിലും നഷ്ടപ്പെട്ടുവെന്ന ദുഃഖമില്ല." എന്നു മാത്രമല്ല, "ദേശീയ പ്രബുദ്ധതയുടെ കുത്തിയൊഴുക്കിൽ ഡിഗ്രി സമ്പാദന വിദ്യാഭ്യാസത്തോടു ഇടയ്ക്കുവെച്ചു സന്തോഷപൂർവ്വം വിട പറഞ്ഞ പരശതം യുവാക്കളുടെ കൂട്ടത്തിൽ ഒരാളായിത്തീരാൻ കഴിഞ്ഞതിൽ അപാരമായ ചാരിതാർത്ഥ്യവും എനിക്കുണ്ട്" എന്ന് അദ്ദേഹം പറഞ്ഞു.

എൻ സി 24-ാം വയസ്സിൽ

ഉയർന്ന തറവാട്ടിലെ സന്തതി. ആഢ്യത്വവും ബന്ധുസ്വാധീനവും ഒട്ടും കുറവല്ല. മഹാരാജാവിന്റെ അടുക്കൽ വരെ സ്വാധീനം ചെലുത്താൻ കഴിവുള്ളയാളാണ് അച്ഛൻ. ആ നിലയ്ക്ക് അക്കാലത്ത് ഇത്രയും വിദ്യാഭ്യാസം സിദ്ധിച്ച ഒരു യുവാവ് മഹാരാജാവിന്റെ ശമ്പളം പറ്റുന്ന ഉദ്യോഗസ്ഥനാകാനാണ് ആഗ്രഹിക്കുക. 'പൊന്നുതമ്പുരാന്റെ പത്തു ചക്രം' കിട്ടുക എന്നത് ജീവിത മോഹമാണ്. പക്ഷേ, ഈ വ്യാമോഹങ്ങളിലൊന്നും കുടുങ്ങാതെ പൊതുജനപ്രവർത്തനം ജീവിത ലക്ഷ്യമായി തെരഞ്ഞെടുക്കുകയായിരുന്നു എൻ സി ശേഖർ എന്ന 'ധിക്കാരിയായ' ആ ചെറുപ്പക്കാരൻ ചെയ്തത്. അതിനാൽ പൊതുപ്രവർത്തനത്തിനുള്ള ഒരവസരവും അദ്ദേഹം പാഴാക്കിയില്ല.1924-26 കാലഘട്ടത്തിൽ വെങ്ങാനൂരിലെ 'സഹോദരസംഘ'ത്തിന്റെ സാമൂഹിക-സാംസ്കാരിക-വിദ്യാഭ്യാസ പ്രവർത്തനങ്ങളുമായി അഭേദ്യമാംവിധം ബന്ധപ്പെട്ട് അദ്ദേഹം പ്രവർത്തിച്ചിരുന്നു. ഹൈസ്കൂൾ വിദ്യാർത്ഥിയായിരുന്ന കാലത്തുതന്നെ സ്വദേശത്തെ വായനശാല-ലൈബ്രറി സ്ഥാപനങ്ങളുമായി നിരന്തരം അദ്ദേഹം ബന്ധപ്പെടുകയും സമ്പർക്കം പുലർത്തുകയും ചെയ്തിരുന്നു. ഈ പരിചയമാണ് 1933-34 കാലത്ത് ബാലരാമപുരത്തെ ശ്രീ ചിത്തിര തിരുനാൾ ലൈബ്രറി ആന്റ് റീഡിങ് റൂമിന്റെ സെക്രട്ടറിയായി പ്രവർത്തിക്കാനുള്ള അവസരം അദ്ദേഹത്തിന് സംജാതമാക്കിയത്.

സൂചനകൾ

1. എൻ സി ശേഖർ, *അഗ്നിവീഥികൾ,* പ്രഭാതം പ്രിന്റിങ് ആന്റ് പബ്ലിഷിങ് കമ്പനി (പ്രൈവറ്റ്) ലിമിറ്റഡ്, (തിരുവനന്തപുരം-മേയ് 2010), പു:13
2. എൻ സി ശേഖർ സ്മരണിക-2012, എൻ. സി. ശേഖർ ഫൗണ്ടേഷൻ, കണ്ണൂർ, പു:116
3. അഗ്നിവീഥികൾ, പു:24

2

പയ്യന്നൂർ ഉപ്പു സത്യഗ്രഹ ജാഥ

ആയിരത്തിത്തൊള്ളായിരത്തി ഇരുപത്തിയൊൻപത് ഡിസംബറിൽ ലാഹോറിൽ ജവഹർലാൽ നെഹ്റുവിന്റെ അദ്ധ്യക്ഷതയിൽ ചേർന്ന അഖിലേന്ത്യ കോൺഗ്രസ് സമ്മേളനം കോൺഗ്രസിന്റെ ലക്ഷ്യം 'പൂർണ്ണ സ്വരാജ്' അഥവ 'പൂർണ്ണ സ്വാതന്ത്ര്യം' ആണെന്നു പ്രഖ്യാപിച്ചു. ഒരു സിവിൽ നിയമ ലംഘന പ്രസ്ഥാനം ആരംഭിക്കാനും സമ്മേളനം തീരുമാനിച്ചു.

1930 ഫെബ്രുവരി 14,15,16 തീയതികളിൽ സബർമതി ആശ്രമത്തിൽ ചേർന്ന അഖിലേന്ത്യ കോൺഗ്രസ് കമ്മിറ്റി നിയമലംഘന സമരം നടത്തുവാൻ തീരുമാനമെടുക്കുകയും അതിന്റെ സർവ്വ ചുമതലയും ഗാന്ധിജിയെ ഏല്പിക്കുകയും ചെയ്തു. സമരം തുടങ്ങുന്നതിനു മുന്നോടിയായി മാർച്ച് രണ്ടാം തീയതി ഗാന്ധിജി ഒരു കത്ത് വൈസ്രോയിക്ക് അയച്ചു. പതിനൊന്ന് ആവശ്യങ്ങളടങ്ങിയ ആ കത്തിലെ പ്രധാന ആവശ്യം "ഉപ്പു നികുതി എടുത്ത് കളയുക" എന്നതായിരുന്നു. ആ കത്തിൽ ഗാന്ധിജി ഇതു കൂടി പറഞ്ഞിരുന്നു:

> ....അങ്ങയുടെ ഹൃദയത്തിൽ ഈ കത്ത് യാതൊരു ഭാവഭേദവും ഉളവാക്കാത്ത പക്ഷം ഈ മാസം 11-ാം തീയതി എന്റെ കൂടെക്കൊണ്ടുപോകുവാൻ സാധിക്കുന്നത്ര ആശ്രമവാസികളൊന്നിച്ചു ഞാൻ ഉപ്പുനിയമം ലംഘിക്കുന്നതിന് പുറപ്പെടുന്നതായിരിക്കും........ സ്വാതന്ത്ര്യസമരം നടത്തുന്നത് ഈ നാട്ടിലെ ഏറ്റവും പാവപ്പെട്ടവന് വേണ്ടിയായതുകൊണ്ട് ആ സമരം ഉപ്പുനിയമം തൊട്ടാരംഭിക്കുന്നതാണ്.[1]

എന്നാൽ വൈസ്രോയിയുടെ പ്രതികരണം അനുകൂലമായിരുന്നില്ല. ഇതിനെത്തുടർന്ന് ഉപ്പു 'നിയമം ലംഘിച്ച്, ഉപ്പുണ്ടാക്കുന്നതിനു വേണ്ടി ഗാന്ധിജി 1930 മാർച്ച് 12-ാം തീയതി സബർമതി ആശ്രമത്തിലെ 78 അനുയായികളോടുകൂടി 241 മൈൽ അകലെയുള്ള ഗുജറാത്തിലെ ദണ്ഡികടൽപ്പുറത്തേക്ക് യാത്രതിരിച്ചു. എൻ പി രാഘവപ്പൊതുവാൾ, ശങ്കർജി (ശങ്കരൻ), സി കൃഷ്ണൻ നായർ, ടൈറ്റസ് എന്നീ നാലു കേരളീയരും ആ 78 പേരിൽ ഉൾപ്പെട്ടിരുന്നു. സ്വരാജ് ലഭിക്കാതെ താൻ സബർമതി ആശ്രമത്തിലേക്ക് മടങ്ങുന്നതല്ലെന്ന് ഗാന്ധിജി പ്രതിജ്ഞ എടുത്തു.

ഇരുപത്തിനാലു ദിവസത്തെ പര്യടനത്തിനു ശേഷം ഏപ്രിൽ 5ന്

ദണ്ഡിയിലെത്തിയ ഗാന്ധിജിയും കൂട്ടരും പിറ്റേദിവസം മുതൽ ഉപ്പു നിയമലം ഘനം ആരംഭിച്ചു. അറസ്റ്റും മർദ്ദനവും ലാത്തിചാർജ്ജും വെടിവയ്പ്പും പരക്കെ നടന്നു. പ്രക്ഷോഭം ആളിക്കത്തി. നാടിന്റെ എല്ലാ ഭാഗങ്ങളിലും അത് വ്യാപിച്ചു.

മലബാറിൽ കെ കേളപ്പന്റെ നേതൃത്വത്തിൽ ഉപ്പു സത്യഗ്രഹം നടത്തു ന്നതിനുള്ള പരിപാടി ആവിഷ്കരിച്ചു. 1930 ഏപ്രിൽ 13 ന് കേളപ്പനുൾപ്പെടെ 33 പേർ കോഴിക്കോട്ടു നിന്ന് പയ്യന്നൂരിലേക്ക് യാത്രയായി. ഏപ്രിൽ 21 ന് ജാഥ പയ്യന്നൂരെത്തി. ഏപ്രിൽ 23 ന് രാവിലെ കേളപ്പന്റെ നേതൃത്വത്തിൽ 116 വളണ്ടിയർമാർ നിയമം ലംഘിച്ച് ഉപ്പുണ്ടാക്കി. ടി ആർ കൃഷ്ണസ്വാമി അയ്യരുടെയും ആർ വി ശർമ്മയുടെയും നേതൃത്വത്തിൽ പാലക്കാട് ശബരി ആശ്രമത്തിൽ നിന്ന് ഏപ്രിൽ 18 ന് തിരിച്ച മറ്റൊരു സംഘം വളണ്ടിയർമാർ ഉപ്പ് നിയമം ലംഘിക്കുവാൻ ഏപ്രിൽ 24 ന് പയ്യന്നൂരിലെത്തി. ഓരോ ദിവസം കഴിയുംതോറും സമരം ശക്തിപ്പെട്ടുകൊണ്ടിരുന്നു. ഏപ്രിൽ 30 ന് തിരുവനന്ത പുരത്തു നിന്ന് പൊന്നറ ശ്രീധറുടെ നേതൃത്വത്തിൽ ഒരു സംഘവും പയ്യന്നൂരി ലേക്ക് പുറപ്പെടാൻ തീരുമാനിച്ചു.

പയ്യന്നൂർ ഉപ്പു സത്യഗ്രഹത്തിൽ പങ്കെടുക്കുവാൻ 25 സന്നദ്ധ ഭടന്മാർ അടങ്ങുന്ന ഒരു സംഘം തിരുവനന്തപുരത്തു നിന്നും പുറപ്പെടുന്നതാണെന്നും അതിൽ ചേരാൻ ആഗ്രഹിക്കുന്നവർ തൈക്കാട്ടുള്ള കോൺഗ്രസ് കമ്മിറ്റി ഓഫീസിൽ ഏപ്രിൽ 30 നു മുമ്പ് അപേക്ഷിക്കേണ്ടതാണെന്നും ഒരു അറിയിപ്പ് പ്രസിദ്ധപ്പെടുത്തി. സത്യഗ്രഹതത്ത്വങ്ങളും നിയമങ്ങളും ശരിക്കും അനുസരിക്കാൻ സന്നദ്ധതയും കഴിവും ഉള്ളവരായിരിക്കണം അപേക്ഷകർ എന്ന് പ്രസ്താവനയിൽ പ്രത്യേകം എടുത്തു പറഞ്ഞിരുന്നു. അക്രമങ്ങൾ, മർദ്ദനങ്ങൾ, കഷ്ടനഷ്ടങ്ങൾ, അവശതകൾ, ജയിൽവാസം തുടങ്ങിയ പരിതഃ സ്ഥിതികൾ നേരിടേണ്ടി വന്നാൽ അവ ക്ഷമയോടും അക്രമരഹിതമായും പരാതി പറയാതെയും സഹിക്കാൻ സന്നദ്ധരാകുന്നവർ മാത്രം അപേക്ഷി ച്ചാൽ മതിയെന്നും പ്രസ്താവനയിൽ വ്യക്തമാക്കിയിരുന്നു.

ദണ്ഡിയാത്ര ആരംഭിച്ചതോടെ പ്രക്ഷുബ്ധമായിരുന്ന ഇന്ത്യയിലെ രാഷ്ട്രീ യാന്തരീക്ഷം കൂടുതൽ വഷളായി. ഗാന്ധിയെയും അദ്ദേഹത്തിന്റെ അക്രമര ഹിത സത്യഗ്രഹത്തെയും അനുകൂലിച്ചും പ്രതികൂലിച്ചും പുച്ഛിച്ചും പ്രശം സിച്ചും പരസ്പര വിരുദ്ധങ്ങളായ ചർച്ചകളും അഭിപ്രായ സംഘട്ടനങ്ങളും രാജ്യമാകെ തീവ്രമായി നടന്നു. ഈ വാർത്തയോ പ്രസ്താവനയോ എന്താ യാലും അവ പത്രങ്ങളിൽ വായിച്ചതു മുതൽ മറ്റൊന്നുമാലോചിക്കാതെ തൈക്കാട്ടുള്ള കോൺഗ്രസ് കമ്മിറ്റി ഓഫീസിൽ പോകാൻ എൻ സി ശേഖർ തയ്യാറായി. ഉടൻ തന്നെ സത്യഗ്രഹസന്നദ്ധ സേനയിൽ തന്നെക്കൂടി ചേർക്ക ണമെന്നും, സത്യഗ്രഹനിയമങ്ങളും നിബന്ധനകളും അനുസരിക്കുന്നതാ ണെന്നും അറിയിച്ചുകൊണ്ട് എൻ സി ശേഖർ അപേക്ഷ അയച്ചു.

അപേക്ഷ അയച്ച് രണ്ട് ദിവസത്തിനുള്ളിൽ തൈക്കാട്ടുള്ള കോൺഗ്രസ് ഓഫീസിലെത്തി പേരു രജിസ്റ്റർ ചെയ്യണമെന്ന് കാണിച്ച് ശേഖറിനു മറുപടി ലഭിച്ചു. പിറ്റേദിവസം തന്നെ ശേഖർ തൈക്കാട്ട് കോൺഗ്രസ് കമ്മിറ്റി ഓഫീ സിലെത്തി പേർ രജിസ്റ്റർ ചെയ്തു.

ജാഥയിൽ ആകെ 25 പേരാണ് ഉണ്ടായിരുന്നത്. ജാഥയുടെ ക്യാപ്റ്റൻ പൊന്നറ ശ്രീധറായിരുന്നു. ജാഥയുടെ ക്യാപ്റ്റനാകാനുള്ള രാഷ്ട്രീയ പശ്ചാ ത്തലം പൊന്നറയ്ക്ക് മാത്രമെ ഉണ്ടായിരുന്നുള്ളു. 1920-22 ലെ നിസ്സഹകരണ

പ്രസ്ഥാനത്തിൽ അദ്ദേഹം പങ്കെടുത്തിരുന്നു. കോൺഗ്രസിന്റെ ദേശീയ സന്നദ്ധസേനയായ 'ഹിന്ദുസ്ഥാൻ സേവാദൾ' എന്ന സംഘടനയിലും ശ്രീധർ അംഗമായിരുന്നു. 'ഫ്ലാഗ്' സത്യഗ്രഹത്തിലും അദ്ദേഹം പങ്കെടുത്തിരുന്നു. നിസ്സഹകരണ പ്രസ്ഥാന കാലം തൊട്ടു തന്നെ അന്നത്തെ മദ്ധ്യ സംസ്ഥാന ത്തിന്റെ തലസ്ഥാനമായ നാഗ്പൂരിൽ ദേശീയ കൊടി കൊണ്ടു നടക്കാനുള്ള സ്വാതന്ത്ര്യത്തിനു വേണ്ടിയുള്ള സമരമായിരുന്നു അത്. 1930ൽ പയ്യന്നൂർ ജാഥ സംഘടിപ്പിച്ച കാലത്ത് പൊന്നറ സാമാന്യം നല്ല പ്രാക്ടീസുള്ള ക്രിമിനൽ വക്കീലായി നെടുമങ്ങാട്ടു പ്രാക്ടീസ് ചെയ്യുകയായിരുന്നു. അതുപേക്ഷിച്ചി ട്ടാണ് ഉപ്പു സത്യഗ്രഹം സംഘടിപ്പിക്കാനുള്ള ജാഥയുമായി അദ്ദേഹം ഇറങ്ങിത്തിരിച്ചത്. സ്വീകരണയോഗങ്ങളിൽ പങ്കെടുക്കുന്ന ജനങ്ങൾക്ക് സത്യഗ്രഹ സമരത്തിന്റെ പ്രധാന്യം മനസ്സിലാക്കി കൊടുക്കാൻ പ്രസിദ്ധ പ്രാസംഗികനായ കുഴിക്കാല കുമാറും (കെ കുമാർ) ജാഥയിലുണ്ടായിരുന്നു. നിസ്സഹകരണ പ്രസ്ഥാനത്തിൽ പങ്കെടുക്കാൻ കോളേജ് വിട്ടിറങ്ങിയ വിദ്യാർത്ഥിയായിരുന്നു കുമാർ. തെക്ക് നെയ്യാറ്റിൻകര മുതൽ വടക്ക് പറവൂർ വരെയുള്ള ഭാഗങ്ങളിൽ നിന്നുള്ളവർ ജാഥയിൽ ഉണ്ടായിരുന്നു.

നെയ്യാറ്റിൻകര നിന്ന് എൻ സി ശേഖർ, സി ചിന്നൻ (ഇരണിയൽ), എൻ സി പി നാരായണപിള്ള (തിരുവനന്തപുരം), എൻ പി കുരുക്കൾ, പൊന്നറ ജി ശ്രീധർ (തിരുവനന്തപുരം), വേലായുധൻപിള്ള(കൊല്ലം), ജനാർദ്ദനൻ നായർ(പനിമന), ഗോപാലൻസാർ (അമ്പലപ്പുഴ), രാമകൃഷ്ണപിള്ള, ശിവരാമപ്പണിക്കർ(ചേർത്തല) തുടങ്ങി 25 പേർ.

ഖദർ കാക്കി നിക്കറും, ഷർട്ടും, ഗാന്ധിതൊപ്പിയും സാധനസാമഗ്രികൾ സൂക്ഷിക്കാനുള്ള 'ഹേവർസാക്കും' ആയിരുന്നു സന്നദ്ധ ഭടന്മാരുടെ വേഷം. എല്ലാംകൂടി ഒരു യുദ്ധക്കളത്തിൽ മാർച്ച് ചെയ്യുന്ന പ്രതീതി ഉണ്ടായി. ബ്രിട്ടീഷ് പൊലീസിനെ നേരിടാനുള്ള ദൃഢനിശ്ചയവും ധൈര്യവും ഓരോ സന്നദ്ധ ഭടനും കരുതി വച്ചിരുന്നു.

1930 ഏപ്രിൽ 30 ന് തിരുവനന്തപുരം സെക്രട്ടേറിയറ്റിന്റെ(അക്കാലത്ത് ഹജൂർ കച്ചേരി)കിഴക്കുഭാഗത്തുള്ള വിശാലമായ മൈതാനത്തു നിന്നാണ് ജാഥ പുറപ്പെടുന്നത്. സത്യഗ്രഹ ജാഥ പുറപ്പെടുന്നത് പ്രമാണിച്ച് ഹജൂർ കച്ചേരി മൈതാനത്ത് വൈകുന്നേരം അഞ്ചു മണിക്ക് ഒരു രഹസ്യയോഗം ചേരുന്നതാണെന്ന് അറിയിക്കുന്ന പരസ്യം വൻതോതിൽ പ്രചരിപ്പിച്ചിരുന്നു. ഒരു വൻ ജനക്കൂട്ടം മൈതാനത്തെത്തി. സയൻസ് കോളേജിലെയും ആർട്സ് കോളേജിലെയും വിദ്യാർത്ഥികൾ, തിരുവനന്തപുരത്തെ കോൺഗ്രസിന്റെ ആദ്യകാല സംഘാടകരും നേതാക്കളുമായിരുന്ന കെ ജി കുഞ്ഞുകൃഷ്ണ പിള്ള, എംബ്ലശേരി അച്യുതമേനോൻ, സി കുട്ടൻ നായർ മുതലായവരെല്ലാം അവിടെയെത്തി.

ജാഥയുടെ ആദ്യ താവളം ഉള്ളൂരായിരുന്നു. കെ സി പിള്ളയുടെ കുടും ബ വീട്ടിലാണ് ജാഥയ്ക്ക് താമസിക്കാനുള്ള ഏർപ്പാടുകൾ ചെയ്തിരുന്നത്. അടുത്ത കേന്ദ്രം വരെ അദ്ദേഹം ജാഥയെ അനുഗമിച്ചു. അംശി നാരായണ പിള്ള രചിച്ച ഗാനവും പാടിക്കൊണ്ടാണ് ജാഥ മുന്നോട്ട് പോയത്. തിരുവ നന്തപുരം മുതൽ പയ്യന്നൂർ വരെ പാടിയ ആ പാട്ടിലെ ഏതാനും വരികൾ:

"വരിക വരിക സഹജരേ,
വരിക സഹനസമരമായ്;
കരളുറച്ചു കൈകൾ കോർത്തു

കാൽ നടയ്ക്കു പോക നാം.
കൺതുറന്നു നോക്കുവിൻ
കൈകൾ കോർത്തിറങ്ങുവിൻ
കപടകുടില ഭരണകൂടമി-
ക്ഷണം തകർക്ക നാം
ബ്രിട്ടനെ വിരട്ടുവിൻ
ചട്ടമൊക്കെ മാറ്റുവിൻ!”

ജാഥ തോന്നയ്ക്കൽ വഴിയായിരുന്നു സഞ്ചരിച്ചത്. ചിറയിൻകീഴ് ശാർക്കര മൈതാനത്ത് ജാഥയ്ക്ക് വമ്പിച്ച സ്വീകരണം ലഭിച്ചു. അവിടെ നിന്നും നാരായണ ഗുരുക്കളുടെ ആശംസകൾ ഏറ്റുവാങ്ങി.

ജാഥ നാലാം ദിവസം ചാത്തന്നൂർ, പറവൂർ എന്നീ സ്ഥലങ്ങൾ പിന്നിട്ട് മയ്യനാട് എത്തി. അവിടെ റെയിൽവേ സ്റ്റേഷന്റെ പിൻഭാഗത്ത് ഒരുഗ്രൻ പ്രകടനം ജാഥക്ക് അഭിമുഖമായി അടുത്തു. ആ പ്രകടനത്തിന്റെ മുമ്പിൽ *ആട്ടിൻതോല്കിടം കൊടുത്തതിനാലെ വന്ന മോശം അതിനാലെ വന്ന നാശം* എന്ന സുബ്രഹ്മണ്യഭാരതിയുടെ ദേശീയഗാനവും ഉച്ചത്തിൽ പാടിക്കൊണ്ട് സി കേശവൻ പുഷ്പഹാരങ്ങളുമായി അടുത്തുവന്ന് പൊന്നറയെ ഹാരമണിയിച്ച് പൊതുയോഗ സ്ഥലത്തേക്ക് ആനയിച്ചു.

പിറ്റേദിവസം ജാഥ കിഴക്കെ കൊല്ലം വഴി പുറപ്പെട്ടു പത്മന, ചവറ, കരുനാഗപ്പള്ളി വഴി കായംകുളത്തെത്തി. കായംകുളത്ത് ജാഥയ്ക്ക് ലഭിച്ച സ്വീകരണത്തെപ്പറ്റി പുതുപ്പള്ളി രാഘവൻ എഴുതി:

> ഈ സത്യഗ്രഹ ജാഥ മെയ് 5 നു സന്ധ്യയോടെ കായംകുളത്തെത്തി. കതിനാവെടിയും ബാന്റുവാദ്യവും സഹിതം ജാഥയെ സ്വീകരിച്ച് ഹൈസ്കൂളിന് കിഴക്കു വശം സജ്ജമാക്കിയിരുന്ന സ്വീകരണ സ്ഥലത്തേക്കാനയിച്ചു. നല്ലൊരു ജനക്കൂട്ടം ജാഥയെ സ്വീകരിക്കാൻ എത്തിയിരുന്നു. പല വ്യക്തികളും സംഘടനകളും ജാഥാ ക്യാപ്റ്റനെ ഹാരമണിയിച്ചു. ഞാനും പി. കൃഷ്ണപിള്ളയും ക്യാപ്റ്റനെ ഖദർ നൂൽ കൊണ്ടുള്ള ഹാരമണിയിച്ചു. രാമൻമേനോന്റെ അദ്ധ്യക്ഷതയിൽ യോഗം നടന്നു. പലരും പ്രസംഗിച്ചുവെങ്കിലും പി കെ കുഞ്ഞിന്റെ പ്രസംഗമായിരുന്നു ആവേശകരം. കുഴിക്കാല കുമാറും കോൺഗ്രസിനെക്കുറിച്ചും കോൺഗ്രസ് നടത്തുന്ന സ്വാതന്ത്ര്യ സമരത്തെക്കുറിച്ചും ജാഥയെ സംബന്ധിച്ചും ഗംഭീരമായി പ്രസംഗിച്ചു.
>
> ഈ ജാഥ അന്നു രാത്രി കായംകുളത്ത് വിശ്രമിച്ചു. ഞാനും എം.പിയും അവരോടൊപ്പം കൂടി. ജാഥയെയും ഉപ്പുസത്യഗ്രഹത്തെയും കോൺഗ്രസിന്റെ മറ്റ് സമര പരിപാടികളെയും കുറിച്ച് അന്നവരുമായി സംസാരിച്ചു. പുതുതായി ആളുകളെ ജാഥയിൽ ചേർക്കാമോ എന്ന് ക്യാപ്റ്റനോടന്വേഷിച്ചു. പക്ഷേ, മറുപടി അനുകൂലമായിരുന്നില്ല. പുതുതായി ആർക്കെങ്കിലും ജാഥയിലോ സമരത്തിലോ പങ്കുകൊള്ളണമെന്നുണ്ടെങ്കിൽ കേരളത്തിലെ സമരനായകനായ കെ.മാധവൻ നായർക്ക് എഴുതി അനുവാദം വാങ്ങിയിട്ട് കോഴിക്കോട്ടു ചെന്ന് അതാകാമെന്നും പറഞ്ഞു...[2]

പിറ്റേദിവസം രാവിലെ പ്രഭാതകൃത്യങ്ങൾക്കും പ്രാതലിനും ശേഷം ജാഥ കണ്ണമംഗലം മാവേലിക്കര വഴി തട്ടാരമ്പലത്തെത്തി. തട്ടാരമ്പലത്തിനടുത്തുള്ള

ചെട്ടികുളങ്ങരയിൽ ടി കെ മാധവന്റെ വിധവയും കുട്ടികളും താമസിച്ചിരുന്നു. ആ വീട്ടിൽ ചെന്ന് അവരെ കാണാനും ജാഥാംഗങ്ങൾ മറന്നില്ല.

എന്നുമെന്നും സ്മരിക്കപ്പെടുന്ന നേതാവാണ് ടി കെ മാധവൻ. 1921 ൽ കാക്കിനഡയിൽ കൂടിയ കോൺഗ്രസ് സമ്മേളനത്തിൽ പങ്കെടുത്ത അദ്ദേഹമാണ് 1924 ലെ വൈക്കം സത്യഗ്രഹത്തിന് നേതൃത്വം നല്കിയത്.

ടി കെയുടെ വിധവയോടും കുഞ്ഞുങ്ങളോടും ബഹുമാനം അറിയിച്ചുകൊണ്ട് ജാഥ യാത്ര തുടർന്നു. നാരായണകുരുക്കളെ കണ്ടതും ടി കെ മാധവന്റെ വീടു സന്ദർശിക്കാൻ കഴിഞ്ഞതും എൻ സിയുടെ ജീവിതത്തിലെ വലിയ ഭാഗ്യവും ആവേശവുമായി. അദ്ദേഹം എഴുതി:

> മേൽ വിവരിച്ച രണ്ടു സന്ദർഭങ്ങളും എന്റെ യുവ ജീവിതത്തിലെ രണ്ട് അപൂർവ്വ സംഭവങ്ങളായിട്ടാണ് എനിക്ക് തോന്നിയിട്ടുള്ളത്. സ്വരാജ് അല്ലെങ്കിൽ മരണം, സ്വാതന്ത്ര്യം നേടാതെ വീട്ടിലേക്കില്ല എന്ന മുദ്രാവാക്യങ്ങളുടെതല്ല, ബഹുജനമദ്ധ്യത്തിൽ വെച്ച് പരസ്യമായി തലയുയർത്തിപ്പിടിച്ചുകൊണ്ട് പ്രതിജ്ഞ നിറവേറ്റാനുള്ള നിശ്ചയത്തെ ദൃഢീകരിക്കാൻ ആ സന്ദർശനങ്ങൾ എനിക്ക് കൂടുതൽ കരുത്തും പ്രചോദനവും ആവേശവും നല്കി എന്നു പറഞ്ഞുകൊള്ളട്ടെ.[3]

തുടർന്ന് ജാഥ മുട്ടം നങ്ങ്യാർകുളങ്ങര, ഹരിപ്പാട് വഴി കരുവാറ്റയിലെത്തി. ഉജ്ജ്വലമായ സ്വീകരണങ്ങളും വമ്പിച്ച പൊതുയോഗങ്ങളും ഈ പറഞ്ഞ സ്ഥലങ്ങളിലെല്ലാം നടക്കുകയുണ്ടായി. കരുവാറ്റയിൽ ജാഥാംഗങ്ങൾ രാത്രി താമസിച്ചത് സമുദായത്തിൽ കേശവക്കുറുപ്പിന്റെ വീട്ടിലായിരുന്നു. കരുവാറ്റ ഹൈസ്കൂളിന്റെ സ്ഥാപകൻ എന്ന നിലയിലും നായർ സർവ്വീസ് സൊസൈറ്റി നായകൻ എന്ന നിലയിലും അറിയപ്പെട്ടിരുന്ന ആളാണ് കുറുപ്പ്. കുറുപ്പിനെക്കൂടാതെ കരുവാറ്റ ഹൈസ്കൂൾ ഹെഡ്മാസ്റ്റർ കൈനിക്കര കുമാരപിള്ള, പാണ്ഡവത്ത് ശങ്കരപിള്ള തുടങ്ങിയവരും കരുവാറ്റ യോഗം വിജയിപ്പിക്കാൻ രംഗത്തെത്തിയവരാണ്.

കരുവാറ്റയിൽ കുറുപ്പിന്റെ വീട്ടങ്കണത്തിലായിരുന്നു പൊതുയോഗം നടന്നത്. സാധാരണ യോഗങ്ങളിൽ കെ കുമാറിനെക്കൂടാതെ പ്രസംഗിച്ചിരുന്നത് ജാഥാ ക്യാപ്റ്റൻ പൊന്നറ ശ്രീധർ ആയിരുന്നു. കരുവാറ്റ യോഗത്തോടെ എൻ സി ശേഖറും ഒരു പ്രാസംഗികനായി. അദ്ദേഹം ഒരു പ്രക്ഷോഭകാരിയായി വളരാൻ തുടങ്ങിയത് അന്നു മുതല്ക്കാണ്. അതേക്കുറിച്ച് എൻ സി എഴുതി:

> ....കരുവാറ്റ യോഗത്തിൽ ക്യാപ്റ്റന്റെ അനുവാദപ്രകാരം ഞാനും ഒരു പ്രാസംഗികനായി. നടാടെയായിരുന്നു യൗവനത്തിലേക്ക് കാൽ വച്ച ഞാൻ ഒരു പൊതുയോഗത്തിൽ സംസാരിക്കുന്നത്. സഭാകമ്പം ഉണ്ടായില്ലെങ്കിലും, പറയാനുള്ള കാര്യങ്ങൾക്ക് ഒരടുക്കും ചിട്ടയും ഉണ്ടായിരുന്നില്ല. കുറച്ച് വീരസ്യം പറഞ്ഞു. ഞങ്ങൾ പടക്കളത്തിലേക്കാണ് പോകുന്നത്. മാതൃഭൂമിയുടെ സ്വാതന്ത്ര്യം നേടിയില്ലെങ്കിൽ ഞങ്ങളാരും തിരിച്ച് വീട്ടിലേക്ക് മടങ്ങുന്നതല്ല. സ്വാതന്ത്ര്യം അല്ലെങ്കിൽ മരണം അതാണ് ഞങ്ങളുടെ മുദ്രാവാക്യം. മഹാത്മാഗാന്ധിയുടെ ആഹ്വാനവും അതാണ്, അതാണ് ഞങ്ങളുടെ പ്രതിജ്ഞയും. നിങ്ങൾ

> നാട്ടുകാർ ജീവിച്ചിരിക്കുന്നിടത്തോളം കാലം ബ്രിട്ടീഷ് ഭരണം നടത്താനനുവദിക്കരുത്., സർവ്വരും പടക്കളത്തിലേക്ക്, സർവ്വത്ര ആവേശകരം, ഒരു തിളപ്പ്, ജാഥാ ക്യാപ്റ്റൻ നല്കിയ പ്രോത്സാഹനം കൂടുതൽ കാര്യങ്ങൾ പഠിക്കാനും അവ പൊതുജനസമക്ഷം അവതരിപ്പിക്കാനും ഉത്തേജിപ്പിക്കുന്നതായിരുന്നു. ഈ ജാഥമൂലം വ്യക്തിപരമായി എനിക്ക് പഠിക്കാനും, നേടാനും കഴിഞ്ഞിട്ടുള്ള കാര്യങ്ങളിൽ ഒന്നാണ് കരുവാറ്റ പ്രസംഗം. അതുകൊണ്ടാണ് ഞാനത് ഇവിടെ എടുത്തു പറയുന്നത്. അന്നു മുതലാണ് ഞാനും ഒരു പ്രക്ഷോഭകാരിയായി വളരാൻ തുടങ്ങിയത്.[4]

കരുവാറ്റയിൽ നിന്ന് തോട്ടപ്പള്ളി, അമ്പലപ്പുഴ, ആലപ്പുഴ, കോട്ടയം, ഏറ്റുമാനൂർ, വൈക്കം എന്നീ സ്ഥലങ്ങളിലൂടെ ജാഥ മെയ് 13-ാം തീയതി എറണാകുളത്ത് എത്തി. എറണാകുളം അന്നത്തെ കൊച്ചിരാജ്യത്തിന്റെ ആസ്ഥാനമായിരുന്നു. എ സി സേലത്തിന്റെ നേതൃത്വത്തിൽ ഒരു വമ്പിച്ച ജനക്കൂട്ടം ജാഥയെ സ്വീകരിക്കാൻ ബോട്ട് ജെട്ടിയിൽ കാത്തു നിന്നിരുന്നു. മട്ടാഞ്ചേരിയിൽ താമസമാക്കിയിട്ടുള്ള യഹൂദ സമുദായത്തിലെ ഒരംഗവും നേതാവുമെന്നതിനു പുറമെ അഭിഭാഷകനും കോൺഗ്രസുകാരനും കൂടിയായിരുന്നു സേലം. അദ്ദേഹത്തോടൊപ്പമുണ്ടായിരുന്ന ഡോ. തയ്യിൽ പുരോഗമനവാദിയായ ഒരു ഹോമിയോ ഡോക്ടറായി മട്ടാഞ്ചേരി കൊച്ചിൻ ഭാഗത്ത് അറിയപ്പെട്ടിരുന്ന ആളാണ്. എറണാകുളത്തെ സ്വീകരണത്തിനു ശേഷം ജാഥാംഗങ്ങളെ സേലം ബോട്ടിലൂടെ മട്ടാഞ്ചേരിയിലേക്ക് കൊണ്ടു പോയി. അവർക്കു സ്വന്തം വസതിയിൽ ചായസൽക്കാരം കൊടുത്തു. യഹൂദദേവാലയം കാണാൻ ഉള്ള സൗകര്യമേർപ്പെടുത്തി. കൂടാതെ മട്ടാഞ്ചരിയിലുള്ള ഡോ. തയ്യിലിന്റെ ഹോമിയോ ചികിത്സാലയവും വീടും സന്ദർശിച്ചു. വീട്ടിൽ ജാഥാംഗങ്ങൾക്ക് തയ്യിൽ ചായ സൽക്കാരം കൊടുത്തു. മട്ടാഞ്ചേരിയിലെ ജൂതത്തെരുവിൽ ജാഥയെ സ്വീകരിക്കാൻ കൂടിയ യോഗത്തിൽ ധാരാളം യഹൂദ സ്ത്രീകളും പുരുഷന്മാരും പങ്കെടുത്തിരുന്നു.

ജാഥ എറണാകുളത്തെത്തുന്നതിനു മുമ്പുതന്നെ കെ പി സി സി പ്രസിഡന്റും സർവ്വാധിപതിയുമായ കെ മാധവൻ നായർ അയച്ച ഒരു കമ്പി സന്ദേശം എ ബി സേലത്തിന്നു ലഭിച്ചു. കോഴിക്കോട്ട് കേളപ്പനെയും വളണ്ടിയർമാരേയും അറസ്റ്റ് ചെയ്തിരിക്കുന്നുവെന്നും പാലക്കാട് ജാഥയുടെ നേതാവ് കൃഷ്ണയ്യരും *അൽ-അമീൻ* പത്രാധിപർ അബ്ദുൾ റഹിമാൻ സാഹിബും അതിൽ ഉൾപ്പെട്ടിട്ടുണ്ടെന്നും അതുകൊണ്ട് തിരുവിതാംകൂർ ജാഥ എറണാകുളത്ത് എത്തിയാലുടനെ കോഴിക്കോട്ടേക്ക് വണ്ടികയറാനുള്ള ഏർപ്പാട് ചെയ്യണമെന്നുമായിരുന്നു സന്ദേശത്തിൽ പറഞ്ഞിരുന്നത്. ജാഥ എറണാകുളത്ത് എത്തിച്ചേർന്നയുടൻ ഈ വിവരം സേലം അറിയിച്ചു. എന്നാൽ രാത്രി 8 മണിക്കേ ഇനി കോഴിക്കോട്ടേക്ക് വണ്ടിയുള്ളൂ. അതിനിടയിലുള്ള സമയം എറണാകുളം - മട്ടാഞ്ചേരി സ്വീകരണങ്ങൾക്കും പൊതുയോഗങ്ങൾക്കും ഉപയോഗിച്ചു. മട്ടാഞ്ചേരിയിലെ സ്വീകരണശേഷം എറണാകുളം റെയിൽവെ സ്റ്റേഷനടുത്തുള്ള ബോട്ട് ജെട്ടിയിൽ എത്തി. രാത്രി 8 മണിക്കുള്ള വണ്ടിയിൽ ദേശീയ ഗാനങ്ങൾ പാടിയും മുദ്രാവാക്യങ്ങൾ മുഴക്കിയും അവർ കോഴിക്കോട്ടേക്ക് പുറപ്പെട്ടു.

ജാഥ കോഴിക്കോട്ടെത്തി രണ്ടുദിവസം കഴിഞ്ഞപ്പോൾ അന്നത്തെ സർവ്വാധിപതി കെ മാധവൻ നായരുടെ നിർദ്ദേശപ്രകാരം കെ കുമാറിനെ കണ്ണൂരിലേക്ക് അയച്ചു. ബാക്കിയുള്ളവർ പയ്യന്നൂരിലേക്ക് പോയി. ആ ഘട്ടത്തിൽ പയ്യന്നൂർ ഉപ്പു സത്യഗ്രഹം നിർത്തി വച്ചതുപോലെയായിരുന്നു. മൊയാരത്തു ശങ്കരനായിരുന്നു അതിന്റെ ക്യാപ്റ്റൻ. ആ കാലത്ത് സരോജിനി നായിഡുവിന്റെ നേതൃത്വത്തിൽ ബോംബെയിൽ സുപ്രസിദ്ധമായ ധരാസന ഉപ്പുപടന്ന ആക്രമണം നടക്കുകയായിരുന്നു. അവിടെ സമരം സജീവമായതുകൊണ്ട് സർവ്വാധിപതിയുടെ അനുവാദത്തോടെ പൊന്നറ ശ്രീധറും കൂട്ടരും അവിടേക്ക് പുറപ്പെട്ടു. സുഖക്കേടിലായതിനാൽ എൻ സിക്ക് പോകാൻ കഴിഞ്ഞില്ല.

അങ്ങനെ 1930 മേയ് അവസാനത്തോടെ എൻ സി ശേഖറും മറ്റും പയ്യന്നൂർ ക്യാമ്പിനോട് വിടപറഞ്ഞു. ഘോരമായ പനിപിടിച്ച് അവശനായി ബോധമറ്റു കിടന്ന എൻ സിയെ കോഴിക്കോട്ട് സത്യഗ്രഹ ക്യാമ്പിൽ ഏല്പിച്ചു. ഡോ. മഞ്ചേരി സുന്ദരം ക്യാമ്പിൽ വന്ന് എൻ സിയെ പരിശോധിച്ചിട്ട് ഉടനെ ആശുപത്രിയിലേക്ക് മാറ്റണമെന്നാവശ്യപ്പെട്ടു. ക്യാമ്പധികൃതരുടെ സമ്മതം അനുസരിച്ച് ഡോക്ടർ അദ്ദേഹത്തിന്റെ കാറിൽ തന്നെ എൻ സിയെ കയറ്റി അദ്ദേഹം ഓണററി ഡോക്ടറായി ജോലി നോക്കിയിരുന്ന കോഴിക്കോട് ജനറൽ ആശുപത്രിയിലേക്ക് കൊണ്ടു പോയി.

കോഴിക്കോട് ഹെഡ്ക്വാർട്ടേഴ്സ് ആശുപത്രിയിൽ എൻ സി ക്ക് ലഭിച്ച ചികിത്സയും ശുശ്രൂഷയും അദ്ദേഹത്തിന് ഒരിക്കലും മറക്കാൻ കഴിയുകയില്ല. നടന്നാൽ പനിയുണ്ടാവുകയില്ലെന്ന് ഉറപ്പു വന്നശേഷമാണ് ആശുപത്രിയിൽ നിന്ന് എൻ സി യെ വിട്ടത്. രോഗവിമുക്തനായ എൻ സിയെ ഡോ. സുന്ദരമാണ് ക്യാമ്പിൽ കൊണ്ടുപോയി ഏല്പിച്ചത്.

ക്യാമ്പിൽ എത്തിയതോടെ എൻ സിയുടെ മനസ്സിൽ അമ്മയെ കാണാനുള്ള ആഗ്രഹം വർദ്ധിച്ചു. ക്യാമ്പിന്റെ അധിപനായിരുന്ന മൊയ്തു മൗലവി വീട്ടിൽ പോയി വരാൻ എൻ സിയെ അനുവദിച്ചു.

അങ്ങനെ എൻ സി കോഴിക്കോട് സത്യഗ്രഹ ക്യാമ്പിൽ നിന്നും വീട്ടിലെത്തി. വീട് വിട്ടിറങ്ങിയിട്ട് കഷ്ടിച്ച് മൂന്നുമാസം കഴിഞ്ഞു. "സ്വാതന്ത്ര്യം നേടാതെ വീട്ടിലേക്ക് ഇല്ല" എന്ന പ്രതിജ്ഞ എടുത്തിട്ടാണ് വീട് വിട്ടത്. രോഗിയായിട്ടാണെങ്കിലും വീട്ടിലെത്തിയ അദ്ദേഹത്തിന്റെ ഹൃദയം നീറിപ്പുകഞ്ഞുകൊണ്ടിരുന്നു. ആ പ്രതിജ്ഞയിൽ അദ്ദേഹം തികച്ചും ബോധവാനായിരുന്നു.

രോഗിയായ മകനെ കണ്ട അമ്മ അമ്പരന്നു പോയി. എൻ സി എല്ലാ വിവരങ്ങളും അമ്മയെ അറിയിച്ചു. കരഞ്ഞുകൊണ്ട് "ദൈവാധീനം" എന്ന് പറഞ്ഞ് അമ്മ മകനെ ആശ്വസിപ്പിച്ചു.

എൻ സിയുടെ സ്വഭാവത്തിലും പെരുമാറ്റത്തിലും മൂന്നുമൂന്നരമാസം കൊണ്ടുണ്ടായ വലിയ മാറ്റം അച്ഛനെയും അമ്മയെയും സ്നേഹിതന്മാരെയുമൊക്കെ അതിശയിപ്പിച്ചു. ആരോഗ്യം വീണ്ടെടുക്കുന്നതിനുള്ള പച്ചിലമരുന്നുകളും ഔഷധങ്ങളുമൊക്കെ അമ്മ തയ്യാറാക്കിയത് കഴിച്ചുകൊണ്ട് ഒരാഴ്ച പുറത്തൊന്നും പോകാതെ എൻ സി വീട്ടിൽ തന്നെ കഴിച്ചുകൂട്ടി. ആ സമയം മഹാത്മജിയുടെ *ചർക്കയുടെ തത്വശാസ്ത്രം* (Philosophy of Charka), *ഹിന്ദ് സ്വരാജ്* എന്നീ പുസ്തകങ്ങൾ അദ്ദേഹം വായിക്കുകയുണ്ടായി.

നാട്ടിലെത്തിയ എൻ സി ധരാസന സമരത്തിൽ പങ്കെടുത്ത് ക്രൂരമായി പൊലീസ് മർദ്ദനമേറ്റ് ചികിത്സയിൽ കഴിയുന്ന പൊന്നറ ശ്രീധറെയും മറ്റും സന്ദർശിച്ചു. പൊന്നറ ശ്രീധർ, ബാലരാമപുരം ചിന്നൻ എന്നിവർ കഠിനമായ മുറിവുകളും പരുക്കുകളും പറ്റി നാട്ടിൽ തിരിച്ചുവന്ന് ചികിത്സയിൽ കഴിയുകയാണ്. ശ്രീധറിന് നട്ടെല്ലിനും ചിന്നന് ശ്വാസകോശത്തിലുമാണ് പരുക്കേറ്റത്. ശ്രീധറിനെയും എൻ പി കുരുക്കളെയും തിരുവനന്തപുരത്ത് അവരുടെ വീടുകളിൽ പോയി എൻ സി കണ്ടു. ധരാസന ഉപ്പുപടന്ന ആക്രമണത്തെക്കുറിച്ച്, ലാത്തിച്ചാർജ്ജുമൂലം അവർക്കുണ്ടായ പരിക്കുകളെപ്പറ്റി, അവരെ കാണാൻ മോട്ടിലാൽ നെഹ്റു ചികിത്സാലയത്തിലെത്തിയതിനെ കുറിച്ച് എല്ലാം അവർ എൻ സിയോട് പറഞ്ഞു. കൂടാതെ ബോംബെയിലെ ചില കമ്യൂണിസ്റ്റുകാരെ കണ്ടതിനെക്കുറിച്ചും അവർ വിവരിച്ചു.

എന്നാൽ എൻ സി ശേഖർ ശരിക്കും അസ്വസ്ഥനായിരുന്നു. സ്വാതന്ത്ര്യം ലഭിക്കാതെ വീട്ടിലേക്ക് തിരിച്ചില്ല എന്ന ദൃഢപ്രതിജ്ഞ അദ്ദേഹത്തിന്റെ മുന്നിൽ ജ്വലിച്ചു നിന്നു. വീട്ടിൽ അധികനാൾ കഴിയുന്നത് യുക്തമായി തോന്നിയില്ല. കഴിയുന്നതും വേഗം കോഴിക്കോട്ട് എത്തണമെന്നായിരുന്നു അദ്ദേഹത്തിന്റെ ചിന്ത. ആഗ്രഹം അമ്മയെ അറിയിച്ചപ്പോൾ പ്രസ്ഥാനത്തിൽ പങ്കെടുക്കുന്നതിന് അമ്മ എതിരു പറഞ്ഞില്ല. എന്നാൽ ആരോഗ്യം വീണ്ടെടുക്കാതെ പോകുന്നത് അപകടകരമാണെന്ന് അമ്മ പറഞ്ഞു. എൻ സിയാകട്ടെ എപ്പോഴും സത്യഗ്രഹസമരവാർത്തകളിൽ ബദ്ധശ്രദ്ധനായിരുന്നു. നിത്യേനയുള്ള രാഷ്ട്രീയ സംഭവവികാസങ്ങൾ അദ്ദേഹത്തെ ആകർഷിച്ചുകൊണ്ടേയിരുന്നു.

ആ സമയം ഉപ്പുസത്യഗ്രഹത്തിനു പുറമെ മദ്യഷാപ്പുകളും വിദേശ വസ്ത്രഷാപ്പുകളും പിക്കറ്റ് ചെയ്യുന്ന പരിപാടികളും ആരംഭിച്ചിരുന്നു. അറസ്റ്റുകളുടെ എണ്ണവും വർദ്ധിച്ചു. മൊയ്തുമൗലവി, പി കുമാരൻ തുടങ്ങിയ അനേകം നേതാക്കൾ അറസ്റ്റ് ചെയ്യപ്പെട്ടു. പുതിയ നേതാക്കളും സന്നദ്ധ സേനാംഗങ്ങളും രംഗത്തു വന്നു. ഇപ്പോൾ തെരഞ്ഞെടുക്കപ്പെട്ട സത്യഗ്രഹികൾ മാത്രമല്ല ബ്രിട്ടീഷ് വിരുദ്ധ സമരത്തിൽ പങ്കെടുക്കാൻ ആഗ്രഹിക്കുന്ന ഏതു ദേശാഭിമാനികൾക്കും സത്യഗ്രഹ നിയമങ്ങളായ അക്രമരാഹിത്യവും അഹിംസയും പരിപാലിച്ചുകൊണ്ട് സമരത്തിൽ പങ്കെടുക്കാമെന്ന് വന്നു. സമരം രാജ്യത്താകെ പടർന്നു പിടിച്ചു.

മലബാറിൽ കണ്ണൂർ, കോഴിക്കോട്, തലശ്ശേരി എന്നീ നഗരങ്ങൾ സമരകേന്ദ്രങ്ങളായി മാറി. ഇവയിൽ പയ്യന്നൂരാണ് പൊതുജനശ്രദ്ധ പിടിച്ചുപറ്റിയത്. ഉപ്പു കുറുക്കലും നിരോധന ലംഘനവും മർദ്ദനവും കൊണ്ട് പയ്യന്നൂരിലെ അന്തരീക്ഷം കലുഷിതമായി. പ്രസിദ്ധമായിത്തീർന്ന 8-ാം നമ്പർ കല്ലായി കള്ളുഷാപ്പ് പിക്കറ്റിങ് മൂലമായിരുന്നു കോഴിക്കോട്ടെ അന്തരീക്ഷം കലുഷിതമായത്. ഈ സമയത്താണ് വീട്ടിൽ ഒരാഴ്ച വിശ്രമിച്ചശേഷം എൻ സി കോഴിക്കോട്ടെത്തുന്നത്. താമസിയാതെ എൻ പി കുരുക്കളും കോഴിക്കോട്ടെത്തി. എൻ സി നേരെ കല്ലായി റോഡിലുള്ള അൽ-അമീൻ ലോഡ്ജിലെത്തി. അബ്ദുറഹിമാൻ സാഹിബിന്റെ താമസസ്ഥലമായ അൽ-അമീൻ ലോഡ്ജ് അദ്ദേഹത്തിന്റെ അറസ്റ്റിനുശേഷം ഒരു ചെറിയ സത്യഗ്രഹ ക്യാമ്പായി മാറുകയുണ്ടായി. അവിടെ സന്നദ്ധ ഭടന്മാരുടെ ക്യാപ്റ്റന്മാരിലൊരാളായ ബാലകൃഷ്ണൻ നായരെ കണ്ടുമുട്ടിയ എൻ സി താനാരാണെന്ന്

അദ്ദേഹത്തെ ധരിപ്പിച്ചു. അദ്ദേഹം എൻ സിയെ സന്നദ്ധ ഭടനായി നിയമിച്ചു.

എൻ സി കോഴിക്കോട്ട് എത്തിയതിന്റെ അടുത്ത ദിവസം തന്നെ കല്ലായി 8–ാം നമ്പർ കള്ളുഷാപ്പ് പിക്കറ്റ് ചെയ്യാൻ നിയുക്തനായി. അവിടെ സന്നദ്ധഭടന്മാരുടെ പിക്കറ്റിങ്ങും അവരുടെ നേരെ റൗഡികളുടെയും പൊലീസിന്റെയും ക്രൂരമായ മർദ്ദനങ്ങളും മുറയ്ക്ക് നടക്കുകയായിരുന്നു. എൻ സി ശേഖറിന് പിക്കറ്റിങ്ങിന് പോകേണ്ട സമയമായി. പിക്കറ്റിങ്ങിനു വേറെയും രണ്ടു പേരുണ്ടായിരുന്നു. പിന്നീട് കോൺഗ്രസ് സോഷ്യലിസ്റ്റ് പാർട്ടിയിലും കമ്യൂണിസ്റ്റ് പാർട്ടിയിലും പ്രവർത്തിച്ച ഇ പി ഗോപാലനും രാമചന്ദ്രൻ നെടുങ്ങാടിയും ആയിരുന്നു അവർ.

കല്ലായി 8–ാം നമ്പർ കള്ളുഷാപ്പ് പിക്കറ്റിങ്ങിനെക്കുറിച്ച് എൻ സി എഴുതി:

> കല്ലായിപ്പാലത്തിന്റെ തെക്കുഭാഗത്ത് 'പ്രീമിയർ സോ മില്ലിന്റെ' മുൻവശത്തുള്ള റോഡിന്റെ വടക്കുഭാഗത്തായിരുന്നു 8–ാം നമ്പർ കള്ളുഷാപ്പ് സ്ഥിതിചെയ്തിരുന്നത്. ഞങ്ങളുടെ ഊഴം വന്നു. ഞങ്ങൾ പിക്കറ്റിങ്ങിന് പോയി. പാലത്തിന്റെ വടക്കെ തലയ്ക്കൽ പൊലീസ് ഞങ്ങളെ തടഞ്ഞു വെച്ചു. പോകാൻ പാടില്ല. നിന്റെ അമ്മേന്റെ കാന്തി... അവിടെ നില്ക്കാനാ... മോനേ പുലഭ്യം പറഞ്ഞ് അട്ടഹസിച്ചുകൊണ്ട് പൊലീസ് ലാത്തി കൊണ്ട് ഞങ്ങളെ തടഞ്ഞു. മറ്റൊരു കൂട്ടർ വന്ന് ഞങ്ങളെ ഒഴിവാക്കുന്നു. അങ്ങനെ മാറി മാറി വെയിലത്ത് പൊലീസും ഞങ്ങളും നിലയുറപ്പിച്ചു. സന്നദ്ധ ഭടന്മാരുടെ തലയിൽ കള്ളു ചെരിക്കുകയും അടുത്തുവന്ന കൂട്ടരെ പൊതിരെ തല്ലുകയും ചെയ്തശേഷം മേല്പ്പറഞ്ഞ പ്രകാരം തടഞ്ഞുവെക്കുന്ന അടവാണ് പൊലീസ് എടുത്തുകൊണ്ടിരുന്നത്.[5]

ഈ മർദ്ദനങ്ങളെല്ലാം കല്ലായി 8–ാം നമ്പർ കള്ളുഷാപ്പിന്റെ മുമ്പിൽ നടന്നിട്ട് നാളുകൾ കുറച്ചായി. എന്നിട്ടും മർദ്ദനമേറ്റ സന്നദ്ധ ഭടന്മാരെ ചെന്ന് നോക്കാനോ അവർക്കെന്തെങ്കിലും കാര്യമായ ശുശ്രൂഷകൾ ഏർപ്പെടുത്താനോ നേതൃത്വം സന്നദ്ധമായില്ല. ഇതിൽ സന്നദ്ധ ഭടന്മാർക്ക് കടുത്ത അമർഷവും പ്രതിഷേധവും ഉണ്ടായി. ക്യാപ്റ്റനും നേതാക്കൾ തിരിഞ്ഞു നോക്കാത്തതിൽ പ്രതിഷേധമുണ്ടായിരുന്നു. അപ്പോഴാണ് *മാതൃഭൂമി* ഓഫീസിൽ ഒരു നേതാവിരിക്കുന്ന വിവരം അറിഞ്ഞത്. പകൽ സമയം സത്യഗ്രഹികളാരും അദ്ദേഹത്തെ കാണാനായി അവിടെ ചെല്ലാൻ പാടില്ല. പൊലീസ് ഉപദ്രവം ഉണ്ടാകാതിരിക്കാനാണത്രെ അത്. എങ്കിലും നേതാവിനെ ഒന്നു കാണണമെന്ന് സന്നദ്ധ ഭടന്മാർ തീരുമാനിച്ചു. നേതാവിനെ കാണുന്ന ചുമതല താൻ നിർവ്വഹിക്കാമെന്ന് എൻ സി ശേഖർ പറഞ്ഞു. ആരും എതിരൊന്നും പറഞ്ഞില്ല. ക്യാപ്റ്റൻ നിശ്ശബ്ദനായിരുന്നു.

സത്യഗ്രഹം കഴിഞ്ഞു വന്നയുടനെ നേതാവിനെ കാണാൻ വേണ്ടി എൻ സി *മാതൃഭൂമി* ഓഫീസിലേക്ക് പോയി. അദ്ദേഹം നേതാവിനെ കണ്ട് കാര്യം പറഞ്ഞു. അതേക്കുറിച്ച് എൻ സി എഴുതി:

> സത്യഗ്രഹം കഴിഞ്ഞു മടങ്ങിവന്നയുടനെ ഞാൻ മാതൃഭൂമി ആഫീസിൽ പോയി. കണ്ടത് മാനേജിംഗ് ഡയറക്ടറുടെ ആഫീസിനുള്ളിൽ

ഇരിക്കുന്ന "കുറൂർ നമ്പൂതിരിപ്പാടി"നെയായിരുന്നു. അതിനുമുമ്പ് ഞാനദ്ദേഹത്തെ കണ്ടിട്ടില്ല. അദ്ദേഹം ആരാണെന്നും അറിയില്ലായിരുന്നു. ഞാൻ ചെന്നുകയറി മുറിക്കുള്ളിൽ നോക്കിയ പ്പോൾ "എന്താ ആരാ" എന്ന് കണ്ണടവെച്ച് കസേരയിലിരിക്കുന്ന ആൾ എന്നോട് ചോദിച്ചു. "ഞാനൊരു സത്യഗ്രഹിയാണ്. കുറൂർ നീലകണ്ഠൻ നമ്പൂതിരിപ്പാടിനെ എനിക്കു കാണണം, അതിനാണ് ഞാൻ വന്നത്" എന്ന് ഗൗരവഭാവത്തിൽ എന്റെ മറുപടി. "എന്തുവേണമെന്ന് പറയൂ...." ഈ ചോദ്യത്തിനുത്തരമായി "നിങ്ങളാണോ നമ്പൂതിരിപ്പാട്" എന്ന എന്റെ എതിർ ചോദ്യം. "അതെയതെ എന്താ വേണ്ടത് പറഞ്ഞോളൂ..." നമ്പൂതിരിപ്പാട് അല്പം പരുങ്ങിയപോലെ തോന്നി. കുറച്ചാവേശത്തോടുകൂടി ഞാൻ പറയാൻ തുടങ്ങി. ഞാനൊരു സത്യഗ്രഹിയാണ്. 8–ാം നമ്പർ കള്ളുഷാപ്പ് പിക്കറ്റിങ് ചെയ്തിട്ടു വരികയാണ്. നിങ്ങളാണ് സർവ്വാധിപതി എന്നറിഞ്ഞതുകൊണ്ട് ചില കാര്യങ്ങൾ പറയാമല്ലോ എന്ന് കരുതിയാണ് വന്നത്. നിങ്ങളാണെങ്കിൽ സത്യഗ്രഹികളെപ്പറ്റി ഒന്നും അന്വേഷിക്കുന്നില്ല. അതാണ് ഞങ്ങളുടെ അനുഭവം. അടിയും ഇടിയുമേറ്റ് രക്തം ഛർദ്ദിച്ച്, അവശരായ കുറെ സത്യഗ്രഹികൾ അൽ–അമീൻ ലോഡ്ജിലുണ്ട്. ഒരു പ്രായമായ ഉമ്മ അവിടെ ഉള്ളതു കൊണ്ട് വെള്ളം ചൂടാക്കി കൊടുക്കും. കല്ലായി റോഡിൽ കമ്പൗണ്ടറുടെ മരുന്നുഷാപ്പുള്ളതു കൊണ്ട് സൗജന്യമായി "ടർപെന്റൈൻ" കിട്ടും. ഇതൊക്കെകൊണ്ടാണ് അടിയും ഇടിയും ഏറ്റ സത്യഗ്രഹികൾ കഴിഞ്ഞു കൂടുന്നത്. ഈ അവശരെങ്ങനെ കഴിയുന്നു എന്ന് ഒന്നു വന്നു നോക്കാൻ നിങ്ങൾക്ക് ആവുന്നില്ലെ?" എന്റെ ശബ്ദം ഉച്ചത്തിലായി. അത് നമ്പൂതിരിപ്പാടിന് തീരെ ഇഷ്ടപ്പെട്ടില്ലെന്ന് തോന്നി. അപ്പോൾ അദ്ദേഹത്തിന്റെ പദവിയും പ്രതാപവും സാമൂഹ്യമായും രാഷ്ട്രീയമായും എന്താണെന്ന് എനിക്കൊരറിവും ഉണ്ടായിരുന്നില്ല. അതുകൊണ്ട് എന്റെ സംസാരത്തിലും പെരുമാറ്റത്തിലും പാകപ്പിഴകൾ വന്നിരിക്കുന്നു എന്ന് അദ്ദേഹത്തിന് തോന്നിയിരിക്കാം. അദ്ദേഹം പറഞ്ഞു: "ഇത് കോൺഗ്രസ് ആഫീസല്ല, പത്രമാഫീസാണ്. ഇവിടെ വന്ന് ഉപദ്രവം ഉണ്ടാക്കാനൊന്നും പാടില്ല. നിങ്ങൾക്ക് പോകാം...."

ഞാനൊന്നു ചൊടിച്ചു. "നിങ്ങൾ കോൺഗ്രസ് സർവ്വാധിപതിയല്ലേ? വളണ്ടിയർമാരെ സംബന്ധിച്ചും, പിക്കറ്റിങ്ങിന്റെ നടപടികളെക്കുറിച്ചും, ഉള്ള ഉത്തരവാദിത്വവും അധികാരവും നിങ്ങൾക്കുള്ളതാണെന്നാണ് ഞങ്ങൾ കേട്ടിട്ടുള്ളത്. നിങ്ങളിവിടെ കയറിയിരിക്കുന്നതുകൊണ്ട് ഞങ്ങൾക്ക് നിങ്ങളെ കാണാൻ കഴിയുന്നില്ല. ഒന്നും പറയാനും സാധിക്കുന്നില്ല. മർദ്ദനമേറ്റ് പരിക്കുപറ്റി കിടക്കുന്ന വളണ്ടിയർമാർക്ക് വൈദ്യസഹായത്തിനുവേണ്ട ഏർപ്പാടുണ്ടാക്കണം. എത്ര വളണ്ടിയർമാരുണ്ടെന്നോ, നേതാവാരെന്നോ ഞങ്ങൾക്കറിയില്ല. അൽ–അമീൻ ലോഡ്ജിൽ താമസിക്കുന്നവരെ മാത്രമേ ഞങ്ങൾക്കറിയൂ. പിക്കറ്റിംഗിന് ചെന്നപ്പോഴാണ് കൂടുതൽ വളണ്ടിയർമാർ ഉണ്ടെന്ന് മനസ്സിലായത്. അതുകൊണ്ട് ഇതിനൊരു പരിഹാരം നിങ്ങൾ ഉണ്ടാക്കണം. അതറിയിക്കാനാണ് ഞാൻ വന്നത്....." ഞാൻ വിട്ടില്ല. പിടിച്ചു നിന്നു. ഒടുവിൽ വളണ്ടിയർമാരുടെയും നേതാക്കന്മാരുടെയും ഒരു സംയുക്ത യോഗം വിളിച്ചുകൂട്ടാൻ അദ്ദേഹം സമ്മതിച്ചു. ആ യോഗത്തിൽ

പങ്കെടുത്ത് പറയാനുള്ളത് പറയാൻ എല്ലാവരെയും അറിയിക്കുന്നതാണെന്ന് നമ്പൂതിരിപ്പാട് പറഞ്ഞു.[6]

സന്നദ്ധ ഭടന്മാർ ക്യാപ്റ്റന്റെ നിർദ്ദേശ പ്രകാരം പിക്കറ്റിങ്ങ് തുടർന്നു നടത്തിക്കൊണ്ടിരുന്നു. അങ്ങനെയിരുന്നു ഒരു ദിവസം എൻ സിക്ക് വിവരം കിട്ടി അടുത്ത രാത്രി മാതൃഭൂമി ഓഫീസിലുള്ള നമ്പൂതിരിപ്പാടിന്റെ മുറിയിൽ ചേരുന്ന സന്നദ്ധ ഭടന്മാരുടെ യോഗത്തിൽ പങ്കെടുക്കാൻ എത്തണമെന്ന്. ആ അറിയിപ്പനുസരിച്ച് എൻ സി ശേഖർ അവിടെയെത്തി. പൊലീസിനും ഒറ്റുകാർക്കും വിവരം കിട്ടാത്ത വിധത്തിലാണ് യോഗം ആസൂത്രണം ചെയ്തിരുന്നത്. അതുകൊണ്ടാണ് യോഗം രാത്രി 10 മണിക്ക് വിളിച്ചതും വളണ്ടിയർമാർ കൂട്ടം കൂട്ടമായി വരാതെ ഒറ്റയ്ക്കൊറ്റയ്ക്ക് ഇടവിട്ട് വരാൻ ഏർപ്പാട് ചെയ്തതും. അന്നത്തെ ഘട്ടത്തിൽ വളണ്ടിയർമാർ ഉള്ള സ്ഥലം പൊലീസ് മണത്തറിഞ്ഞ് കൂട്ടത്തോടെ അറസ്റ്റ് ചെയ്യുകയും മർദ്ദിക്കുകയും ചെയ്യുക പതിവായിരുന്നു. അതുവരെ എൻ സി കണ്ടിട്ടില്ലാത്ത വളണ്ടിയർമാരും നേതാക്കന്മാരും അവിടെയുണ്ടായിരുന്നു. അതോടൊപ്പം എപ്പോഴും അൽ–അമീൻ ലോഡ്ജിൽ കാണാറുള്ള പൊൻമാടത്ത് മൊയ്തീൻ കോയയും, എൻ പി അബുവും അവിടെയെത്തി. വളണ്ടിയർമാരുടെ കൂട്ടത്തിൽ സദാ നേതൃത്വ പക്ഷവാദികളായ പൊന്നുണ്ണി രാജ(വള്ളുവനാട്), മാധവ മേനോൻ (കൊടുങ്ങല്ലൂർ), കുന്നിയ്ക്കൽ മാധവൻ, വിരുപ്പിൽ ശേഖരൻ(കോഴിക്കോട്) തുടങ്ങിയവരും അവിടെ ഉണ്ടായിരുന്നതായി എൻ സി ഓർക്കുന്നു. 'അൽ–അമീൻ വളണ്ടിയർമാർ' എന്നാണ് എൻ സിയെയും കൂട്ടരെയും വിളിച്ചിരുന്നത്. എന്നാൽ എൻ സിയും അദ്ദേഹത്തിന്റെ ഒരു കൂട്ടുകാരനും ഒരു കോൺഗ്രസ് അനുഭാവിയുടെ വീട്ടിലാണ് താമസിച്ചിരുന്നത്. സത്യഗ്രഹ പ്രവർത്തനങ്ങൾക്കും മറ്റും പോകാനുള്ള സൗകര്യത്തിന് അവർ അൽ–അമീൻ ലോഡ്ജിൽ പകൽ വന്നു ചേരുക പതിവായിരുന്നു.

നേതാക്കന്മാരുടെ കൂട്ടത്തിൽ കുറൂർ നീലകണ്ഠൻ നമ്പൂതിരിപ്പാട്, കോഴിപ്പുറത്ത് മാധവമേനോൻ, കൊങ്ങാട്ടിൽ രാമൻ മേനോൻ എന്നിവരൊക്കെയുണ്ട്. ഇവരൊക്കെ അവിടെത്തന്നെയാണ് താമസിച്ചിരുന്നത്. യോഗം ആരംഭിക്കാൻ പോകുകയാണ്. അപ്പോൾ നേതാക്കന്മാർക്കിരിക്കാൻ "കോസടി" കൊണ്ടിട്ടു. ഇതു കണ്ട് ദേഷ്യം തോന്നിയ എൻ സി വരാന്തയിലേക്ക് ഇറങ്ങിപ്പോയി. യോഗം ആരംഭിച്ചപ്പോൾ എല്ലാവരോടും അകത്തു കയറിയിരിക്കാൻ അഭ്യർത്ഥിച്ചു. എന്നാൽ അതനനുസരിക്കാതെ എൻ സി എല്ലാവരും കാൺകെ വരാന്തയിൽ തന്നെ നിലയുറപ്പിച്ചു.

കുറൂർ നീലകണ്ഠൻ നമ്പൂതിരിപ്പാടിന്റെ അദ്ധ്യക്ഷതയിൽ യോഗം ആരംഭിച്ചു. മെമ്പർമാരുടെ അഭിപ്രായങ്ങൾ ആരാഞ്ഞുകൊണ്ട് അദ്ധ്യക്ഷനായ "സർവ്വാധിപതി" ഇങ്ങനെ അറിയിച്ചു: "ആർക്കെങ്കിലും എന്തെങ്കിലും പറയാനുണ്ടെങ്കിൽ അതിവിടെ പറയാം. അതിനാണ് ഈ യോഗം വിളിച്ചുകൂട്ടിയത്". ഈ സമയം പൊൻമാടത്ത് മൊയ്തീൻ കോയ എൻ സി ശേഖറിന്റെ അടുത്തു വന്ന് അകത്തേക്ക് കടന്നിരിക്കാൻ നിർബ്ബന്ധിച്ചു. അപ്പോൾ നേതാക്കന്മാർ കോസടിയിൽ ഇരിക്കുന്നതിൽ അദ്ദേഹം പ്രതിഷേധം രേഖപ്പെടുത്തി. വളണ്ടിയർമാർ നിലത്തും നേതാക്കന്മാർ കോസടിയിലും ഇരിക്കുന്ന രീതി വേണ്ടെന്ന് അദ്ദേഹം പറഞ്ഞു. എല്ലാവരും ഒരുപോലെയാണ് അങ്ങനെയാണെങ്കിൽ മാത്രമേ താൻ മീറ്റിങ്ങിൽ പങ്കെടുക്കുന്നുള്ളുവെന്ന് എൻ സി ശേഖർ അറിയിച്ചു.

എൻ സി ശേഖറിന്റെ പ്രതിഷേധം പൊൻമാടത്ത് മൊയ്തീൻകോയ നേതാക്കന്മാരെ അറിയിച്ചു. ഉടൻതന്നെ അതിന് ഫലമുണ്ടായി. നേതാക്കന്മാർ പുൽപ്പായയിൽ നീങ്ങിയിരുന്നു. കോസടി ചുരുട്ടിക്കെട്ടി. ഉടൻതന്നെ എൻ സി അകത്തുകയറി പിൻവരിയിലിരുന്നു. യോഗത്തിൽ ആദ്യം സംസാരിച്ചത് എൻ സിയായിരുന്നു. നേതാക്കന്മാരെ ശക്തമായി വിമർശിച്ചുകൊണ്ടാണ് അദ്ദേഹം പ്രസംഗിച്ചത്.

കുറെ ദിവസമായി എട്ടാം നമ്പർ കള്ളുഷാപ്പിന്റെ മുമ്പിൽ നടക്കുന്ന പിക്കറ്റിങ്ങും മർദ്ദനവും അത് സഹിച്ചുകൊണ്ട് വന്നുകിടക്കുന്ന വളണ്ടിയർമാരെ തിരിഞ്ഞുനോക്കാൻ ആളില്ലാത്ത കാര്യവും നേതാക്കന്മാരെ രൂക്ഷമായി കുറ്റപ്പെടുത്തുന്ന മട്ടിൽ എൻ സി വിവരിച്ചു. ധരാസന ഉപ്പുപടന്ന സത്യഗ്രഹത്തിൽ പങ്കെടുത്ത് ക്രൂരമർദ്ദനങ്ങൾക്ക് വിധേയരായ വളണ്ടിയർമാരെ ചികിത്സിക്കാൻ ബോംബെയിൽ പ്രത്യേകം കേന്ദ്രങ്ങളുണ്ട്. അവരെ കാണാനും ആശ്വസിപ്പിക്കാനും, ആവേശപ്പെടുത്താനും മോട്ടിലാൽ നെഹ്റുവിനെപ്പോലുള്ള ഉന്നതനേതാക്കന്മാർ ചികിത്സാകേന്ദ്രങ്ങളിലെത്തിയിരുന്നു. ഇവിടത്തെ നേതാക്കന്മാർ ഇതെല്ലാം അറിയണം. ഇതെല്ലാം പത്രത്തിൽ വായിച്ചിട്ടും മർദ്ദനമേറ്റുകിടക്കുന്ന ഇവിടത്തെ സന്നദ്ധഭടന്മാർക്ക് മനോധൈര്യവും ഊർജ്ജസ്വലതയും പകർന്നുകൊടുക്കാൻ നേതാക്കന്മാർ തയ്യാറല്ലെങ്കിൽ പിന്നെന്തിനാണ് ഈ നേതൃത്വമെന്ന് എൻ സി ഉറക്കെ ചോദിച്ചു.

എൻ സി യുടെ വിമർശനത്തിൽ മറ്റൊരു കാര്യം കൂടിയുണ്ടായിരുന്നു. കോഴിക്കോട് വലിയങ്ങാടിയിൽ താമസിച്ചിരുന്ന ഒരു കച്ചവടക്കാരൻ സേട്ടുവിന്റെ വീട്ടിൽ ഖദറുണ്ടാക്കാൻ വേണ്ടി ശേഖരിച്ചുവെച്ചിട്ടുള്ള പരുത്തിക്കായെടുത്ത് അടിച്ചുകുടഞ്ഞ് നൂൽനൂൽക്കാൻ പാകത്തിനുള്ള തിരികൾ നിർമ്മിച്ചുകൊടുക്കാൻ എൻ സി ശേഖറും മറ്റും നിയോഗിക്കപ്പെട്ടിരുന്നു. സത്യഗ്രഹികളുടെ ധർമ്മമാണ് ആ പ്രവൃത്തി എന്ന നിലയിലാണ് അവരെക്കൊണ്ട് അത് ചെയ്യിപ്പിച്ചത്. കുറൂർ നമ്പൂതിരിപ്പാടാണ് ആ ധർമ്മം നടപ്പിലാക്കാൻ അവരെ പ്രേരിപ്പിച്ചുകൊണ്ടിരുന്നത്. ഇതുപോലെ പഴയ മാതൃഭൂമി ഓഫീസിന്റെ മുറിയിൽ നടന്ന നൂൽനൂൽക്കൽ പരിപാടിയിലും എൻ സി ശേഖറിനും മറ്റും പ്രവർത്തിക്കേണ്ടിവന്നു. ഈ പ്രവർത്തനം സത്യഗ്രഹ ധർമ്മത്തിൽപ്പെട്ടതാണെന്ന് എൻ സിക്ക് തോന്നിയില്ല. വിദേശവസ്ത്രബഹിഷ്കരണം വിജയിപ്പിക്കാനുള്ള സമരത്തിന്റെ പ്രായോഗികവശം ഖദർ നിർമ്മാണമാണല്ലോ? എങ്കിൽ കൂലിയില്ലാപ്പണി ആകാം എന്ന് ആർക്ക് പറയാൻ കഴിയും? എൻ സി ചിന്തിച്ചു. അതുകൊണ്ട് മേലാൽ താൻ സേട്ടുവിന്റെ വീട്ടിൽ പോകുകയില്ലെന്നും അത് സത്യഗ്രഹ ധർമ്മമായി താൻ കരുതുന്നില്ലെന്നും എൻ സിക്ക് പറയേണ്ടി വന്നു.

എൻ സിയുടെ പൊട്ടിത്തെറിക്കുന്ന വിമർശനം നേതാക്കന്മാർക്കും നേതൃപക്ഷത്തുള്ളവർക്കും ഇഷ്ടപ്പെട്ടില്ലെങ്കിലും വിമർശനത്തിനു ഫലമുണ്ടായി. വളണ്ടിയർമാർക്ക് സൗകര്യങ്ങളുണ്ടാക്കി കൊടുക്കണമെന്ന കാര്യത്തിൽ എല്ലാവരും യോജിച്ചു. അതുപോലെതന്നെ മർദ്ദനമേറ്റ് അവശരായിക്കിടക്കുന്ന സന്നദ്ധഭടന്മാരെ ചെന്ന് നോക്കേണ്ടതും ആവശ്യമാണെന്ന് എല്ലാവരും അംഗീകരിച്ചു.

എൻ സി "പറഞ്ഞത് ശരിയായ രീതിയിലായില്ല" എന്നതുമാത്രമെ സമ്മതിക്കാതിരുന്നുള്ളൂ. അതായത് അദ്ദേഹം കടുത്ത വിമർശനം നടത്തിക്കളഞ്ഞു.

എൻ സിയുടെ വിമർശനങ്ങൾക്ക് കോങ്ങാട്ടിൽ രാമൻമേനോൻ നിസ്സ

ങ്കോചം, സവിനയം, മറുപടി പറഞ്ഞു. സത്യഗ്രഹികളുടെ ഉത്തരവാദിത്വം എനിക്കാണെന്നതൊക്കെ ശരി തന്നെ. എന്നാൽ അടികൊള്ളാനും ഇടിയേല്ക്കാനുമൊക്കെ എന്നെക്കൊണ്ട് കഴിയുകയില്ല. അറസ്റ്റ് ചെയ്യുകയാണെങ്കിൽ ജയിലിൽ കിടക്കാൻ താൻ തയ്യാറാണ്.

രാമൻമേനോന്റെ ഈ തുറന്നു പറച്ചിലിനോട് എൻ സിയുടെ പ്രതികരണം ഇങ്ങനെ: “അതാണ് നേതൃത്വം. ഇപ്പോഴെല്ലാവർക്കും മനസ്സിലായില്ലേ.”

സൂചനകൾ

1. ശാന്തിനികേതനം കൃഷ്ണൻ നായർ, *പൊന്നറ ശ്രീധർ*, സാംസ്കാരിക പ്രസിദ്ധീകരണ വകുപ്പ്,(തിരുവനന്തപുരം-സെപ്തംബർ 1999), പു:26
2. പുതുപ്പള്ളി രാഘവൻ, വിപ്ലവസ്മരണകൾ, വാല്യം ഒന്ന്, സാഹിത്യപ്രവർത്തക സഹകരണസംഘം, (കോട്ടയം-ഏപ്രിൽ 2009), പു:111-12
3. *അഗ്നിവീഥികൾ*, പു:61
4. മേൽചൊന്നത്, പു:62-63
5. മേൽ ചൊന്നത്, പു:76-77
6. മേൽചൊന്നത്, പു:77-78

3

തടവറയിൽ

മദ്യഷാപ്പ് പിക്കറ്റിങ്ങിലേർപ്പെട്ടിരുന്ന എൻ സി ശേഖറെയും കൂട്ടരെയും അറസ്റ്റ് ചെയ്ത് ബസിൽ തലശ്ശേരി സബ്ജയിലിൽ കൊണ്ടുപോയി. 1930 ജൂൺ–ജൂലൈ മാസങ്ങളിലെ കോരിച്ചൊരിയുന്ന മഴക്കാലം. അന്ന് താലൂക്കാഫീസുകൾ സ്ഥാപിച്ചിട്ടുള്ള കെട്ടിടത്തിന്റെ ഒരു ഭാഗത്താണ് സബ് ജയിലുകൾ. തലശ്ശേരി സബ്ജയിലും അങ്ങനെ തന്നെയായിരുന്നു. ബസിൽ നിന്നിറങ്ങി ചുറ്റും കണ്ണോടിച്ചുകൊണ്ടു നിന്ന ശേഖറെയും കൂട്ടരെയും സബ്ജയിലിനകത്തുള്ള ഇടനാഴിക്കുള്ളിലേക്ക് കൊണ്ടുപോയി.

പൊലീസുകാരിലൊരാൾ അടുത്തുള്ള മജിസ്ട്രേട്ട് കോടതിയിൽ അവരുടെ റിമാന്റ് ഒപ്പിട്ട് വാങ്ങാൻ പോയി. മട്ടന്നൂർ പൊലീസ്സ്റ്റേഷനിൽ നിന്നാണ് അവരെ അവിടെ കൊണ്ടു വന്നത്. കുറെനേരം കഴിഞ്ഞപ്പോൾ റിമാന്റ് വാറണ്ടും ഒപ്പിട്ടു കൊണ്ട് പൊലീസുകാരനെത്തി. വാറണ്ടുകാരൻ വന്നതോടെ ജയിൽ വാർഡൻ സബ്ജയിലിന്റെ മുറി തുറന്നുകൊടുത്തു. എൻ സിയും കൂട്ടരും മുറിക്കുള്ളിൽ അടയ്ക്കപ്പെട്ടു.

മൃഗശാലയിൽ ഹിംസ്ര മൃഗങ്ങളെ അടച്ചുപൂട്ടിയിട്ടുള്ള ഇരുമ്പഴിക്കകത്തുള്ള കൂടുപോലെ ദുർഗന്ധം വമിക്കുന്നതായിരുന്നു എൻ സി യേയും മറ്റും അടച്ച ജയിൽ മുറി. മുറിയുടെ മൂലയിൽ നിന്ന് മൂക്കടപ്പിക്കുന്ന ദുർഗന്ധം വമിച്ചുകൊണ്ടിരുന്നു. തടവിലടയ്ക്കപ്പെട്ടവർക്ക് മൂത്രമൊഴിക്കാൻ ചേറും പൂപ്പും കൊണ്ട് മൂടിയ ഒരു പഴകി ദ്രവിച്ച കലം മുറിയുടെ മൂലയ്ക്കൽ വെച്ചിട്ടുണ്ട്. മുറി മുഴുവനും അഴുക്കും പൊടിയും വലയും കൊണ്ട് നിറഞ്ഞിരുന്നു. ചുമരുകൾ നിറയെ മൂട്ടയെ കൊന്ന രക്തക്കറകൾ കാണാം. കിടന്നുറങ്ങാൻ കൊടുത്ത പായകളെക്കുറിച്ച് പറയാതിരിക്കുകയാണ് ഭേദം. ആകെക്കൂടി വൃത്തിഹീനമായ അവസ്ഥ.

ഇപ്പോൾത്തന്നെ ഈ മുറി അടിച്ചുവാരി വൃത്തിയാക്കണമെന്ന് എൻ സിയും കൂട്ടരും ആവശ്യപ്പെട്ടു. ഇല്ലെങ്കിൽ തങ്ങൾക്ക് ഭക്ഷണം വേണ്ടെന്ന് അവർ വെറുപ്പോടെ ഉറപ്പിച്ചു പറഞ്ഞു.

അവരുടെ ആവശ്യങ്ങൾ യുക്തവും ന്യായവുമാണെന്ന് പാറാവിനു വന്നിട്ടുള്ള പൊലീസുകാർ സമ്മതിച്ചു. വാർഡനെ അധികാര സ്ഥാനത്തേക്കയച്ച് വേണ്ടത് ചെയ്യിക്കാൻ തടവുകാർ ശ്രമിച്ചു. വാർഡൻ സബ്ജയിലിന്റെ

ഭരണാധിപന്റെ അടുത്തെത്തി. അധികം താമസിക്കുന്നതിനു മുമ്പ് വാർഡൻ ഒരു പുതിയ ചട്ടിയും പായകളും മുറി കഴുകാനുള്ള ലോഷനുമായി തിരിച്ചു വന്നു. മുറിയെല്ലാം അടിച്ചു വാരി വൃത്തിയാക്കി ലോഷൻ കുടഞ്ഞു തുടച്ചു. പഴയ മൂത്രച്ചട്ടിയൊക്കെ എടുത്തു മാറ്റി പുതിയത് വെച്ചു. പുതിയ പായയും വിരിച്ചു. സത്യഗ്രഹികൾ മുറിക്കുള്ളിൽ പ്രവേശിച്ചതോടെ ലോക്കപ്പ് അടച്ചുപൂട്ടി പാറാവുകാർ ചാർജ് ഏറ്റെടുത്തു. ഇന്ന് ഹോട്ടലിൽ നിന്ന് ഭക്ഷണം കൊണ്ടു വരുമെന്നും നാളെ മുതൽ ജയിലിൽ തന്നെ ഭക്ഷണം പാകം ചെയ്യാൻ ഏർപ്പാടുണ്ടാക്കുന്നതുമാണെന്ന മജിസ്ട്രേറ്റിന്റെ ഉത്തരവ് വാർഡൻ അവരെ അറിയിച്ചു. പറഞ്ഞതനുസരിച്ച് ആദ്യത്തെ ദിവസം അവർക്ക് ലഭിച്ചത് ഹോട്ടൽ ഭക്ഷണം തന്നെയായിരുന്നു. പിറ്റേദിവസം മുതൽ സബ് ജയിലിലെ പാചകമുറിയിൽ ഭക്ഷണം പാകം ചെയ്യാനുള്ള ഏർപ്പാടുകളുണ്ടാക്കി. സത്യഗ്രഹികളുടെ ഭക്ഷണം അവർ തന്നെ പാകം ചെയ്ത് കൊള്ളാമെന്ന് പറഞ്ഞതനുസരിച്ച് ആ ഉത്തരവാദിത്വം ജയിലധികൃതർ അവരെയേല്പിച്ചു. എൻ സി ശേഖറാണ് പ്രധാന പാചകക്കാരൻ. ഊണും ചായയുമുണ്ടാക്കാൻ ആവശ്യമായ എല്ലാ സാധനങ്ങളും ക്രമപ്രകാരം വാർഡൻ അദ്ദേഹത്തെ ഏല്പിക്കും. എൻ സി അവയെല്ലാം കഴുകി വൃത്തിയാക്കി നല്ല രുചികരമായ ഭക്ഷണം ഉണ്ടാക്കും. അതിനെത്തുടർന്ന് അവർ അഞ്ചു പേർക്കും റിമാന്റുകാലം കഴിയുന്നതുവരെ വൃത്തിയും രുചിയുമുള്ള നല്ല ഭക്ഷണം കഴിക്കാൻ കഴിഞ്ഞു. കൂട്ടത്തിൽ അവരുടെ പാറാവുകാർക്കും ഭക്ഷണം നല്കിവന്നു. പ്രധാന പാചകക്കാരനാതുകൊണ്ട് എൻ സി ക്ക് മറ്റൊരു ഗുണം കൂടിയുണ്ടായി. രാവിലെ 9 മണി മുതൽ ഉച്ചക്ക് ഒരു മണി വരെയും വൈകുന്നേരം നാലു മണി മുതൽ 6 മണിവരെയും അദ്ദേഹത്തിന് ലോക്കപ്പിന് പുറത്തു കഴിയാൻ സൗകര്യം ലഭിച്ചു.

പതിനാല് ദിവസത്തേക്കായിരുന്നു എൻ സിയേയും കൂട്ടരെയും റിമാന്റ് ചെയ്തത്. പതിനാലു ദിവസങ്ങൾക്കു ശേഷം അവരെ തലശ്ശേരി "തുക്കിടി" (സബ് കലക്ടർ) യുടെ മുമ്പിൽ ഹാജരാക്കി. തുക്കിടി സായ്പ്പ് അവരെ ഗൗരവത്തിൽ ഒന്നു തുറിച്ചു നോക്കിയിട്ട് "നിങ്ങൾ കുറ്റം ചെയ്തിട്ടുണ്ടോ?" എന്ന് കുറച്ചു കനത്ത സ്വരത്തിൽ ചോദിച്ചു. തുടർന്ന് "എന്താ പേര്? അച്ഛന്റെ പേരെന്താ? എവിടെയാ നാട്?" എന്നിങ്ങനെയായി ചോദ്യങ്ങൾ. എല്ലാ ചോദ്യങ്ങൾക്കും ശരിയായ ഉത്തരം നല്കിയശേഷം എൻ സിയും കൂട്ടരും ചോദിച്ചു: "എന്താണ് ഞങ്ങളുടെ കുറ്റം?" ജനങ്ങൾക്ക് ഉപദ്രവം ഉണ്ടാക്കുമാറ് നിങ്ങൾ നാട്ടിൽ അലഞ്ഞു തിരിഞ്ഞു നടക്കുന്നുവെന്ന് തുക്കിടി മറുപടി പറഞ്ഞു.

ഈ മറുപടി കേട്ടയുടനെ "മഹാത്മാഗാന്ധി കീ ജയ്, ഭാരത് മാതാ കീ ജയ്," തുടങ്ങിയ മുദ്രാവാക്യങ്ങൾ കോടതിയെ നടുക്കുമാറ് അവർ വിളിച്ചു. ഉടൻതന്നെ പ്രതികളെ ആറുമാസം വെറും തടവിന് ശിക്ഷിച്ചുകൊണ്ടുള്ള വിധിപ്രസ്താവം ഉണ്ടായി. പ്രതികളെ കണ്ണൂർ ജയിലിലേക്കയക്കാനും മജിസ്ട്രേറ്റ് കല്പിച്ചു.

ഒരു ബസിൽ കയറ്റി എൻ സിയെയും സുഹൃത്തുക്കളെയും കണ്ണൂർ ജയിലിലേക്ക് കൊണ്ടുപോയി. ഉച്ചയോടുകൂടി അവർ കണ്ണൂർ സെൻട്രൽ ജയിലിന്റെ മുഖ്യ കവാടത്തിന്റെ മുന്നിലെത്തി. ഗേറ്റ് കീപ്പറുടെ മുന്നിൽ വരിവരിയായി സത്യഗ്രഹ തടവുകാരെ നിർത്തി. അദ്ദേഹം ഗംഭീരഭാവം നടിച്ച് നിവർന്നിരുന്ന് അവരെ ഉഗ്രമായി ഒന്നു നോക്കി. എന്നിട്ട് വാറണ്ട് നോക്കി

പേരുകൾ വിളിച്ച് ലിസ്റ്റിൽ രേഖപ്പെടുത്തി. ഉടൻതന്നെ ഒരു ഹെഡ് വാർഡൻ വന്ന് അവരെ അടുത്ത മുറിയിലുണ്ടായിരുന്ന ജയിലറുടെയടുത്തേക്ക് കൂട്ടിക്കൊണ്ടുപോയി. അദ്ദേഹം തലയുയർത്തി ഒന്നു നോക്കി. ലിസ്റ്റ് ചെക്ക് ചെയ്യുകയും ദേഹം പരിശോധിച്ച് തിരിച്ചറിയാൻ അടയാളങ്ങൾ രേഖപ്പെടുത്തുകയും ചെയ്തു. എല്ലാം ശരിയാണെന്ന് ബോദ്ധ്യപ്പെട്ടശേഷം അവരെ ജയിലിനുള്ളിലേക്ക് കൊണ്ടുപോകാൻ ആജ്ഞാപിച്ചു. ഇടതുവശത്ത് കണ്ട മതിൽ കെട്ടിനുള്ളിലേക്ക് വാതിൽ തുറപ്പിച്ച് അവരെ കടത്തിവിട്ടു. അവിടത്തെ ഇൻചാർജ് ഒരു ചെറിയ വാർഡിനുള്ളിലേക്ക് അവരെക്കൊണ്ടുപോയി. ഈ വാർഡുകളെച്ചുറ്റി, ഉയർന്നു നില്ക്കുന്ന വലിയ മതിൽക്കെട്ടുകൾ ജയിലിനകത്തുള്ള ഒരു കുട്ടി ജയിലാണെന്ന് അപ്പോൾ അവർക്ക് മനസ്സിലായില്ല. അതൊരു മുൻ ബോർസ്റ്റൽ (കുട്ടികളായ തടവുകാർക്കുള്ള ദുർഗുണപരിഹാര പാഠശാല) ജയിലായിരുന്നു.

ഈ ബോർസ്റ്റൽ ബ്ലോക്ക് കൂടാതെ എട്ടുപത്ത് വലിയ വാർഡുകളും കണ്ണൂരിൽ ഉണ്ടായിരുന്നു. അതിൽ നാലഞ്ചെണ്ണത്തിൽ 'എ', 'ബി' ക്ലാസുകൾ ഉൾപ്പെടെ രാഷ്ട്രീയ തടവുകാരെയാണ് പാർപ്പിച്ചിരുന്നത്.

'ഭീകരപ്രസ്ഥാന'ക്കാരെന്നറിയപ്പെട്ടിട്ടുള്ള ദേശീയ വിപ്ലവകാരികളായ ധാരാളം രാഷ്ട്രീയ തടവുകാർ കണ്ണൂർ ജയിലിലുണ്ടായിരുന്നു. 'ഗദ്ദർ പാർട്ടി', 'ഹിന്ദുസ്ഥാൻ സോഷ്യലിസ്റ്റ് ആർമി', ബംഗാളിലെ 'അനുശീലൻ ഗ്രൂപ്പ്' എന്നീ പേരുകളിൽ അറിയപ്പെട്ടിരുന്ന വിവിധ വിപ്ലവ സംഘടനകളുടെ അനേകം അംഗങ്ങൾ കണ്ണൂർ സെൻട്രൽ ജയിലിൽ അക്കാലത്ത് ഉണ്ടായിരുന്നു. അതുപോലെ തന്നെ 1818 ലെ 'റെഗുലേഷൻ ആക്ട്' പ്രകാരം ശിക്ഷാവിധിയില്ലാതെ തടങ്കലിൽ അടക്കപ്പെട്ടവരും അവിടെയുണ്ടായിരുന്നു. ഇവരെക്കൂടാതെ 'ലാഹോർ ഗൂഢാലോചനക്കേസിൽ' ശിക്ഷിക്കപ്പെട്ടവരും ഭഗത്സിങ്ങിന്റെ സഹപ്രവർത്തകരുമായിരുന്ന ബാബ കേസർസിങ് തുടങ്ങിയവരും കണ്ണൂർ ജയിലിൽ ഉണ്ടായിരുന്നു. 1930 ലെ സിവിൽ ആജ്ഞാനിയമലംഘനത്തിൽപ്പെട്ട തടവുകാരെ അടച്ചു പൂട്ടാൻവേണ്ടി വിപ്ലവകാരികളായ ഈ തടവുകാരെ കടലൂർ ജയിലിലേക്കും മറ്റും സ്ഥലം മാറ്റുകയാണ് ചെയ്തത്. ഇവരെ സ്ഥലം മാറ്റിയതിനു മറ്റൊരു ലക്ഷ്യം കൂടിയുണ്ടായിരുന്നു. സത്യഗ്രഹത്തടവുകാർ ഈ വിപ്ലവകാരികളായ ദേശാഭിമാനികളുമായി ഇടപഴകാതിരിക്കണമെന്ന് ഭരണാധികാരിക്ക് നിർബ്ബന്ധമുണ്ടായിരുന്നു. ക്രൂരമായ ജയിൽ മർദ്ദനങ്ങളിൽ പ്രതിഷേധിച്ച് നീണ്ടകാലം നിരാഹാരമനുഷ്ഠിച്ച് 1929 ൽ വീരചരമമടഞ്ഞ വിപ്ലവകാരിയായ തിൽദാസും കണ്ണൂർ ജയിലിലുണ്ടായിരുന്നു.

ഈ വിപ്ലവകാരികളായ തടവുകാരുടെ ആവേശജനകമായ വീരകഥകൾ എൻ സിയും കൂട്ടരും മനസ്സിലാക്കിയത് ദീർഘകാല തടവുകാരായി കണ്ണൂർ സെൻട്രൽ ജയിലിൽ അവശേഷിക്കുന്ന സാധാരണ തടവുകാരിൽ നിന്നായിരുന്നു. ഈ കഥകൾ ഇന്ത്യയിലെ പഴക്കംചെന്ന വിപ്ലവപ്രസ്ഥാനത്തെപ്പറ്റി പഠിക്കുവാൻ എൻ സി ശേഖറിനും മറ്റും പ്രചോദനമേകി.

എൻ സി ശേഖറും മറ്റും കിടന്നിരുന്ന ബോർസ്റ്റൽ ബ്ലോക്ക് മുഖ്യ ജയിലിൽ നിന്നു ഒറ്റപ്പെട്ടതായിരുന്നു. ജയിലിലെ മറ്റു വാർഡുകളോ റോഡുകളോ കാണണമെങ്കിൽ വാർഡൻ കനിയണം. വലുതും ചെറുതുമായ മൂന്നു വാർഡുകളും ഒരു വർക്ഷോപ്പുമാണ് ആ കുട്ടിജയിലിലുണ്ടായിരുന്നത്. രണ്ട് സിംഗിൾ സെല്ലുകൾ ഉൾപ്പെട്ടതായിരുന്നു ഏറ്റവും ചെറിയ വാർഡ്.

എൻ സിയും മറ്റും കിടന്നിരുന്ന വാർഡ് പന്ത്രണ്ട് പേരെ പാർപ്പിക്കാവുന്ന ഒരു ഹാളും ഒരു ചെറിയ മുറിയും ഉൾപ്പെട്ടതായിരുന്നു. 70–75 പേർക്ക് കിടക്കാവുന്നതാണ് അതിലും വലിയ വാർഡ്. ബോർസ്റ്റൽ ബ്ലോക്കിൽ കടന്നയുടൻ എൻ സി കണ്ടത് രണ്ടൊറ്റ മുറികൾ ഉണ്ടായിരുന്ന വാർഡിന്റെ വരാന്തയിൽ കുറൂർ നീലകണ്ഠൻ നമ്പൂതിരിപ്പാട് ചർക്ക തിരിച്ചു കൊണ്ടിരിക്കുന്ന കാഴ്ചയായിരുന്നു. അദ്ദേഹത്തെ കണ്ടപ്പോഴാണ് കൊങ്ങാട്ടിൽ രാമൻമേനോനും അതേ ജയിലിൽ ഉണ്ടെന്ന് അറിഞ്ഞത്. പൊന്നുണ്ണി രാജയെപ്പോലുള്ള സന്നദ്ധഭടന്മാരെയും അതേ ബ്ലോക്കിൽ വച്ച് അവർ കണ്ടു. മേനോന്മാർക്ക് 'എ' ക്ലാസും കുറൂരിന് 'ബി' ക്ലാസുമാണ് ലഭിച്ചത്. സമ്പത്തും സാമൂഹ്യ പദവിയുമെടുത്താൽ 'എ' ക്ലാസ് ലഭിക്കേണ്ട തടവുകാരനാണ് കുറൂർ എങ്കിലും അദ്ദേഹം നാട്ടുരാജ്യ പ്രജയായതിനാൽ 'സി' ക്ലാസാണ് കിട്ടിയത്. എങ്കിലും ഒരു 'ബി' ക്ലാസ്സുകാരന്റെ എല്ലാ സൗകര്യങ്ങളും 'സി' ക്ലാസ് സെല്ലിൽ അദ്ദേഹത്തിന് അനുവദിച്ചു.

ആ ബ്ലോക്കിൽ ഉണ്ടായിരുന്ന മുറിയിൽ സദാ പൂട്ടിയിടപ്പെട്ട ഒരു ചെറുപ്പക്കാരൻ തടവുകാരനുണ്ടായിരുന്നു. യർവാദാ സെൻട്രൽ ജയിലിൽ നിന്നും ഇവിടേക്ക് സ്ഥലം മാറ്റപ്പെട്ട രാഷ്ട്രീയത്തടവുകാരനായിരുന്നു അദ്ദേഹം. അദ്ദേഹത്തെ എൻ സിയും കൂട്ടരും സമീപിച്ച് "എന്താണ് ഈ മുറി സദാ സമയവും പൂട്ടി ഇടാൻ കാരണം" എന്നന്വേഷിച്ചപ്പോൾ അദ്ദേഹം പറഞ്ഞ മറുപടിയിങ്ങനെ. സരോജിനി ദേവിയുടെ നേതൃത്വത്തിൽ ആരംഭിച്ച ധരാസന ഉപ്പുപടന്ന ആക്രമണത്തിൽ അറസ്റ്റ് ചെയ്യപ്പെട്ട അനേകം പേരിൽ ഒരാളായ താൻ പൂനയിലെ യർവാദാ ജയിലിലായിരുന്നു. യർവാദാ ജയിലിൽ ഒരു സമരം നടന്നു. 'ബി' ക്ലാസ് തടവുകാരുടെ ആവശ്യങ്ങൾ അനുവദിപ്പിക്കുന്നതിനുവേണ്ടിയായിരുന്നു സമരം. ഇതുകാരണം അവരിൽ കുറേപേരെ മറ്റു ജയിലുകളിലേക്ക് മാറ്റി. ഇങ്ങനെ മാറ്റിയ കൂട്ടത്തിൽ ഒറ്റ സെല്ലിലിട്ട് പൂട്ടിയിടുവാൻ ശിക്ഷിക്കപ്പെട്ടവരുമുണ്ടായിരുന്നു. അങ്ങനെ രണ്ടു മാസത്തെ ശിക്ഷ തനിക്കും ലഭിച്ചു.

മറ്റൊരു സംഘം തടവുകാരെയും യർവാദ ജയിലിൽ നിന്ന് ഇവിടെയെത്തിച്ചിട്ടുണ്ടെന്നും അദ്ദേഹം കൂട്ടിച്ചേർത്തു.

മറ്റ് 'സി' ക്ലാസ് തടവുകാരുമായി ഈ തടവുകാർ കൂടിക്കലരാതിരിക്കാൻ അധികൃതർ പ്രത്യേകം ശ്രദ്ധിച്ചു. താടിയും മുടിയും നീട്ടി ഭംഗിയായി മുടി ചീകി പുറകോട്ടിട്ടിരിക്കുന്ന നല്ല പ്രസരിപ്പുള്ള സുന്ദരനായ ആ ചെറുപ്പക്കാരൻ തൃശ്ശിനാപ്പള്ളി സ്വദേശിയാണ്. ബോംബെയിൽ ഒരു ഫാക്ടറി ക്ലാർക്കായി ജോലി ചെയ്യവെയാണ് ധരാസന ഉപ്പുപടന്ന ആക്രമണത്തിൽ പങ്കെടുക്കുന്നത്. ആ യുവാവിന്റെ പേരു വേദാന്തം എന്നായിരുന്നു.

രണ്ടു മാസത്തെ ശിക്ഷാ കാലാവധി കഴിഞ്ഞപ്പോൾ അദ്ദേഹത്തെ പൂട്ടി ഇടുന്നത് അവസാനിപ്പിച്ചു. പിന്നീട് എൻ സിയും മറ്റു തടവുകാരുമായി അദ്ദേഹം കൂടിക്കലരാൻ തുടങ്ങി. എൻ സിയും മറ്റും അദ്ദേഹവുമായി സുഹൃത്തുക്കളായി. അവർ രാഷ്ട്രീയ പ്രശ്നങ്ങൾ ചർച്ചചെയ്തു. ഗാന്ധിജിയുടെ നേതൃത്വത്തിൽ നടന്ന സത്യഗ്രഹ സമരങ്ങളിൽ അദ്ദേഹം പങ്കെടുത്തെങ്കിലും ആശയപരമായി അദ്ദേഹം കമ്യൂണിസ്റ്റായിരുന്നു. നിയമവിരുദ്ധവും അതുകൊണ്ട് നിയമവിരുദ്ധമായി പ്രവർത്തിക്കാൻ നിർബ്ബന്ധിതവുമായ ഇന്ത്യൻ കമ്യൂണിസ്റ്റ് പാർട്ടിയിലെ ഒരംഗമാണ് താനെന്ന് അദ്ദേഹം തന്നെ എൻ സിയോടും കൂട്ടുകാരോടും തുറന്നു പറഞ്ഞിരുന്നു.

അങ്ങനെ ഏതാനും നാൾ കണ്ണൂർ ജയിലിൽ കഴിഞ്ഞപ്പോഴാണ് പുതിയൊരു കൂട്ടുകാരൻ യർവാദാ ജയിലിൽ നിന്നും കണ്ണൂർ ജയിലിലേക്ക് വന്നത്. സോറാബ് സോളി ബാട്‌ലിവാല എന്നായിരുന്നു അദ്ദേഹത്തിന്റെ പേർ. ബോംബെ മേയറായിരുന്ന സോറാബ് ബാട്‌ലിവാലയുടെ ദ്വിതീയ പുത്രനായ ഇദ്ദേഹം ബി എ ബി എൽകാരനായിരുന്നു. ബോംബെയിൽ മേയർ ബാട്‌ലിവാലയുടെ അയൽവാസിയും സ്നേഹിതനുമായിരുന്നു കണ്ണൂർ ജയിൽ സൂപ്രണ്ട് കാണ്ഡുവാല. അതിനാൽ സാധാരണ സി ക്ലാസ് തടവുകാർക്ക് അനുവദിച്ചിട്ടില്ലാത്ത പല സാധന സാമഗ്രികളും കൊണ്ടു വരാൻ ബാട്‌ലിവാലയ്ക്ക് കഴിഞ്ഞിരുന്നു. ബാട്‌ലിവാലയോട് ഒരു പ്രത്യേക സ്നേഹത്തോടെയും ആദരവോടെയുമാണ് ജയിൽ സൂപ്രണ്ട് പെരുമാറിയിരുന്നത്.

അദ്ദേഹം വന്നപാടെ നിത്യപരിചയക്കാരെയെന്നപോലെ ചുറ്റും കൂടിയവരോട് പെരുമാറാൻ തുടങ്ങി. പുറത്തുള്ള വിശേഷങ്ങൾ പറയാനും അകത്തുള്ള വിശേഷങ്ങൾ അറിയാനും അദ്ദേഹം താല്പര്യം കാണിച്ചു. അദ്ദേഹം കൊണ്ടുവന്ന പഴവർഗ്ഗങ്ങളെല്ലാം സ്വന്തം ആവശ്യത്തിനുപോലും ഒരെണ്ണം മാറ്റിവെയ്ക്കാതെ മുഴുവനും മറ്റുള്ളവർക്കായി വിതരണം ചെയ്തു.

ബോംബെ പട്ടണത്തിൽ നിരോധനഉത്തരവ് ലംഘിച്ച് പ്രസംഗിച്ചതിനാണ് ബാട്‌ലിവാല അറസ്റ്റ് ചെയ്യപ്പെട്ടത്. ആ കുറ്റത്തിന് അദ്ദേഹത്തിന് 9 മാസത്തെ കഠിനതടവ് ലഭിച്ചു. എ ക്ലാസും അനുവദിച്ചു. എന്നാൽ തനിക്ക് 'എ' ക്ലാസ് പദവി വേണ്ടെന്നും 'സി' ക്ലാസുകാരനായി ജയിലിൽ അയയ്ക്കണമെന്നും ബാട്‌ലിവാല കോടതിയിൽ വാദിച്ചെങ്കിലും കോടതി 'എ' ക്ലാസ് തന്നെ അടിച്ചേല്പിച്ചു. ജയിലിൽ ചെന്നശേഷം അദ്ദേഹം ജയിൽ സൂപ്രണ്ടിന് ഒരു നോട്ടീസ് കൊടുത്തു. തനിക്ക് 'എ' ക്ലാസിനുപകരം 'സി' ക്ലാസ് നല്കണമെന്നും അതനുവദിച്ചില്ലെങ്കിൽ താൻ നിരാഹാരം നടത്തുമെന്നുമാണ് ആ നോട്ടീസിൽ പറഞ്ഞിരുന്നത്. ബാട്‌ലിവാലയുടെ നിർബ്ബന്ധത്തിന് ജയിലധികൃതർക്ക് വഴങ്ങേണ്ടിവന്നു. സമരഭീഷണി മുഴക്കിയ ബാട്‌ലിവാലയെ യർവാദാ ജയിലിൽ പാർപ്പിക്കാതെ കണ്ണൂർ ജയിലിലേക്ക് മാറ്റി. അക്കാലത്ത് മർദ്ദനത്തിനു പേരുകേട്ട ജയിലായിരുന്നു കണ്ണൂർ സെൻട്രൽ ജയിൽ.

കണ്ണൂർ ജയിലിലെ ചില വിവേചനത്തിനെതിരെ ശബ്ദമുയർത്തിയിരുന്ന എൻ സി ശേഖറിനും കൂട്ടർക്കും ബാട്‌ലിവാലയുടെ വരവ് ശക്തി നല്കി.

ബാട്‌ലിവാലയുടെ കൈയിൽ ധാരാളം പുസ്തകങ്ങൾ ഉണ്ടായിരുന്നു. അവയിൽ എൻ സി ശേഖറുടെ ശ്രദ്ധ ആകർഷിച്ചത് രണ്ട് പുസ്തകങ്ങളായിരുന്നു. അനട്ടോൾ ഫ്രാൻസ് എഴുതിയ *ദൈവദൂതന്മാരുടെ കലാപം* (The Revolt of the Angels), ഇറ്റാലിയൻ ഫാസിസ്റ്റായ ബനിറ്റോ മുസോളിനി എഴുതിയ *ഫാസിസത്തിന്റെ ഉത്ഭവം* (Making of Fascism) എന്നിവയായിരുന്നു അവ. ഫാസിസത്തിന്റെ സർവ്വതന്ത്രങ്ങളെയും അടവുകളെയും വിശദീകരിക്കുന്ന പുസ്തകമായിരുന്നു രണ്ടാമത്തേത്. ഫാസിസത്തെപ്പറ്റി പത്രങ്ങളിൽ വായിച്ചിട്ടുള്ളതല്ലാതെ മറ്റു കാര്യമായ പഠനങ്ങളൊന്നും നടത്തിയിട്ടില്ലാത്തതിനാലാണ് *ഫാസിസത്തിന്റെ ഉത്ഭവം* വായിച്ചു നോക്കാനുള്ള ആഗ്രഹം തോന്നിയത്. വേദാന്തം മുസോളിനിയുടെ ചരിത്രം മുഴുവൻ എൻ സി ശേഖറിന് പറഞ്ഞ് മനസ്സിലാക്കിക്കൊടുത്തു. എന്നിട്ടദ്ദേഹം ഇങ്ങനെ പറഞ്ഞു: "രാഷ്ട്രീയ പ്രസ്ഥാനങ്ങളെപ്പറ്റി മനസ്സിലാക്കാൻ ഇതെല്ലാം വായിച്ചിരിക്കേണ്ടത് ആവശ്യമായിരിക്കാം. പക്ഷേ, മർദ്ദിത ജനങ്ങളുടെ വിമോചനത്തിന് ഉതകുന്ന ഒരു തത്ത്വസംഹിതയല്ല അതെന്ന് മനസ്സിലാക്കണം."[1]

രാഷ്ട്രീയ പ്രസ്ഥാനത്തിൽ ആവേശഭരിതരായി ചേർന്നെങ്കിലും തത്ത്വസംഹിതയിലുള്ള വ്യത്യാസങ്ങൾ വിവേചിച്ചറിയുന്നതിനുള്ള പാണ്ഡിത്യമോ പക്വതയോ എൻ സിക്കും മറ്റും ശരിയായി ഉണ്ടായിരുന്നില്ല. അതിനാൽ വേദാന്തം ഈ കാര്യങ്ങളൊക്കെ സംസാരിച്ചപ്പോൾ കൂടുതൽ അറിയുന്നതിനുള്ള ആഗ്രഹം വർദ്ധിച്ചു. വേദാന്തത്തിന്റെ പ്രഭാഷണങ്ങൾ വളരെ സന്ദർഭോചിതമായിരുന്നു.

വേലികൾ ചാടിക്കടന്ന് പലപ്പോഴും എൻ സി ശേഖർ 'എ' ക്ലാസിൽ എത്തിയിരുന്നു. പ്രധാനമായും വായിക്കാൻ പുസ്തകത്തിനും പത്രത്തിനും വേണ്ടിയായിരുന്നു അത്. 'എ' ക്ലാസിൽ കിടക്കുന്ന ആന്ധ്രാകേസരി ടി പ്രകാശമായിരുന്നു എൻ സിക്ക് അവ കൊടുത്തിരുന്നത്. ഒരു ദിവസം എൻ സിക്ക് പാരിതോഷികമായി ഒരു ഇംഗ്ലീഷ് നോവൽ പ്രകാശത്തിന്റെ കൈയിൽ നിന്നും ലഭിച്ചു. നോവലിന്റെ ഒന്നാം പേജിൽ ഇന്ത്യൻ യുവലോകത്തിനുവേണ്ടി ഒരു പ്രമാണരേഖ (MOTTO) എഴുതി അദ്ദേഹത്തിന്റെ ഓട്ടോഗ്രാഫും പതിച്ചിരുന്നു. "ഇന്ത്യയുടെ സ്വാതന്ത്ര്യം ഇന്ത്യൻ യുവലോകത്തിന്റെ ചുമരുകളിൽ അർപ്പിതമാണ്, അത് സ്ഥാപിക്കാനുള്ള കരുത്തുറ്റ സമരം യുവാക്കളുടെ ഹസ്തങ്ങളിൽ ലീനമായിരിക്കുന്നു. അത് സാക്ഷാത്ക്കരിക്കുക എന്നർത്ഥം വരുന്നതായിരുന്നു ആ മുദ്രാവാക്യം".

ജയിലിൽ 'സി' ക്ലാസ് രാഷ്ട്രീയ തടവുകാർക്ക് നല്കിവന്നിരുന്ന ഭക്ഷണം ഏറ്റവും മോശവും ദുസ്സഹവുമായിരുന്നു. വെന്തുചീഞ്ഞ് ദുർഗന്ധം വമിക്കുന്ന ചോറ് അമ്പലങ്ങളിൽ കൊടുക്കുന്നതുപോലെ റേഷൻ പടച്ചോറാക്കി നല്കും. നീണ്ടു തടിച്ച പുഴുക്കൾ മിക്കവാറും ദിവസവും അതിലുണ്ടാകും. ഒരു ഉരുണ്ട ചെമ്പ് നിറച്ച് സാമ്പാർ എന്ന പേരിൽ കൊണ്ടുവരുന്ന കറി അതിലും ദുസ്സഹം. ഭക്ഷണകാര്യത്തിൽ ക്രിമിനൽ പുള്ളികളും രാഷ്ട്രീയത്തടവുകാരും തമ്മിൽ വ്യത്യാസമൊന്നുമില്ല. എല്ലാവരും തുല്യരാണ്. വയറുകടി, വയറിളക്കം, രക്താതിസാരം തുടങ്ങിയ ഉദരരോഗങ്ങൾ പിടിപെട്ട് പലരും ആശുപത്രിയിലെത്തുന്നത് പതിവായി. 50-60 ശതമാനം വെള്ളം ചേർത്ത പാലും റൊട്ടിയും കഴിച്ചാണ് പലരും ദിവസങ്ങൾ തള്ളിനീക്കിയത്.

ഭക്ഷണം ശുചിത്വമുള്ളതും ദുർഗന്ധം വമിക്കാത്തതുമായിരിക്കണമെന്ന് തടവുകാർ പല പ്രാവശ്യം ജയിലധികാരികളെ കണ്ട് ആവശ്യപ്പെട്ടു. എന്നാൽ അതിന് ഫലമൊന്നുമുണ്ടായില്ല. അവസാനം ശുചിത്വമില്ലാത്ത ഭക്ഷണം ഉപേക്ഷിക്കാനുള്ള തീരുമാനം അവർ അധികൃതരെ അറിയിച്ചു. തങ്ങളുടെ ആവശ്യങ്ങൾ ഹർജിയായി കൊടുക്കാൻ അവർ തീരുമാനിച്ചു. ഹർജി കൊടുക്കാൻ തടവുകാർ ആവശ്യപ്പെട്ടതനുസരിച്ച് ജയിലറുടെ ഓഫീസിൽ നിന്നു തന്നെ കടലാസും കവറും നല്കി. അവരുടെ ആവശ്യങ്ങൾ താഴെ പറയപ്പെടുന്നവയാണ്.

1. ഭക്ഷണം പാകം ചെയ്യാൻ സി ക്ലാസ് രാഷ്ട്രീയ തടവുകാർക്ക് പ്രത്യേക പാചകശാല അനുവദിക്കുക
2. മോര് തടവുകാർക്ക് അനുവദിക്കുക
3. ആഴ്ചയിൽ രണ്ടു തവണ എണ്ണയും സോപ്പും കുളിക്കാൻ അനുവദിക്കുക
4. വർത്തമാന പത്രങ്ങളും പുസ്തകങ്ങളും അനുവദിക്കുക
5. രോഗികളാവുന്ന രാഷ്ട്രീയ തടവുകാർക്ക് ശരിയായ ചികിത്സ നല്കാൻ ജയിലാശുപത്രിയിൽ സൗകര്യങ്ങളുണ്ടാക്കുക.

6. വൈകുന്നേരം ജയിലിനുള്ളിൽ നടക്കാൻ അനുവദിക്കുക.

അവർ ജയിൽ സൂപ്രണ്ടിന് നല്കിയ ഹർജിയിൽ താഴെപ്പറയുന്ന എട്ടുപേരാണ് ഒപ്പിട്ടിരുന്നത്. 1) സോറാബ് സോളി ബാട്‌ലിവാല. 2) എൻ പി ഗുരുക്കൾ, 3) പുനലൂർ ഖാലിദ്, 4) തിരുവനന്തപുരം വേലായുധൻ നായർ, 5) ചാലക്കുടിശങ്കരൻ നായർ, 6) മഞ്ചേരി നാരായണൻ 7) പൊന്നാനി ഗോവിന്ദപ്പണിക്കർ 8) എൻ സി ശേഖർ.

മേൽപ്പറഞ്ഞ ആവശ്യങ്ങൾ സി ക്ലാസ് തടവുകാരുടെയിടയിൽ പ്രചരിപ്പിച്ച് അതിനനുകൂലമായ ഭൂരിപക്ഷ അഭിപ്രായം രൂപീകരിച്ചു. സ്വയം ഗാന്ധിയന്മാർ എന്നു നടിക്കുന്ന മറ്റു ക്ലാസുകാർ സി ക്ലാസുകാരെ "വിപ്ലവകാരികൾ" എന്നു വിളിച്ചും അവരുടെ വാർഡിനെ "വിപ്ലവ വാർഡ്" എന്നു വിളിച്ചും പരിഹസിക്കാനും മടിച്ചിരുന്നില്ല.

ഹർജി നല്കുക മാത്രമല്ല, മറ്റൊരു കാര്യംകൂടി എൻ സി ശേഖറും കൂട്ടരും ചെയ്യുകയുണ്ടായി. 'എ' ക്ലാസുകാരുടെയും 'ബി' ക്ലാസുകാരുടെയും കറിയും സൗജന്യങ്ങളും ഉപേക്ഷിക്കാനും അവർ തീരുമാനിച്ചു.

'എ', 'ബി' എന്നീ ഉയർന്ന ക്ലാസുകാർക്ക് അവരുടെ ഉന്നത നിലവാരമുള്ള ഭക്ഷണം പാകം ചെയ്യാൻ ബി ക്ലാസിൽ പ്രത്യേക പാചകശാല ഉണ്ടായിരുന്നു. അവരുടെ ഭക്ഷണത്തിനുപയോഗിച്ചിരുന്ന അരിയും പച്ചക്കറികളും ഗുണനിലവാരത്തിൽ മേന്മയേറിയതായിരുന്നു. അവിടെനിന്നും സി ക്ലാസുകാരായ രാഷ്ട്രീയ തടവുകാർക്ക് രാവിലെ കഞ്ഞിയും ചട്ണിയും ഉച്ചക്കും രാത്രിയും സാമ്പാറ് തുടങ്ങിയ നല്ല കറികളും കൊടുത്തയക്കുമായിരുന്നു. ജയിലധികൃതരുടെ അറിവോടെയാണ് ഇത് ചെയ്തിരുന്നത്.

'സി'ക്ലാസുകാരുടെ പരാതി കിട്ടിയ ഉടനെ ജയിൽ സൂപ്രണ്ടും മറ്റും 'എ', 'ബി' ക്ലാസുകളിലുള്ള ടി പ്രകാശം, രാജഗോപാലാചാരി തുടങ്ങിയ നേതാക്കന്മാരെ സന്ദർശിച്ച് സംസാരിച്ചു. ഇതിനെത്തുടർന്ന് ഭക്ഷണകാര്യത്തിൽ കുഴപ്പവും സമരവുമൊന്നും ഉണ്ടാക്കരുതെന്ന് 'സി' ക്ലാസിലുള്ള ചില പ്രമാണിമാർ മുഖേന നേതാക്കന്മാർ ഉപദേശിക്കുകയുണ്ടായി. 'സി' ക്ലാസ് തടവുകാരിൽ കുറെപ്പേർ 'എ' ക്ലാസ് കറിയും സൗജന്യങ്ങളും ഉപേക്ഷിച്ച കാര്യവും നേതാക്കന്മാർ മനസ്സിലാക്കി. നേതാക്കന്മാരുടെ താക്കീതിൽ 'സി' ക്ലാസ് തടവുകാർക്കുണ്ടായ ആക്ഷേപം അവർ ടി പ്രകാശം മുഖേന മറ്റു നേതാക്കളെ അറിയിച്ചു.

'എ' ക്ലാസ് പദവിയിലുള്ള ഉയർന്ന തടവുകാരോട് അസൂയയോ വിരോധമോ ഉണ്ടായതുകൊണ്ടല്ല 'എ' ക്ലാസ് കറികളും സൗജന്യങ്ങളും ഉപേക്ഷിക്കാൻ തീരുമാനിച്ചത്. 'സി' ക്ലാസ് തടവുകാരുടെ ദുഃസ്ഥിതിക്ക് അറുതി വരുത്തുകയും എല്ലാ രാഷ്ട്രീയ തടവുകാരെയും ഒരുപോലെ കണ്ടു പെരുമാറാൻ ഗവൺമെന്റിനെ നിർബ്ബന്ധിക്കുകയും ചെയ്യുക എന്നതായിരുന്നു 'സി' ക്ലാസ് തടവുകാരുടെ ഉദ്ദേശ്യം.

വൃത്തിയുള്ള ഭക്ഷണം കൊടുക്കാത്ത ജയിലധികൃതരോട് പ്രതിഷേധം പ്രകടിപ്പിക്കാൻ ചില തടവുകാർ ജയിലിൽ സുലഭമായി ലഭിച്ചിരുന്ന മത്തൻ, കുമ്പളങ്ങ, കത്തിരിക്ക, കർമ്മോസ, വഴുതന തുടങ്ങിയ പച്ചക്കറികളും പഴവർഗ്ഗങ്ങളും ശേഖരിച്ചു പുഴുങ്ങി തിന്നുക പതിവാക്കി. മറ്റുചിലർ നാളികേരവും ഇളനീരും ഇട്ടുകുടിച്ചു. വേറെചിലർ കർമ്മോസ പറിച്ചു പഴുപ്പിച്ചു തിന്നാൻ തുടങ്ങി. തടവുകാരെ സംബന്ധിച്ചിടത്തോളം, നിയമവിരുദ്ധമായിരുന്നു ഈ പ്രവൃത്തികളെല്ലാം.

വാർഡൻ ഇക്കാര്യം അധികൃതർക്ക് റിപ്പോർട്ടു ചെയ്തു. ജയിലിനകത്തുള്ള ആഢ്യന്മാരായ നേതാക്കന്മാർക്ക് ഈ പ്രവൃത്തികളിൽ വെറുപ്പുണ്ടായി. സത്യഗ്രഹതത്ത്വങ്ങൾ ലംഘിക്കുകയും സദാചാര തത്ത്വങ്ങൾ പാലിക്കാത്തവരുമാണ് 'സി' ക്ലാസിലെ പല തടവുകാരുമെന്ന് വലിയ ഗാന്ധിയന്മാരായ അവർ കുറ്റപ്പെടുത്തി. അവരുടെ വെറുപ്പ് ഒരു ദിവസം പൊട്ടിത്തെറിച്ചു. അതേക്കുറിച്ച് എൻ സി എഴുതി:

> ....ഒരു ദിവസം, ഒരുശിരൻ ചെറുപ്പക്കാരൻ തെങ്ങിൽക്കയറി ഇളനീർ പറിച്ചിട്ടു. ഒച്ചകേട്ട് എല്ലാവരുടെയും ശ്രദ്ധ ആ തെങ്ങിലേക്ക് തിരിഞ്ഞു. നാലഞ്ചുപേർ ഇളനീർ വീണ സ്ഥലത്ത് ഓടിയെത്തി. അപ്പോഴേക്കും ഇളനീര് പറിച്ചിട്ട അമ്പാടി തെങ്ങിൽ നിന്ന് ഇറങ്ങിക്കഴിഞ്ഞു. ഈ ലേഖകനും അവിടെയെത്തി. കുറൂറിന്റെ സെല്ലിനരികിൽ നിന്നെത്തിയ സത്യഗ്രഹികൾ ഇളനീർ പറിച്ചിട്ട സത്യഗ്രഹതടവുകാരന്റെ മുഖത്ത് ക്രുദ്ധതയോടെ നോക്കിക്കൊണ്ട് പുലഭ്യം(അസഭ്യവും) പറയാൻ തുടങ്ങി: തെണ്ടികൾ, വീടുകളിൽ തിന്നാനൊന്നുമില്ലാത്തതുകൊണ്ട് സത്യഗ്രഹിവേഷവും കെട്ടി ഇറങ്ങി പുറപ്പെട്ടവരാണിവർ, തെമ്മാടികൾ വിളി ആവർത്തിച്ചു. ശകാരം തന്നെ, അതും കോപം കയറി പല്ലിളിച്ചുകൊണ്ടാണ്. അടക്കാൻ വയ്യാത്ത രോഷത്തോടുകൂടിയാണ് അവർ തെങ്ങിൻചുവട്ടിൽ പാഞ്ഞടുത്തത്. ഈറ്റപ്പുലികളെപ്പോലെ അവരുടെ ഭാവഭേദങ്ങളും ശകാരവർഷവും അസഹനീയമായി തോന്നിയ എനിക്ക് ക്ഷമയോടുകൂടി അവിടെ നില്ക്കാൻ കഴിഞ്ഞില്ല. ഇളനീർ വന്നു വീണപ്പോഴുണ്ടായ ശബ്ദത്തേക്കാൾ ഒച്ചയുണ്ടാക്കിയ ഒരൊറ്റ അടി, തെമ്മാടി എന്നും മറ്റും വിളിച്ചു ശകാരിച്ച നാരായണൻ ഇളയത് എന്ന പേരുകാരനായ സത്യഗ്രഹിയുടെ ചെകിടടക്കി ഇട്ടുകൊടുത്തു. അടി വീണതും 'അയ്യോ' എന്നു വിളി മുഴക്കിക്കൊണ്ട് അയാൾ ഓടി വാർഡിൽ ചെന്നു കയറിയതും ഒരേ സമയത്തു തന്നെ കഴിഞ്ഞു. ബോർസ്റ്റൽ ബ്ലോക്കാകെ ശബ്ദമുഖരിതമായി.[2]

ഈ സംഭവങ്ങളെല്ലാം വീക്ഷിച്ചുകൊണ്ട് വാർഡൻ ഗേറ്റിനരികെയുള്ള അയാളുടെ ഇരിപ്പിടത്തിൽ തന്നെയിരുന്നു. ഇളനീർ ആവശ്യമുള്ളവർ ഇടിച്ച് തൊണ്ടിളക്കി ഇളനീരെല്ലാം എടുത്തു കുടിച്ചു. അധികം കഴിയുന്നതിനുമുമ്പ് പ്രശ്നം ചർച്ചചെയ്യാൻ ബോർസ്റ്റൽ ബ്ലോക്കിലെ തടവുകാർ യോഗം കൂടുന്നതാണെന്ന അറിയിപ്പുവന്നു.

അടിച്ചവരും അടിയേറ്റു വാങ്ങിയവരും ഉൾപ്പെടെ എല്ലാ ബോർസ്റ്റൽ ബ്ലോക്ക് നിവാസികളും യോഗത്തിൽ പങ്കെടുത്തു. കുറൂർ നീലകണ്ഠൻ നമ്പൂതിരിപ്പാട് അദ്ധ്യക്ഷത വഹിച്ചു. യോഗം വിളിച്ചുകൂട്ടാൻ മുൻകയ്യെടുത്ത മുഹമ്മദ് യൂസഫ് (*അൽ-അമീൻ* സഹപത്രാധിപർ) അതിന് പ്രേരകമായ കാരണങ്ങൾ വിശദീകരിച്ചു. പൊതുയോഗത്തിൽ വച്ച് അടിച്ച തടവുകാരനെക്കൊണ്ട് മാപ്പ് പറയിപ്പിക്കുകയാണ് യോഗം വിളിച്ചുകൂട്ടാൻ മുൻകൈയെടുത്തവരുടെ ഉദ്ദേശ്യം. പലരും സംസാരിച്ചു. എല്ലാ പ്രസംഗങ്ങളിലും പ്രകടമായിരുന്നത് അടിച്ച ആളിന്റെ നേരെയുള്ള വിദ്വേഷവും വെറുപ്പുമായിരുന്നു. അദ്ധ്യക്ഷൻ പറഞ്ഞു: "രണ്ട് ഭാഗക്കാരും തെറ്റുചെയ്തു.ചീത്ത പറഞ്ഞതും തെറ്റ്, ആ തെറ്റുകാരനെ അടിച്ചതും തെറ്റ്. അതിനാൽ രണ്ടു കൂട്ടരും വ്യസനി

ക്കേണ്ടവരാണ്; പരസ്യമായി പശ്ചാത്താപപ്രകടനം നടത്തേണ്ട വരുമാണ്". അദ്ധ്യക്ഷന്റെ സൗമ്യവും ബുദ്ധിപരവുമായ സമീപനം, രണ്ടു കൂട്ടരെക്കൊണ്ടും പശ്ചാത്താപപ്രകടനം നടത്തുന്നതിന് സഹായകമായി.

ഇതിനിടയിൽ വാർഡൻ വിവരങ്ങൾ എത്തിക്കേണ്ടിടത്ത് എത്തിച്ചിരുന്നു. വൈകുന്നേരം നാലുമണിയായപ്പോൾ ജയിലർ ഫ്ളാറ്റൻ വാർഡിൽ വന്ന് എൻ സി യോടു പറഞ്ഞു:"നിങ്ങളാണോ എൻ സി ശേഖർ. എങ്കിൽ, നിങ്ങൾ ക്വാറന്റയിനിൽ പോകണം, നിങ്ങളുടെ കിറ്റ് എടുത്തുകൊള്ളുക. സൂപ്രണ്ട് നിങ്ങളെ അങ്ങോട്ട് സ്ഥലം മാറ്റിയിരിക്കുന്നു."

അങ്ങനെ 1930 ഡിസംബർ അവസാനത്തോടെ എൻ സി ശേഖർ ക്വാറന്റയിനിലെത്തി. മെയിൻ ജയിലിൽ നിന്നും പുറത്ത് മെയിൻ റോഡരികിൽ നെടുംനീളത്തിൽ കാണുന്ന ഇരുനില കെട്ടിടമാണത്.

പുതുതായി കൊണ്ടുവരപ്പെടുന്ന തടവുകാരെ മെയിൻ ജയിലിനുള്ളിൽ കൊണ്ടു പോകുന്നതിനുമുമ്പ് ഒരാഴ്ചയോ മറ്റോ പാർപ്പിച്ച് പകർച്ചവ്യാധിയോ മറ്റോ ഉണ്ടോ എന്ന് പരിശോധിക്കാൻ വേറെ നീക്കിവെച്ച സ്ഥലമാണ് ക്വാറന്റയിൻ. എൻ സി അവിടെ ചെല്ലുമ്പോൾ അവിടെ നൂറിലധികം സത്യഗ്രഹ തടവുകാർ ഉണ്ടായിരുന്നു. ബോംബെയിൽ സരോജിനി നായിഡുവിന്റെ നേതൃത്വത്തിൽ നടന്ന ധരാസന ഉപ്പുപടന്ന ആക്രമണ സമരത്തിൽ പങ്കെടുത്ത് അറസ്റ്റുവരിച്ചവരായിരുന്നു അവരിൽ ഭൂരിപക്ഷവും. അവരുടെ കൂട്ടത്തിൽ സാമാന്യം മദ്ധ്യപ്രായത്തിലെത്തിയ സി കെ സുബ്രഹ്മണ്യം എന്ന തൃശൂർ സ്വദേശിയായിരുന്നു ബോംബെ സംഘത്തിന്റെ നേതാവ്. അദ്ദേഹത്തിന്റെ സഹോദരനും ബോംബെയിലെ പ്രശസ്ത ദേശീയ ദിനപത്രമായ *ബോംബെ ക്രോണിക്കിളി*ന്റെ സഹപത്രാധിപരുമായ സി കെ നാരായണസ്വാമിയും സത്യഗ്രഹത്തിൽ പങ്കെടുത്തു തടവിലാണ്. പത്രത്തിന്റെ പത്രാധിപർ കോൺഗ്രസ് നേതാവ് ബ്രൽവിയാണ്. അദ്ദേഹവും സമരത്തിൽ പങ്കെടുത്തതിനാൽ അറസ്റ്റിലാണ്.

തമിഴ്നാട്ടിലെ വേദാരണ്യം ഉപ്പു സത്യഗ്രഹത്തിൽ പങ്കെടുത്ത് അറസ്റ്റ് വരിച്ച ഏഴുപേരും ക്വാറന്റയിനിൽ ഉണ്ടായിരുന്നു. കുറെദിവസം കഴിഞ്ഞ് മർക്കാരയിൽ നിരോധനം ലംഘിച്ചതിന് അറസ്റ്റ് ചെയ്ത് ശിക്ഷിക്കപ്പെട്ട രണ്ട് കുടകു(കൂർഗു) സത്യഗ്രഹികളെ കൂടി ക്വാറന്റയിനിൽ കൊണ്ടുവന്നു. കൃഷ്ണയ്യ, കറുമ്പയ്യ എന്നും ആയിരുന്നു അവരുടെ പേരുകൾ. കൃഷ്ണയ്യ പ്രഭുവായിരുന്നു. കറുമ്പയ്യ പൊലീസ് സബ്ബ് ഇൻസ്പെക്ടർ ഉദ്യോഗം രാജിവെച്ചിട്ട് സത്യഗ്രഹത്തിൽ പങ്കെടുത്തയാളാണ്. കറുമ്പയ്യ പിന്നീട് രാജ്യസഭാംഗമായി. അപ്പോൾ എൻ സിയും രാജ്യസഭയിലെത്തിയിരുന്നു.

1930 ജനുവരി 26 മുതൽ എല്ലാ ജനുവരി 26 ഉം സ്വാതന്ത്ര്യദിനമായി ആഘോഷിക്കാൻ ലാഹോറിൽ ചേർന്ന കോൺഗ്രസ് സമ്മേളനം തീരുമാനിച്ചിരുന്നു. അതനുസരിച്ച് 1931 ജനുവരി 26 ന് കണ്ണൂർ ജയിലിന്റെ മാളികമുകളിൽ കയറി ഒരു യുവകേസരി ദേശീയ പതാക ഉയർത്തിക്കൊണ്ട് ദേശീയ സ്വാതന്ത്ര്യ മുദ്രാവാക്യം മുഴക്കി. മുദ്രാവാക്യം വിളികേട്ട് വാർഡുകളിൽ തങ്ങിയിരുന്ന എല്ലാ വിഭാഗം തടവുകാരും പുറത്തിറങ്ങി നോക്കിയപ്പോൾ ഒരു രാഷ്ട്രീയ തടവുകാരനാണ് മുദ്രാവാക്യം മുഴക്കുന്നതെന്ന് കണ്ടു. എല്ലാവരും തെല്ല് സംഭ്രമത്തോടുകൂടിയാണെങ്കിലും അതേറ്റു വിളിച്ചു.

ഇന്ത്യൻ ദേശീയ സേവാദൾ സംഘത്തിന്റെ ക്യാപ്റ്റനായ വാസുദേവ റാവുവായിരുന്നു ആ യുവാവ്. ബാംഗ്ലൂർ സ്വദേശിയായ അദ്ദേഹത്തെ അവിടെ

നിയമലംഘന പ്രസ്ഥാനത്തിൽ പങ്കെടുത്ത് സമരം നയിച്ചതിന് അറസ്റ്റ് ചെയ്യുകയും ശിക്ഷിച്ച് കണ്ണൂർ ജയിലിലേക്കയക്കുകയുമാണുണ്ടായത്.

മാളികമുകളിൽ കയറി നിന്നുകൊണ്ട് മുദ്രാവാക്യം മുഴക്കിയതിനെത്തുടർന്ന് കടുത്ത ശിക്ഷയാണ് വാസുദേവറാവുവിന് നല്കിയത്. അദ്ദേഹത്തിന്റെ കാലിൽ താവിലങ്ങിട്ടു പൂട്ടി കയ്യിൽ ആമംവെച്ചു കുരുക്കി ക്വാറന്റയിനിലുള്ള ഏകാന്തമുറിയിൽ അടച്ചിടാൻ സൂപ്രണ്ട് കല്പിച്ചു. ഉൾജയിലുകളിൽ അടച്ചാലുണ്ടാകുന്ന പ്രതിഷേധ പ്രകടനങ്ങൾ ശക്തമായിരിക്കുമെന്ന് ഭയന്നിട്ടാണ് വാസുദേവറാവുവിനെ എൻ സി യും മറ്റും കിടക്കുന്ന ക്വാറന്റയിനിലേക്ക് കൊണ്ടുവന്നത്.

ഇതിനെത്തുടർന്ന് തടവുകാരോട് കാണിച്ചുകൊണ്ടിരിക്കുന്ന ക്രൂരതയെ ചോദ്യം ചെയ്യാൻതന്നെ ക്വാറന്റയിനിലുണ്ടായിരുന്ന 110 തടവുകാരും ഏകകണ്ഠമായി തീരുമാനിച്ചു.

വാസുദേവറാവുവിന്റെ കാലിലും കൈയിലുമുള്ള വിലങ്ങുകൾ ഉടൻ മുറിച്ചുമാറ്റുക; ഇല്ലെങ്കിൽ, ലോക്കപ്പുകളിൽ കയറാതിരിക്കുക, ഭക്ഷണം ഉപേക്ഷിക്കുക ഇതായിരുന്നു തീരുമാനം.

ഈ തീരുമാനം മെയിൻ ജയിലിലുള്ളവരെയും അവർ അറിയിച്ചു. മെയിൻ ജയിലിനകത്തുള്ള ചുറ്റുറോഡിലൂടെ നടക്കാനിറങ്ങിയ ബോർസ്റ്റൽ ബ്ലോക്കിലെ കൂട്ടുകാരോടും അവർ ഈ വിവരം പറഞ്ഞു. (എൻ സിയുടെയും മറ്റും പ്രക്ഷോഭ ഫലമായിട്ടാണ് ലോക്കപ്പ് സമയമായ അഞ്ചരമണിക്ക് മുമ്പുള്ള ഒരു മണിക്കൂർ രാഷ്ട്രീയ തടവുകാരെ ചുറ്റുറോഡിലൂടെ നടക്കാൻ അനുവദിച്ചിരുന്നത്.) അവർ അവരുടെ ബ്ലോക്കിലുള്ളവരെ അറിയിക്കാമെന്നേറ്റു.

ലോക്കപ്പിനുള്ള സമയമായപ്പോൾ ജയിലറും വാർഡർമാരും കൂട്ടത്തോടെ വന്ന് സെല്ലുകളിൽ കയറാൻ ഉഗ്രമായി ആജ്ഞാപിച്ചെങ്കിലും തടവുകാർ അതനുസരിച്ചില്ല.

“വാസുദേവ റാവുവിന്റെ ചങ്ങലക്കെട്ടുകൾ നീക്കം ചെയ്യുക”, “ഭാരതമാതാ കീ ജയ്”, “മഹാത്മാഗാന്ധി കീ ജയ്” തുടങ്ങിയ മുദ്രാവാക്യങ്ങൾ ആയിരുന്നു സുപ്രണ്ട് കാണ്ഡുവാലയുടെ ഭീഷണിക്കുള്ള മറുപടി.

ക്രോധത്തോടെ ജയിൽ സൂപ്രണ്ട് മടങ്ങിപ്പോയി.

രാത്രി എട്ടുമണിയായപ്പോൾ തലശ്ശേരി ആസ്ഥാനമാക്കിയുള്ള സബ് കളക്ടറും സൂപ്രണ്ടും ജയിലറും മൂന്നാം തവണയും ക്വാറന്റയിൻ ഗേറ്റിൽ പ്രവേശിച്ചു. വാർഡർമാരും കൺവിക്റ്റ് വാർഡർമാരും ലാത്തിയോടുകൂടി ഗേറ്റിനുള്ളിൽ കാവൽ നിന്നു.

“നിങ്ങൾ ലോക്കപ്പിൽ കയറുന്നോ ഇല്ലയോ”? സൂപ്രണ്ടിന്റെ അന്തിമമായ ചോദ്യം.

തിരിച്ചുപോയ ജയിലർ അരമണിക്കൂറിനുശേഷം സൂപ്രണ്ടും കൂടുതൽ പരിവാരങ്ങളുമായി വീണ്ടും വന്നു. ലോക്കപ്പിൽ കയറിയില്ലെങ്കിൽ തനിക്ക് ബലപ്രയോഗം നടത്തേണ്ടിവരുമെന്നു സൂപ്രണ്ട് തടവുകാരെ ഭീഷണിപ്പെടുത്തി.

“വാസുദേവ റാവുവിന്റെ ചങ്ങലക്കെട്ടുകൾ മുറിച്ചുമാറ്റു; ഇല്ലെങ്കിൽ ലോക്കപ്പിൽ പോകുന്നതല്ല” തടവുകാരുടെ അന്തിമമായ മറുപടി: ഉടൻതന്നെ ഡിസ്ട്രിക്ട് മജിസ്ട്രേട്ടിന്റെ ഉഗ്രമായ ആജ്ഞ: “ചാർജ്”. തുടർന്ന് അവിടെ നടന്ന സംഭവം എൻ സിയുടെ ഭാഷയിൽ:

ആജ്ഞാശബ്ദം പുറത്തുവന്നതും റിസർവ്വ് പൊലീസും വാർഡർമാരും കോൺവിക്ട് വാർഡർമാരും ഒന്നിച്ച് ഞങ്ങളുടെ മേൽ ചാടിവീണതും ഒപ്പംകഴിഞ്ഞു. ഇരുട്ടിന്റെ മറവിൽ തയ്യാറെടുത്തുനിന്ന മാരകശക്തിയുടെ സംഹാരതാണ്ഡവം തടവുകാർ നിലത്തിരുന്ന് മുദ്രാവാക്യങ്ങൾ മുഴക്കുകയായിരുന്നു. പൊലീസും വാർഡർമാരും ചേർന്ന് വളഞ്ഞുനിന്ന് പൊതിരെ തല്ലി. അടിയുടെയും ഇടിയുടെയും അസഭ്യങ്ങളുടെയും ശബ്ദം ഉച്ചത്തിൽ മുഴങ്ങി. കൂരാക്കൂരിരുട്ടിൽ തടവുകാർ തമ്മിൽ കാണാൻ പ്രയാസം. തടവുകാരിൽ ചിലർ ഓടി അവരവരുടെ മുറികളിൽ കയറി. അവരെ പൊലീസും വാർഡർമാരും പിന്തുടർന്ന് മുറിക്കുള്ളിൽ കയറി കണ്ടമാനം മർദ്ദിച്ചു. അടിയും ചവിട്ടും. ഓടാത്തവരെ തൂക്കിയെടുത്തു മുറികളിലിട്ടു തല്ലിച്ചതച്ചു.

എന്നെ മുറിക്കുള്ളിൽ കൊണ്ടിട്ടയുടൻ ഞാൻ കമഴ്ന്നു കിടന്നുകളഞ്ഞു; നെഞ്ചിൽ അടിയും ഇടിയും ചവിട്ടും കൊള്ളാതിരിക്കാനാണ് അങ്ങനെ കിടന്നത്. ഞാൻ കമഴ്ന്നയുടൻ ഒരു ബൂട്സ് ശക്തിയോടെ എന്റെ തലയിൽ പതിഞ്ഞു. ചെന്നായ്ക്കളെപ്പോലെ എന്റെ മുറിയിൽ കയറിവന്നവർ തലയിൽ ആഞ്ഞുചവിട്ടിയതു കൂടാതെ അതിഘോരമായി ലാത്തിക്കൊണ്ട് അടിച്ചുചതച്ചു. മിണ്ടാതെ കിടക്കുകയല്ലാതെ ഗത്യന്തരമില്ലല്ലോ. ചത്തിരിക്കുമെന്നു വിചാരിച്ച് ആരോ എന്റെ മൂക്കിൽ കൈ വച്ചു നോക്കിയശേഷം അവർ മുറിവിട്ടു പോകുമ്പോൾ മുറി ഓടാമ്പൽ വലിച്ചിട്ടു പൂട്ടുകയും ചെയ്തു. അതു കോൺവിക്ട് വാർഡറാണ് ചെയ്തതെന്നു തോന്നി, അതെ ആൾ തന്നെ. കോൺവിക്ട് വാർഡർമാരുടെ ജോലി വിളക്ക്(റാന്തൽ) പിടിച്ചുകൊടുക്കലും സെല്ലുകൾ പൂട്ടുകയുമായിരുന്നു. അടിക്കാൻ കോൺവിക്ട് വാർഡർമാർ അധികം പങ്കെടുത്തില്ലെന്ന് പിറ്റേന്ന് അറിഞ്ഞു.

ഇതുപോലെ 112 മുറികളിലും താഴത്തുള്ള ഷെഡ്ഡിലും അടിയുടെയും ഞരങ്ങലിന്റെയും മൂളലിന്റെയും ശബ്ദങ്ങൾ കേട്ടുകൊണ്ടിരുന്നു. അടിയരങ്ങ് അവസാനിക്കുമ്പോൾ രാത്രി മണി പന്ത്രണ്ടോ ഒന്നോ ആയിട്ടുണ്ടാവണം. ബൂട്സിട്ട് ഏല്പിച്ച ചവിട്ടിൽ എന്റെ മുഖം ഊക്കോടെ നിലത്തടിച്ചു. അതിൽ എന്റെ മുൻവരി പല്ലുകളുടെ മദ്ധ്യത്തിലുണ്ടായിരുന്ന ഒന്നു പൊട്ടിത്തെറിച്ചു. അതിന്റെ ആഘാതത്തിൽ കീഴ്ചുണ്ട് ചതഞ്ഞു മുറിഞ്ഞു. ഉടുത്തിരുന്ന വസ്ത്രത്തിലും നിലത്തും രക്തം കട്ടപിടിച്ചു.[3]

ബോർസ്റ്റൽ ബ്ലോക്കിലും ഇതേസംഭവം തന്നെ ഉണ്ടായി. ആദ്യം അവിടെയാണ് ആക്രമണം ഉണ്ടായത്.

അവിടെ സിംഗിൾ സെല്ലിലുണ്ടായിരുന്ന കുറൂർ നീലകണ്ഠൻ നമ്പൂതിരിപ്പാട് ലോക്കപ്പ് സ്ട്രൈക്കിന് എതിരായിരുന്നുവെങ്കിലും അദ്ദേഹത്തിന്റെ നേരെ ഏറ്റവും ക്രൂരമായിട്ടാണ് ജയിലധികാരികൾ പെരുമാറിയത്. അദ്ദേഹത്തിനെ അടിക്കുകയും ഇടിക്കുകയും ചെയ്തുവെന്നുമാത്രമല്ല, അദ്ദേഹത്തിന്റെ കണ്ണട അടിച്ചുപൊട്ടിക്കുകയും ചെയ്തു. പൊട്ടിയ കണ്ണടയുടെ ഒരു ഭാഗം കണ്ണിനുള്ളിൽ തറയ്ക്കുകയും ചെയ്തു. രണ്ടുദിവസം കഴിഞ്ഞപ്പോൾ കണ്ണു ചികിത്സയ്ക്കുള്ള വിദഗ്ദ്ധരും ഉപകരണങ്ങളും മരുന്നുകളും കണ്ണൂർ ജയിലിലോ കണ്ണൂരോ ഇല്ലാത്തിനാൽ അദ്ദേഹത്തെ വെല്ലൂരേക്കു

കൊണ്ടുപോയി. ജയിലധികാരികളായ മർദ്ദകർക്ക് തിരിച്ചറിവോ വകഭേദമോ ഇല്ലെന്ന് അവർക്കെല്ലാവർക്കും കൂടുതൽ ബോദ്ധ്യമായി.

പിറ്റേദിവസം കാലത്ത് 8 മണിയായിട്ടും ലോക്കപ്പുകൾ തുറന്നില്ല. പ്രഭാത കർമ്മങ്ങൾ മർദ്ദനമേറ്റ തടവുകാർക്ക് വിലക്കപ്പെട്ടു. ഉച്ചവരെ ക്വാറന്റയിൻ വാർഡിന്റെ വരാന്തകളിൽ വാർഡൻമാരോ മറ്റാരെങ്കിലുമോ വന്നില്ല. പന്ത്രണ്ടുമണി കഴിഞ്ഞപ്പോൾ ഒരു ഡോക്ടർ വന്നു. ഏതാനും വാർഡർമാരും പ്രാഥമിക ചികിത്സോപകരണങ്ങളുമായി അദ്ദേഹത്തോടൊപ്പമുണ്ടായിരുന്നു. എന്നാൽ തങ്ങൾക്ക് എ ക്ലാസിലുള്ള നേതാക്കന്മാരെ കാണണമെന്നും അവർ വന്ന് തങ്ങളെ കണ്ടാലല്ലാതെ പ്രാഥമിക ചികിത്സയോ ഭക്ഷണമോ സ്വീകരിക്കുകയില്ലെന്നും ഡോക്ടർ മുഖേന തടവുകാർ ജയിലധികൃതരെ വിവരം ധരിപ്പിച്ചു. സാധാരണ തടവുകാരുൾപ്പെടെയുള്ള എല്ലാ തടവുകാരും നിരാഹാര സമരം ആരംഭിച്ചു. 'സി' ക്ലാസ് തടവുകാരെ നേരിൽ കാണുന്ന തുവരെ തങ്ങളും നിരാഹാരം അനുഷ്ഠിക്കുന്നുവെന്ന് 'എ', 'ബി' ക്ലാസിലുള്ള വരും അധികൃതരെ അറിയിച്ചു. അവർ അവരുടെ പാചകപ്പുര അടച്ചിട്ടു. പത്രങ്ങൾ വഴി കണ്ണൂർ ജയിലിൽ നടന്ന മൃഗീയമായ മർദ്ദനം പുറത്തുള്ള ജനങ്ങളും അറിഞ്ഞു. ജയിൽ സൂപ്രണ്ട് കാൺഡുവാല ആകെ കുഴങ്ങി.

അരിവയ്പ്പൊഴികെ ജയിലിലെ എല്ലാ പണികളും സ്തംഭിച്ചു. തടവുകാർ ഭക്ഷണം ഉപേക്ഷിച്ചാലും ജയിലധികാരികൾ ഭക്ഷണം തയ്യാറാക്കി എല്ലാ വാർഡുകളിലും കൊണ്ടുവയ്ക്കണമെന്നാണ് ജയിൽ നിയമം. ഇങ്ങനെ വയ്ക്കുന്നതിലടങ്ങിയിരുന്ന ബുദ്ധി, ഭക്ഷണം പതിവായി കാണുമ്പോൾ, വിശ ന്നിരിക്കുന്ന തടവുകാരന്റെ മനക്കരുത്ത് നഷ്ടപ്പെടുകയും അയാൾ അതെ ടുത്തു ആർത്തിയോടെ ഭക്ഷിച്ചുകൊള്ളുകയും ചെയ്യുമെന്നാണ് ജയിൽ മനഃ ശാസ്ത്രം. രണ്ടുദിവസം കൊണ്ട് വാർഡുകളിൽ ഭക്ഷണം കൊണ്ട് നിറഞ്ഞു. കാക്കയെ ഓടിക്കാൻ ഇൻചാർജ് വാർഡർമാരുടെ കാവൽ ഏർപ്പെടുത്തി.

നിരാഹാരത്തിന്റെ മൂന്നാം ദിവസം 'എ'ക്ലാസ് തടവുകാരനും ആന്ധ്രാ കേസരിയുമായ ടി പ്രകാശം വാർഡുകൾ സന്ദർശിച്ചു. മർദ്ദനമേറ്റവരെ കണ്ടു.

മറ്റെല്ലാ വാർഡുകളും സന്ദർശിച്ചശേഷമാണ് അദ്ദേഹം എൻ സി കിടക്കുന്ന വാർഡിലെത്തിയത്. കൂടെ സൂപ്രണ്ടും ജയിലറും ഡോക്ടറുമെല്ലാം ഉണ്ടായിരുന്നു.

'എ', 'ബി' ക്ലാസുകാരുടെ വക്താവായിരുന്ന ടി പ്രകാശത്തിന്റെ കർശനമായ താക്കീതിന് വഴങ്ങിയാണ് ജയിലധികാരികൾ തടവുകാരെ സന്ദർശിച്ച് വിവരമറിയാൻ അദ്ദേഹത്തെ അനുവദിച്ചത്.

മർദ്ദനമേറ്റ എല്ലാവരെയും പ്രകാശം പരിശോധിച്ചു. കാര്യമായി പരുക്കേറ്റ അഞ്ചുപേരെ ആശുപത്രിയിലയച്ചു ശുശ്രൂഷിക്കാൻ അദ്ദേഹം ഡോക്ടറോട് ആവശ്യപ്പെട്ടു. അതിലൊരാൾ പല്ലുപൊട്ടി ചുണ്ട് മുറിഞ്ഞ എൻ സിയാ യിരുന്നു. ഏറ്റവും കഠിനമായി മർദ്ദനമേറ്റത് വാസുദേവ റാവുവിനായിരുന്നു. അദ്ദേഹത്തിന്റെ ദേഹത്തിലാകമാനം പരുക്കുണ്ടായിരുന്നു. പ്രകാശം സൂപ്ര ണ്ടിനോട് ആവശ്യപ്പെട്ടു: "ഇദ്ദേഹത്തിന്റെ ആമങ്ങൾ ഉടനെ മുറിച്ചുമാറ്റണം; ഇപ്പോൾ തന്നെ, ഈ നിമിഷം". ആന്ധ്ര കേസരിയുടെ ഗർജ്ജനം കുറിക്കു കൊണ്ടു. സൂപ്രണ്ട് അവിടെവച്ചുതന്നെ ആമങ്ങൾ മുറിച്ചുമാറ്റാനുള്ള നിർദ്ദേ ശങ്ങൾ ജയിലർക്ക് നല്കി.

അങ്ങനെ എൻ സി ശേഖറുടെയും മറ്റും സമരം വിജയത്തിലവസാനിച്ചു. സന്തോഷം കൊണ്ടവർ മതിമറന്നു.

കണ്ണൂർ ജയിലിലെ വർക്ഷോപ്പിൽ കൊല്ലവേല ചെയ്യുന്ന ഒരു കോൺവിക്ട് വാർഡർ ആയുധങ്ങളുമായി ക്വാറന്റയിനിൽ വന്ന് റാവുവിന്റെ കാലുകളിലും കൈകളിലും കിടന്ന ആമങ്ങൾ മുറിച്ചുമാറ്റുന്നത് കണ്ടുകൊണ്ടാണ് ചികിത്സക്കു വേണ്ടി എൻ സി ശേഖർ ജയിൽ ആശുപത്രിയിലേക്ക് പോയത്. ടി പ്രകാശത്തിന്റെ ശക്തമായ ഇടപെടവും എൻ സി ഉൾപ്പെടെയുള്ള സി ക്ലാസുകാരുടെ ഉറച്ച നിലപാടും മൂലമാണ് അത് വിജയിക്കാൻ കാരണം.

"ചെറുതായാലും വലുതായാലും ഏതുവിജയവും കൈവരിക്കണമെങ്കിൽ ത്യാഗസന്നദ്ധതയും യാതനകൾ അനുഭവിക്കാനുള്ള മനഃകരുത്തും, ദൃഢനിശ്ചയവും, ധൈര്യവും, പ്രായോഗികവീക്ഷണവും, ഒഴിച്ചുകൂടാൻ പാടില്ലാത്തതാണെന്ന" ഒരു പാഠം ഇതവരെ പഠിപ്പിച്ചു.

ആശുപത്രിയിലെത്തിയ എൻ സി അഞ്ചെട്ടു ദിവസം അവിടെ കിടന്നു. അപ്പോൾ മുതുകിലും മുഖത്തും ഉണ്ടായ ചതവുകളും മുറിവുകളും ഭേദപ്പെട്ടു. പിന്നീട് ആശുപത്രിയിൽ കഴിയുന്നത് മുഷിപ്പും വിരസതയുമായി. തന്റെ ആദ്യത്തെ വാർഡിലേക്ക്(ബോർസ്റ്റൽ) തന്നെ അയക്കണമെന്ന് എൻ സി ഡോക്ടറോട് പറഞ്ഞു. എന്നാൽ ഡോക്ടർക്ക് അതിനുള്ള അധികാരമൊന്നുമില്ല. ഡിസ്ചാർജ് ചെയ്ത എൻ സിയെ നേരെ അയച്ചത് ആശുപത്രിയുടെ മുന്നിൽ കാണുന്ന വാർഡിലേക്കായിരുന്നു.

മെയിൻ ജയിലിന്റെ മദ്ധ്യഭാഗത്ത് സിലിണ്ടർ രൂപത്തിൽ *ടവർ* എന്നു വിളിച്ചു വരുന്ന ഒരുയർന്ന മൂന്നുനില മാളിക കെട്ടിടമുണ്ട്. അതിനുചുറ്റും എട്ടു നീളൻ ബ്ലോക്കുകളുണ്ട്. അവയുടെ അഗ്രഭാഗങ്ങൾക്ക് പിന്നിൽ പിന്നെയും ബ്ലോക്കുകൾ ഉണ്ട്. ഓരോ വാർഡിനും മേൽനോട്ടക്കാരായി ഒരു വാർഡറും അയാൾക്ക് സഹായിയായി ഒരു കോൺവിക്ട് വാർഡറും ഉണ്ടാകും.

എൻ സിയെ അയച്ച ബ്ലോക്ക് നമ്പർ 3 ആശുപത്രിയുടെ മുൻവശത്തായതിനാൽ കാലത്തും വൈകിട്ടും ആശുപത്രി റോഡരികിലുള്ള വേലിക്കെട്ടി നടുത്ത് നിന്ന് ക്വാറന്റയിനിൽ നിന്നും ബോർസ്റ്റൽ ബ്ലോക്കിൽ നിന്നും സുഖക്കേടുകാരായി വരുന്ന പരിചയക്കാരെ കാണാനും സംസാരിക്കാനും സൗകര്യം കിട്ടി. അങ്ങനെ ഒരു ദിവസം എൻ സിക്ക് തന്റെ ഉറ്റ ചങ്ങാതിയായ എൻ പി കുരുക്കളെ കാണാൻ കഴിഞ്ഞു. മറ്റ് വാർഡിലുള്ളവരോട് വഴിയിൽ തങ്ങിനിന്ന് സംസാരിച്ചു കൂടെന്നാണ് ജയിൽ നിയമമെങ്കിലും എൻ സിയും മറ്റും കുറെനേരം സംസാരിക്കും. വെറും തടവുകാർക്ക് കൊടുക്കാൻ ടൗൺ കോൺഗ്രസ് കമ്മിറ്റി കുറെ വസ്ത്രങ്ങളും സോപ്പും അയച്ചെങ്കിലും അത് വിതരണം ചെയ്യാൻ നീലകണ്ഠൻ നമ്പൂതിരിപ്പാട് തയ്യാറാകാത്ത കാര്യം അവരുടെ സംഭാഷണത്തിൽ ഉയർന്നു വന്നു.

തിങ്കളാഴ്ച "ഫയൽ" പരിശോധനക്കു വന്നു. ബ്ലോക്കിന്റെ മുൻവശത്തു തിങ്കളാഴ്ചതോറും അതു നടക്കും. ആ സമയം തടവുകാർ തങ്ങളുടെ ഉപകരണങ്ങളെല്ലാം അടുക്കും ചിട്ടയുമായി മുമ്പിൽ വച്ചുകൊണ്ട് വരിവരിയായി നിൽക്കണം. സൂപ്രണ്ടും ജയിലറും ഡോക്ടറും ജീവനക്കാരനുമടങ്ങുന്ന ഒരു വലിയ സംഘം വാർഡുതോറും കയറിയിറങ്ങി പരിശോധിക്കും. ഇതാണ് ഫയൽ പരിശോധന. 'എ', 'ബി' ക്ലാസുകാർക്ക് ഇത് ബാധകമല്ല. ഇങ്ങനെ പരിശോധന നടക്കുമ്പോൾ പരാതിയുള്ളവർ അതു ബോധിപ്പിക്കണം. അതിന് പരാതിക്കാരൻ വലതുകൈ മുമ്പോട്ട് പകുതി നീട്ടി നിൽക്കും. സൂപ്രണ്ട് മുന്നിലെത്തുമ്പോൾ "എന്താ പരാതിയുണ്ടോ?" എന്ന് ചോദിക്കും.

എൻ സി കൈനീട്ടിനിന്നു. അദ്ദേഹത്തിന്റെ മുന്നിലെത്തിയ സൂപ്രണ്ട്

ചോദിച്ചു: "വാട്ട് ഡു യൂ വാണ്ട്? വാട്ട് ഈസ് യുവർ കംപ്ലേയ്ന്റ്?"(എന്താ തനിക്ക് വേണ്ടത്? തന്റെ പരാതി എന്താണ്? ജയിലർ മുന്നോട്ട് വന്ന് ഇങ്ങനെ തർജ്ജമ ചെയ്യാൻ തുടങ്ങി)

എൻ സി പറഞ്ഞു: "വേണ്ട, എനിക്ക് ഇംഗ്ലീഷറിയും".

ഉടനെ ജയിലർ സൂപ്രണ്ടിനോട് ഇംഗ്ലീഷിൽ പറഞ്ഞു: "സാർ, ഇയാൾ എൻ സി ശേഖറാണ്, ക്വാറന്റയിനിലേക്ക് ഇയാളെ മാറ്റിയത് ബോർസ്റ്റൽ ബ്ലോക്ക് ഇൻചാർജിന്റെ ആവലാതിയെ തുടർന്നാണ്. ചില്ലറ പരിക്കുകൾക്ക് ചികിത്സ നടത്തിയശേഷം ആശുപത്രിയിൽ നിന്നും ഇവിടേക്ക് വന്നതാണ്".

എൻ സി ഇംഗ്ലീഷിൽ സൂപ്രണ്ടിനോട് പറഞ്ഞു:"സാർ, ആവലാതിയല്ല ഒരു ചെറിയ അപേക്ഷ മാത്രം".

സൂപ്രണ്ട് ഇംഗ്ലീഷിൽ: "എന്താ തന്റെ ചെറിയ അപേക്ഷ?"

ഇംഗ്ലീഷിൽതന്നെ എൻ സിയുടെ മറുപടി: "എന്നെ ഞാൻ ആദ്യംവന്ന ബ്ലോക്കിലേക്ക് തന്നെ തിരിച്ചയക്കണം. ബോർസ്റ്റൽ ബ്ലോക്കിലേക്ക്."

സൂപ്രണ്ട് ഉത്തരവിട്ടു: "വെൽ, സെന്റ് ഹിം ദേർ"(ഇയാളെ അങ്ങോട്ട് അയക്കൂ).

"ഫയൽ" അവസാനിച്ചുടനെ മൂന്നാം ബ്ലോക്ക് വാർഡൻ എൻ സി ശേഖറെ ബോർസ്റ്റൽ ബ്ലോക്ക് വാർഡറെ ഏല്പിച്ചു. ബോർസ്റ്റൽ ബ്ലോക്കിലെത്തിയപ്പോൾ അവിടത്തെ വാർഡൻ എൻ സിയോട് ഇങ്ങനെ അപേക്ഷിച്ചു: "എന്നെ ഇനിയും കുഴപ്പത്തിലാക്കരുതേ" എന്ന്.

ബോർസ്റ്റൽ ബ്ലോക്കിൽ തിരിച്ചെത്തിയശേഷം എൻ സിയുടെ ആദ്യത്തെ ശ്രമം തങ്ങൾക്കുവേണ്ടി അയയ്ക്കപ്പെട്ട ഖാദിവസ്ത്രങ്ങൾ വാങ്ങി സൂക്ഷിച്ചിരുന്ന കുറൂർ നീലകണ്ഠൻ നമ്പൂതിരിപ്പാടിനെ കാണണമെന്നതായിരുന്നു. പക്ഷേ, ലാത്തിച്ചാർജ് മൂലം കണ്ണിൽ മുറിവ് ഉണ്ടാകുകയാൽ നമ്പൂതിരിപ്പാടിനെ വെല്ലൂർ ജയിലിലേക്ക് സ്ഥലം മാറ്റിയതിനാൽ അതിനു കഴിഞ്ഞില്ല.

ഭക്ഷണപ്രശ്നം സംബന്ധിച്ച് നേരത്തെ ജയിൽ സൂപ്രണ്ടിന് ഹർജി കൊടുത്തിരുന്നല്ലോ. ആ പ്രശ്നം ഒന്നുകൂടി അദ്ദേഹത്തിന്റെ ശ്രദ്ധയിൽ കൊണ്ടുവരാൻ ഒരു നോട്ടീസുകൂടി കൊടുത്തു. ആ നോട്ടീസിൽ പറഞ്ഞിരുന്നത് ഒരാഴ്ചയ്ക്കുള്ളിൽ ശുചിത്വവും പോഷകാംശമുള്ളതുമായ ഭക്ഷണം അനുവദിച്ചില്ലെങ്കിൽ അത് ലഭിക്കുന്നതുവരെ നിരാഹാരസമരം നടത്തുമെന്നായിരുന്നു.

ആഴ്ച ഒന്നുകഴിഞ്ഞു. അവരുടെ ആവശ്യം അനുവദിച്ചില്ലെങ്കിലും വേറെ ചിലതുണ്ടായി. അധികൃതരുടെ അനുവാദമില്ലാതെ ബോർസ്റ്റൽ ബ്ലോക്കിലുള്ളവർ ബ്ലോക്കിന്റെ പുറത്തു കടക്കുന്നത് നിരോധിച്ചു. ആശുപത്രിയിൽ പോകണമെങ്കിൽ ബ്ലോക്ക് വാർഡറുടെ അനുവാദം മാത്രം മതിയായിരുന്ന സ്ഥാനത്ത് ഇപ്പോൾ സൂപ്രണ്ടിന്റെ അനുവാദംകൂടി വേണമെന്നായി. വാർഡുകളിൽ നിന്നു തടവുകാർ അന്യോന്യം കാണുകയോ സംസാരിക്കുകയോ അങ്ങോട്ടുമിങ്ങോട്ടും സഞ്ചരിക്കുകയോ ചെയ്യാൻ പാടില്ല. അങ്ങനെ ജയിൽ അച്ചടക്കം കർശനമാക്കി.

എന്നാൽ എൻ സി ശേഖറുൾപ്പെടെ ഏഴുപേർ നിരാഹാരം ആരംഭിച്ചു. ഈ സമയത്ത് രാവിലെയും വൈകുന്നേരവും കുളിക്കും. വയറുവേദനയും വായുസമ്മർദ്ദവും തടുക്കാനായി ഉപ്പിട്ടവെള്ളം മാത്രം കുടിക്കും. നിരാഹാരക്കാരുടെ ഭക്ഷണം ക്രമപ്രകാരം മൂന്നുനേരവും തയ്യാറാക്കി അവർ കിടക്കുന്ന

സ്ഥലത്തുകൊണ്ട് വയ്ക്കാൻ അധികൃതർ മറന്നില്ല. മൂന്നാം ദിവസം അവരെ ജയിൽ ആശുപത്രിയിലേക്ക് മാറ്റി. അവിടെ നിരാഹാരക്കാർക്കുവേണ്ടി പ്രത്യേകമായൊരു മുറി ഒഴിച്ചിട്ടിരുന്നു. ആശുപത്രിയിലേക്ക് മാറ്റിയുടനെ അവരുടെ ഉദരം കഴുകി ശുദ്ധിയാക്കി. നിരാഹാരക്കാരന്റെ ദഹനേന്ദ്രിയങ്ങളിൽ ശുദ്ധിയാകാതെ അഥവ ഒഴിയാതെ സ്ഥിതിചെയ്യുന്ന ആഹാരാവശിഷ്ടങ്ങളിൽ നിന്നുണ്ടാകാവുന്ന വയറുവേദന, വയറുകടി, ചൂട്, വായുസമ്മർദ്ദം തുടങ്ങിയ അസ്വാസ്ഥ്യങ്ങൾ ഉണ്ടാകാതിരിക്കാനാണ് വയറു കഴുകുന്നത്. പിന്നീട് നാഡി പരിശോധിച്ച് "കുഴപ്പമില്ല" എന്ന് ഡോക്ടർ പറഞ്ഞു.

നിരാഹാരക്കാരുടെമേൽ പ്രലോഭനതന്ത്രങ്ങളും ഇതിനിടക്ക് സൂപ്രണ്ട് നടത്തി നോക്കി. സൂപ്രണ്ട് ബാട്‌ലിവാലയെ സമീപിച്ചിട്ട് പറഞ്ഞു നിരാഹാര സമരത്തെക്കുറിച്ചുള്ള വിവരമറിഞ്ഞ നിങ്ങളുടെ അച്ഛനും അമ്മയും വളരെ ഉൽക്കണ്ഠാകുലരാണെന്ന് അറിയിച്ചുകൊണ്ടുള്ള ഒരു സന്ദേശം എനിക്ക് കിട്ടിയിട്ടുണ്ട്. എത്രയും പെട്ടെന്ന് നിങ്ങളെ അതിൽനിന്നും പിന്തിരിപ്പിക്കണമെന്ന് അവർ എന്നോട് ആവശ്യപ്പെട്ടിരിക്കുകയാണ്.

എന്റെ മാതാപിതാക്കൾ ആത്മാഭിമാനമുള്ള ദേശാഭിമാനികളാണെന്നും ഒരു കാരണവശാലും അവരിൽനിന്ന് എന്നെപ്പറ്റി അങ്ങനെയൊരഭിപ്രായം ഉണ്ടാവുകയില്ലെന്നും അതിന് മറുപടിയായി പുഞ്ചിരിച്ചുകൊണ്ട് ബാട്‌ലിവാല പറഞ്ഞു.

സൂപ്രണ്ട് ഒന്നും മിണ്ടാതെപോയി.

നിരാഹാരം തുടർന്നുപോകുംതോറും രാഷ്ട്രീയ രാഷ്ട്രീയേതര ഭേദം കൂടാതെ 'സി' ക്ലാസുകാരുടെയും സാധാരണ തടവുകാരുടെയുമിടയിൽ പ്രക്ഷോഭവും പ്രതിഷേധവും അസ്വസ്ഥതയും ശക്തമായി ഉയർന്നു. പ്രത്യേകിച്ചും നിരാഹാര സമരം നടത്തുന്നവരെ കാണാൻപോലും അനുവദിക്കാതിരുന്നപ്പോൾ. ഡോക്ടർക്കും കമ്പോണ്ടർക്കും സൂക്ഷിപ്പുകാരായ വാർഡർമാർക്കും ഉന്നതാധികാരികൾക്കുമല്ലാതെ മറ്റാരെയും നിരാഹാരക്കാരുടെ മുറിയിൽ പ്രവേശിപ്പിച്ചിരുന്നില്ല.

നിരാഹാരവാർത്തയും അതിന്റെ കാരണങ്ങളും *മാതൃഭൂമി, അൽ–അമീൻ* തുടങ്ങിയ പത്രങ്ങളിലൂടെ പുറംലോകവും അറിഞ്ഞു. പുറംലോക വിവരങ്ങൾ തടവുകാർക്ക് ലഭിക്കുന്നത് എപ്പോഴും രാത്രികാലങ്ങളിലാണ്. പ്രതിഷേധം ശക്തമായി. ഒരു ദിവസം ജയിലിനകത്തുള്ള മുഴുവൻ തടവുകാരും നിരാഹാരസമരക്കാരോട് അനുഭാവം പ്രകടിപ്പിച്ചുകൊണ്ട് നിരാഹാരമനുഷ്ഠിച്ചു.

നിരാഹാരസമരത്തിനിടയാക്കിയിട്ടുള്ള പ്രശ്നങ്ങൾ പരിഹരിക്കണമെന്നും അങ്ങനെ നിരാഹാരസമരത്തിൽ നിന്നും സമരക്കാരെ രക്ഷിക്കണമെന്നും തടവുകാർ ഒന്നടങ്കം പരസ്യമായി ആവശ്യപ്പെട്ടു.

നിരാഹാരം കിടന്ന എൻ സി ഉൾപ്പെടെയുള്ള ഏഴുപേർക്കും ഈ നീണ്ട നിരാഹാരം പുതിയ അനുഭവമായിരുന്നു. രാഷ്ട്രീയത്തടവുകാരിൽ പലരും നീണ്ട നിരാഹാരം നടത്തിയിട്ടുണ്ടെങ്കിലും അതെന്താണെന്ന് ഇപ്പോഴാണ് അനുഭവത്തിലൂടെ അവർ അറിയുന്നത്. നിരാഹാരം ഏഴാം ദിവസത്തിലേക്ക് കടന്നു. നിരാഹാരക്കാർ പരിക്ഷീണരായിക്കൊണ്ടിരുന്നു. എൻ സിയുടെ സംസാരശേഷി തീരെ ഇല്ലാതായി. ഡോക്ടർ പരിശോധന നടത്തിയിട്ട് പറഞ്ഞു. എൻ സി ശേഖർക്കും മലപ്പുറം നാരായണനും നാഡീചലനം മന്ദഗതിയിലായി. ഒന്നോ രണ്ടോ ദിവസത്തിനകം മറ്റുള്ളവരും ആ അവസ്ഥയിലെത്തും. ഇത് ജയിലധികാരികളെ ഭയപ്പെടുത്തി. ഉടൻതന്നെ ജയിൽ സൂപ്രണ്ട് എ ക്ലാസിലെ

ടി പ്രകാശത്തെയും സി രാജഗോപാലാചാരിയെയും സമീപിച്ച് ചർച്ച നടത്തി. ഈ പ്രശ്നത്തിലിടപെടാൻ അവരോടഭ്യർത്ഥിച്ചു.

ടി പ്രകാശം നിരാഹാരക്കാർ കിടക്കുന്ന ആശുപത്രി സന്ദർശിച്ചു. സൂപ്രണ്ടും ജയിലറും അദ്ദേഹത്തോടൊപ്പമുണ്ടായിരുന്നു. നിരാഹാരമാരംഭിക്കുന്ന കാര്യം അഞ്ചു ബ്ലോക്കുകൾ നിറയെയുണ്ടായിരുന്ന സി ക്ലാസ് തടവുകാരെ അറിയിക്കുകയും അവരുടെ അനുകൂലാഭിപ്രായം തേടുകയും ചെയ്തിരുന്നെങ്കിലും എ, ബി ക്ലാസിലുണ്ടായിരുന്ന നേതാക്കന്മാരെ അറിയിച്ചിരുന്നില്ല. പ്രകാശം സാവധാനം നിരാഹാരക്കാർ ഓരോരുത്തരുടെയും അടുത്തുവന്നിരുന്നു, നെറ്റിയും നാഡിയും സ്പർശിച്ചു നോക്കി. അദ്ദേഹത്തിന്റെ അനുഭാവവും സഹതാപവും പ്രകടിപ്പിച്ചു. അദ്ദേഹം മ്ലാനവദനനായിരുന്നു. ജയിലധികാരികളോട് പതിഞ്ഞ സ്വരത്തിൽ എന്തോ സംസാരിച്ചു.

ഗാന്ധിജിയെയും വൈസ്രോയി ഇർവിൻ പ്രഭുവിനെയും തേജ് ബഹദൂർ സാപ്രുവും ജയക്കറും ചെന്നുകണ്ട് രാഷ്ട്രീയ സംഭാഷണങ്ങൾ ആരംഭിച്ചിരിക്കുന്ന വിവരം പ്രകാശത്തിൽ നിന്ന് നിരാഹാരക്കാർ അറിഞ്ഞു. രാജ്യത്തെ രാഷ്ട്രീയാന്തരീക്ഷത്തിൽ ഉണ്ടാകാൻ പോകുന്ന മാറ്റത്തിന്റെ രജതരേഖകൾ അവർക്ക് കാണിച്ചു കൊടുക്കുക എന്നതായിരുന്നു ആ വാർത്തയുടെ ലക്ഷ്യമെന്ന് പിന്നീടാണ് നിരാഹാരക്കാർക്ക് മനസ്സിലായത്. നിരാഹാരസമരക്കാരുടെ ആവശ്യങ്ങൾ സൂപ്രണ്ട് അനുഭാവപൂർവ്വം പരിഗണിച്ചു വരുന്നു എന്ന് തുടർന്ന് പ്രകാശം പറഞ്ഞു. സൂപ്രണ്ടിന്റെ അധികാര പരിധിയിൽപ്പെട്ട കാര്യങ്ങൾ ഉടൻ നടപ്പിലാക്കും. അല്ലാത്ത കാര്യങ്ങൾ അടിയന്തിരമായി ഗവൺമെന്റിന്റെ ശ്രദ്ധയിൽപ്പെടുത്തും. തുടർന്ന് സൂപ്രണ്ട് പ്രകാശത്തെ അറിയിച്ച കാര്യങ്ങൾ അദ്ദേഹം ഒന്നൊന്നായി പറഞ്ഞു.

1. നാറ്റമില്ലാത്തതും പുഴുവില്ലാത്തതുമായ നല്ല ചോറും കറികളും, കഞ്ഞിയും ചമ്മന്തിയും നല്കും. ചപ്പാത്തി ആവശ്യമുള്ളവർക്ക് അത് കൊടുക്കും. ഡോക്ടർ പരിശോധിച്ച് നല്ല ഭക്ഷണസാധനങ്ങൾ നല്കും.
2. കുളിക്കാൻ എണ്ണയും സോപ്പും ആഴ്ചയിൽ രണ്ടുതവണ നല്കും.
3. വൈകുന്നേരം 4 മണി മുതൽ ലോക്കപ്പ് സമയം വരെ റൗണ്ടിൽ നടക്കാൻ അനുവദിക്കും.
4. തുടർന്നുവരുന്നതുപോലെ 'എ','ബി' ക്ലാസ് പാചകശാലയിൽ നിന്ന് കറി സാധനങ്ങളും കൊടുത്തയക്കും. ഇത് സി ക്ലാസുകാരുടെ ആവശ്യമായിരുന്നില്ലെങ്കിലും സംഭാഷണം സൗഹാർദ്ദപരമായിരുന്നതുകൊണ്ട് അത് വേണ്ടെന്നു അവർ പറഞ്ഞില്ല.
5. വെറും തടവുകാർക്ക് സ്വന്തം വസ്ത്രങ്ങൾ കൂടാതെ ജയിൽ ഡ്രസ്സും ഉപയോഗിക്കാൻ അനുവാദം നല്കും.

നിരാഹാരത്തിന്റെ പത്താം ദിവസം മേൽപ്പറഞ്ഞ വ്യവസ്ഥകളിന്മേൽ ഒത്തുതീർപ്പുണ്ടായി. അന്ന് വൈകുന്നേരം ടി പ്രകാശം കൊടുത്ത ഒരൗൺസ് മധുര നാരാങ്ങാനീര് കുടിച്ച് എൻ സിയും മറ്റും നിരാഹാരം അവസാനിപ്പിച്ചു.

നിരാഹാരം അവസാനിപ്പിച്ചതിനുശേഷം ഡോക്ടറുടെ നിർദ്ദേശപ്രകാരം രണ്ടു ദിവസമിടവിട്ട് ക്രമപ്രകാരമുള്ള നാരങ്ങാനീരും ഗ്ലൂക്കോസും കഴിച്ചതിനുശേഷം നുറുക്കരി കഞ്ഞികുടിച്ച് ആരോഗ്യം സാധാരണ സ്ഥിതിയിലാക്കി. നിരാഹാരക്കാരിൽ ചിലർക്ക് ജയിലിൽ നിന്നും മോചിപ്പിക്കുന്നതുവരെ റൊട്ടിയും പാലും പഴവും ഓറഞ്ചും കൊടുത്തു വന്നിരുന്നു.

എൻ സി ശേഖറുടെ കൂട്ടത്തിലുള്ളവരെല്ലാം വെറും തടവുകാർ

ആയിരുന്നു. അവർക്ക് ശിക്ഷ ആറുമാസം ആയിരുന്നു. ജയിൽ നിയമമനുസരിച്ച് സാധാരണ വെറും തടവുകാർക്ക് ശിക്ഷയിൽ ഇളവിന് അവകാശമില്ല. എന്നാൽ എന്തെങ്കിലും ജോലി ചെയ്താൽ ജയിലധികാരികൾക്ക് ഇളവനുവദിക്കാം. ജോലി ചെയ്താൽ ഇളവുദിനങ്ങൾ അനുവദിക്കാമെന്ന് സൂപ്രണ്ട് അറിയിച്ചു. തങ്ങൾക്ക് ഇഷ്ടപ്പെട്ട ജോലിയാണെങ്കിൽ ചെയ്യാമെന്ന് എൻ സിയും കൂട്ടരും മറുപടി പറഞ്ഞു. അതിനെത്തുടർന്ന് നൂൽനൂൽപ്പിനുള്ള സൗകര്യം ജയിലിലൊരുക്കി. മുമ്പ് തൊണ്ടു തല്ലിക്കലായിരുന്നു സത്യഗ്രഹതടവുകാരെക്കൊണ്ട് ചെയ്യിച്ചിരുന്നത്. എൻ സി ക്ക് ഇഷ്ടപ്പെട്ട ജോലിയായിരുന്നു നൂൽനൂൽപ്പ്. അദ്ദേഹം ആദ്യം നൂൽനൂൽപ്പ് പരിശീലനം നടത്തിയത് 1921–22 കാലത്ത് ബാലരാമപുരത്ത് സ്ഥാപിക്കപ്പെട്ട സ്വരാജ്യാശ്രമത്തിൽ വെച്ചായിരുന്നു. നൂൽനൂൽപ്പിൽ അദ്ദേഹം വൈദഗ്ദ്ധ്യം നേടിയിട്ടുണ്ടായിരുന്നു. 1925 വരെ അദ്ദേഹം തുടർച്ചയായി നൂലുണ്ടാക്കുകയും മുണ്ടുണ്ടാക്കി ഉടുക്കുകയും ചെയ്തിരുന്നു. ആ പരിശീലനവും വൈദഗ്ദ്ധ്യവും ലഭിച്ചിരുന്നതുകൊണ്ട് നൂൽനൂൽപ്പ് ജോലി സന്തോഷത്തോടുകൂടി എൻ സി ഏറ്റെടുത്തു.

അതിന്റെ ഫലമായി 12 ദിവസം എൻ സിക്ക് ശിക്ഷ ഇളവുകിട്ടി. 1931 ജനുവരിയിൽ അദ്ദേഹം ജയിൽ മോചിതനായി. തിരുവിതാംകൂർ, കൊച്ചി, മലബാർ എന്നീ പ്രദേശങ്ങളിൽ നിന്ന് ഇരുപതോളംപേർ ഇങ്ങനെ വിട്ടയക്കപ്പെട്ടു. എൻ സിയുടെ സഹപ്രവർത്തകനും ആത്മമിത്രവുമായ എൻ പി കുരുക്കളും അക്കൂട്ടത്തിലുണ്ടായിരുന്നു.

ജയിലിൽ നിന്നും മോചിതരായിവരുന്ന സത്യഗ്രഹികൾക്ക് വേണ്ട സഹായങ്ങൾ ചെയ്തു കൊടുക്കാൻ കണ്ണൂർ കോൺഗ്രസ് കമ്മിറ്റി വേണ്ട ഏർപ്പാടുകൾ തയ്യാറാക്കിയിരുന്നു.

അവരുടെ സഹായത്തോടെ എൻ സി ശേഖറും കൂട്ടാളികളും സ്വദേശി സ്റ്റോറിലുണ്ടായിരുന്ന കെ കേളപ്പനെ ചെന്നുകണ്ടു. അദ്ദേഹം വെല്ലൂർ ജയിൽ വിട്ടുവന്നിട്ട് അധികംനാളുകളായില്ല. മോചനത്തിനുശേഷം അദ്ദേഹം ആദ്യമായി കണ്ണൂർ സന്ദർശിച്ചതാണ്.

എൻ സിയും മറ്റും ആദ്യമായിട്ടാണ് കേളപ്പനെ കാണുന്നത്. അവർ സ്റ്റോറിനകത്തുകയറി അദ്ദേഹത്തെ കൈകൂപ്പി വന്ദിച്ചു. കേളപ്പനും അവരെ കൈകൂപ്പി സ്വീകരിച്ചു. അദ്ദേഹം ചോദിച്ചു: “നിങ്ങൾ ജയിലിൽ നിന്നും വിട്ടുവരികയാണ്, അല്ലെ?”

“അതെ” എന്ന് മുന്നിൽ നിന്നിരുന്ന എൻ സി മറുപടി പറഞ്ഞു. “നിങ്ങളെ കാണാൻ കഴിഞ്ഞതിൽ സന്തോഷമുണ്ട്. ചില കാര്യങ്ങൾ നിങ്ങളെ നേരിട്ടറിയിക്കാൻ സൗകര്യം ലഭിക്കുമല്ലോ എന്നു വിചാരിച്ചാണ് കൂടുതൽ സന്തോഷം തോന്നിയത്.”

എൻ സിയും കൂട്ടരും അവരുടെ ജയിലനുഭവങ്ങൾ കേളപ്പനെ അറിയിച്ചു. ‘എ’, ‘ബി’ ക്ലാസുകാരും ‘സി’ക്ലാസുകാരും തമ്മിലുണ്ടായ വൈരുദ്ധ്യങ്ങളും നേതാക്കന്മാരുടെ സന്നദ്ധഭടന്മാരോടുള്ള അസഹനീയമായ പെരുമാറ്റരീതികളും, വെറും തടവുകാർക്കുവേണ്ടി ജയിലിലേക്കയച്ചിരുന്ന വസ്ത്രങ്ങൾ തങ്ങൾക്ക് തരാതെ ഒളിച്ചുവെച്ച കഥകളുമെല്ലാം അദ്ദേഹത്തെ അറിയിച്ചു. അദ്ദേഹം ശ്വാസമടക്കിപ്പിടിച്ച് അതെല്ലാംകേട്ടു. എന്നിട്ട് പറഞ്ഞു: “മിക്ക നേതാക്കന്മാർക്കും സന്നദ്ധഭടന്മാരോട് എങ്ങനെ പെരുമാറണം, എങ്ങനെ സംസാരിക്കണം എന്ന പരിശീലനമില്ലല്ലോ”.

അദ്ദേഹത്തെ ഒന്നു കാണാനും സംസാരിക്കുവാനും കഴിഞ്ഞതിൽ എൻ

സിക്ക് വളരെയധികം സന്തോഷം തോന്നി. എൻ സിയും കൂട്ടരും കേളപ്പനോട് യാത്ര പറഞ്ഞ് പിരിയാൻ തുടങ്ങുമ്പോൾ അദ്ദേഹം ചോദിച്ചു: "സപ്രു-ജയക്കർമാരുടെ പരിശ്രമം വിജയിക്കുമോ?" അദ്ദേഹംതന്നെ ആ ചോദ്യത്തിന് മറുപടി പറഞ്ഞു. "അവർ ബ്രിട്ടീഷ് ഗവൺമെന്റനുകൂലികളായ മിതവാദി രാഷ്ട്രീയക്കാരാണ്. അതുകൊണ്ട് അവരുടെ സംയുക്ത സമാധാന പരിശ്രമങ്ങൾ വിജയിക്കാൻ സാദ്ധ്യതയുണ്ട്. ഏതായാലും നിങ്ങൾ നാട്ടിൽ ചെന്നാൽ ഖാദി പ്രചാരണത്തിലും ഹരിജനോദ്ധാരണ പ്രവർത്തനത്തിലും ശ്രദ്ധ കേന്ദ്രീകരിക്കണമെന്നും കോൺഗ്രസ് കമ്മിറ്റികൾ സംഘടിപ്പിച്ച് നിങ്ങളുടെ സംസ്ഥാനത്ത് കോൺഗ്രസ് പ്രവർത്തനങ്ങൾ ശക്തിപ്പെടുത്തണമെന്നും കേളപ്പൻ അവരെ ഉപദേശിച്ചു.

കേളപ്പനോട് ആദരവ് പ്രകടിപ്പിച്ചതിനുശേഷം എൻ സിയും മറ്റും തൽക്കാലം വിട പറഞ്ഞു.

സൂചനകൾ

1. *അഗ്നിവീഥികൾ*, പു: 97
2. മേൽചൊന്നത്, പു: 102
3. മേൽചൊന്നത്, പു:110–11

4

ഭഗത്സിങ്ങിന്റെ വധത്തിൽ പ്രതിഷേധം

വിപ്ലവാത്മക ഭീകരപ്രസ്ഥാനം രാഷ്ട്രീയ പ്രവർത്തനത്തിന്റെ രൂപത്തിൽ ഇരുപതാം നൂറ്റാണ്ടിൽ പലപ്പോഴായി പ്രത്യക്ഷപ്പെടുകയുണ്ടായി. സ്വദേശി പ്രസ്ഥാനം വാടിക്കൊഴിഞ്ഞതിനുശേഷമാണ് ഇതാദ്യമായി പ്രത്യക്ഷപ്പെട്ടത്. 1922 ൽ നിസ്സഹകരണ പ്രസ്ഥാനം നിർത്തി വച്ചതിനെത്തുടർന്ന് വിപ്ലവ പ്രസ്ഥാനം വീണ്ടും തലപൊക്കി. 1924 ഒക്ടോബറിൽ ഉത്തരേന്ത്യയിലെ വിവിധ വിപ്ലവ സംഘങ്ങൾ ഒന്നിച്ചുചേർന്ന് 'ഹിന്ദുസ്ഥാൻ റിപ്പബ്ലിക്കൻ അസോസിയേഷൻ' (എച്ച് ആർ എ)എന്ന സംഘടന രൂപീകരിച്ചു. സായുധ വിപ്ലവത്തിലൂടെ ഇന്ത്യയ്ക്ക് സ്വാതന്ത്ര്യം നേടിയെടുക്കുക എന്നതായിരുന്നു സംഘടനയുടെ ലക്ഷ്യം. *വിപ്ലവകാരി* എന്ന ഒരു പത്രം അവർ രാജ്യമെമ്പാടും വിതരണം ചെയ്തിരുന്നു.

സംഘടനയുടെ പ്രവർത്തനങ്ങൾക്ക് പണം സ്വരൂപിക്കുന്നതിനുവേണ്ടി അതിന്റെ പ്രവർത്തകർ ലക്നൗവിനടുത്തുള്ള കാക്കേരി സ്റ്റേഷനിൽ തീവണ്ടി തടഞ്ഞിടുകയും അതിൽ കൊണ്ടുപോയിരുന്ന റെയിൽവേ വക പണം കൊള്ളയടിക്കുകയും ചെയ്തു. ഭീകരമായ മർദ്ദനമായിരുന്നു തുടർന്നുണ്ടായത്. ഹിന്ദുസ്ഥാൻ റിപ്പബ്ലിക്കൻ പ്രവർത്തകരെ അറസ്റ്റ് ചെയ്ത് വിചാരണയ്ക്ക് വിധേയമാക്കി. ഇതാണ് 'കാക്കേരി ഗൂഢാലോചനക്കേസ്'. കേസിൽ നാലുപേരെ വധിച്ചു. നാലുപേരെ ജീവപര്യന്തം തടവിനു ശിക്ഷിച്ചു. പതിനേഴു പേരെ വിവിധ കാലയളവിനു ശിക്ഷിച്ചു.

സ്വാതന്ത്ര്യസമരത്തിന്റെ മുന്നണിപ്പടയാളികളായി യുവാക്കളെ അണിനിരത്തുന്നതിനു വേണ്ടി ഭഗത്സിങ്ങ് പഞ്ചാബിൽ 'നൗ ജവാൻ ഭാരത്സഭ' സ്ഥാപിച്ചു. ഇന്ത്യയിലെ ലക്ഷണമൊത്ത ആദ്യത്തെ യുവജന സംഘടനയായിരുന്നു അത്. സംഘടനയുടെ പ്രസിഡന്റ് രാമകൃഷ്ണനും സെക്രട്ടറി ഭഗത്സിങ്ങും ആയിരുന്നു. തുടക്കത്തിൽത്തന്നെ സഭയുടെ പ്രവർത്തനം ബ്രിട്ടീഷ് ഭരണത്തിന്റെ കണ്ണിലെ കരടായി. ഭഗത്സിങ്ങിനെ കുരുക്കിൽപ്പെടുത്തി സഭയെ തകർക്കാൻ ബ്രിട്ടീഷ് ഗവൺമെന്റ് കരുക്കൾ നീക്കി. 1927 ജൂലൈയിൽ 'ദംസ്ചറ ബോംബ് കേസി'ൽപ്പെടുത്തി ഭഗത്സിങ്ങിനെ തടവിലിട്ടു. പന്ത്രണ്ടോളം നിരപരാധികൾ കൊല്ലപ്പെട്ട ബോംബ് സ്ഫോടനത്തിൽ യഥാർത്ഥത്തിൽ സഭയ്ക്ക് യാതൊരു ബന്ധവുമില്ലായിരുന്നു. 60,000 രൂപ

ജാമ്യത്തിൽ ഭഗത്സിങ്ങിനെ വിട്ടയയ്ക്കേണ്ടിവന്നു.

1928 ഡിസംബർ 8,9 തീയതികളിൽ ഡൽഹിയിൽ നൗ ജവാൻ ഭാരത് സഭയുടെയും ഹിന്ദുസ്ഥാൻ റിപ്പബ്ലിക്കൻ അസോസിയേഷന്റെയും പ്രമുഖ നേതാക്കൾ കൂടി സോഷ്യലിസ്റ്റ് ലക്ഷ്യത്തോടുകൂടി ഒരു സംഘടന രൂപീകരിക്കാൻ തീരുമാനിച്ചു. അങ്ങനെ 'ഹിന്ദുസ്ഥാൻ സോഷ്യലിസ്റ്റ് റിപ്പബ്ലിക്കൻ അസോസിയേഷൻ' (എച്ച് എസ് ആർ എ)എന്ന സംഘടന രൂപം കൊണ്ടു.

ബ്രിട്ടീഷ് ഭരണത്തെ പിഴുതെറിഞ്ഞ് സ്വാതന്ത്ര്യം നേടുകയും ഒരു സോഷ്യലിസ്റ്റ് ഭരണകൂടം സ്ഥാപിക്കുകയുമായിരുന്നു എച്ച് എസ് ആർ എ എന്ന സംഘടനയുടെ ലക്ഷ്യം. വ്യക്തിപരമായ സാഹസിക പ്രവർത്തനങ്ങൾക്ക് പകരം ബഹുജനാധിഷ്ഠിതമായ സായുധവിപ്ലവത്തിനാണ് പാർട്ടി ഊന്നൽ കൊടുത്തത്. സംഘടനയുടെ മുഖ്യപ്രവർത്തകർ ഭഗത്സിങ്ങ്, ചന്ദ്രശേഖർആസാദ്, ജതീന്ദ്ര നാഥ് ദാസ്, അജയ്ഘോഷ്, ശിവവർമ്മ, സൂര്യാസെൻ, സുഖ്ദേവ്, രാജഗുരു, ബി കെ ദത്ത് തുടങ്ങിയ യുവവിപ്ലവകാരികളായിരുന്നു.

ഇന്ത്യ കണ്ടതിൽവെച്ച് ഏറ്റവും മഹാനായ വിപ്ലവകാരിയായിരുന്ന ഭഗത്സിങ്ങ് വിപ്ലവകാരികളുടെ സിരകളെ ത്രസിപ്പിച്ച രണ്ടു വിപ്ലവപ്രവർത്തനങ്ങൾ സംഘടിപ്പിച്ചു. അതിലൊന്ന് സാൻഡേഴ്സിന്റെ വധമായിരുന്നു. സൈമൺ കമ്മീഷൻ ലാഹോറിലെത്തിയ 1928 ഒക്ടോബർ 30 ന് ലാലാലജ്പത്റായിയുടെ നേതൃത്വത്തിൽ വമ്പിച്ച പ്രതിഷേധ പ്രകടനം നടന്നു. ആ പ്രതിഷേധപ്രകടനം നടത്തവെ ലാലാലജ്പത്റായിക്ക് ഭീകരമായി മർദ്ദനമേൽക്കേണ്ടി വരികയും ആശുപത്രിയിലായ അദ്ദേഹം ഒന്നര മാസം കഴിഞ്ഞ് നവംബർ 17 ന് മരണപ്പെടുകയും ചെയ്തു. ഈ മർദ്ദനത്തിനു കാരണക്കാരനായ ലാഹോറിലെ അസിസ്റ്റന്റ് പൊലീസ് സൂപ്രണ്ടായ സാൻഡേഴ്സനെ ഭഗത്സിങ്ങ് മറ്റു വിപ്ലവകാരികളായ ചന്ദ്രശേഖർ ആസാദ്, രാജ്ഗുരു എന്നിവരുടെ സഹായത്തോടെ 1928 ഡിസംബർ 17 ന് വെടിവെച്ചുകൊന്നു.

മറ്റൊരു സംഭവം അസംബ്ലി ബോംബേറാണ്. തൊഴിലാളി പ്രസ്ഥാനത്തെ അമർച്ച ചെയ്യാൻ വേണ്ടി ബ്രിട്ടീഷ് ഗവൺമെന്റ് തയ്യാറാക്കിയ 'പൊതുരക്ഷാ ബിൽ (Public Safety Bill), 'വ്യവസായ തർക്കബിൽ' (Trade Disputes Bill) എന്നിവക്കെതിരെ പ്രതിഷേധിക്കുന്നതിനുവേണ്ടി കേന്ദ്ര നിയമനിർമ്മാണ സഭയിൽ ബോംബെറിയാൻ തീരുമാനിച്ചു. പാർട്ടി ഇതിന്റ ചുമതല ഏല്പ്പിച്ചത് ഭഗത്സിങ്ങിനെയും ബി കെ ദത്തിനെയുമാണ്.

1929 ഏപ്രിൽ 8 ന് ഭഗത് സിങ്ങും ബി കെ ദത്തും സന്ദർശക ഗാലറിയിൽ നിന്ന് അസംബ്ലി ഹാളിന്റെ മദ്ധ്യത്തിലേക്കു രണ്ടു കൈബോംബുകൾ എറിഞ്ഞു. ഇതൊരു ഭീകര പ്രവർത്തനമായിരുന്നില്ല. ആരേയും വധിക്കാനുള്ള ഉദ്ദേശ്യവും വിപ്ലവകാരികൾക്കുണ്ടായിരുന്നില്ല. ബോംബുകൾ താരതമ്യേന നിരുപദ്രവകരമായിരുന്നു. ബോംബിന്റെ പിന്നാലെ ഒരു ലഘുലേഖയും അവർ സഭയിലേക്ക് എറിഞ്ഞു. ആ ലഘുലേഖയിൽ 'ബധിരരുടെ ചെവി തുറപ്പിക്കുകയാണ്' തങ്ങളുടെ ലക്ഷ്യമെന്ന് അവർ പ്രഖ്യാപിച്ചിരുന്നു. അവർ രക്ഷപ്പെടാനും ശ്രമിച്ചില്ല. അറസ്റ്റു വരിച്ച് കോടതി വിചാരണയെ എച്ച് എസ്ആർ എയുടെ പ്രചാരണ വേദിയാക്കി മാറ്റുകയായിരുന്നു അവരുടെ ലക്ഷ്യം.

ഭഗത്സിങ്ങ്, രാജ്ഗുരു, സുഖ്ദേവ്, കിഷോരിലാൽ, ശിവവർമ്മ, ഗയാപ്രസാദ്, ജതീന്ദ്രനാഥ് ദാസ്, ജയദേവ കപൂർ, ശിവറാം, അജയ്ഘോഷ്

മുതലായ പ്രമുഖരെ പ്രതികളാക്കി 'ലാഹോർ ഗൂഢാലോചനക്കേസ്' എന്നപേരിൽ ഗവൺമെന്റ് ഒരു കേസ് രജിസ്റ്റർ ചെയ്ത് വിചാരണതുടങ്ങി. ബ്രിട്ടീഷ് ഭരണത്തിന്റെ അനീതികളെയും ക്രൂരതകളെയും തുറന്നു കാട്ടാനും തങ്ങളുടെ ആശയങ്ങൾ പ്രചരിപ്പിക്കാനും ഈ വിചാരണവേദിയെ ഭഗത്സിങ്ങും കൂട്ടരും ഉപയോഗിച്ചു. അവർ കോടതി മുറിയിലേക്ക് പ്രവേശിച്ചതുതന്നെ 'ഇൻകിലാബ് സിന്ദാബാദ്', 'സാമ്രാജ്യത്വം തുലയട്ടെ', 'തൊഴിലാളിവർഗ്ഗം നീണാൾവാഴട്ടെ' എന്നീ മുദ്രാവാക്യങ്ങൾ വിളിച്ചുകൊണ്ടാണ്. വിചാരണയ്ക്കുശേഷം ഭഗത്സിങ്ങ്, രാജ്ഗുരു, സുഖ്ദേവ് എന്നിവരെ കോടതി വധശിക്ഷയ്ക്ക് വിധിച്ചു.

ഇതിനെതിരെ രാജ്യമെമ്പാടും പ്രതിഷേധ കൊടിങ്കാറ്റുയർന്നെങ്കിലും വധശിക്ഷ ഇളവുചെയ്യാൻ ഗവൺമെന്റ് തയ്യാറായില്ല. ജയിലിൽ എച്ച് എസ് ആർ എ നേതാക്കൾ നടത്തിയ ഉപവാസ സമരവും രാജ്യത്തെ ഇളക്കി മറിച്ചു. തങ്ങളെ കുറ്റവാളികളായല്ല, രാഷ്ട്രീയ തടവുകാരായി പരിഗണിക്കണമെന്നു അവർ ആവശ്യപ്പെട്ടു. ഉപവാസം നടന്നുകൊണ്ടിരിക്കെ ജതീന്ദ്രനാഥ് ദാസ് 63 ദിവസത്തെ നിരാഹാരത്തിനുശേഷം മരണമടഞ്ഞു.

ഒന്നാം സിവിൽ ആജ്ഞാ നിയമലംഘനസമരത്തെ തുടർന്ന് 1931 മാർച്ച് അഞ്ചാം തീയതി ഗാന്ധി–ഇർവിൻ സന്ധി ഒപ്പുവച്ചു. ഈ സന്ധിയിൽ പറഞ്ഞിരുന്നത് സത്യഗ്രഹികളെ മാത്രം ജയിലിൽ നിന്നും മോചിപ്പിക്കും എന്നാണ്. അതനുസരിച്ച് മാർച്ച് 11,12,13 തീയതികളിലായി ജയിലിൽ കിടന്ന എല്ലാ രാഷ്ട്രീയ തടവുകാരെയും മോചിപ്പിച്ചു. എന്നാൽ ദേശീയ വിപ്ലവകാരികളായ തടവുകാരെ മോചിപ്പിച്ചില്ല. കമ്യൂണിസത്തിന്റെയോ ബോംബ് രാഷ്ട്രീയത്തിന്റെയോ തൊഴിലാളി പ്രസ്ഥാനത്തിന്റെയോ പേരിൽ ജയിലാക്കപ്പെട്ടവർ മോചിപ്പിക്കപ്പെട്ടില്ല. മീററ്റ്, ലാഹോർ, ആലിപ്പൂർ, ചിറ്റഗോങ്ങ് ഗൂഢാലോചനക്കേസുകളിലെ പ്രതികൾ, കാക്കിനഡ ബോംബ് കേസ്, ഏറനാട് കർഷക കലാപക്കേസ് തുടങ്ങിയവയിലെ പ്രതികളൊന്നും മോചിപ്പിക്കപ്പെട്ടില്ല. ഒന്നാം ലോക മഹായുദ്ധം തൊട്ട് ജയിലിൽ കഴിയുന്നവരും വിചാരണയ്ക്ക് വിധേയരല്ലാതെ തടങ്ങലിൽ പാർപ്പിച്ചിരിക്കുന്നവരുമായ ധാരാളം വിപ്ലവകാരികളെയും ജയിലിൽ നിന്ന് മോചിപ്പിച്ചില്ല.

ഭഗത്സിങ്ങ്, രാജ്ഗുരു, സുഖ്ദേവ് എന്നിവരുടെ കേസിൽ ഗാന്ധിജി ഇടപെടണമെന്നും ശിക്ഷ ജീവപര്യന്തമായി കുറപ്പിക്കണമെന്നും ആവശ്യപ്പെട്ടു കൊണ്ട് രാജ്യത്തുടനീളം പ്രക്ഷോഭം നടന്നെങ്കിലും ഗാന്ധിജി ആ പ്രശ്നത്തിൽ ഇടപെടാൻ തയ്യാറായില്ല. ഗാന്ധി–ഇർവ്വിൻ സന്ധി (1931 മാർച്ച് 5) ഒപ്പിട്ട് 23 ദിവസം കഴിഞ്ഞപ്പോൾ മാർച്ച് 29 ന് വൈകുന്നേരം 7.30ന് ആരുമറിയാതെ ആ മൂന്നു ധീരദേശാഭിമാനികളെ തൂക്കിക്കൊന്നു.

ഭാരതമാകെ ഭഗത്സിങ്ങിന്റെയും കൂട്ടരുടെയും വധത്തിനെതിരെ അമർഷം അണപൊട്ടിയൊഴുകി. പ്രതിഷേധപ്രകടനങ്ങളും യോഗങ്ങളും സംഘടിപ്പിക്കപ്പെട്ടു. വിവിധ കോൺഗ്രസ് കമ്മിറ്റികൾ മുൻകൈയെടുത്ത് പ്രതിഷേധ പ്രകടനങ്ങൾ സംഘടിപ്പിച്ചു. ഇന്ത്യയ്ക്ക് പുറത്തുള്ളവരും ബ്രിട്ടീഷ് ഗവൺമെന്റിന്റെ ഈ നീചപ്രവൃത്തിയെ കഠിനമായി എതിർത്തു. സ്വാതന്ത്ര്യ സമരനായകനും ഇന്ത്യൻ നാഷണൽ കോൺഗ്രസിന്റെ ഔദ്യോഗിക ചരിത്രകാരനുമായ പട്ടാഭി സീതാരാമയ്യ എഴുതിയത് "അക്കാലത്ത് ഭഗത്സിങ്ങിന്റെ പേർ ഗാന്ധിജിയുടെ പേരുപോലെ തന്നെ ഇന്ത്യയിലെങ്ങും പ്രശസ്തമായിരിക്കുന്നുവെന്ന് പറയുന്നത് അതിശയോക്തിയല്ല" എന്നാണ്.

പക്ഷേ, തിരുവനന്തപുരത്തെ വക്കീലന്മാരിൽ ചിലരെ ഉൾക്കൊണ്ടിരുന്ന കോൺഗ്രസ് കമ്മിറ്റി ഇക്കാര്യത്തിൽ മൗനം ദീക്ഷിച്ചു. ഇതിനെതിരെ എൻ സി ശേഖറും കൂട്ടരും രംഗത്തു വന്നു.

എൻ സി ശേഖർ, പൊന്നറ ശ്രീധർ, എൻ പി കുരുക്കൾ, ആർ അയ്യപ്പൻ എന്നിവരുൾപ്പെട്ട യുവജനസംഘം തിരുവനന്തപുരം കോൺഗ്രസ് കമ്മിറ്റി നേതാക്കളായ കെ ജി കുഞ്ഞുകൃഷ്ണപിള്ള, കെ കുഞ്ഞു കൃഷ്ണപിള്ള, വി അച്യുതമേനോൻ, സി ഐ പരമേശ്വരൻപിള്ള, പറവൂർ ടി കെ നാരായണപിള്ള, സി നാരായണപിള്ള എന്നിവരെ സമീപിച്ച് ഭഗത് സിങ്, രാജ്ഗുരു, സുഖദേവ് എന്നിവരെ തൂക്കിക്കൊന്നതിനെതിരെ പ്രതിഷേധപ്രകടനവും യോഗവും സംഘടിപ്പിക്കേണ്ട ആവശ്യകത അറിയിച്ചപ്പോൾ അവർ പറഞ്ഞ മറുപടി ഭീകരവാദികളെ തൂക്കികൊന്നതിനെതിരായ പ്രതിഷേധയോഗം സംഘടിപ്പിക്കുന്നതിനോട് തങ്ങൾക്ക് യോജിപ്പില്ലെന്നും അതുകൊണ്ട് അതിൽ പങ്കെടുക്കുകയില്ലെന്നുമാണ്. എന്നാൽ വക്കീൽ വി അച്യുതമേനോൻ എൻ സി ശേഖറുടെയും കൂട്ടരുടെയും അഭിപ്രായത്തോട് യോജിക്കുകയും യോഗം നടത്താൻ രണ്ടുരൂപ സംഭാവന നല്കുകയും ചെയ്തുവെന്നു മാത്രമല്ല പിന്നീട് ആ യോഗത്തിൽ പങ്കെടുക്കുകയും ചെയ്തു. പിന്നീട് അവർ കണ്ട കേസരി ബാലകൃഷ്ണപിള്ള കാസരോഗത്താൽ വലഞ്ഞിരിക്കുകയായിരുന്നുവെങ്കിലും യോഗത്തിൽ അദ്ധ്യക്ഷത വഹിക്കാമെന്നും, ജി.രാമചന്ദ്രൻ ബ്രിട്ടീഷ് ഗവൺമെന്റിന്റെ കൂട്ടക്കൊലയിൽ പ്രതിഷേധിച്ചു പ്രസംഗിക്കാമെന്നും ഏറ്റു.

യോഗത്തിനാവശ്യമായ നോട്ടീസടിക്കാനും കൊടിയുണ്ടാക്കാനും മറ്റുമായുള്ള സംഭാവനക്കായി കോൺഗ്രസ് അനുഭാവികളായ വക്കീലന്മാരെയും കച്ചവടക്കാരെയും അവർ കണ്ടു. നെയ്യാറ്റിൻകര ടി കെ നാരായണപിള്ള, പരമേശ്വരൻപിള്ള, കെ സി ജോർജ്, കളത്തിൽ വേലായുധൻപിള്ള തുടങ്ങിയ വക്കീലന്മാർ രണ്ടുരൂപാ വീതം സംഭാവന നല്കി. അക്കാലത്ത് രണ്ടുരൂപ വലിയൊരു തുകയായിരുന്നു. ചാല മുത്തയ്യാപിള്ളയെപ്പോലുള്ള കച്ചവടക്കാരിൽ നിന്നും സംഭാവന ലഭിച്ചു. അതിനുശേഷം അവർ പിരിച്ചെടുത്ത സംഭാവനകൊണ്ട് നോട്ടീസ് അച്ചടിപ്പിച്ച് ഉച്ചയ്ക്കുമുമ്പ് ടൗണിന്റെ മുക്കിലും മൂലയിലും ജനങ്ങൾ കാണുന്ന സ്ഥലങ്ങളിലും കോളേജുകളിലും സ്കൂൾ പരിസരങ്ങളിലും വിതരണം ചെയ്തു. ഹജൂർ കച്ചേരി മൈതാനത്ത് യോഗവേദിയും സ്ഥാപിച്ചു. എന്നിട്ട് എൻ സിയും കൂട്ടരും ദേശീയ പതാകയും പിടിച്ച് സയൻസ് കോളേജിന്റെ മുമ്പിൽ ഹാജരായി. ഇനി നടന്ന സംഭവങ്ങൾ എൻ സിയുടെ ഭാഷയിൽ:

> നാലുമണിയായപ്പോൾ കുട്ടികൾ പുറത്തിറങ്ങി. മൈതാനത്തിലേക്ക് പോകുകയായിരുന്ന നാട്ടുകാരും യുവാക്കളും വന്നുകൂടി. ഉശിരന്മാരായ വിദ്യാർത്ഥികൾ, യുവാക്കൾ, പ്രകടനം ആരംഭിച്ചു. മെയിൻ റോഡുവഴി, ഹജൂർ കച്ചേരിയുടെ മുമ്പിലൂടെ കിഴക്കേകോട്ട വഴി ചാല കമ്പോളം ചുറ്റി ആറുമണിയോടുകൂടി ആവേശംപൂണ്ട പ്രകടനം മൈതാനത്തിലിറങ്ങി. തിളച്ചുമറിഞ്ഞുകൊണ്ടിരുന്ന പ്രകടനത്തിന് ഉദ്ധതനായ ഡി എസ് പി ബി നാണൻപിള്ളയുടെയും ക്രൂരസ്വഭാവിയായ എ എസ് പി ടി ആർ രാമൻപിള്ളയുടെയും നേതൃത്വത്തിലുള്ള പൊലീസ് അകമ്പടിയായി ഉണ്ടായി. “ഭഗത്സിങ് സിന്ദാബാദ്, രാജഗു

രു സിന്ദാബാദ്, സുഖദേവ് സിന്ദാബാദ്, ഹിന്ദുസ്ഥാൻ സിന്ദാബാദ്, ഇങ്കിലാബ് സിന്ദാബാദ്, ലാലാജിയെ അടിച്ചുകൊന്ന സർക്കാർ നശിക്കട്ടെ, ഭഗത്സിങ്ങിനെ തൂക്കിക്കൊന്ന ഗവൺമെന്റ് നശിക്കട്ടെ", "സുഖദേവിനെ, രാജഗുരുവിനെ തൂക്കിക്കൊന്ന ഗവൺമെന്റ് നശിക്കട്ടെ" തുടങ്ങിയ മുദ്രാവാക്യങ്ങൾ അന്തരീക്ഷത്തെ ഭേദിച്ചുകൊണ്ട് ഉയർന്നുകൊണ്ടിരുന്നു.

ആ വമ്പിച്ച പൊതുയോഗത്തിൽ കേസരി ബാലകൃഷ്ണപിള്ള അദ്ധ്യക്ഷം വഹിച്ചു. അദ്ദേഹത്തെ അദ്ധ്യക്ഷ സ്ഥാനത്തേക്ക് പൊന്നറ അഭിപ്രായപ്പെട്ടപ്പോൾ ആവേശഭരിതരായ ജനക്കൂട്ടം നീണ്ടുനിന്ന കരഘോഷത്തോടെ അദ്ദേഹത്തെ ആദരിച്ചു സ്വീകരിച്ചു. പുരോഗമന സാഹിത്യത്തിന്റെയും രാഷ്ട്രീയത്തിന്റെയും അഭിവന്ദ്യനും ആചാര്യനുമായിരുന്ന ബാലകൃഷ്ണപിള്ളയ്ക്ക് കാസരോഗംമൂലം അധികം സംസാരിക്കാൻ കഴിഞ്ഞില്ല. എങ്കിലും അദ്ദേഹം ഉറക്കെ പ്രഖ്യാപിച്ചു: തങ്ങളുടെ രാജ്യത്തെ സ്നേഹിക്കുകയും സ്വാതന്ത്ര്യത്തിനു വേണ്ടി സമരം നടത്തുകയും ചെയ്യുന്ന യുവലോകത്തിന്റെ തേജഃപുഞ്ജരങ്ങളാണ് ഭഗത്സിങ്ങും സുഖദേവും രാജഗുരുവും. അവരെ കൊലചെയ്ത ബ്രിട്ടീഷ് ഗവൺമെന്റിന് ഇന്ത്യയിലധികകാലം ഇനി നില്ക്കാനാവില്ല ജി രാമചന്ദ്രൻ, ഭഗത്സിങ്ങും രാജഗുരുവും സുഖദേവും ഇന്ത്യൻ ദേശീയത്വത്തിന്റെ ധീരരായ പ്രതിനിധികളാണെന്ന് ചൂണ്ടിക്കാണിച്ചു. അവരെ കൊലചെയ്തതിന് പകരം വീട്ടാൻ കോൺഗ്രസിനെ ശക്തിപ്പെടുത്തണമെന്നും അദ്ദേഹം ഉദ്ബോധിപ്പിച്ചു.[1]

1931 മാർച്ച് 23–ാം തീയതി നടന്ന ആ പ്രതിഷേധ യോഗവും തെരുവ് പ്രകടനവും തിരുവനന്തപുരത്തെ സാമാന്യ ജനതയിൽ പ്രത്യേകിച്ച് വിദ്യാർത്ഥി യുവജനങ്ങളുടെ ഇടയിൽ ഉണർന്നു വന്നിട്ടുള്ള ദേശീയ സ്വാതന്ത്ര്യബോധത്തിന്റെ ഗംഭീര പ്രകടനമായിരുന്നു.

സൂചന

1. *അഗ്നിവീഥികൾ*, പു:138–39

5

കമ്യൂണിസ്റ്റ് ലീഗ്

ആയിരത്തിത്തൊള്ളായിരത്തി മുപ്പത്തിയൊന്ന് ജനുവരി മാസത്തിൽ ജയിൽമോചിതനായി തിരുവനന്തപുരത്ത് തിരിച്ചെത്തിയ എൻ സി ശേഖർ തൈക്കാട് വാർഡ് കോൺഗ്രസ് ഓഫീസ് കേന്ദ്രമാക്കി പ്രവർത്തനം ശക്തമാക്കി. ഒപ്പം പൊന്നറ ശ്രീധറും എൻ പി കുരുക്കളും. അവരിരുവരുടെയും വാസസ്ഥലം തൈക്കാട് തന്നെയായിരുന്നു. ധരാസന ഉപ്പു പടന്ന ആക്രമണ സമരത്തിൽ പങ്കെടുത്ത അവസരത്തിലുണ്ടായ ലാത്തിച്ചാർജ്ജിൽ ശ്രീധറിന് നട്ടെല്ലിന് സാരമായ പരുക്കുപറ്റിയിരുന്നു. അദ്ദേഹത്തോടൊപ്പമുണ്ടായിരുന്ന ബാലരാമപുരത്തെ മുടവൂർപ്പാറ ചിന്നനും ശ്വാസകോശത്തിൽ ക്ഷതമേറ്റു. നാട്ടിൽ തിരിച്ചെത്തിയ അവർ ചികിത്സയിലായതിനാൽ വീണ്ടും സത്യഗ്രഹത്തിൽ പങ്കെടുക്കാൻ കഴിഞ്ഞില്ല. എൻ സി ശേഖറും എൻ പി കുരുക്കളും തിരിച്ചു വന്ന ശേഷം തൈക്കാട് അവരുടെ പ്രവർത്തനകേന്ദ്രമായി മാറിയത് അങ്ങനെയാണ്.

എൻ സി ശേഖർ ബാലരാമപുരം കേന്ദ്രമാക്കി പ്രവർത്തനങ്ങൾ സംഘടിപ്പിച്ചു. അക്കാലത്ത് സത്യഗ്രഹത്തിൽ പങ്കെടുത്ത് ജയിലിലടക്കപ്പെട്ട കോൺഗ്രസുകാർക്ക് നാട്ടിൽ വീരോചിതമായ സ്വീകരണമാണ് ലഭിച്ചിരുന്നത്. നാട്ടിലെത്തിയ എൻ സിയെ യുവാക്കളും പഴയ കോൺഗ്രസുകാരും കോൺഗ്രസ് അനുഭാവികളുമൊക്കെ ചേർന്ന് ആവേശകരമായി സ്വീകരിച്ചു.

നാട്ടിലെത്തിയ എൻ സി ശേഖർ ആദ്യമായി ചെയ്തത് ബാലരാമപുരത്ത് ഒരു 'യൂത്ത്ലീഗ്' സംഘടിപ്പിച്ചതായിരുന്നു. അദ്ദേഹത്തിന്റെ സുഹൃത്തുക്കളായ നാല്പ്പതിലധികം യുവാക്കൾ അതിൽ അംഗങ്ങളായി ചേർന്നു. സത്യഗ്രഹ രംഗത്തും ജയിൽ ജീവിതകാലത്തും ഉണ്ടായ അനുഭവങ്ങൾ എൻ സി ശേഖർ അവർക്ക് വിവരിച്ചുകൊടുക്കുകയുണ്ടായി. അതിനിടയിലാണ് 'കമ്യൂണിസ്റ്റ് ലീഗ്' സ്ഥാപിക്കപ്പെടുന്നത്.

പി പീരുമൈതീൻ, അബ്ദുൾ ഖാൻ, എ സെയ്നുദീൻ, പി സെയ്നുദീൻ, ജി ശങ്കരപിള്ള ബി എ, ടി ജി കൃഷ്ണപിള്ള, ശങ്കരപിള്ള, രാമൻപിള്ള എ സി, എൻ എ ഷാഹുൽ ഹമീദ് മുതലായവർ യൂത്ത് ലീഗിൽ പ്രവർത്തിച്ച ചില അംഗങ്ങളാണ്. ബാലരാമപുരത്തെ സാമൂഹ്യ-രാഷ്ട്രീയ-വിദ്യാഭ്യാസ രംഗത്ത് സജീവമായി പ്രവർത്തിച്ചിട്ടുള്ളവരാണ് ഇവരെല്ലാം. തിരുവി

താംകൂറിലെ ചോദ്യം ചെയ്യപ്പെടാതിരുന്ന പൊലീസ് കൈയേറ്റങ്ങളെയും താന്തോന്നിത്തരങ്ങളെയും എതിർക്കുന്നതിൽ സംഘടിതരായി യൂത്ത്ലീഗ് പ്രവർത്തിച്ചപ്പോൾ ഇവർ മുൻപന്തിയിൽ തന്നെ നില്ക്കുകയുണ്ടായി. ഏകാധിപത്യ രാജഭരണം നടന്നു വന്നിരുന്ന തിരുവിതാംകൂറിനെപ്പോലൊരു രാജ്യത്ത് പൊലീസ് അഴിമതികളെ തുറന്നുകാണിക്കുകയും എതിർക്കുകയും ചെയ്യുക എന്നത് ധീരോദാത്തമായ പൊതുജനസേവനം തന്നെയാണ്. 1931 ൽ ഈ യൂത്ത് ലീഗിന്റെ ഒന്നാം വാർഷികാഘോഷവും നടത്തി.

1931 മാർച്ചിൽ എൻ സി ശേഖറും കൂട്ടരും ചേർന്ന് കമ്യൂണിസ്റ്റ് ലീഗ് സ്ഥാപിച്ചു. അതിന്റെ രൂപീകരണത്തിന് നേതൃത്വം കൊടുക്കുകയും അതിൽ അംഗമാകുകയും ചെയ്ത ഏഴുപേർ എൻ സി ശേഖർ, പൊന്നറ ജി ശ്രീധർ, എൻ പി കുരുക്കൾ, തിരുവട്ടാർ താണുപിള്ള, ശിവശങ്കരപിള്ള, ആർ പി അയ്യർ, തൈക്കാട് ഭാസ്കരൻ എന്നിവരായിരുന്നു. കമ്യൂണിസ്റ്റ് ആശയത്തെക്കുറിച്ച് അവർക്ക് വലുതായൊന്നും അറിയില്ലായിരുന്നു. കമ്യൂണിസ്റ്റ് ലീഗ് രൂപീകരിക്കുന്നതിനു മുമ്പ് കമ്യൂണിസവുമായി ബന്ധപ്പെട്ട രണ്ടു പുസ്തകങ്ങളെ അവർ വായിച്ചിരുന്നുള്ളു.

കമ്യൂണിസ്റ്റ് ലീഗിന്റെ സെക്രട്ടറിയായി തെരഞ്ഞെടുത്തത് എൻ പി കുരുക്കളെയായിരുന്നു. ഒരു രണ്ടാം ക്ലാസ് മജിസ്ട്രേട്ടിന്റെ മകനായ എൻ പി കുരുക്കൾ മെട്രിക്കുലേഷൻ ക്ലാസുവരെ പഠിച്ചു. പിന്നീട് തൃശ്ശിനാപള്ളിയിൽ പോയി വയർലസ് പഠിച്ചു. നിസ്സഹകരണ പ്രസ്ഥാനത്തിൽ പങ്കെടുത്തു. അന്നു മുതൽ പൊന്നറ ജി ശ്രീധറിന്റെ സഹപ്രവർത്തകനായി പ്രവർത്തിച്ചു.

കമ്യൂണിസ്റ്റ്ലീഗ് രൂപീകരിക്കാൻ തങ്ങളെ പ്രേരിപ്പിച്ച സംഗതികളെക്കുറിച്ച് എൻ സി ശേഖർ ഇങ്ങനെ വ്യക്തമാക്കുന്നു:

> ......ഞങ്ങളുടെ കമ്യൂണിസ്റ്റ് ലീഗ് നിലവിൽ വന്നു. അതിൽ അംഗത്വമെടുക്കുന്നതിന് മുമ്പ് കോൺഗ്രസ് രാഷ്ട്രീയത്തെപ്പറ്റിയും ഞങ്ങളുടെ കൈവശമുണ്ടായിരുന്ന കമ്യൂണിസ്റ്റ് പാർട്ടിയുടെ പരിപാടിയെക്കുറിച്ചും ചർച്ച ചെയ്തു ബോദ്ധ്യം വരുത്തിയിരുന്നു. അക്കാലത്തു തന്നെ ലണ്ടനിൽ നടക്കാൻ പോകുന്ന വട്ടമേശ സമ്മേളനത്തെക്കുറിച്ചുള്ള ചർച്ചയും അഭിപ്രായഗതികളും പത്രങ്ങളിൽ പ്രത്യക്ഷപ്പെട്ടു കൊണ്ടിരുന്നു. ഇന്ത്യൻ നാഷണൽ കോൺഗ്രസ് ഇന്ത്യൻ മുതലാളിത്തത്തിന്റെ രാഷ്ട്രീയ സംഘടനയാണെന്ന് ഞങ്ങൾക്ക് ബോദ്ധ്യം വന്നിരുന്നു. അധികാരം കൈയിൽ കിട്ടിയാലും നേതാക്കന്മാർ സാധാരണക്കാരായ അദ്ധ്വാനിക്കുന്ന ജനങ്ങളോടും കൃഷിക്കാരോടും തൊഴിലാളികളോടും യുവജനങ്ങളോടും- പെരുമാറുന്നത്, ഇന്ന് സത്യഗ്രഹികളോട് പെരുമാറുന്നത് പോലെയായിരിക്കും. യജമാന- ഭൃത്യബന്ധം പോലെ, ജന്മിമാർ കുടിയാന്മാരോടെന്നപോലെ. സത്യഗ്രഹ തടവുകാരായ ഡി ക്ലാസുകാരോട് പെരുമാറുന്നതുപോലെ. മേലാളരും കീഴാളരും എന്ന മട്ടിൽ, ചൂഷകനും ചൂഷിതനുമെന്ന കണക്കെ.
>
> റഷ്യയിൽ ചക്രവർത്തിമാരുടെ ഭരണം, മുതലാളിവർഗ്ഗവും പ്രഭുവർഗ്ഗവുമടങ്ങിയ യജമാനവർഗ്ഗത്തിന്റെ ആധിപത്യം, തച്ചുതകർത്തുകൊണ്ട് ഉല്പാദനോപകരണങ്ങളായ ഭൂമിയും ഫാക്ടറികളും സാമൂഹ്യാടിസ്ഥാനത്തിൽ മാറ്റി സ്ഥാപിക്കുകയും അതിന്മേൽ സാമൂഹ്യ

നിയന്ത്രണം ഏർപ്പെടുത്തുകയും, സർവ്വോപരി തൊഴിലാളിവർഗ്ഗ സർവ്വാധിപത്യം സ്ഥാപിക്കുകയും ചെയ്തപ്പോൾ ബോൾഷെവിക്ക് വിപ്ലവമാണ് മുതലാളിത്ത–സാമ്രാജ്യത്വ ചൂഷണത്തെ വകവെച്ചുകൊടുക്കുന്ന സത്യഗ്രഹത്തേക്കാൾ അഭികാമ്യമെന്ന് ഞങ്ങൾക്ക് തോന്നി. അതിൽ തരിമ്പും തെറ്റില്ലെന്ന് ഞങ്ങൾക്ക് ബോദ്ധ്യം വന്നു. ഇന്ത്യൻ പരിത:സ്ഥിതിയിലും അത്തരം വിപ്ലവം അനിവാര്യമാണെന്ന് ഞങ്ങൾ ഉറച്ചു വിശ്വസിച്ചു. അതിനുവേണ്ടി പ്രവർത്തിക്കാൻ പ്രതിജ്ഞചെയ്തു.

ആ ബോധത്തിന്റെ അടിസ്ഥാനത്തിലാണ് ഞങ്ങൾ കമ്യൂണിസ്റ്റ് ലീഗ് സ്ഥാപിച്ചത്. ഇന്ത്യയിൽ അന്ന് കമ്യൂണിസം നിയമവിരുദ്ധമാണെന്നും, പരസ്യമായാൽ, ചിലപ്പോൾ ജീവപര്യന്തം തടവുശിക്ഷയായിരിക്കും അനുഭവിക്കേണ്ടി വരികയെന്നും അറിഞ്ഞുകൊണ്ടുതന്നെയാണ് കമ്യൂണിസ്റ്റുകാർ എന്നു ഞങ്ങൾ പ്രഖ്യാപിച്ചത്. ഇന്ത്യയിൽ കമ്യൂണിസം കടന്നു കൂടാതിരിക്കാൻ കഴിയുന്നത്ര മുൻകരുതലുകൾ ബ്രിട്ടീഷ് ഗവൺമെന്റ് കർശനമായി എടുത്തുകൊണ്ടിരിക്കുകയായിരുന്നുവല്ലോ അന്ന്.

ഇന്ത്യയിലെ പീഡിതരും ദരിദ്രരും ചൂഷിതരുമായ ജനലക്ഷങ്ങൾക്ക് കോൺഗ്രസിലൂടെയോ സത്യഗ്രഹത്തിലൂടെയോ അല്ല, റഷ്യയിലുണ്ടായതുപോലെ തൊഴിലാളി വർഗ്ഗത്തിന്റെ സോഷ്യലിസ്റ്റ് വിപ്ലവത്തിലൂടെ മാത്രമെ മോചനം ലഭിക്കുകയുള്ളുവെന്ന് ദൃഢമായി വിശ്വസിച്ചുകൊണ്ട് തന്നെയാണ് ഞങ്ങൾ കമ്യൂണിസ്റ്റ് ലീഗ് രൂപീകരിച്ചു പ്രവർത്തിക്കുവാൻ തുടങ്ങിയത്.[1]

ഇന്ത്യൻ കമ്യൂണിസ്റ്റ് പാർട്ടി അന്ന് നിയമവിരുദ്ധമാക്കപ്പെട്ടിരുന്നു. ആ കമ്യൂണിസ്റ്റ് പാർട്ടിയുടെ സംഘടനയുമായി നേരിട്ട്, ആധികാരികമായ, ബന്ധങ്ങളൊന്നുമില്ലാതെയാണെങ്കിലും ഇന്ത്യൻ കമ്യൂണിസ്റ്റ് പാർട്ടിയുടെ തിരുവിതാംകൂർ ശാഖയെന്ന നിലയിലാണ് എൻ സി ശേഖറും കൂട്ടരും കമ്യൂണിസ്റ്റ് ലീഗ് രൂപീകരിച്ചത്.

1930 ൽ കോൺഗ്രസ് നടത്തിയ ധരാസന ഉപ്പുപടന്ന ആക്രമണത്തിൽ പങ്കെടുത്ത് ക്രൂരമായ മർദ്ദനവും ശിക്ഷയുമേറ്റ് പൊന്നറ ശ്രീധർ മടങ്ങിയെത്തിയത് ഇന്ത്യൻ കമ്യൂണിസ്റ്റ് പാർട്ടിയുടെ ഉദ്ദേശ്യലക്ഷ്യങ്ങളെയും പ്രവർത്തനങ്ങളെയും പ്രതിപാദിക്കുന്ന ഒരു പ്രഖ്യാപനത്തിന്റെ കോപ്പിയുമായിട്ടായിരുന്നു. 'മീറത്ത് ഗൂഢാലോചനക്കേസി'ലെ പ്രതികൾ കോടതിയിൽ നല്കിയ പ്രസ്താവനയിലെ *ഇന്ത്യൻ കമ്യൂണിസ്റ്റ് പാർട്ടി എന്തിനുവേണ്ടി നിലകൊള്ളുന്നു* എന്ന ഭാഗമായിരുന്നു അത്. പൊന്നറ ശ്രീധറിന് അത് കിട്ടിയത് കമ്യൂണിസ്റ്റ് പാർട്ടിയുടെ ബോംബയിലെ പ്രമുഖ നേതാവായിരുന്ന ജോഗ്ലേക്കറുടെ കൈയ്യിൽ നിന്നായിരുന്നു. അന്ന് അത് ഒരു വിലയേറിയ രേഖയായിരുന്നു. അത് കമ്യൂണിസ്റ്റ് ലീഗ് പ്രവർത്തകർ മലയാളത്തിൽ വിവർത്തനം ചെയ്ത് അച്ചടിച്ചു സൂക്ഷിക്കാൻ തീരുമാനിച്ചു. എന്നാൽ മിക്ക പ്രസുകാരും 'കമ്യൂണിസ്റ്റ്' എന്ന് കേട്ടപ്പോൾ തന്നെ ഭയപ്പെട്ട് അച്ചടിക്കുന്ന കാര്യത്തിൽ നിന്നും പിന്മാറി. അവസാനം നല്ല പ്രതിഫലം കൊടുക്കാമെന്ന് പറഞ്ഞപ്പോൾ അച്ചടിച്ചാലുണ്ടാകുന്ന വരുംവരായ്കകളെപ്പറ്റി മനസ്സിലാക്കിക്കൊണ്ടു തന്നെ പാളയത്തെ ഇമ്പീരിയൽ പ്രസ് ഉടമ അതിനു തയ്യാറായി. രാത്രികാലത്താണ് അച്ചടി നടന്നത്. ആ ജോലിക്ക് വിശ്വസ്തനായ ഒരു

കമ്പോസിറ്ററെയും തൊഴിലാളികളെയും ഏർപ്പാട് ചെയ്തു. അച്ചടി കഴിഞ്ഞ് വിജ്ഞാപനം രഹസ്യമായി തൈക്കാട്ടുള്ള കുരുക്കളുടെ വീട്ടിൽ ഭദ്രമായി സൂക്ഷിച്ചു. ഈ രഹസ്യ സംഭവം നടന്നത് 1931 ഏപ്രിൽ 12-ാം തീയതിയായിരുന്നു.
കമ്യൂണിസ്റ്റു ലീഗിന്റെ വിജ്ഞാപനത്തിൽ പറഞ്ഞിരുന്നു:

> ഇന്ത്യയിൽ പരിപൂർണ്ണ സ്വരാജ് സ്ഥാപിക്കുകയും, ഉല്പാദനോപകരണങ്ങളും മറ്റു ധനാഗമ മാർഗ്ഗങ്ങളും ഇന്ത്യൻ സമൂഹത്തിന്റെ ഉടമസ്ഥതയിൽ പുനഃസംഘടിപ്പിക്കുകയും, ഉല്പന്നങ്ങൾ സാമൂഹ്യ നിയന്ത്രണത്തിൽ ജനങ്ങൾക്കാവശ്യമായ വിധത്തിൽ വിതരണം ചെയ്യുകയുമാണ് പാർട്ടിയുടെ ഉദ്ദേശ്യവും ലക്ഷ്യവും.[2]

കമ്യൂണിസ്റ്റ് ലീഗ് രൂപം കൊണ്ട് രണ്ടു മൂന്നുദിവസത്തെ ആയുസ്സേ അതിനുണ്ടായിരുന്നുള്ളു. അല്പം പോലും താമസം വരുത്താതെ തിരുവിതാംകൂർ ഗവൺമെന്റ് ആ സംഘടനയെ നിരോധിച്ചു. തുടർന്ന് കമ്യൂണിസ്റ്റ് ലീഗിന്റെ പ്രവർത്തകർ രഹസ്യപ്രവർത്തനങ്ങളുമായി മുന്നോട്ടുപോയി. *കമ്യൂണിസ്റ്റ് മാനിഫെസ്റ്റോ* മലയാളത്തിലാദ്യമായി തർജ്ജമ ചെയ്ത് പ്രസിദ്ധപ്പെടുത്തിയത് കമ്യൂണിസ്റ്റ് ലീഗാണ്.[3]

പ്രായോഗിക പ്രവർത്തനത്തേക്കാൾ ആശയ പ്രചാരണത്തിനാണ് കമ്യൂണിസ്റ്റ് ലീഗ് മുൻതൂക്കം കൊടുത്തത്. വിപ്ലവാവേശം ഉണ്ടെന്നല്ലാതെ വിപ്ലവ പ്രവർത്തനങ്ങൾ നടത്താനുള്ള പരിചയമോ പരിശീലനമോ തങ്ങൾക്കുണ്ടായിരുന്നില്ല എന്നും മാർക്സിസ്റ്റ് രീതിയാൽ സാമൂഹ്യശക്തികളെ അപഗ്രഥിച്ച് വേർതിരിച്ച് അവയുടെ സ്വഭാവ വിശേഷങ്ങളും താല്പര്യങ്ങളും എന്താണെന്ന് പഠിച്ച് മനസ്സിലാക്കി അവരെ സമീപിക്കുന്നതിനും സംഘടിപ്പിക്കുന്നതിനും പ്രാഥമിക ഘട്ടത്തിൽ തങ്ങൾക്ക് കഴിഞ്ഞിരുന്നില്ലായെന്നും എൻ സി ശേഖർ തന്റെ ആത്മകഥയിൽ രേഖപ്പെടുത്തിയിട്ടുണ്ട്. എങ്കിലും എൻ സി ശേഖറും കൂട്ടരും രഹസ്യമായി തിരുവനന്തപുരത്തെ പ്രസ് തൊഴിലാളികളെ സംഘടിപ്പിക്കുകയുണ്ടായി. പ്രസ് തൊഴിലാളി സംഘടനയുടെ പ്രസിഡന്റ് വെംബ്ലാശ്ശേരി അച്യുതമേനോനും സെക്രട്ടറി പൊന്നറ ശ്രീധറുമായിരുന്നു.

നിരോധിക്കപ്പെട്ട ഈ കമ്യൂണിസ്റ്റ് ലീഗാണ് പില്ക്കാലത്ത് 'അഖില തിരുവിതാംകൂർ യൂത്ത് ലീഗ്' ആയിത്തീർന്നത്.

സൂചനകൾ

1. *അഗ്നിവീഥികൾ*, പു:140-141
2. മേൽചൊന്നത്, പു. 143
3. *എൻ സി ശേഖർ സ്മരണിക-2012,* പു:28

6

പി കൃഷ്ണപിള്ളയെ കണ്ടുമുട്ടുന്നു

കറാച്ചിയിൽ വെച്ചു നടന്ന കോൺഗ്രസിന്റെ 45–ാം അഖിലേന്ത്യ സമ്മേളനം പാസാക്കിയ ഭാവി ഭരണഘടനയുടെ അടിസ്ഥാന പ്രമാണങ്ങളായി അംഗീകരിക്കപ്പെടേണ്ട മൗലികാവകാശങ്ങൾ എന്തൊക്കെയാകണമെന്ന് വിശദീകരിക്കുന്ന 'മൗലികാവകാശ പ്രമേയം' വിശദീകരിക്കുന്നതിനും കേരളത്തിലെ കോൺഗ്രസ് പ്രവർത്തനത്തിനു ഉണർവും ജീവനും കൊടുക്കുന്നതിനുംവേണ്ടി 1931 മേയ് 3,4,5 തീയതികളിൽ വടകരവെച്ച് കോൺഗ്രസിന്റെ അഞ്ചാം കേരള സംസ്ഥാന സമ്മേളനം ചേരാൻ തീരുമാനിച്ചു. സമ്മേളനത്തോടൊപ്പം രാഷ്ട്രീയ യാതനക്കാരുടെ സമ്മേളനവും, വിദ്യാർത്ഥി സമ്മേളനവും ചേരാനും പരിപാടിയിട്ടു.

വടകര സമ്മേളനത്തിൽ പ്രതിനിധിയല്ലാത്തതിനാൽ ആ രീതിയിൽ സമ്മേളനത്തിൽ പങ്കെടുക്കാൻ എൻ സി ശേഖറിന് കഴിയില്ല. പിന്നെ ഒരേയൊരു സാദ്ധ്യതയുള്ളത് രാഷ്ട്രീയ യാതനക്കാരൻ എന്ന നിലയിൽ സമ്മേളനത്തിൽ പങ്കെടുക്കുക എന്നതാണ്. 1930 ലെ സിവിൽ ആജ്ഞാ നിയമലംഘനസമരത്തിൽ സജീവമായി പങ്കെടുത്തിരുന്ന എൻ സി ഈ സമ്മേളനത്തിൽ പങ്കെടുക്കാൻ അതിയായി ആഗ്രഹിച്ചു. കോഴിക്കോട് മുതൽ പയ്യന്നൂർ വരെയുള്ള പ്രദേശങ്ങളുടെ പല ഭാഗത്തും സത്യഗ്രഹികൾ കാച്ചിക്കുറുക്കിയെടുത്ത ഉപ്പ് വില്ക്കാനും മദ്യഷാപ്പുകളും വിദേശ വസ്ത്രഷോപ്പുകളും പിക്കറ്റ് ചെയ്യാനും സജീവമായി പ്രവർത്തിച്ചതിലൂടെ നേതാക്കളുൾപ്പെടെ അനേകം പേരുമായി പരിചയപ്പെടാനും അവരുടെ സൗഹാർദ്ദവും അനുഭാവവും സമ്പാദിക്കാനും എൻ സിക്ക് കഴിഞ്ഞിരുന്നു. വടകര സമ്മേളനത്തിൽ പങ്കെടുക്കുകയാണെങ്കിൽ അവരെയൊക്കെ വീണ്ടും കാണാനും പരിചയം പുതുക്കാനും കഴിയുമല്ലോ എന്ന ചിന്ത അദ്ദേഹത്തിലുണ്ടായി. അടക്കാനാവാത്ത സമ്മേളനഭ്രമം അദ്ദേഹത്തെ പിടികൂടി.

എൻ സി ശേഖർ തന്റെ ആഗ്രഹം സഹപ്രവർത്തകരെ അറിയിച്ചു. അവർ പൊന്നറ ശ്രീധറുടെ വീട്ടിൽ കൂടിയാലോചിച്ചു. ശ്രീധറെ കൂടാതെ എൻ.പി കുരുക്കൾ, തിരുവട്ടാർ താണുപിള്ള, ശിവശങ്കരപ്പിള്ള, ആർ പി അയ്യർ എന്നിവർ യോഗത്തിൽ പങ്കെടുത്തിരുന്നു. എൻ സി സമ്മേളനത്തിൽ പങ്കെടുക്കുന്നത് നല്ലതാണെന്നായിരുന്നു അവരുടെ കൂടിയാലോചനയിൽ ഉയർന്നുവന്ന

തീരുമാനം. യുവാക്കളായ സഹപ്രവർത്തകരുമായുള്ള പരിചയവും സ്നേഹവും പുതുക്കാനും കമ്യൂണിസ്റ്റ് ലീഗിന്റെ പ്രവർത്തനങ്ങൾ അവരെ അറിയിക്കാനും ആ അവസരം ഉപയോഗപ്പെടുത്താൻ കഴിയുമല്ലോ എന്നവർ കണക്കുകൂട്ടി.

അങ്ങനെ എൻ സി വടകരയിൽ നടക്കുന്ന രാഷ്ട്രീയ യാതനക്കാരുടെ സമ്മേളനത്തിൽ പങ്കെടുക്കാൻ പുറപ്പെട്ടു. കോഴിക്കോട്ടിറങ്ങിയ എൻ സി ചാലപ്പുറത്തുള്ള കോങ്ങാട്ടിൽ രാമൻമേനോന്റെ വസതിയിലേക്കുപോയി.

അവിടെ വെച്ചാണ് എൻ സി സഖാക്കളുടെ സഖാവായ പി കൃഷ്ണ പിള്ളയെ കണ്ടുമുട്ടിയത്. കണ്ണൂർ ജയിലിൽ അധികൃതരെ കിടുകിടാ വിറപ്പിച്ച കൃഷ്ണപിള്ളയെപ്പറ്റി ധാരാളം കേട്ടിട്ടുണ്ടെങ്കിലും ആദ്യമായാണ് കാണുന്നത്. കമ്യൂണിസ്റ്റ് വിജ്ഞാപനം എൻ സി കൃഷ്ണപിള്ളയ്ക്ക് കൊടുത്തു. ഇരുവരും തമ്മിൽ വൻവാഗ്വാദം ഉണ്ടായി. വടകരയ്ക്ക് പോകാൻ എൻ സിക്ക് വണ്ടി ക്കൂലിക്ക് കാശ് കൊടുത്തതും കൃഷ്ണപിള്ള തന്നെ. കൃഷ്ണപിള്ള ഒരു മഹാമനസ്കൻ തന്നെയാണെന്നും എൻ സി മനസ്സിലാക്കി.

> പ്രഥമ വീക്ഷണത്തിൽ ആളൊരു മുഷ്കനും പരുക്കനുമാണെന്നേ തോന്നുകയുള്ളൂ. എന്നാൽ പരിചയിച്ചടുത്തു കഴിഞ്ഞശേഷമേ കൃഷ്ണപിള്ളയുടെ മഹാമനസ്കതയെപ്പറ്റി മനസ്സിലാക്കാനാവുക യുള്ളൂ. ഞങ്ങളുടെ സംഭാഷണത്തിൽ ഞാൻ വടകര സമ്മേളനത്തിൽ പങ്കെടുക്കാൻ പുറപ്പെട്ടതാണെന്നും എന്നാൽ സാമ്പത്തിക പരാധീനത നിമിത്തം ബുദ്ധിമുട്ടുന്നുണ്ടെന്നും കൃഷ്ണപിള്ള മനസ്സിലാക്കു കയുണ്ടായി. ആ ബുദ്ധിമുട്ടുകളെ തരണം ചെയ്യാനുള്ള സഹായത്തിനു വേണ്ടിയാണ് രാമൻമേനോനെ അന്വേഷിച്ച് അവിടെ ചെന്നതെന്ന് കൃഷ്ണപിള്ളയോട് ഞാൻ തുറന്നു പറഞ്ഞു. കൃഷ്ണപിള്ള എന്നെ പ്പോലെ ഒരാളായിരുന്നു എങ്കിലും ധൈര്യം പകർന്നു തന്നു: ഉച്ചയ്ക്കു ള്ള വണ്ടിക്ക് നിങ്ങൾക്ക് വേണമെങ്കിൽ പോകാം. ഊണു കഴിക്കുന്നത് ഇവിടന്നാകാം. ഞാൻ നാളെ സമ്മേളനാവശ്യങ്ങൾക്കുള്ള ചില സാധനങ്ങളും കൊണ്ട് വടകര വന്നു ചേരും, എന്നുപറഞ്ഞുകൊണ്ട് എന്റെ യാത്രക്കാവശ്യമായ കാശ് തരാമെന്നേറ്റു. വടകര ചെന്നാൽ വേണ്ട സഹായങ്ങൾക്ക് കേളപ്പനെ കാണണമെന്നും ഉപദേശിച്ചു. ഈ ഔപചാരിക സംഭാഷണങ്ങൾക്കുശേഷം എന്റെ കൈയിലുണ്ടാ യിരുന്ന കമ്യൂണിസ്റ്റ് വിജ്ഞാപനത്തിന്റെ ഒരു കോപ്പി കൃഷ്ണപി ള്ളയുടെ കൈയിൽ ഏല്പിച്ചു. കൃഷ്ണപിള്ളയും കേശവൻ നായരും കൂടി അതു വായിച്ചശേഷം കൃഷ്ണപിള്ള തർക്കിക്കാൻ തുടങ്ങി. തർക്കിക്കാൻ തുടങ്ങിയത് കൃഷ്ണപിള്ള തന്നെ, ശൗര്യത്തോടു കൂടി വാശിയോടെ ഗാന്ധിയുടെ ചർക്കാസിദ്ധാന്തവും അഹിംസാ തത്ത്വങ്ങളും ഊന്നിയൂന്നി കാണിച്ചുകൊണ്ടാണ് കൃഷ്ണപിള്ള വാദിച്ചത്. അക്കാലത്ത്, മുതലാളിമാരും ഭൂപ്രഭുക്കന്മാരും സാധാരണ ജനങ്ങളുടെ ട്രസ്റ്റികളാണെന്ന ഗാന്ധിജിയുടെ സിദ്ധാന്തം പുറത്തു വന്നിരുന്നില്ല. എന്റെ വാദം ചർക്കയും അഹിംസയും ഇന്ത്യൻ മുതലാളിത്ത താല്പര്യങ്ങൾ സംരക്ഷിക്കാനുള്ള മറകളാണെന്നും ഇന്ത്യൻ മുതലാളിത്തത്തിനു വേണ്ടി ബ്രിട്ടീഷ് ഭരണാധികാരികളുമായി വിലപേശാനുള്ള സമ്മർദ്ദതന്ത്രങ്ങളും നയവുമാണ് സത്യഗ്രഹവും

നിരാഹാര സമരവുമെന്നുമായിരുന്നു. രണ്ടുപേരും പരിമിതമായ അറിവു വച്ചുകൊണ്ട് ഉഗ്രമായിവാദിച്ചു. ഒരിടത്തുമെത്താതെ പിന്നീട് സംസാരിക്കാമെന്നു പറഞ്ഞുകൊണ്ട് ശബ്ദ കോലാഹലത്തിന് വിരാമമിട്ടു. അന്ന് കൃഷ്ണപിള്ള പ്രകടിപ്പിച്ച ഗാന്ധിഭക്തി അപാരമായിരുന്നുവെന്ന് അതിനുശേഷമുള്ള പല ഘട്ടങ്ങളിലും സാംഗത്യമായി ഞാൻ സ്മരിച്ചുപോയിട്ടുണ്ട്. ഇതൊക്കെ കഴിഞ്ഞ ശേഷം ശാന്തനായി കൃഷ്ണപിള്ള അന്വേഷിച്ചു: ഏതു വണ്ടിക്ക് പുറപ്പെടാൻ നിശ്ചയിച്ചു? എനിക്കു വണ്ടി സമയങ്ങൾ സുപരിചിതമല്ലാതിരുന്നതുകൊണ്ട് ഏതു വണ്ടിക്ക് പോയാലാണ് നേരത്തെ കേളപ്പനെ സൗകര്യമായി കാണാൻ കഴിയുക എന്നന്വേഷിച്ചു. ശരി, എന്നാൽ ഉച്ചയ്ക്കുള്ള വണ്ടിക്ക് പോകുന്നതാ നല്ലത്; ഒന്നര മണിക്കൂർ കൊണ്ട് വടകര എത്താം. കേളപ്പൻ സമ്മേളന സ്ഥലത്തുള്ള ഓഫീസിലുണ്ടാവും. കൃഷ്ണപിള്ള ഒരു മഹാമനസ്കൻ തന്നെ. എനിക്കു തോന്നി. വണ്ടിക്കൂലിക്ക് ആവശ്യമായ കാശുതന്നിട്ട്, അവിടെ കാണാം കേട്ടോ എന്നു പറഞ്ഞ് യാത്രയാക്കി. അത്രയ്ക്കേ കൃഷ്ണപിള്ളയുടെ കൈയ്യിലും കാശുണ്ടായിരുന്നുള്ളൂ. കൃഷ്ണപിള്ള വടകര സമ്മേളനത്തിന്റെ ഒരുക്കു കൂട്ടലിൽ ബദ്ധശ്രദ്ധനായിരുന്നു. എന്തോ ചില സാധനങ്ങൾ കോഴിക്കോട്ടു നിന്നും സമ്മേളനസ്ഥലത്തേക്ക് കൊണ്ടു പോകാൻ വേണ്ടിയായിരുന്നു കോഴിക്കോട്ട് വന്നിരുന്നത്. അപ്പോഴാണ് ഞങ്ങളുടെ അപ്രതീക്ഷിതമായ സമാഗമം. എല്ലാ കോൺഗ്രസുകാരും അല്ലാത്തവരും വളണ്ടിയർ- നേതാവുഭേദമന്യേ ഒന്നുപോലേ സ്നേഹിക്കുകയും ബഹുമാനിക്കുകയും ചെയ്തുവന്ന ഒരു സജീവ കോൺഗ്രസ് യുവപ്രവർത്തകനായിരുന്നു കൃഷ്ണപിള്ള എന്ന് വടകര വെച്ച് എനിക്കു നിസ്സംശയം മനസ്സിലായി. എന്നോടൊപ്പം കണ്ണൂർ ജയിലിലുണ്ടായിരുന്ന ഇ.സി.കുഞ്ഞിക്കണ്ണൻ നമ്പ്യാർ ചുവപ്പ് വളണ്ടിയർ ക്യാപ്റ്റനായി, വളണ്ടിയർ സംഘത്തോടൊപ്പം സമ്മേളന സ്ഥലത്തുണ്ടായിരുന്നു. അദ്ദേഹവുമായി സംസാരിച്ചപ്പോഴാണ് കൃഷ്ണപിള്ളയെ കൂടുതലായി മനസ്സിലാക്കാൻ സാധിച്ചത്.[1]

വടകര സമ്മേളന സ്ഥലത്തെത്തിയ എൻ സി നേരെ ഓഫീസിൽ ചെന്ന് കെ.കേളപ്പനെ കണ്ടു. കാര്യങ്ങൾ കേളപ്പനെ ബോദ്ധ്യപ്പെടുത്തി. അവിടത്തെ കാന്റീനിൽ നിന്ന് ഭക്ഷണത്തിന് ഏർപ്പാട് ചെയ്യാമെന്നും, കിടന്നുറങ്ങുന്നതിന് സ്കൂളിൽ ഒരുക്കങ്ങൾ നടത്തിയിട്ടുണ്ടെന്നും കേളപ്പൻ അറിയിച്ചു.

ഈ മറുപടി എൻ സി ഉൾപ്പെടെയുള്ള രാഷ്ട്രീയ യാതനക്കാരെ അത്യധികം സന്തോഷിപ്പിച്ചു.

ബംഗാളിൽ നിന്നുംവന്ന ജെ എം സെൻഗുപ്തനായിരുന്നു സമ്മേളനത്തിൽ അദ്ധ്യക്ഷത വഹിച്ചത്. അദ്ദേഹം തന്റെ പ്രസംഗത്തിൽ ഗാന്ധി ഇർവിൻ സന്ധി താല്ക്കാലികം മാത്രമാണെന്നും, നമുക്ക് വിജയം ലഭിച്ചു കഴിഞ്ഞിട്ടില്ലെന്നും, നമ്മുടെ ലക്ഷ്യത്തിലെത്തുവാൻ ഇനിയും പ്രയത്നിക്കേണ്ടതായിട്ടുണ്ടെന്നും പറഞ്ഞു. വെറും സ്വാതന്ത്ര്യം എന്ന പേരു പറഞ്ഞ് നമ്മെ മയക്കാൻ സാധിക്കുകയില്ല. പൂർണ്ണ അധികാരമാണ് നമുക്കാവശ്യം. രണ്ടാം വട്ടമേശസമ്മേളനവും വെറും പ്രഹസനമായി മാറും. അതുകൊണ്ട് ഇനിയും സമരത്തിന്റെ ആവശ്യം വേണ്ടി വരും. പൂർണ്ണ സ്വാതന്ത്ര്യത്തിൽ കുറഞ്ഞ

ഒന്നുകൊണ്ടും ഇന്ത്യ തൃപ്തിപ്പെട്ടു കൂടാത്തതാണെന്നും അദ്ദേഹം പ്രഖ്യാപിച്ചു.[2]

നിരവധി പ്രമേയങ്ങളും സമ്മേളനം പാസ്സാക്കി. കറാച്ചി സമ്മേളനത്തിൽ പാസ്സാക്കിയ 'മൗലികാവകാശ പ്രമേയം' നാട്ടുരാജ്യപ്രജകൾക്കും ബാധകമായിരിക്കണമെന്ന പ്രമേയം, ഇവിടെ നാട്ടുരാജ്യങ്ങളിൽ ഉടൻതന്നെ സമ്പൂർണ്ണമായ 'ഉത്തരവാദിത്വഭരണം' സ്ഥാപിക്കുന്നതിനുള്ള സ്പഷ്ടമായ വ്യവസ്ഥകൾ ഫെഡറൽ ഭരണഘടനയിൽ ഉണ്ടായിരിക്കണമെന്ന പ്രമേയം, ഹൈന്ദവ ക്ഷേത്രങ്ങളിൽ എല്ലാ ഹിന്ദുക്കൾക്കും പ്രവേശനം നല്കണമെന്ന് സവർണ്ണ ഹിന്ദുക്കളോടും ദേവസ്വം അധികാരികളോടും അഭ്യർത്ഥിച്ചു കൊണ്ടുള്ള പ്രമേയം എന്നിവ അതിൽ പ്രധാനപ്പെട്ടവയാണ്.

സമ്മേളനത്തിൽ പങ്കെടുക്കാൻ കഴിഞ്ഞതിൽ അതിയായ സന്തോഷവും ആശ്വാസവും എൻ സിക്കുണ്ടായി. അതിനു പറുമെ വെറും കൈയോടെ എത്തിയ "അശരണയാതനക്കാർക്ക്" സൗജന്യ ഭക്ഷണവും ടിക്കറ്റും ലഭിച്ചത് വളരെയധികം സന്തോഷമുണ്ടാക്കി. വോട്ടു രേഖപ്പെടുത്താനുള്ള അവകാശമില്ലായിരുന്നുവെങ്കിലും ഐക്യകേരള പ്രമേയം പോലെയുള്ള പ്രധാനപ്പെട്ട പ്രമേയങ്ങൾ പാസാക്കുമ്പോൾ കയ്യടിക്കാനുള്ള സ്വാതന്ത്ര്യവും സമ്മേളനത്തിൽ ലഭിച്ചു.

ബോംബെയിൽ നിന്നുവന്ന യുവജന നേതാവായ കെ എഫ് നരിമാന്റെ അദ്ധ്യക്ഷതയിൽ അഖിലകേരള വിദ്യാർത്ഥി സമ്മേളനവും, തിരുപ്പൂരിലെ മിസിസ്സ് പത്മാവതി ആഷറുടെ അദ്ധ്യക്ഷതയിൽ മഹിളാ സമ്മേളനവും നടന്നു. രാഷ്ട്രീയത്തടവുകാരുടെ സമ്മേളനത്തിൽ അദ്ധ്യക്ഷത വഹിച്ചത് ആന്ധ്രാനേതാവ് ടി പ്രകാശമായിരുന്നു. പല പ്രധാനപ്പെട്ട പ്രമേയങ്ങളും സമ്മേളനം പാസ്സാക്കി.

"കേരളത്തിലെ കോൺഗ്രസ് രാഷ്ട്രീയക്കാരെയാകെ വിപുലമായ തോതിൽ കേരളാടിസ്ഥാനത്തിൽ അണിനിരത്താനും ഐക്യപ്പെടുത്താനും ആവേശം കൊള്ളിക്കാനും ഒരൈക്യകേരളത്തിന്റെ വീക്ഷണം സൃഷ്ടിക്കാനും കഴിഞ്ഞുവെന്നുള്ളതാണ്" വടകര സമ്മേളനത്തിന്റെ പ്രാധാന്യം. "അതിനാൽ വടകര രാഷ്ട്രീയ സമ്മേളനം അഖിലകേരള രാഷ്ട്രീയത്തിന്റെ പുരോഗതിയുടെ നാഴികകല്ലായി ഒന്നടങ്കം പ്രകീർത്തിക്കപ്പെട്ടു".

സൂചനകൾ

1. *അഗ്നിവീഥികൾ*, പു: 224–225
2. വി ആർ മേനോൻ, മാതൃഭൂമിയുടെ ചരിത്രം, ഒന്നാം വാല്യം, മാതൃഭൂമി പ്രിന്റിങ് ആന്റ് പബ്ലിഷിങ് കമ്പനി ലിമിറ്റഡ്, (കോഴിക്കോട്–1998), പു: 306–307

7

യൂത്ത് ലീഗ്

കമ്യൂണിസ്റ്റ് ലീഗ് നിരോധിച്ചപ്പോൾ എൻ സിയും കൂട്ടരും ചേർന്ന് 1931 ആഗസ്തിൽ 'അഖില തിരുവിതാംകൂർ യൂത്ത് ലീഗ്' എന്ന പേരിൽ ഒരു യുവജന സംഘടന സ്ഥാപിച്ചു. പഴവങ്ങാടി ഓവർബ്രിഡ്ജിന് സമീപം മെയിൻ റോഡിന്റെ പടിഞ്ഞാറെ അരുകിൽ സ്ഥിതിചെയ്യുന്ന സെൻട്രൽ കോ-ഓപ്പറേറ്റീവ് ബാങ്ക് കെട്ടിടത്തിൽ മുകളിലത്തെ നിലയിൽ വെച്ചുകൂടിയ പൊതുയോഗത്തിൽ വെച്ചാണ് സംഘടന രൂപീകരിച്ചത്. തിരുവനന്തപുരത്തുള്ളവരും നാഗർകോവിൽ, നെയ്യാറ്റിൻകര, ബാലരാമപുരം, ആറ്റിങ്ങൽ, നെടുമങ്ങാട് എന്നീ സ്ഥലങ്ങളിൽ നിന്നും വന്ന നൂറിലധികം യുവാക്കളും ആ യോഗത്തിൽ പങ്കെടുത്തു.

നിലവിലുണ്ടായിരുന്ന രാഷ്ട്രീയ സ്ഥിതിയെപ്പറ്റിയായിരുന്നു യോഗത്തിൽ പ്രധാനമായും ചർച്ച നടന്നത്. രണ്ടാം വട്ടമേശ സമ്മേളനം 1931 ഡിസംബറിൽ കൂടാൻ പോവുകയാണ്. ആ സമ്മേളനത്തിൽ പങ്കെടുക്കാൻ പോകുന്ന കോൺഗ്രസിന്റെയും മുസ്ലീംലീഗിന്റെയും സാമുദായിക ശക്തികളുടെയും പ്രതിനിധികളെ തമ്മിലടിപ്പിക്കുന്നതിനുള്ള പരിപാടികളാണ് ബ്രിട്ടൻ ആവിഷ്ക്കരിച്ചുകൊണ്ടിരുന്നത്. ഈ ബ്രിട്ടീഷ് ഭിന്നിപ്പിക്കൽ നിലപാടിനെ ശക്തിയായി അപലപിച്ചുകൊണ്ട് യോഗം പ്രമേയം പാസാക്കി. യോഗം അംഗീകരിച്ച മറ്റൊരു പ്രമേയം പുതിയതായി നടപ്പിലാക്കാൻ പോകുന്ന ഭരണപരിഷ്കാരം ബ്രിട്ടീഷിന്ത്യൻ സംസ്ഥാനങ്ങളെ മാത്രം ഉൾക്കൊണ്ടാൽ പോരാ നാട്ടുരാജ്യങ്ങളെ അതിൽ ഉൾക്കൊള്ളിക്കണമെന്നാണ്. ഈ രണ്ടു പ്രമേയങ്ങളും ഉടൻ തന്നെ ബ്രിട്ടീഷ് മന്ത്രിസഭയ്ക്ക് കേബിൾ വഴി അയച്ചു കൊടുക്കുകയും ചെയ്തു. സാമ്രാജ്യതാല്പര്യത്തെ സംബന്ധിച്ചിടത്തോളം ബ്രിട്ടനിലെ പ്രധാന പാർട്ടികളായ യാഥാസ്ഥിതിക പാർട്ടിയും ലേബർ പാർട്ടിയും തമ്മിൽ മൗലികമായ വ്യത്യാസമൊന്നുമില്ലെന്നും യൂത്ത് ലീഗ് യോഗം തുറന്നു കാണിച്ചു. വിദേശ വസ്ത്രഷാപ്പുകളും പിക്കറ്റ് ചെയ്യുകയുണ്ടായി. ചേർത്തലയിൽ ഫലപ്രദമായി നടന്ന മദ്യവർജ്ജന പ്രസ്ഥാനത്തെ ഗവൺമെന്റ് മൃഗീയമായി നേരിട്ടു. ആലപ്പുഴയിൽ മുല്ലയ്ക്കലുള്ള വസ്ത്രഷാപ്പുകളുടെ മുമ്പിൽ നടന്ന വിദേശ വസ്ത്രഷാപ്പ് പിക്കറ്റിങ്ങ് കാണാൻ എൻ സി ശേഖറും പോയിരുന്നു.

തിരുവനന്തപുരത്ത് ചാല കമ്പോളത്തിലുണ്ടായിരുന്ന വിദേശ

വസ്ത്രഷാപ്പുകളിൽ പേരുകേട്ട അഞ്ചു വമ്പൻ കടകൾക്ക് മുന്നിലും 1931 സെപ്തംബർ മാസത്തിൽ പിക്കറ്റിങ്ങ് സംഘടിപ്പിച്ചിരുന്നു. കോട്ടൂർ കുഞ്ഞുകൃഷ്ണപിള്ള, കെ ജി കുഞ്ഞുകൃഷ്ണപിള്ള, പറവൂർ ടി കെ നാരായണപിള്ള, സി ഐ പരമേശ്വരൻ പിള്ള, സി നാരായണപിള്ള തുടങ്ങിയ വക്കീലന്മാരടങ്ങിയ കോൺഗ്രസ് കമ്മിറ്റിയുടെ നേതൃത്വത്തിലാണ് തിരുവനന്തപുരത്തെ പിക്കറ്റിങ്ങ് നടന്നത്. പിക്കറ്റിങ്ങിനാവശ്യമായ ഭടന്മാരെ സംഘടിപ്പിക്കാനും നായകത്വം വഹിക്കാനും വരുത്തിയിരുന്നത് കോഴിക്കോട്ടു നിന്ന് പി കൃഷ്ണപിള്ളയെയാണ്. ഗുരുവായൂർ സത്യഗ്രഹത്തിനുള്ള സന്നാഹങ്ങളൊരുക്കാൻ കൃഷ്ണപിള്ളക്ക് തിരിച്ചു പോകേണ്ടിവന്നപ്പോൾ ഹിന്ദുസ്ഥാൻ സേവാദൾ ക്യാപ്റ്റനായ രാഘവമാരാരെ അയച്ചു.

എൻ സി ശേഖറും കൂട്ടരും ദിവസവും പിക്കറ്റിങ്ങ് കാണാൻ ചാലയിൽ പോയിരുന്നു. എന്നാൽ ഉപ്പു സത്യഗ്രഹം, വിദേശവസ്ത്രഷാപ്പ് പിക്കറ്റിങ്ങ്, മദ്യഷാപ്പ് പിക്കറ്റിങ്ങ് തുടങ്ങി 1930 ൽ നടന്ന സ്വാതന്ത്ര്യസമരങ്ങളിൽ പങ്കെടുക്കുകയും അറസ്റ്റ് ചെയ്യപ്പെടുകയും പിന്നീട് ജയിലിലാക്കപ്പെടുകയും ചെയ്തിരുന്നവരും വിമോചനത്തിനുശേഷം തിരുവനന്തപുരത്ത് തിരിച്ചുവന്നു ചേർന്നിട്ടുള്ളവരുമായ സത്യഗ്രഹികളെ പ്രസ്തുത പിക്കറ്റിങ്ങ് പ്രസ്ഥാനത്തിൽ പങ്കെടുപ്പിച്ചിരുന്നില്ല.

ജയിൽ വിമുക്തരായി തിരുവനന്തപുരത്ത് തിരിച്ചെത്തിയിട്ടുള്ള എൻ സി ശേഖറും കൂട്ടരും ഭഗത്സിങ്ങിന്റെ *നവ്ജവാൻ* സംഘത്തിൽപ്പെട്ടവരും ഇങ്കിലാബികളുമാകയാൽ അവരെ പിക്കറ്റിങ്ങിനുള്ള സന്നദ്ധ സംഘത്തിൽ ചേർക്കുന്നത് അക്രമരാഹിത്യത്തിനും അഹിംസാതത്ത്വത്തിനും എതിരാണെന്നായിരുന്നു നേതാക്കന്മാരുടെ നിലപാട്.

ദിവസവും പിക്കറ്റിങ്ങ് കാണാനെത്തിയ എൻ സിയും കൂട്ടരും പുത്തരിക്കണ്ടം മൈതാനിയിൽ നടക്കുന്ന പൊതുയോഗത്തിൽ പങ്കെടുക്കുകയും പ്രസംഗം കേൾക്കുകയും ചെയ്യും. പ്രധാന പ്രാസംഗികർ കോട്ടൂർ കുഞ്ഞുകൃഷ്ണപിള്ള, കെ ജി കുഞ്ഞുകൃഷ്ണപിള്ള, ടി കെ നാരായണപിള്ള, സി നാരായണപിള്ള എന്നിവരായിരുന്നു. കോട്ടൂരിന്റെ പ്രസംഗങ്ങൾ തീപ്പൊരികളായിരുന്നു.

അക്കാലത്ത് തിരുവിതാംകൂർ സ്റ്റേറ്റിലെ ഏറ്റവും ഉയർന്ന പൊലീസ് ഉദ്യോഗസ്ഥനായിരുന്നു കമ്മീഷണർ. ബിഷപ്പ് എന്ന് പേരുകാരനായ ഒരു ഇംഗ്ലീഷുകാരനായിരുന്നു അക്കാലത്തെ കമ്മീഷണർ. ഡി എസ് പി ബി നാരായണപിള്ളയും എ എസ് പി ഡി ആർ രാമൻപിള്ളയും, ചാല സ്റ്റേഷൻ ഇൻസ്പെക്ടർ വൈദ്യനാഥ അയ്യരുമായിരുന്നു. പൊതുയോഗങ്ങളിലും പിക്കറ്റിങ്ങ് നടത്തുന്നവരുടെ നേരെയും യൂണിഫോറമില്ലാതെ പൊലീസുകാരുടെ നേതൃത്വത്തിൽ സ്റ്റേഷൻ റൗഡികളെയും തെരുവുതെണ്ടികളെയും അയച്ച് ശല്യമുണ്ടാക്കുന്നത് മേല്പ്പറഞ്ഞ പൊലീസുദ്യോഗസ്ഥന്മാരുടെ ഒരു സ്ഥിരം പരിപാടിയായിരുന്നു. അങ്ങനെയുള്ളവരെ എൻ സിയും കൂട്ടരും ശ്രദ്ധിക്കുകയും അവരെ നേരിടാൻ വേണ്ട മുൻകരുതലുകൾ സ്വീകരിക്കുകയും ചെയ്തിരുന്നു.

1931 ഡിസംബർ മദ്ധ്യമായപ്പോൾ രണ്ടാം വട്ടമേശ സമ്മേളനം പരാജയപ്പെട്ടുവെന്നും ഗാന്ധിജി ഇന്ത്യയിലേക്ക് മടങ്ങുന്നതാണെന്നുമുള്ള വാർത്ത വന്നു. പിക്കറ്റിങ്ങും മറ്റും നിരോധിക്കാൻ സാദ്ധ്യതയുണ്ടെന്ന സൂചനയുമുണ്ടായി.

ഇതെല്ലാം ശ്രദ്ധിച്ച് നിരീക്ഷിച്ചുകൊണ്ടിരുന്ന പൊന്നറ ശ്രീധർ യൂത്ത് ലീഗുകാരുടെ പ്രതിനിധിയായി കോട്ടൂർ കുഞ്ഞുകൃഷ്ണപിള്ള, കെ ജി

കുഞ്ഞുകൃഷ്ണ പിള്ള എന്നീ നേതാക്കന്മാരെ സമീപിച്ചിട്ട് അവരോട് പറഞ്ഞു. വൈകിട്ട് നാലു മണി മുതൽ തുണിക്കടകൾ അടയ്ക്കുന്നതുവരെ പ്രാദേശിക വളണ്ടിയർമാരായി പിക്കറ്റിങ്ങ് നടത്താൻ ഞങ്ങൾ തയ്യാറാണ്. പ്രകോപനങ്ങളൊന്നുമുണ്ടാക്കാതെ സത്യഗ്രഹ തത്ത്വങ്ങളനുസരിച്ച് എല്ലാ പ്രവർത്തനങ്ങളും ഭംഗിയായി ഞങ്ങൾ നടത്താം. അതിനു പകരം നിങ്ങളുടെ അംഗീകാരമുള്ള പ്രാദേശിക വളണ്ടിയർമാരാണ് ഞങ്ങൾ എന്ന് നിങ്ങൾ അംഗീകരിക്കണം.

യൂത്തു ലീഗുകാരുടെ അപേക്ഷ മുതിർന്ന നേതാക്കൾ യാതൊരു എതിർപ്പും കൂടാതെ അംഗീകരിച്ചു. യൂത്തുലീഗുകാർ ആവശ്യപ്പെട്ട രീതിയിൽ അവർ പ്രസ്താവന പുറപ്പെടുവിച്ചു. അടുത്ത ദിവസം മുതൽ യൂത്തുലീഗുകാർ സമരരംഗത്തിറങ്ങി. വൈകുന്നേരം 4 മണിമുതൽ രാത്രി 9 മണിവരെയായിരുന്നു പിക്കറ്റിങ്ങ്. പിക്കറ്റിങ്ങ് കഴിഞ്ഞ് പുത്തരിക്കണ്ടത്തെ യോഗത്തിൽ പങ്കെടുക്കും. ഒരു ദിവസം പ്രസംഗിച്ചുകൊണ്ടു നില്ക്കെ കോട്ടൂർ കുഞ്ഞുകൃഷ്ണപിള്ളയെ കല്ലെറിഞ്ഞു. കല്ലെറിഞ്ഞവരെ നേരിടാനുള്ള ഏർപ്പാടുകളും എൻ സിയും കൂട്ടരും സംഘടിപ്പിച്ചു.

ഷാപ്പുകാർ പൊലീസിൽ പരാതിപ്പെട്ടു. ഒരു ദിവസം ഡി.എസ്.പിയും എ.എസ്. പിയും നേതാക്കളെ സമീപിച്ചിട്ട് പറഞ്ഞു. നിങ്ങളുടെ പ്രാദേശിക വളണ്ടിയർമാർക്ക് അക്രമരാഹിത്യവും അഹിംസയുമൊന്നുമില്ല. അവർ നിങ്ങളുടെ തത്ത്വങ്ങളും നിയന്ത്രണങ്ങളും ഒന്നും അനുസരിക്കുന്നവരല്ല. തുണി വാങ്ങാൻ വരുന്നവരെ അവർ ഭീഷണിപ്പെടുത്തുകയും ദേഹോപദ്രവം ഏല്പിക്കുന്നതായും റിപ്പോർട്ടുകൾ ലഭിച്ചിട്ടുണ്ട്. റോഡുവഴി നടക്കാൻ ആളുകളെ അനുവദിക്കുന്നില്ല. ഇതൊന്നും അംഗീകരിക്കാൻ പറ്റുകയില്ലെന്ന് ഡി എസ് പി താക്കീതു ചെയ്തു. എന്നിട്ട് ഡി എസ് പി പറഞ്ഞു ഈ വളണ്ടിയർമാർ യൂത്ത് ലീഗുകാരാണ്. ഭഗത്സിങ്ങിന്റെ പാർട്ടിക്കാരായ വിപ്ലവകാരികൾക്ക് നിങ്ങൾ അംഗീകാരം കൊടുത്തിട്ടുണ്ടെന്ന് ഗവൺമെന്റ് മനസ്സിലാക്കുന്നു. അംഗീകാരം കൊടുത്ത ആ പ്രസ്താവന നിങ്ങൾ തന്നെ പിൻവലിക്കണം. അവരെ ഞങ്ങൾ കൈകാര്യം ചെയ്തുകൊള്ളാം. ആലോചിച്ചു പറയാമെന്ന് നേതാക്കന്മാർ മറുപടി പറഞ്ഞു. ഈ വിവരം യൂത്തുലീഗുകാർ അറിഞ്ഞെങ്കിലും അവർ അങ്ങനെ നടിച്ചില്ല. നേതാക്കന്മാർ പൊലീസിന്റെ ആവശ്യം നിറവേറ്റിക്കൊടുക്കുകയില്ലെന്ന് അവർക്കൊരുറപ്പുമുണ്ടായിരുന്നില്ല.

നേതാക്കന്മാർക്ക് പൊന്നറ ശ്രീധർ ഒരു കത്തെഴുതി. അതിൽ അദ്ദേഹം പറഞ്ഞ കാര്യങ്ങൾ ഇങ്ങനെ സംഗ്രഹിക്കാം. വട്ടമേശസമ്മേളനത്തിൽ പങ്കെടുക്കാൻ ലണ്ടനിലേക്ക് പോയ ഗാന്ധിജി സമ്മേളനം പരാജയപ്പെട്ടതുകാരണം മടങ്ങിവരുകയാണ്. വെല്ലിങ്ടൺ പ്രഭുവിന്റെ മർദ്ദനവും ശക്തിപ്പെട്ടിരിക്കുന്നു. പൊതുയോഗങ്ങളും ഘോഷയാത്രകളും ബ്രിട്ടീഷ് ഇന്ത്യയിലെല്ലായിടത്തും നിരോധിച്ചുകൊണ്ട് ഓർഡിനൻസ് പുറപ്പെടുവിച്ചു. ഈ നിരോധനം നാട്ടുരാജ്യങ്ങളിലും വരാൻ സാദ്ധ്യതയുണ്ട്. ഗാന്ധിജിയുടെ മടങ്ങിവരവോടെ തിരിവിതാംകൂറിലും അതുണ്ടാകാം. അങ്ങനെ സംഭവിച്ചാൽ നിരോധനം ലംഘിക്കാൻ നാം തയ്യാറായിരിക്കണം. പ്രാദേശിക വളണ്ടിയർമാർ എന്ന നിലയിൽ ഞങ്ങളുടെ പിക്കറ്റിങ്ങും മുദ്രാവാക്യങ്ങളും റൂട്ടുമാർച്ചും തുടർന്ന് നടക്കുന്നതാണെന്ന് ഞാൻ അറിയിക്കുന്നു. വൈകുന്നേരം നാലു മണി മുതൽ നടക്കുന്ന പിക്കറ്റിങ്ങിൽ നിങ്ങളും പങ്കെടുക്കുകയാണെങ്കിൽ അത് വളരെയധികം ഫലം ചെയ്യും. വിശേഷിച്ച് ഇനിയങ്ങോട്ട് ഞങ്ങളുടെ പങ്കാളിത്തം കൂടി പിക്കറ്റിങ്ങിലുണ്ടാവുകയാണെങ്കിൽ പിക്കറ്റിങ്ങിന്റെ പ്രാധാന്യം കൂടും.

പരിതഃസ്ഥിതിയിൽ വന്ന മാറ്റം കണക്കിലെടുക്കുമല്ലോ.

നേതാക്കന്മാർക്ക് അയച്ചു കൊടുത്ത കത്തിന്റെ പകർപ്പ് വളണ്ടിയർമാർ അറിയാൻവേണ്ടി അവരുടെ രാഷ്ട്രീയ നേതാവായ ആലുവാ കൊച്ചുകൃഷ്ണ പിള്ളയ്ക്കും ക്യാപ്റ്റനായ രാഘവമാരാർക്കും അയച്ചുകൊടുക്കുകയും ചെയ്തു. ഇത് വളണ്ടിയർമാരുടെ ഇടയിൽ ചലനമുണ്ടാക്കി. പിക്കറ്റിങ്ങും പൊതുയോഗവും നിരോധിക്കുകയാണെങ്കിൽ അതിനെ എന്തു വിലകൊടുത്തും ലംഘിക്കണമെന്ന് അവർ അഭിപ്രായപ്പെട്ടു. പിക്കറ്റിങ്ങ് നടക്കുന്ന ഷാപ്പുകളുടെ മുന്നിൽ ഒന്നു തിരിഞ്ഞുനോക്കുക പോലും നേതാക്കന്മാർ ചെയ്യാത്തതിൽ വളണ്ടിയർമാർ അസംതൃപ്തരായിരുന്നു. ശ്രീധർ അയച്ച കത്തിനു ഒരു അന്ത്യശാസനത്തിന്റെ ചുവയുണ്ടായിരുന്നു. കത്തിനു മറുപടിയൊന്നും ലഭിച്ചില്ല.

ബാലരാമപുരം യൂത്ത് ലീഗിന്റെ വാർഷിക സമ്മേളനം

1931 ഡിസംബർ മാസം അവസാനം യൂത്ത് ലീഗിന്റെ വാർഷിക സമ്മേളനം നടത്താനുള്ള പരിപാടികൾ എൻ സി ആവിഷ്കരിച്ചു. ഇങ്ങനെയൊരു സമ്മേളനം ആദ്യമായാണ് ബാലരാമപുരത്ത് സംഘടിപ്പിക്കുന്നത്. അതിനാൽ ഗംഭീരമായി സമ്മേളനം നടത്തണമെന്ന് എൻ സിയും കൂട്ടരും ആഗ്രഹിച്ചു. അതിനുവേണ്ടി ചാല പിക്കറ്റിങ്ങിൽ പങ്കെടുത്തുകൊണ്ടിരുന്ന എൻ സി ബാലരാമപുരത്തെത്തി. അവിടത്തെ പ്രഗത്ഭ വക്കീലായ നെയ്യാറ്റിൻകര ടി കെ നാരായണപിള്ളയുടെ ആഗ്രഹവും ഗംഭീരമായി സമ്മേളനം നടത്തണം എന്നു തന്നെയായിരുന്നു. അദ്ദേഹത്തിന്റെ ഇളയ സഹോദരനായ ജി രാമൻപിള്ള യൂത്ത് ലീഗിന്റെ ശക്തനായ അനുഭാവിയായിരുന്നു.

സമ്മേളനത്തിൽ അദ്ധ്യക്ഷത വഹിച്ചത് പേരൂർക്കട ഗോപാലപിള്ള ബി എ ബി എൽ ആണ്. സമ്മേളനം ഉദ്ഘാടനം ചെയ്തത് എൻ സി ശേഖർ. തികച്ചും ഗവൺമെന്റ് വിരുദ്ധരാഷ്ട്രീയ പ്രസംഗം തന്നെയായിരുന്നു ഉദ്ഘാടന പ്രസംഗം.

ബ്രിട്ടീഷ് ഗവൺമെന്റിന്റെ കുത്സിത നയങ്ങൾ മൂലമാണ് വട്ടമേശ സമ്മേളനം പരാജയപ്പെട്ടതെന്ന് എൻ സി പറഞ്ഞു. സ്വാതന്ത്ര്യ സമരത്തിൽ അണിനിരന്നിരിക്കുന്ന ഹിന്ദു–മുസ്ലീം ഐക്യത്തെ തകർത്ത് അവരുടെയിടയിൽ വർഗ്ഗീയ കലാപം സൃഷ്ടിക്കുക എന്നതാണ് ബ്രിട്ടീഷ് ഗവൺമെന്റിന്റെ ലക്ഷ്യം. നാട്ടുരാജാക്കന്മാരെപ്പോലെ അതിനുവേണ്ടി കൂട്ടു നില്ക്കുന്ന വിഭാഗക്കാർ ഇവിടെയുണ്ട്. നമ്മുടെ പ്രിയപ്പെട്ട മാതൃഭൂമിയായ ഇന്ത്യയുടെ സ്വാതന്ത്ര്യം നഷ്ടപ്പെട്ടിരിക്കുന്നു. അത് പുനഃസ്ഥാപിച്ചേ മതിയാകൂ. ഇന്ത്യയെന്നാൽ തിരുവിതാംകൂർ മുതലായ നാട്ടുരാജ്യങ്ങളും ഉൾപ്പെട്ടതാണ്. അതിനാൽ നമ്മുടെ സ്വാതന്ത്ര്യസമരത്തെ ശക്തിപ്പെടുത്താൻ തിരുവിതാംകൂറിലെ യുജവനങ്ങൾ സടകുടഞ്ഞെഴുന്നേൽക്കേണ്ട സമയം അതിക്രമിച്ചിരിക്കുന്നു. ചാല പിക്കറ്റിങ്ങ് ആ സമരത്തിന്റെ ഭാഗമാണ്. അതിനാൽ ചാലയിലെ വിദേശ വസ്ത്ര ഷോപ്പുകൾ പിക്കറ്റിങ്ങ് ചെയ്യാനും, ഖദർ പ്രചരിപ്പിക്കാനും വിദേശ വസ്ത്രങ്ങൾ ബഹിഷ്ക്കരിക്കാനും യുവാക്കൾ ആവേശത്തോടുകൂടി മുന്നോട്ടുവരണമെന്ന് എൻ സി ആവശ്യപ്പെട്ടു. ചേർത്തല മദ്യവർജ്ജന പ്രവർത്തകരെ മർദ്ദിച്ച ദിവാൻ വി എസ് സുബ്രഹ്മണ്യ അയ്യരുടെ ക്രൂരവും മൃഗീയവും നിന്ദാർഹവുമായ ഭരണത്തെ തുറന്നെതിർത്തുകൊണ്ട് പ്രസംഗിച്ച എൻ സി, ദിവാൻ രാജിവെക്കണമെന്നും ആവശ്യപ്പെട്ടു.

ഇത്രയും പ്രക്ഷോഭജനകമായ ഒരു പ്രസംഗം ബാലരാമപുരത്ത് ആദ്യ

മായിട്ടായിരുന്നു. വമ്പിച്ച കരഘോഷത്തോടെയാണ് ജനങ്ങൾ എൻ സിയുടെ പ്രസംഗം സ്വീകരിച്ചത്. പ്രമേയങ്ങളുടെ സ്ഥിതിയും അതുതന്നെയായിരുന്നു. യോഗം കഴിഞ്ഞ് അധികദിവസമായില്ല. അതിനുമുമ്പ് അദ്ദേഹത്തിനൊരു നിരോധന ഉത്തരവ് ലഭിച്ചു. 'പെൻഷൻ പാർവത്യക്കാർ'ചെറിയ കളിയ്ക്കൽ വീട്ടിൽ വേലായുധൻപിള്ള നാരായണൻപിള്ളയുടെ മകൻ ചന്ദ്രശേഖരൻ നായർ എന്ന എൻ സി ശേഖർ തിരുവനന്തപുരം ഡിവിഷനിൽ പൊതുയോഗങ്ങൾ നടത്തുകയോ പ്രസംഗിക്കുകയോ ചെയ്തുപോകരുതെന്ന് വിലക്കിക്കൊണ്ടുള്ളതായിരുന്നു ആ ഉത്തരവ്.

രണ്ടാം സിവിൽ ആജ്ഞാ നിയമ ലംഘന സമരം

1931 സെപ്തംബറിൽ രണ്ടാംവട്ടമേശസമ്മേളനത്തിൽ പങ്കെടുക്കാൻ ലണ്ടനിലേക്കുപോയ ഗാന്ധിജി അവിടെനടന്ന ചർച്ചകൾ പരാജയപ്പെട്ടതിനെത്തുടർന്ന് ഇന്ത്യയിലേക്ക് മടങ്ങി. 1932 ജനുവരി 4ന് കപ്പലിൽ ബോംബെ തുറമുഖത്തെത്തിയ ഗാന്ധിജിയെ ഗവൺമെന്റ് അറസ്റ്റ് ചെയ്തു. അതിനു മുമ്പു തന്നെ ഗാന്ധിജിയെ സ്വീകരിക്കാൻ ബോംബെയിലേക്ക് പുറപ്പെടാനൊരുങ്ങിയ വല്ലഭായി പട്ടേലിനെ അറസ്റ്റ് ചെയ്യുകയുണ്ടായി. ഗാന്ധിജിയെ കാണുന്നതിനു മുമ്പുതന്നെ വണ്ടിയിൽ വെച്ച് ബോംബെയിലെത്തിയ ജവഹർലാൽ നെഹ്റുവിനെയും അബ്ദുൾ കലാം ആസാദിനെയും അറസ്റ്റ് ചെയ്യുകയുണ്ടായി. തിരുവിതാംകൂറിലും പൊതുയോഗങ്ങളും പ്രകടനങ്ങളും നിരോധിച്ചുകൊണ്ടുള്ള നിയമങ്ങൾ പ്രഖ്യാപിച്ചു. മദ്യഷാപ്പ് പിക്കറ്റിങ്ങും ചാലയിലെ വിദേശ വസ്ത്രഷോപ്പ് പിക്കറ്റിങ്ങുമെല്ലാം നിരോധിച്ചു.

എന്നാൽ ആ നിരോധനം പുല്ലാക്കി നിയമലംഘന സമരത്തിൽ എൻ സി എടുത്തുചാടി. ഭീകരമായ മർദ്ദനമായിരുന്നു ഫലം. ഏറെനാൾ കഴിയുന്നതിനു മുമ്പു എൻ സിയെ ക്രൂരമായി മർദ്ദിച്ച എ എസ് പി കാലുപഴുത്ത് ചാകുകയുണ്ടായി. സംഭവത്തെക്കുറിച്ച് എൻ സി എഴുതി:

> .....1932 ഫെബ്രുവരിയിലെ നിയമലംഘനക്കാലത്താണ്. പൊലീസുദ്യോഗസ്ഥന്മാർ നിയമം ലംഘിച്ചവരെ അറസ്റ്റ് ചെയ്യുന്നു. ആയിരമായിരം ആളുകൾ നോക്കി നില്ക്കെ തിരുവനന്തപുരം ഓവർബ്രിഡ്ജ് കവലയിൽ വച്ച് എ എസ് പി എന്നെ നിഷ്കരുണം തല്ലുന്നു. അവിടെ നിന്ന് കന്റോൺമെന്റ് പൊലീസ്സ്റ്റേഷനിൽ എന്നെ കൊണ്ടുചെല്ലുന്നു. ചെന്നായ്ക്കൾ കണക്കെ അവർ എന്റെ മേൽ ക്രൂരമായ ആക്രമണം നടത്തുന്നു. അവസാനം നാഭിക്കു ചവിട്ടി വീഴ്ത്തുന്നു. ഒടുവിൽ, നിയമവിരുദ്ധ പ്രവർത്തനങ്ങളിൽ പങ്കെടുക്കരുതെന്ന് എ എസ് പി പി ടി ആർ രാമൻപിള്ളയുടെ ഉപദേശവും! ഏതിനും ഒരു പ്രതിവിധിയും പ്രതികാരവും ഉണ്ടാവാതെ നിർവ്വാഹമില്ല. അതുണ്ടായേ തീരൂ, അതും ക്രൂരമാകുമെങ്കിൽ അതിലാരും അമ്പരക്കുകയോ അത്ഭുതപരതന്ത്രരാവുകയോ ചെയ്യേണ്ടതില്ല. മനുഷ്യത്വമില്ലായ്മയായി എന്ന് ആരും ദുഃഖിക്കേണ്ടതുമില്ല. അധികകാലം കഴിഞ്ഞില്ല, ആ എ എസ് പി കാലുപഴുത്തു ചത്തു.[1]

സൂചനകൾ

1. *അഗ്നിവീഥികൾ*, പു:44

8

നിവർത്തന പ്രക്ഷോഭം

തിരുവിതാംകൂറിൽ നിയമനിർമ്മാണസഭ നിലവിൽ വന്നത് 1885 ൽ ആയിരുന്നു. നിയമസഭാംഗത്വവും ഗവൺമെന്റ് ഉദ്യോഗങ്ങളുമെല്ലാം ജന സംഖ്യയിൽ ന്യൂനപക്ഷം മാത്രമായിരുന്ന സവർണ്ണ ഹിന്ദുക്കളായ ബ്രാഹ്മണർ, ക്ഷത്രിയർ, നായന്മാർ എന്നിവരുടെ കുത്തകയായിരുന്നു. മുസ്ലീങ്ങൾ, ക്രിസ്ത്യാനികൾ, ഹിന്ദുസമുദായത്തിലെ ഈഴവർ, മറ്റു പിന്നോക്കവിഭാ ഗങ്ങൾ തുടങ്ങിയവർക്കെല്ലാം അവരുടെ അംഗബലത്തിനനുസരിച്ച് നിയമ സഭയിലോ ഗവൺമെന്റ് ഉദ്യോഗങ്ങളിലോ പ്രാതിനിധ്യമുണ്ടായിരുന്നില്ല. ചില സമുദായങ്ങൾക്ക് പ്രാതിനിധ്യംപോലുമുണ്ടായിരുന്നില്ല.

1931 നവംബർ 6 ന് ശ്രീചിത്തിരതിരുനാൾ ബാലരാമവർമ്മ തിരുവി താംകൂറിലെ രാജാവായി അധികാരമേറ്റു. തുടർന്ന് നടന്ന ഡർബാറിൽ അദ്ദേഹം തന്റെ വിശ്വസ്ത മിത്രമായ സി പി രാമസ്വാമി അയ്യരെ തന്റെ ഉപദേശകനായി നിയമിച്ചു. അതുപോലെ തന്നെ ജനങ്ങൾക്കായി ഒരു പുതിയ ഭരണ പരിഷ്കാരം ഏർപ്പെടുത്തുമെന്നും അദ്ദേഹം പ്രഖ്യാപിച്ചു.

1932 ഒക്ടോബർ 28 ന് തിരുവിതാംകൂർ നിയമസഭയിൽ പുതിയ പരിഷ്കാരം (ലെജിസ്ലേറ്റീവ് റിഫോംസ് ആക്ട്) പ്രഖ്യാപിച്ചു. ഇതനുസരിച്ച് *ശ്രീമൂലം അസംബ്ലി, ശ്രീ ചിത്തിര തിരുനാൾ സ്റ്റേറ്റ് കൗൺസിൽ* എന്നിങ്ങനെ രണ്ടു മണ്ഡലങ്ങളുള്ള ഒരു നിയമനിർമ്മാണ സഭ രൂപീകരിക്കും. രണ്ടു സഭയ്ക്കും കാര്യമായ അധികാരമോ ഉത്തരവാദിത്വമോ ഒന്നുമില്ല. ഭരണകാര്യങ്ങളിൽ ജനപ്രതിനിധികൾ വെറും കാഴ്ചക്കാർ മാത്രമായിരിക്കും.

പുതിയ പരിഷ്കാരത്തിലും നിയമസഭയിലേക്കുള്ള തിരഞ്ഞെടുപ്പിൽ വോട്ടു ചെയ്യാനുള്ള മുഖ്യമായ യോഗ്യത ഭൂസ്വത്തിന്മേൽ പ്രതിവർഷം ഒരു നിശ്ചിത തുക നികുതിയടച്ചിരിക്കണം എന്നതായിരുന്നു. കരം തീരുവയുള്ള വരിൽ ഭൂരിപക്ഷവും നായന്മാരായതുകൊണ്ട് വോട്ടവകാശം നായന്മാർ തുട ങ്ങിയ മുന്നോക്ക സമുദായക്കാർക്കു മാത്രമായി ചുരുങ്ങി. ജനസംഖ്യയുടെ അടിസ്ഥാനത്തിൽ അർഹമായതിനേക്കാൾ വളരെയധികം സീറ്റുകൾ നിയമസഭയിൽ അവർ നേടി.

പ്രഖ്യാപിക്കപ്പെട്ട പരിഷ്കാരമനുസരിച്ച് ശ്രീമൂലം അസംബ്ലിയിൽ 72 അംഗങ്ങളാണുള്ളത്. ഇതിൽ 14 പേരെ ഗവൺമെന്റ് നാമനിർദ്ദേശം ചെയ്യും.

10 പേർ ഗവൺമെന്റ് ഉദ്യോഗസ്ഥന്മാരും. 5 പേർ ജന്മി-വാണിജ്യ-വ്യവസായ പ്രതിനിധികളായിരിക്കും. പൊതുനിയോജകമണ്ഡലങ്ങളിൽ നിന്ന് തിരഞ്ഞെടുക്കപ്പെടുന്നവർ വെറും 43 അംഗങ്ങൾ മാത്രമായിരിക്കും. ഇതനുസരിച്ച് തിരഞ്ഞെടുപ്പ് നടന്നാൽ 8.68 ലക്ഷം വരുന്ന നായന്മാർക്ക് 30 സീറ്റുകളും 16.04 ലക്ഷമുള്ള ക്രിസ്ത്യാനികൾക്ക് 10 സീറ്റും ലഭിക്കും. 8.69 ലക്ഷം വരുന്ന ഈഴവർക്കും 8.58 ലക്ഷം വരുന്ന മുസ്ലീങ്ങൾക്കും ലഭിക്കുന്നതുമാകട്ടെ വെറും പൂജ്യം സീറ്റുകളും. ശ്രീചിത്തിര സ്റ്റേറ്റ് കൗൺസിൽ 37 അംഗങ്ങൾ അടങ്ങിയതാണ്. ഇതിൽ 16 പേരെ പൊതുനിയോജകാടിസ്ഥാനത്തിൽ തിരഞ്ഞെടുക്കും. ഇതിൽ നായന്മാർക്ക് 10-ഉം ക്രിസ്ത്യാനികൾക്ക് 4-ഉം സീറ്റുകൾ ലഭിക്കും. അവിടെയും ഈഴവർക്കും മുസ്ലീങ്ങൾക്കും സീറ്റുകൾ പൂജ്യമായിരുന്നു.

ഈ അനീതികൾക്കും അവകാശനിഷേധത്തിനുമെതിരെ ആഞ്ഞടിക്കാൻ അന്നത്തെ തിരുവിതാംകൂറിലെ മൊത്തം ജനസംഖ്യയുടെ മുക്കാൽ ഭാഗത്തോളം വരുന്ന ഈഴവ-ക്രിസ്ത്യൻ-മുസ്ലീം ജനവിഭാഗങ്ങൾ തീരുമാനിച്ചു.

ഇതോടെ ഈഴവരുൾപ്പെടെയുള്ള അവർണ്ണ ഹിന്ദുക്കളും മുസ്ലീങ്ങളും ക്രിസ്ത്യാനികളുമെല്ലാം ജനസംഖ്യാനുപാതികമായി നിയമസഭയിൽ സീറ്റ് റിസർവ്വ് ചെയ്യണമെന്നാവശ്യപ്പെട്ടു പ്രക്ഷോഭണം തുടങ്ങി. ഈഴവരും ക്രിസ്ത്യാനികളും മുസ്ലീങ്ങളും ഒരുമിച്ച് ചേർന്ന് അഖില തിരുവിതാംകൂർ സംയുക്ത രാഷ്ട്രീയ സമിതി എന്നൊരു സംഘടന രൂപീകരിച്ചു. 1932 ഡിസംബർ 17-ാം തീയതി മേൽ പറഞ്ഞ വിഭാഗങ്ങളുടെ നേതാക്കൾ തിരുവനന്തപുരത്ത് എൽ എം എസ് ഹാളിൽ ഒത്തുകൂടി തങ്ങളുടെ ആവശ്യങ്ങളടങ്ങിയ ഒരു മെമ്മോറിയൽ എഴുതിയുണ്ടാക്കി സർക്കാരിനു സമർപ്പിച്ചു. സർക്കാർ ജോലികളിൽ സംവരണം, നിയമസഭയിൽ റിസർവേഷൻ എന്നിവയ്ക്കു പുറമേ നിർബ്ബന്ധിത പ്രാഥമികവിദ്യാഭ്യാസം, പ്രായപൂർത്തി വോട്ടവകാശം മുതലായ മറ്റുപല ആവശ്യങ്ങളും മെമ്മോറിയലിൽ ഉണ്ടായിരുന്നു. മെമ്മോറിയലിലെ ആവശ്യങ്ങൾ അംഗീകരിക്കാൻ ഗവൺമെന്റ് തയ്യാറായില്ല.

ആവശ്യങ്ങൾ നിരാകരിച്ചതിനെത്തുടർന്ന് അഖില തിരുവിതാംകൂർ സംയുക്ത രാഷ്ട്രീയ സമിതിയുടെ ഒരു യോഗം 1933 ജനുവരി 25 ന് എൽ എം എസ് ഹാളിൽ ചേർന്ന് ഈഴവ-ക്രിസ്ത്യൻ-മുസ്ലീം വിഭാഗങ്ങൾ പുതിയ ഭരണപരിഷ്കാരമനുസരിച്ച് നിയമനിർമ്മാണസഭയിലേക്ക് നടത്തുന്ന തിരഞ്ഞെടുപ്പിൽ നിന്ന് വിട്ടുനില്ക്കുമെന്ന് പ്രഖ്യാപിച്ചു. ഇതിനെയാണ് 'നിവർത്തനപ്രക്ഷോഭം' എന്നും 'സംയുക്ത പ്രക്ഷോഭം' എന്നും അറിയപ്പെടുന്നത്. ക്രിസ്ത്യൻ-ഈഴവ-മുസ്ലീം സമുദായങ്ങൾകൂടി ചേർന്നതുകൊണ്ട് സംയുക്തമെന്നും അവർ അനുവർത്തിച്ച സമരനയം തിരഞ്ഞെടുപ്പ് നിസ്സഹകരണമായതുകൊണ്ട് നിവർത്തനം (വിട്ടുനില്ക്കൽ) എന്നുമാണ് അതറിയപ്പെട്ടിരുന്നത്. 'അഖില തിരുവിതാംകൂർ സംയുക്ത രാഷ്ട്രീയസമിതി' 'അഖില തിരുവിതാംകൂർ സംയുക്ത രാഷ്ട്രീയ കോൺഗ്രസ്' എന്ന് പേരുമാറ്റി. സി കേശവൻ, ടി എം വർഗ്ഗീസ്, എൻ വി ജോസഫ്, പി കെ കുഞ്ഞ്, പി എസ് മുഹമ്മദ് മുതലായവർ നിവർത്തന പ്രക്ഷോഭത്തിന് നേതൃത്വം നല്കി. ക്രമേണ പ്രക്ഷോഭം ശക്തിയാർജ്ജിച്ചു. എന്നാൽ സംയുക്ത രാഷ്ട്രീയ കോൺഗ്രസിന്റെ ആഹ്വാനം അനുസരിച്ച് നിസ്സഹകരണം നടത്താതെ ചില ഈഴവ- ക്രിസ്ത്യൻ-മുസ്ലീം പ്രമാണികൾ

തിരഞ്ഞെടുപ്പിൽ മത്സരിക്കുകയുണ്ടായി. അവരെ പരാജയപ്പെടുത്തുക എന്ന തന്ത്രത്തിൽ നിവർത്തനക്കാർ വിജയിച്ചു. തിരുവിതാംകൂറിന്റെ ചരിത്രത്തിൽ നിവർത്തനപ്രക്ഷോഭം സൃഷ്ടിച്ച ചലനം വളരെ വലുതും ദൂരവ്യാപകമായ ഫലങ്ങൾ ഉളവാക്കുന്നതുമായിരുന്നു.

എൻ സി ശേഖറിന്റെയും കൂട്ടരുടെയും നേതൃത്വത്തിലുള്ള രഹസ്യ സംഘടനയായ കമ്യൂണിസ്റ്റ് ലീഗും യൂത്തുലീഗും നിവർത്തന പ്രക്ഷോഭത്തെ സജീവമായി പിന്തുണച്ചു. അതിനുവേണ്ടി രഹസ്യമായും പരസ്യമായും എൻ സിയും കൂട്ടരും പ്രചാരണം നടത്തി. വർത്തമാന പത്രങ്ങളും ചേരിതിരിഞ്ഞു പോരാടി. ദേശീയ നിലപാട് സ്വീകരിച്ചിരുന്ന കൊല്ലത്തെ *മലയാളരാജ്യ*വും തിരുവനന്തപുരത്തെ *ഭാരതി, ദക്ഷിണഭാരതി* തുടങ്ങിയ ചില പത്രങ്ങളും നിവർത്തന പ്രക്ഷോഭത്തിന്റെ എതിരാളികളായി. എന്നാൽ *മലയാള മനോരമ, മലയാളി, കേസരി* തുടങ്ങിയ പത്രങ്ങൾ നിവർത്തന പ്രക്ഷോഭണത്തെ അനുകൂലിച്ചു.

സവർണ്ണ ഹിന്ദുക്കൾ പ്രത്യേകിച്ച് നായന്മാർ ഒളിഞ്ഞും തെളിഞ്ഞും പ്രക്ഷോഭത്തെ എതിർത്തു. കെ ജി കുഞ്ഞികൃഷ്ണപിള്ള, കോട്ടൂർ കുഞ്ഞികൃഷ്ണപിള്ള, മന്നത്തു പത്മനാഭൻ തുടങ്ങിയവരെല്ലാം സി പിയെ പിന്താങ്ങിക്കൊണ്ട് മുന്നോട്ട് വന്നപ്പോൾ ചങ്ങനാശ്ശേരി പരമേശ്വരൻ പിള്ള, എം ആർ മാധവവാര്യർ, എം എൻ പരമേശ്വരൻപിള്ള, വി അച്യുതമേനോൻ, കേസരി ബാലകൃഷ്ണപിള്ള, മുതലായവരെല്ലാം നിവർത്തന പ്രക്ഷോഭത്തെ അനുകൂലിക്കുകയുണ്ടായി.

നിവർത്തന പ്രസ്ഥാനത്തിന്റെ സ്വാധീനം വ്യാപിച്ചു വരുന്നത് കണ്ട വിരുദ്ധർ ഒരു പ്രചാരണവുമായി രംഗത്തു വന്നു. നായർക്കെതിരായ പ്രസ്ഥാനമാണ് നിവർത്തന പ്രസ്ഥാനം. ദേശീയവാദിയായ സി കേശവൻ പോലും സമുദായവാദിയായി അധഃപതിച്ചു. നായർക്കെതിരായ സമുദായ സ്പർദ്ധയും വികാരവും വളർത്താനാണ് നിവർത്തനക്കാർ പരിശ്രമിക്കുന്നത്. അങ്ങനെയുള്ളവരെ നിറുത്തേണ്ടിടത്ത് നിർത്തുക തന്നെ വേണം.തുടങ്ങിയ വിരുദ്ധ പ്രചാരണങ്ങൾ ശക്തമായി.

ഈ പ്രചാരണത്തിന്റെ പൊള്ളത്തരത്തെ തുറന്നു കാണിച്ചുകൊണ്ടും എതിർത്തുകൊണ്ടും എൻ സിയും മറ്റ് യൂത്ത് ലീഗ് പ്രവർത്തകരും രംഗത്തിറങ്ങി. സി കേശവൻ എക്കാലത്തും ദേശീയവാദി തന്നെയാണെന്ന് അവർ പ്രചരിപ്പിച്ചു. നിവർത്തന പ്രസ്ഥാനം ഉന്നയിച്ചിട്ടുള്ള ആവശ്യങ്ങൾ ദേശീയ സ്വാതന്ത്ര്യ പ്രസ്ഥാനത്തിന്റെ ആവശ്യങ്ങളുടെ ഭാഗമാണ്. അധഃസ്ഥിതരാക്കപ്പെട്ടിട്ടുള്ള ജനവിഭാഗങ്ങളുടെ ഉന്നമനത്തിനുള്ള ഏതു പ്രസ്ഥാനത്തെയും ദേശീയവാദികൾ അനുകൂലിക്കുകയും ന്യായീകരിക്കുകയും ചെയ്യുമെന്ന് അവർ പറഞ്ഞു. ഇതിനെതിരായ പ്രചാരണങ്ങളെല്ലാം അസത്യമായതും പിന്തിരിപ്പനും സമൂഹത്തിന്റെ താല്പര്യത്തിന് എതിരായതുമാകുന്നു. *കേസരി, മലയാളി, കേരള കേസരി* തുടങ്ങിയ പത്രങ്ങളിൽ യൂത്ത് ലീഗുകാരുടെ ഈ ആശയങ്ങൾ പ്രതിദ്ധ്വനിച്ചുകൊണ്ടിരുന്നു.

1933 ൽ തിരുവനന്തപുരം സെൻട്രൽ കോ–ഓപ്പറേറ്റീവ് ബാങ്ക് കെട്ടിടത്തിന്റെ മുകളിലത്തെ നിലയിലുള്ള യോഗ ഹാളിൽ വെച്ച് ഒരു പൗരയോഗം നടന്നു. ചങ്ങനാശ്ശേരി പരമേശ്വരൻ പിള്ളയാണ് യോഗത്തിൽ അദ്ധ്യക്ഷത വഹിച്ചത്. പട്ടം താണുപിള്ള, വി അച്യുതമേനോൻ, മാധവവാര്യർ, എം എൻ പരമേശ്വരൻ പിള്ള, ഗംഗാധരമേനോൻ എന്നിവരൊക്കെ യോഗത്തിലെ പ്രമുഖ

പങ്കാളികളായിരുന്നു. എൻ സി ശേഖറും മറ്റ് യൂത്ത്ലീഗ് പ്രവർത്തകരും ആ യോഗത്തിൽ സജീവമായി പങ്കെടുത്തിരുന്നു. യോഗത്തിന്റെ ജനയിതാക്കളിൽ ഒരാൾ യൂത്ത്ലീഗ് നേതാവായ പൊന്നറ ശ്രീധർ ആയിരുന്നുവെന്നുള്ളതും അവരുടെ ഭാഗഭാഗിത്വത്തിനുള്ള താല്പര്യം വർദ്ധിപ്പിച്ചു. കേസരി ബാലകൃഷ്ണപിള്ളയും യോഗത്തോട് പ്രത്യേകം താല്പര്യം കാണിച്ചു.

യോഗത്തിൽ ചങ്ങനാശ്ശേരി പരമേശ്വരൻ പിള്ള അദ്ധ്യക്ഷത വഹിച്ചു. ഒരു ഉത്തരവാദഭരണ സമ്പ്രദായത്തിൽ മാത്രമേ എല്ലാ സമൂഹങ്ങളുടെയും സാമ്പത്തികവും രാഷ്ട്രീയവും സാമൂഹ്യവുമായ ആശയങ്ങൾ നേടാൻ കഴിയുകയുള്ളൂവെന്ന് അദ്ദേഹം തന്റെ അദ്ധ്യക്ഷ പ്രസംഗത്തിൽ വ്യക്തമാക്കി. നിയമസഭയിലും ഗവൺമെന്റ് ഉദ്യോഗങ്ങളിലും ജനസംഖ്യാനുപാതികമായ പ്രാതിനിധ്യ വ്യവസ്ഥകൾ നടപ്പിലാക്കാൻ അപ്പോൾ മാത്രമേ കഴിയുകയുള്ളൂ. ഈ രീതിയിൽ നോക്കുമ്പോൾ നിവർത്തന പ്രസ്ഥാനം മുന്നോട്ടുവെച്ചിട്ടുള്ള ആവശ്യങ്ങൾ ന്യായീകരിക്കത്തക്കതാണ്. അതുകൊണ്ട് നിവർത്തന പ്രസ്ഥാനം ഉന്നയിച്ചിട്ടുള്ള ആവശ്യങ്ങളോടും അവ നേടാൻ വേണ്ടി ആരംഭിച്ചിട്ടുള്ള പ്രക്ഷോഭത്തോടും യോഗം അനുഭാവവും ആനുകൂല്യവും പ്രകടിപ്പിക്കണമെന്ന് അദ്ദേഹം പറഞ്ഞു. യോഗം യഥാർത്ഥത്തിൽ മഹാരാജാവിന്റെ കീഴിലുള്ള ഉത്തരവാദഭരണ സമ്പ്രദായത്തെപ്പറ്റിയാണ് ചർച്ച നടത്തിയത്. യോഗത്തെ എൻ സി ശേഖർ ഇങ്ങനെ വിലയിരുത്തി:

> ....പട്ടം താണുപിള്ളയെപ്പോലുള്ള പൗരന്മാരുടെ യോഗത്തിൽ അങ്ങനയേ സംഭവിക്കുകയുള്ളൂ. ആ പ്രമാണിമാരുടെ യോഗത്തിലെ പന്നിക്കുട്ടികളായിരുന്നു ഞങ്ങളെന്നെനിക്കു തോന്നി. ഞങ്ങളുടെ വക്താവ് പൊന്നറയായിരുന്നു. "മഹാരാജാവ് കൂടിയേ തീരുവോ?," പൊന്നറ അന്വേഷിച്ചു. ചങ്ങനാശ്ശേരി ഒന്നു പുഞ്ചിരിച്ചു, പട്ടത്തിന് ശുണ്ഠി വന്നതുപോലെ കാണിച്ചു. പക്ഷേ, അത് ഞങ്ങളുടെ മുമ്പിൽ പൊട്ടിത്തെറിക്കുകയില്ലെന്ന കാര്യം തീർച്ചയായിരുന്നു. എന്തായാലും "ഉത്തരവാദഭരണ"മെന്ന ആശയം ഒരു വിഭാഗം രാജഭക്തന്മാർക്ക് സ്വീകാര്യമായത് ഒരു പുരോഗമനം തന്നെയായിരുന്നു........[1]

ഉത്തരവാദഭരണം അനുവദിക്കണമെന്ന് മഹാരാജാവിനോടപേക്ഷിക്കുന്ന മെമ്മോറാണ്ടം തയ്യാറാക്കാൻ പട്ടം താണുപിള്ള അടങ്ങിയ ഒരു കമ്മിറ്റി രൂപീകരിച്ചു കൊണ്ടാണ് യോഗം അവസാനിച്ചത്.

നിവർത്തന പ്രക്ഷോഭണം നാൾക്കുനാൾ ശക്തിപ്രാപിച്ചു. അവസാനം ഗത്യന്തരമില്ലാതെ നിവർത്തന പ്രസ്ഥാനക്കാരുടെ എല്ലാ ആവശ്യങ്ങളും ഗവൺമെന്റ് അംഗീകരിക്കുകയുണ്ടായി. നിയമസഭാ സംവരണവും സർവ്വീസ് സംവരണവും അനുവദിക്കുകയും സംവരണ കാര്യങ്ങൾ നടപ്പിലാക്കുന്നതിന് ഒരു പബ്ലിക് സർവ്വീസ് കമ്മീഷനെ നിയമിക്കുകയും ചെയ്തു. പ്രക്ഷോഭം വിജയത്തിലെത്തുന്നതിനു മുമ്പുതന്നെ എൻ സി മലബാറിലേക്ക് കുടിയേറിയിരുന്നു. അവിടെ കോൺഗ്രസ് സോഷ്യലിസ്റ്റ് പാർട്ടിയിലും കോൺഗ്രസിലും പ്രവർത്തിച്ചുകൊണ്ട് തിരുവിതാംകൂറിൽ നടന്ന പ്രക്ഷോഭങ്ങൾ വിജയത്തിലെത്തിക്കാൻ വേണ്ടിയുള്ള സഹായ സഹകരണങ്ങൾ അദ്ദേഹം ചെയ്തിരുന്നു.

പകർച്ചവ്യാധിക്കെതിരെ

നിവർത്തന പ്രക്ഷോഭണം തിരുവിതാംകൂറിന്റെ ഒരു ഭാഗത്ത് പുരോഗമിക്കുമ്പോൾ മറ്റൊരു ഭാഗത്ത് ഭയാനകമായ സാംക്രമിക രോഗത്തിന്റെ ക്രൂരമായ ആക്രമണം നടന്നു. തിരുവനന്തപുരം ജില്ലയിൽ നെയ്യാറ്റിൻകര താലൂക്കിൽ നെയ്യാറിന്റെയും നെയ്യാറ്റിൻകര ടൗണിന്റെയും കിഴക്കുഭാഗത്ത് ആൾപാർപ്പുള്ള ഒരു നീണ്ട പ്രദേശമാണ് പെരുങ്കടവിള. ഫലഭൂയിഷ്ഠിയുള്ള കൃഷിപ്രദേശം. മുമ്പൊരു കർഷക പ്രക്ഷോഭണം നടന്ന കാണിപൊറ്റയോട് തൊട്ട് നീണ്ടു കിടക്കുന്ന സ്ഥലം. അവിടെ മലമ്പനിയുടെ ആക്രമണം ഉണ്ടായി. അവിടത്തെ കൃഷിക്കാരും കുടുംബങ്ങളും ഭയചകിതരായി. അവിടെനിന്നും അടുത്തുള്ള അമരവിളയിലും അതുവഴി നെയ്യാറ്റിൻകര ടൗണിലും മലമ്പനി പരക്കാൻ സാദ്ധ്യതയുണ്ട്. അതിനാൽ സമീപപ്രദേശങ്ങളിലുള്ളവർ മലമ്പനിയുടെ ആക്രമണത്തെ ഭയപ്പെട്ടു കഴിയുന്നു. ചില കുടുംബങ്ങൾ ഭയംകൊണ്ടു വീടുവിട്ടു പോയി. ഗവൺമെന്റും പനിബാധിതരെ സഹായിക്കുന്നതിൽ ഒരു ശ്രദ്ധയും ചെലുത്തിയില്ല.

നെയ്യാറ്റിൻകര ടി കെ നാരായണപിള്ളയുടെ ഓഫീസിൽ ഒരു കേസ് സംബന്ധിച്ച് എത്തിയിരുന്ന പെരുങ്കടവിളക്കാരൻ കർഷകൻ അവിടെ മലമ്പനി ബാധിച്ചിരിക്കുന്നതിന്റെ വിശദവിവരം വക്കീലിനോട് പറഞ്ഞു. വക്കീൽ എൻ സിയെ ആളയച്ചു വരുത്തി. ടി കെ നാരായണപിള്ളയുടെ ഓഫീസിൽ എൻ സി എത്തി. മലമ്പനി ബാധിച്ച പെരുങ്കടവിള പ്രദേശത്ത് പോകേണ്ട കാര്യം വക്കീൽ എൻ സി യെ ധരിപ്പിച്ചു. ഇങ്ങനെയുള്ള കാര്യങ്ങൾ ചെയ്യാൻ എൻ സി എപ്പോഴും തയ്യാറായിരുന്നു. ടി കെയുടെ സഹപ്രവർത്തകൻ പേരൂർക്കട ഗോപാലപിള്ളയും അവരുടെ കൂടെ ചെല്ലാമെന്ന് സമ്മതിച്ചു. അങ്ങനെ അവർ മൂന്നുപേരും കൂടി പെരുങ്കടവിളയിലേക്ക് പോയി. അവിടെ കണ്ട ദയനീയമായ കാഴ്ചകളെകുറിച്ച് എൻ സി എഴുതി:

> ......ശ്രീ ടി കെ ഒരു ചാക്ക് അരി വാങ്ങി; ഒരു കാർ വാടകയ്ക്ക് എടുത്തു. അതിൽ അരിയും എടുത്തിട്ടുകൊണ്ട് ഞങ്ങൾ മൂന്നുപേരും പിറ്റേന്ന് രാവിലെ പെരുങ്കടവിളയിലേക്ക് പുറപ്പെട്ടു. അമരവിളയിൽ നിന്ന് വടക്കോട്ടുള്ള റോഡുവഴി യാത്ര തുടർന്നു. റോഡ് മെറ്റലിട്ടതല്ല; ചളി റോഡ്. റോഡിൽ കുണ്ടും കുഴിയും. ആ റോഡ് ചക്കടാവണ്ടി (കാളവണ്ടി) റോഡായിരുന്നു. കുന്നിൻപുറത്തുകൂടി വടക്കോട്ടു പോകുന്ന ആ റോഡുവഴി രണ്ടോ നാലോ മൈൽ ചെന്നിട്ടുണ്ടാവും, റോഡരികിൽ നാരായണപിള്ള വക്കീലിന്റെ ഓഫീസിൽ വന്ന് വിവരമറിയിച്ച കർഷകൻ കാത്തു നില്ക്കുന്നു. അവിടെ ഞങ്ങൾ ഇറങ്ങി അയാളോടൊപ്പം വയൽക്കരയുള്ള വീടുകൾ സന്ദർശിക്കാൻ തുടങ്ങി. കാഴ്ച ഭയാനകവും അതേസമയം ദയനീയവുമായിരുന്നു. അമ്മമാരും കുട്ടികളും കരയുന്നു; നില്ക്കാത്ത കരച്ചിൽ, പുരുഷന്മാർ വിഷാദ വിവശരായി സ്തബ്ധരായി നില്ക്കുന്നു. കണ്ണു കുഴിഞ്ഞ് താഴ്ന്ന വയറും തള്ളി, കയ്യും കാലും തേമ്പി നില്ക്കുന്ന കുട്ടികളും പുരുഷന്മാരും വന്നുകൂടി.
>
> ഒരു ദിവസം കൊണ്ട് മൂർദ്ധന്യത്തിലെത്തുന്ന പനിയും വിറയലുമുണ്ടാകും; പിറ്റേ ദിവസം മുതൽ വയറുന്താൻ തുടങ്ങും. പിന്നെ

> കയ്യുകളും കാലുകളും ചുള്ളിപോലെ ഘനം കുറയാൻ തുടങ്ങും; രണ്ടുമൂന്ന് ദിവസം കൊണ്ട് മാംസവും രക്തവും ദേഹത്തെങ്ങുമില്ലാതാവും. ഒരു ദിവസം കാണാം അയാൾ അതാ മരിക്കുന്നു. മിക്ക വീടുകളും ദാരിദ്ര്യബാധയേറ്റവയായിരുന്നു. അർദ്ധനഗ്നരായ കൃഷിക്കാർ, കണ്ണീർ തോരാത്ത മലമ്പനി ബാധിച്ച അമ്മമാർ, പെൺകുട്ടികൾ, ആൺകുട്ടികൾ, കൈക്കുഞ്ഞുങ്ങൾ. മലമ്പനിയുടെ ആക്രമണത്തിനിരയാകാത്തവർ തുലോം കുറവ്.[2]

കുറെ വീടുകൾ എൻ സിയും കൂട്ടരും സന്ദർശിച്ചു. ദാഹവും വിശപ്പും അവർക്ക് സഹിക്കാൻ വയ്യാതായി. ആ പ്രദേശത്തു നിന്നും വെള്ളം പോലും കുടിച്ചുകൂടാ. അവർ തിരിച്ചു വരാൻ തീരുമാനിച്ചു. തിരിച്ചുവരുന്നതിനുമുമ്പ് അവർ കൊണ്ടുവന്ന അരിയെക്കുറിച്ച് നാട്ടുകാരോട് പറഞ്ഞു. അതുവാങ്ങാൻ കാറുനില്ക്കുന്നിടം വരെ വരാൻ പറഞ്ഞു. വന്നവർക്ക് ഓരോരുത്തർക്കും ഒരു പക്കയും ചിലർക്ക് രണ്ടു നാഴിയും അരിവീതം എൻ സി തന്നെ അളന്നു കൊടുത്തു.

ഈ ഗ്രാമീണരുടെ അവസ്ഥ വല്ലാത്ത മാനസിക പ്രയാസമാണ് എൻ സി യിലും കൂട്ടരിലുമുണ്ടാക്കിയത്. ഇതൊന്നും ശ്രദ്ധിക്കാത്ത ഗവൺമെന്റിന്റെ നേരേ അവർക്കു വല്ലാത്ത വെറുപ്പും വിദ്വേഷവും അമർഷവും തോന്നി. തിരിച്ചുവന്ന് രാത്രിയിൽ തിരുവനന്തപുരത്ത് ടി കെയുടെ ഓഫീസിൽ തങ്ങിയ അവർ പെരുങ്കടവിളയിൽ കണ്ട ദയനീയവും ഭയാനകവുമായ കാഴ്ച ചിത്രീകരിച്ചുകൊണ്ടും ഗവൺമെന്റിന്റെ അനാസ്ഥയെ ശക്തിയായി അപലപിച്ചുകൊണ്ടും ഗവൺമെന്റ് സത്വരം മലമ്പനി വ്യാപനത്തിനെതിരായും അതു ബാധിച്ച ജനങ്ങൾക്ക് വേണ്ടിയും എല്ലാവിധത്തിലുള്ള സംരക്ഷണ നടപടികൾ എടുക്കണമെന്ന് ആവശ്യപ്പെട്ടുകൊണ്ടും ഒരു ദീർഘമായ റിപ്പോർട്ട് തയ്യാറാക്കി *മലയാളി* പത്രാധിപർ എം ആർ മാധവവാര്യരെ ഏല്പിച്ചു. *ദിവാൻ ഹബീബുള്ള എവിടെ? അദ്ദേഹം എന്തു ചെയ്യുന്നു?* എന്ന തലക്കെട്ടിൽ പിറ്റേദിവസത്തെ *മലയാളി* ദിനപത്രത്തിന്റെ മുൻപേജാകെ അടക്കിക്കൊണ്ട് ലേഖനം പ്രത്യക്ഷപ്പെട്ടു.

എൻ സി യുടെ ലേഖനം തിരുവിതാംകൂറിൽ കോളിളക്കം സൃഷ്ടിച്ചു. ഉദ്യോഗസ്ഥന്മാർ അമ്പരന്നുപോയി. അവർ ലേഖനം പ്രസിദ്ധീകരിച്ച ദിവസം തന്നെ പെരുങ്കടവിളയിലെത്തി. മലമ്പനി തടയുന്നതിനാവശ്യമായ സത്വരവും ശ്രദ്ധേയവുമായ നടപടികൾ അവർ സ്വീകരിച്ചു. അവരെടുത്ത ശക്തമായ നടപടികൾ മലമ്പനി മൂലമുണ്ടാക്കിക്കൊണ്ടിരുന്ന മരണം തടയാൻ സഹായിച്ചു. ആരോഗ്യവകുപ്പ് സ്വീകരിച്ച ജാഗ്രതയോടുകൂടിയ നടപടികളുടെ ഫലമായി പെരുങ്കടവിള പ്രദേശം മലമ്പനി ബാധയിൽ നിന്ന് മോചിതയായി. രോഗം പിടിപ്പെട്ട എല്ലാവർക്കും ചികിത്സയും സംരക്ഷണവും കിട്ടുകയും ചെയ്തു. എന്നാൽ ആ സന്തോഷകരമായ പുതിയ അവസ്ഥകാണാൻ എൻ സി ക്ക് കഴിഞ്ഞില്ല. അദ്ദേഹം ആ സമയം മലബാറിലായിരുന്നു.

പ്രസ് മാനേജർ

തിരുവനന്തപുരത്ത് പുത്തൻചന്തയിൽ ഇ വി കൃഷ്ണപിള്ള 'സ്റ്റാന്റേർഡ്' എന്ന പേരിൽ ഒരു പ്രസ് നടത്തിയിരുന്നു. പ്രശസ്ത ഹാസ്യ സാഹിത്യകാ

രനും നാടകരചയിതാവുമായ അദ്ദേഹം ഒരു അഭിഭാഷകൻ കൂടിയായിരുന്നു. പ്രസ് നടത്തി പരിചയമുണ്ടായിരുന്നില്ലെങ്കിലും പ്രസിന്റെ മേൽനോട്ടം (മാനേജർ സ്ഥാനം) വഹിക്കാമെന്നു എൻ സി സമ്മതിച്ചു. രണ്ടു കാര്യങ്ങൾ കൊണ്ടായിരുന്നു മാനേജർ സ്ഥാനം വഹിക്കാമെന്ന് അദ്ദേഹം ഏറ്റത്. ഒന്ന്, എൻ സിക്ക് ആത്മബന്ധമുള്ള പി പി പരമേശ്വരപിള്ള എം എൽ എ, നെയ്യാറ്റിൻകര ടി കെ നാരായണപിള്ള തുടങ്ങിയവരുടെ നിർബ്ബന്ധം. പരമേശ്വരൻപിള്ള എൻ സിയോട് പറഞ്ഞു "നിങ്ങൾ പോകുന്നതുവരെ അവിടെയിരുന്നാൽ മതി. വായിക്കാനും എഴുതുവാനും അവിടെ സൗകര്യമുണ്ടാവുമല്ലോ" എന്ന്. അതു ശരിയാണെന്ന് എൻ സി ക്കും തോന്നി. മലബാറിലേക്ക് തന്റെ പ്രവർത്തനരംഗം മാറ്റാൻ തീരുമാനിച്ച എൻ സി മലബാറിൽ പോകുന്നതുവരെ അവിടെയിരിക്കാമെന്ന് തീരുമാനിച്ചു. രണ്ടാമതായി പ്രസ് തൊഴിലാളികളെ സംഘടിപ്പിക്കുന്ന ജോലിയിലാണ് അന്നദ്ദേഹം ഏർപ്പെട്ടിരുന്നത്.

അഞ്ച് തൊഴിലാളികളാണ് അവിടെ പണി ചെയ്തിരുന്നത്. സിറ്റി പ്രസിലും എസ് ടി റെഡ്ഡ്യാർ പ്രസിലും ജോലിചെയ്തിരുന്ന വിദഗ്ധ തൊഴിലാളികളാണ് കമ്പോസിറ്റർമാർ. അതിലൊരാളായ ചെല്ലപ്പൻ പ്രസ്സ് തൊഴിലാളി യൂണിയന്റെ നിർവ്വാഹക കമ്മിറ്റി അംഗമായിരുന്നു. ഇ വി കൃഷ്ണപിള്ളയുടെ ആവശ്യമറിഞ്ഞപ്പോൾ സ്റ്റാഡേർഡ് പ്രസിൽ ജോലിക്കെത്തിയവരാണിവർ.

ജോബ് വർക്കിനു പുറമെ പ്രസിലെ പ്രധാന ജോലി പുസ്തകങ്ങൾ അച്ചടിക്കലായിരുന്നു. അവിടെ വന്ന ആദ്യത്തെ പുസ്തകം ചങ്ങമ്പുഴ കൃഷ്ണപിള്ളയുടെ കവിതാസമാഹാരമാണ്. ആ പുസ്തകത്തിന്റെ പണി തകൃതിയായി നടന്നു. ഇതിന്റെയെല്ലാം ചുമതല ചെല്ലപ്പനായിരുന്നു. എൻ സിയുടെ പണി പ്രസ് വകകൾ സൂക്ഷിക്കുകയും തൊഴിലാളികളുടെ പണിയുടെ മേൽനോട്ടം വഹിക്കലുമാണ്.

മാസം രണ്ടു കഴിഞ്ഞപ്പോൾ തൊഴിലാളികൾ കൂലിക്ക് വേണ്ടി എൻ സിയെ നിർബ്ബന്ധിച്ചു. ജോബ് വർക്കിൽ നിന്നുള്ള വരുമാനം അവരുടെ ദിവസച്ചെലവിനു കൊടുക്കാൻ തന്നെ കഷ്ടിച്ചേ വരുമായിരുന്നുള്ളൂ. എൻ സിയോട് ഒരു വേലക്കാരനോടെന്നപോലെ പെരുമാറാൻ ഇ വിക്ക് കഴിയുമായിരുന്നില്ല. കാരണം ഒന്ന്, എൻ സി ഇ വിയുടെ ശമ്പളം പറ്റിയിരുന്നില്ല. രണ്ട്, എൻ സി ആരാണെന്ന് പരമേശ്വരൻപിള്ള ഇ വിക്ക് നേരത്തെ തന്നെ പറഞ്ഞു മനസ്സിലാക്കി കൊടുത്തിരുന്നു.

വൈകുന്നേരം കോടതി ജോലി കഴിഞ്ഞാൽ ഇ വി സുഹൃത്തുക്കളുമൊത്ത് കോടതിയിൽ വരും. അങ്ങനെ വന്ന ഒരുദിവസം എൻ സി ഇ വിയോട് പറഞ്ഞു:

> തൊഴിലാളികൾക്ക് കൂലി കൊടുക്കണം. ഇവിടെ വരവുള്ളത് അവരുടെ നിത്യച്ചെലവിനു തന്നെ തികയുന്നില്ല. മാസം ഒന്നര കഴിഞ്ഞു. അവർ ഇവിടെ വന്നു ചേർന്ന ശേഷം ദിവസച്ചെലവിനുള്ള കാശല്ലാതെ കൂലിയൊന്നും ഇതുവരെ തീർത്തു കൊടുത്തിട്ടില്ല. അതിപ്പോൾ കൊടുത്തേ തീരൂ. അല്ലെങ്കിൽ കവിതാസമാഹാരത്തിന്റെ ജോലി തുടരാൻ പ്രയാസമായിരിക്കും.[3]

എൻ സിയുടെ ഈ അഭിപ്രായം ഇ വി ഗൗരവമായി എടുത്തില്ല. എൻ

സിയുടെ വാക്ക് വിശ്വസിച്ചാണ് തൊഴിലാളികൾ രണ്ടുമാസം പണിചെയ്തത്. പിന്നീട് കൂലികൊടുക്കാൻ ഭാവമില്ലെന്നു കണ്ടപ്പോൾ എൻ സി തൊഴിലാളികളോട് പണം തന്നെ ഏല്പിച്ചിട്ടില്ലെന്നും ശമ്പളം കിട്ടാതെ ജോലി ചെയ്യാൻ വയ്യെങ്കിൽ അത് ചെയ്യാതിരിക്കുന്നതുകൊണ്ട് തനിക്ക് വിരോധമൊന്നുമില്ലെന്നും പറഞ്ഞു. എൻ സിയുടെ ഈ വാക്കുകൾ കേട്ടയുടനെ തൊഴിലാളികൾ പണിചെയ്യാതെ പ്രസിൽ ഇരിപ്പായി.

പ്രസിലേക്കും പോകണ്ടെന്ന് എൻ സിയും തീരുമാനിച്ചു. പരമേശ്വരൻ പിള്ളയെയും ടി കെ നാരായണപിള്ളയെയും എൻ സി കണ്ടിട്ട് നിങ്ങൾ പറഞ്ഞതുകൊണ്ടാണ് താൻ അവിടെ ഇരിക്കാമെന്ന് സമ്മതിച്ചതെന്നും അല്ലാതെ കൃഷ്ണപിള്ളയോട് വിശ്വാസമോ, സ്നേഹമോ, ഭക്തിയോ ഉണ്ടായിരുന്നതുകൊണ്ടല്ലെന്നും പറഞ്ഞു. അതുകൊണ്ട് ഇനി പ്രസിൽ വന്നിരിക്കില്ലെന്ന് എൻ സി അവരെ അറിയിച്ചു. ഇ വി എഴുത്തുകാരനൊക്കെതന്നെ. എന്നാൽ സ്വഭാവസ്ഥിരതയും അന്തസ്സും ഇല്ലാത്തവനുമാണ് അദ്ദേഹമെന്നാണ് എൻ സിയുടെ അഭിപ്രായം

അധികദിവസം കഴിയുന്നതിനു മുമ്പ് ഇ വി പ്രസ് വിറ്റു. തൊഴിലാളികൾക്ക് കൊടുക്കാനുള്ള കൂലിയും കൊടുത്തില്ല. അവർ തൊഴിലിനു പുറത്തായി. നഷ്ടപരിഹാരവും ലഭിച്ചില്ല.അങ്ങനെ ഒരു പ്രസിന്റെ മാനേജരായി പ്രവർത്തിക്കാനും, ഒരു പണിമുടക്കിന് സാക്ഷ്യം വഹിക്കാനും എൻ സിക്ക് കഴിഞ്ഞു. പ്രസിലെ അനുഭവങ്ങൾ തൊഴിലാളി കാര്യങ്ങൾ കൂടുതൽ പഠിക്കാനും മനസ്സിലാക്കാനും എൻ സിക്ക് പ്രേരകമായി.

എൻ സിയുടെ രാഷ്ട്രീയ പ്രവർത്തനം തുടർന്ന് മലബാർ കേന്ദ്രീകരിച്ചായി.

സൂചനകൾ

1. *അഗ്നിവീഥികൾ*, പു:167–68
2. മേൽചൊന്നത്, പു. 173–74.
3. മേൽചൊന്നത്, പു. 177

9

കോൺഗ്രസ് സോഷ്യലിസ്റ്റ് പാർട്ടിയിൽ

ആയിരത്തിത്തൊള്ളായിരത്തി മുപ്പത്തിനാല് മേയ് 12 ന് കോഴിക്കോട്ട് കൂടിയ യോഗത്തിൽവെച്ച് കേരള കോൺഗ്രസ് സോഷ്യലിസ്റ്റ് പാർട്ടി രൂപം കൊണ്ടു. കേരളത്തിൽ ഈ പാർട്ടി രൂപീകരിക്കുന്നതിന് നേതൃത്വം നല്കിയത് പി.കൃഷ്ണപിള്ള, ഇ എം എസ് നമ്പൂതിരിപ്പാട് തുടങ്ങിയ നേതാക്കളായിരുന്നു. ഇങ്ങനെയൊരു പാർട്ടി രൂപീകരിക്കുന്നതിൽ അവരെ കൊണ്ടെത്തിച്ച പ്രധാനസംഭവങ്ങൾ താഴെ പറയുന്നവയാണ്.

ഒന്ന്, ജയിലിൽ വെച്ച് വിപ്ലവകാരികളുമായും, കിസാൻ, ട്രേഡ് യൂണിയൻ നേതാക്കളുമായും അവർ ബന്ധപ്പെട്ടതും ആശയ വിനിമയം നടത്തിയതും അവരിൽ നിന്നു കിട്ടിയ ഗ്രന്ഥങ്ങളുടെ പാരായണവും ഈ മാറ്റത്തിന് വഴിതെളിച്ചു.

രണ്ട്, 1930–34 കാലത്ത് ഇന്ത്യൻ നാഷണൽ കോൺഗ്രസ് നടത്തിയ നിയമലംഘനപ്രസ്ഥാനത്തിന്റെ പരാജയം ഇന്ത്യയിലാകെ യുവാക്കളെ നിരാശരാക്കുകയും അവർ പുതിയ പരിപാടിയെക്കുറിച്ച് ചിന്തിക്കാൻ തുടങ്ങുകയും ചെയ്തു.

മൂന്ന്, 1929–33 കാലത്ത് ലോകമാകെ ഒരു സാമ്പത്തിക തകർച്ചയുടെ ചുഴിയിൽ വട്ടം കറങ്ങിയപ്പോൾ പഞ്ചവത്സര പദ്ധതിയിലൂടെ സോവിയറ്റ് യൂണിയൻ നേടിയ വിജയം കൃഷ്ണപിള്ള, ഇ എം എസ് എന്നിവരെയും അവരുടെ സഹപ്രവർത്തകരെയും സ്വാധീനിച്ചു.

നാല്, 1933ന്റെ അവസാനാർദ്ധത്തിൽ ഏതാനും ആഴ്ചക്കാലം ജവഹർലാൽ നെഹ്റു ജയിലിനു പുറത്തായിരുന്നപ്പോൾ സോഷ്യലിസത്തെയും ഇന്ത്യൻ സ്വാതന്ത്ര്യ സമരത്തെയും പറ്റി ധാരാളം പ്രസംഗങ്ങളും പത്രസമ്മേളനങ്ങളും നടത്തിയതിനു പുറമെ *ഇന്ത്യ എങ്ങോട്ട്* എന്ന ശീർഷകത്തിൽ ഒരു ലേഖന പരമ്പര എഴുതുകയും ചെയ്തു. ഇത് സോഷ്യലിസം സ്ഥാപിക്കുന്നതിനുള്ള ഒരു പാർട്ടി രൂപീകരിക്കാൻ അവരെ പ്രേരിപ്പിച്ചു.

കോഴിക്കോട്ട് കൂടിയ യോഗത്തിൽ കെ കേളപ്പൻ അദ്ധ്യക്ഷത വഹിച്ചു. ചന്ത്രോത്ത് കുഞ്ഞിരാമൻ നായരാണ് കോൺഗ്രസ് സോഷ്യലിസ്റ്റ് പാർട്ടിയുടെ ആവശ്യകതയെപ്പറ്റി പ്രമേയം അവതരിപ്പിച്ചുകൊണ്ട് പ്രസംഗിച്ചത്. സംഘടനയുടെ പ്രസിഡന്റായി സി കെ ഗോവിന്ദൻ നായരെയും സെക്രട്ടറി

യായി പി കൃഷ്ണപിള്ളയെയും തിരഞ്ഞെടുത്തു. പാട്നയിൽ വെച്ച് കൂടാൻ പോകുന്ന അഖിലേന്ത്യ പാർട്ടിയുടെ രൂപീകരണ സമ്മേളനത്തിൽ പങ്കെടുക്കാൻ ഇ എം എസിനെ പ്രതിനിധിയായി തിരഞ്ഞെടുത്തു. മേൽപറഞ്ഞവരെക്കൂടാതെ കെ പി ഗോപാലൻ, എച്ച് മഞ്ജുനാഥ റാവു, പി കുമാരൻ, പി കൃഷ്ണപ്പണിക്കർ തുടങ്ങിയവരും സമ്മേളനത്തിൽ പങ്കെടുത്തിരുന്നു:

"കോൺഗ്രസിന്റെ ഉള്ളിൽ നിന്നു പ്രവർത്തിച്ചു കോൺഗ്രസിനെ ഒട്ടാകെ തനി സോഷ്യലിസ്റ്റ് തത്ത്വങ്ങളാസ്പദിച്ചു പ്രവർത്തിക്കുന്ന ഒരു സ്ഥാപനമാക്കി തീർക്കുവാൻ ശ്രമിക്കുന്ന ഒരു സംഘമായിരിക്കും പുതിയ സോഷ്യലിസ്റ്റ് പാർട്ടി"യെന്ന് സമ്മേളനം ഊന്നിപ്പറഞ്ഞിരുന്നു. കർഷകരെയും തൊഴിലാളികളെയും സോഷ്യലിസ്റ്റ് തത്ത്വങ്ങളാസ്പദിച്ച് സംഘടിപ്പിക്കുകയെന്നത് സംഘത്തിന്റെ കാര്യപരിപാടിയിൽ പ്രധാനപ്പെട്ട ഒന്നാണ്.

കേരളത്തിൽ കോൺഗ്രസ് സോഷ്യലിസ്റ്റ് പാർട്ടി രൂപീകരിച്ച ഈ സമ്മേളനത്തിൽ പങ്കെടുക്കാനുള്ള ക്ഷണക്കത്ത് എൻ സി ശേഖറിനും മറ്റ് യൂത്തു ലീഗ് പ്രവർത്തകർക്കും കൃഷ്ണപിള്ള അയച്ചിരുന്നെങ്കിലും സമ്മേളനത്തിൽ പങ്കെടുക്കാൻ എൻ സി ശേഖറിന് കഴിഞ്ഞിരുന്നില്ല.[1]

1932 ജനുവരിയിലാരംഭിച്ച രണ്ടാം നിയമ ലംഘനസമരം പൂർണ്ണമായും പിൻവലിച്ചതിനെത്തുടർന്ന് രണ്ടരവർഷമായി കോൺഗ്രസിന്റെ മേൽ നിലനിന്നിരുന്ന നിരോധനം 1934 ജൂൺ 13 ന് പിൻവലിച്ചുകൊണ്ട് മദിരാശി ഗവൺമെന്റ് ഉത്തരവിറക്കി. ഇതിനെത്തുടർന്ന് കേരളത്തിലെ കോൺഗ്രസ് സംഘടന ശക്തമാക്കാൻ തീരുമാനിച്ചെങ്കിലും കോൺഗ്രസിന്റെ പഴയ ഭാരവാഹികൾ തൽസ്ഥാനം വീണ്ടും ഏറ്റെടുക്കാൻ സന്നദ്ധമായില്ല. ഈ സാഹചര്യത്തിൽ പി കൃഷ്ണപിള്ള, ഇ എം എസ് നമ്പൂതിരിപ്പാട്, എ കെ ഗോപാലൻ തുടങ്ങിയ കോൺഗ്രസിലെ ഇടതുപക്ഷക്കാർ കോൺഗ്രസ് സംഘടന പുനഃസംഘടിപ്പിക്കാൻ മുന്നിട്ടിറങ്ങി. 1934 ജൂൺ 19ന് കോഴിക്കോട്ട് കെ പി സി സി യുടെ അനൗപചാരിക യോഗം കൂടി. കെ പി സി സി അംഗങ്ങൾക്ക് പുറമെ പ്രമുഖരായ അമ്പതുപേർ കൂടി കേരളത്തിന്റെ വിവിധ ഭാഗങ്ങളിൽ നിന്ന് യോഗത്തിൽ പങ്കെടുത്തു. മുന്നോട്ടുള്ള പ്രവർത്തനത്തിനായി യു ഗോപാലമേനോൻ പ്രസിഡന്റും എ കെ ഗോപാലൻ, പി കുഞ്ഞി ശങ്കരമേനോൻ എന്നിവർ സെക്രട്ടറിമാരുമായി ഒരു അഡ്ഹോക്ക് കമ്മിറ്റി രൂപീകരിച്ചു. കോൺഗ്രസിൽ പുതിയ അംഗങ്ങളെ ചേർക്കുക, തുടർന്ന് വില്ലേജ്, താലൂക്ക് ജില്ല, സംസ്ഥാന കമ്മിറ്റികൾ രൂപീകരിക്കുക തുടങ്ങിയവയായിരുന്നു കമ്മിറ്റിയുടെ ചുമതല.

പുതിയ മെമ്പറന്മാരെ ചേർക്കുന്നതിന്റെ ഭാഗമായി ജൂലൈ 16 മുതൽ 20 വരെ കൊച്ചിയിലും 21 മുതൽ പത്ത് ദിവസം തിരുവിതാംകൂറിലും സന്ദർശിക്കാൻ കെ പി സി സി സെക്രട്ടറി എ കെ ഗോപാലനും സി എസ് പി സെക്രട്ടറി പി കൃഷ്ണപിള്ളയും തീരുമാനിച്ചു. ജൂലൈ 26ന് ചങ്ങനാശ്ശേരി പരമേശ്വരൻ പിള്ളയുടെ അദ്ധ്യക്ഷതയിൽ തിരുവനന്തപുരത്ത് ഗോമതി നായകം ഹാളിലും ജൂലൈ 27 ന് *നവകേരളം* പത്രാധിപർ എ പി നായരുടെ അദ്ധ്യക്ഷതയിൽ നെയ്യാറ്റിൻകരയിലും കൂടിയ പൊതുയോഗങ്ങളിൽ എ കെ ജിയും മറ്റും പ്രസംഗിച്ചു. തുടർന്ന് കോൺഗ്രസിൽ അംഗങ്ങളെ ചേർക്കുകയുണ്ടായി.

ആ യോഗങ്ങളിൽ ചെന്ന് നേരിട്ട് സംസാരിക്കാൻ തയ്യാറാവുന്നതിനുപകരം കോൺഗ്രസ് പുനഃസംഘടനയുടെ ഔചിത്യത്തെ ചോദ്യം ചെയ്യുന്ന പല ചോദ്യങ്ങളും ചോദിക്കുകയാണ് എൻ സി ശേഖറും മറ്റു കമ്യൂണിസ്റ്റ്

ലീഗ് പ്രവർത്തകരും ചെയ്തത്.[2] കോൺഗ്രസ് ഒരു മുതലാളി സംഘടനയാണെന്നും അതിൽ ചേരുന്നത് പ്രയോജനരഹിതമാണെന്നും കമ്യൂണിസ്റ്റ് ലീഗുകാർ വിശ്വസിച്ചു. ആ രീതിയിലുള്ള ചോദ്യങ്ങളാണ് അവർ ചോദിച്ചത്.

ഈ ചോദ്യങ്ങൾക്കെല്ലാം എ കെ ഗോപാലനും പി കൃഷ്ണപിള്ളയും മറുപടി പറയുകയുണ്ടായി.

ഇതു കഴിഞ്ഞയുടനെ കൃഷ്ണപിള്ള തൈക്കാട്ടുള്ള രഹസ്യ കമ്യൂണിസ്റ്റ് ലീഗ് കേന്ദ്രത്തിൽ ചെന്ന് എൻ സി ശേഖർ തുടങ്ങിയ കമ്യൂണിസ്റ്റ് ലീഗ് നേതാക്കളെ കണ്ടു സംസാരിച്ചു. ഒന്നിച്ചു പ്രവർത്തിക്കേണ്ടതിന്റെ ആവശ്യകതയെപ്പറ്റി അവരെ ബോദ്ധ്യപ്പെടുത്തി. എൻ സി എഴുതി:

> കൃഷ്ണപിള്ള തൈക്കാട്ടുള്ള ഞങ്ങളുടെ രഹസ്യ കമ്യൂണിസ്റ്റ് ലീഗു കേന്ദ്രത്തിൽ വന്ന് ഒന്നിച്ചു പ്രവർത്തനം നടത്തേണ്ട ആവശ്യകതയെപ്പറ്റിയും മറ്റും സംഭാഷണം നടത്തി. അന്നത്തെ പരിതഃസ്ഥിതിയിൽ കമ്യൂണിസ്റ്റ് ബുദ്ധിജീവികൾക്ക് ഉണ്ടായിരുന്ന അവജ്ഞാമനോഭാവത്തോടു കൂടിയാണ് ഞങ്ങൾ കൃഷ്ണപിള്ളയുടെ കോൺഗ്രസ് സോഷ്യലിസത്തെ ശ്രദ്ധിച്ചത്. പക്ഷേ, ഒരു സവിശേഷത ഞങ്ങളുടെ മതിപ്പിന് വിഷയമായി. അത് കൃഷ്ണപിള്ളയിൽ നിന്ന് കേൾക്കാൻ കഴിഞ്ഞ ഗാന്ധിവിരുദ്ധാഭിപ്രായമായിരുന്നു. സാമ്രാജ്യവിരുദ്ധസ്വാതന്ത്ര്യസമരം വിട്ടുവീഴ്ചയില്ലാതെ, കീഴടങ്ങലില്ലാതെ നടക്കണമെങ്കിൽ തൊഴിലാളി- കർഷകപ്രസ്ഥാനം സംഘടിപ്പിക്കുകയാണ് അടിയന്തര പരിപാടിയെന്ന് കൃഷ്ണപിള്ള ഞങ്ങളെ ധരിപ്പിച്ചു.
>
> 1931 ൽ ഗാന്ധിസമാണ് ഏറ്റവും ശ്രേഷ്ഠമെന്ന് വാദിച്ച കൃഷ്ണപിള്ള 1934 ആയപ്പോഴേക്കും ഗാന്ധിസം സന്ധിയുടെയും കീഴടങ്ങലിന്റെയും തത്ത്വമാണെന്നും മാർക്സിസമാണ് ശരിയായ പോംവഴിയെന്നും വിശ്വസിക്കുന്നതിലേക്ക് വളർന്നു. വെറും കോൺഗ്രസ് സത്യഗ്രഹ വളണ്ടിയർമാരായി ചെറുപ്പക്കാർ പ്രവർത്തിച്ചാൽ മതിയെന്ന നിലയിൽ നിന്ന് തൊഴിലാളികളും കർഷകരുമായ സാമാന്യജനങ്ങളുടെ വർഗ്ഗസംഘടനയായിരിക്കണം സാമ്രാജ്യവിരുദ്ധ സ്വാതന്ത്ര്യസമരത്തിന്റെ അടിസ്ഥാന ശക്തിയെന്നും മാർക്സിസമായിരിക്കണം അതിന്റെ നായകത്വം വഹിക്കേണ്ടതെന്നുമുള്ള വിശ്വാസത്തിലേക്ക് അദ്ദേഹം എത്തിചേർന്നു. വാസ്തവത്തിൽ 1931 ൽ ചാലപ്പുറത്തുള്ള കോങ്ങാട്ടിൽ രാമൻമേനോന്റെ വസതിയിൽ കണ്ട വളണ്ടിയർ കൃഷ്ണപിള്ളയ്ക്കും 1934 ൽ തൈക്കാട്ട് വന്ന് ഞങ്ങളോട് ചർച്ച നടത്തിയ പി കൃഷ്ണപിള്ളക്കും തമ്മിൽ വലിയ അന്തരം ഉണ്ടായിരുന്നു.
>
> അഖിലേന്ത്യ അടിസ്ഥാനത്തിൽ തന്നെ കമ്യൂണിസ്റ്റുകാരുടെ, കോൺഗ്രസ് സോഷ്യലിസ്റ്റ് പാർട്ടിയുടെ നേരെയുള്ള സമീപനരീതിയിൽ സുനിശ്ചിതമായ ഒരു നിലപാടുണ്ടായിട്ടുണ്ടെന്ന് ഞങ്ങൾക്ക് മനസ്സിലാക്കാൻ കഴിഞ്ഞു......[3]

അഖിലേന്ത്യാ തലത്തിൽ കോൺഗ്രസ് സോഷ്യലിസ്റ്റ് പാർട്ടി കമ്യൂണിസ്റ്റ് പാർട്ടിയുമായി സഹകരിച്ച് പ്രവർത്തിക്കുന്ന കാര്യം കൃഷ്ണപിള്ള ചൂണ്ടിക്കാട്ടി. കമ്യൂണിസ്റ്റ് പാർട്ടി ജനറൽ സെക്രട്ടറി പി സി ജോഷിയും കോൺഗ്രസ് സോഷ്യലിസ്റ്റ് പാർട്ടി നേതാവ് ജയപ്രകാശ് നാരായണനുമൊക്കെ ഒന്നിച്ചാണ്

(സഖാക്കൾ കാരായി ദാമോദരൻ, പട്ടിണി ഗോപാലൻ തുടങ്ങിയവരോടൊപ്പം എൻ സി ശേഖർ)

പ്രവർത്തിക്കുന്നത്. അതുകൊണ്ട് നിങ്ങൾക്കും ഞങ്ങളോടൊപ്പം വന്നുകൂടെ എന്ന് കേരള കോൺഗ്രസ് സോഷ്യലിസ്റ്റ് പാർട്ടി സെക്രട്ടറിയായ കൃഷ്ണ പിള്ള അവരോട് ചോദിച്ചു. എൻ സി ശേഖറും എൻ പി കുരുക്കളും ആ നിർദ്ദേശം അംഗീകരിച്ചു. പൊന്നറ ശ്രീധർ അതിനോട് യോജിച്ചില്ല[4].

കൃഷ്ണപിള്ളയോടൊപ്പം എൻ സി ശേഖർ കോഴിക്കോട്ടെത്തി. ഉടൻ തന്നെ കൃഷ്ണപിള്ള അദ്ദേഹത്തെ ഏല്പിച്ച ജോലി തിരുവണ്ണൂർ കോട്ടൺമിൽ തൊഴിലാളി യൂണിയന്റെ സംഘടനാ പ്രവൃത്തിയായിരുന്നു. അഖില കേരള സോഷ്യലിസ്റ്റ് പാർട്ടിയിൽ (എക്സിക്യൂട്ടീവിൽ) അദ്ദേഹത്തെ അംഗമാക്കി ചേർക്കുകയും ചെയ്തു. കോൺഗ്രസിലും അദ്ദേഹം സജീവമായി പ്രവർത്തിക്കാൻ തുടങ്ങി.

സി എസ് പി യുടെ പ്രഥമ സമ്മേളനം

1934 ഒക്ടോബർ 13 ന് കോഴിക്കോട് ജൂബിലി ടൗൺ ഹാളിൽ വെച്ചു കൂടിയ കോൺഗ്രസ് സോഷ്യലിസറ്റ് പാർട്ടിയുടെ പ്രഥമ സമ്മേളനത്തിൽ എൻ സി ശേഖർ പങ്കെടുക്കുകയുണ്ടായി. ബോംബെയിലെ പ്രസിദ്ധ കോൺഗ്രസ് നേതാവായ എച്ച് ഡി രാജയുടെ അദ്ധ്യക്ഷതയിൽ നടന്ന സമ്മേളനം ഉദ്ഘാടനം ചെയ്തത് എച്ച് മഞ്ചുനാഥറാവു ആയിരുന്നു. സമ്മേളനം പ്രസിഡന്റായി ഇ എം എസ് നമ്പൂതിരിപ്പാടിനെയും സെക്രട്ടറിയായി പി കൃഷ്ണപിള്ളയെയും ഖജാൻജിയായി പി കുമാരനെയും തിരഞ്ഞെടുത്തു.

സി എസ് പി യുടെ രണ്ടാം സംസ്ഥാന സമ്മേളനം

1935 മേയ് 27 ന് കോഴിക്കോട് വിക്ടോറിയ ടൗൺ ഹാളിൽ വെച്ച്

നടന്ന സി എസ് പിയുടെ രണ്ടാം സമ്മേളനത്തിൽ പങ്കെടുക്കുക മാത്രമല്ല, ആ സമ്മേളനം വിജയിപ്പിക്കുന്നതിൽ പ്രധാന പങ്കുവഹിച്ചവരിൽ ഒരാൾ കൂടിയായിരുന്നു എൻ സി ശേഖർ. സി എസ് പിയുടെ അഖിലേന്ത്യ ജോയിന്റ് സെക്രട്ടറിമാരിൽ ഒരാളായ എം ആർ മസാനിയുടെ അദ്ധ്യക്ഷതയിലാണ് സമ്മേളനം നടന്നത്. സമ്മേളനം ഇ എം എസ് നമ്പൂതിരിപ്പാടിനെ പ്രസിഡന്റായും പി കെ രാമുണ്ണിനായരെ സെക്രട്ടറിയായും തിരഞ്ഞെടുത്തു.

കെ പി സി സി അംഗം

1935 ലെ കെ പി സി സി ഇലക്ഷൻ. തിരുവിതാംകൂറിൽ അന്ന് 75 മെമ്പർമാർ മാത്രമേ കോൺഗ്രസിൽ ഉണ്ടായിരുന്നുള്ളു. അവരിൽ നിന്ന് കെ പി സി സി യിലേയ്ക്ക് ഒരു പ്രതിനിധിയെയാണ് തിരഞ്ഞെടുക്കേണ്ടത്. കോൺഗ്രസിലെ ഇടതുപക്ഷ സ്ഥാനാർത്ഥിയായി എൻ സി ശേഖർ മത്സരിച്ചു. വലതുപക്ഷ സ്ഥാനാർത്ഥിയായി ജി രാമചന്ദ്രൻ രംഗത്തുവന്നു. യൂത്തു ലീഗുകാർ എൻ സി ക്ക് വോട്ടു ചെയ്യാമെന്ന് സമ്മതിച്ചു. യൂത്തുലീഗുകാരായ പൊന്നറ ശ്രീധർ, എൻ ശ്രീകണ്ഠൻ നായർ, ശങ്കരനാരായണൻ തമ്പി എന്നിവർക്കൊക്കെ വോട്ടുണ്ടായിരുന്നു. ആ തിരഞ്ഞെടുപ്പിൽ എൻ സി ശേഖർ വിജയിച്ച് കെ പി സി സി അംഗമായി.

ഏഴാം കോൺഗ്രസ് സമ്മേളനം

1935 മേയ് 28 ന് ഏഴാം കേരളസംസ്ഥാന കോൺഗ്രസ് സമ്മേളനം കോഴിക്കോട്ടുവെച്ച് നടന്നു. സെയ്ദ് അബ്ദുള്ള ബ്രൽബിയുടെ അദ്ധ്യക്ഷതയിൽ നടന്ന സമ്മേളനം ഉദ്ഘാടനം ചെയ്തത് സാംബമൂർത്തി ആയിരുന്നു. സമ്മേളനത്തിൽ ആദ്യന്തം പങ്കെടുത്ത എൻ സി സമ്മേളനത്തിന്റെ സംഘാടകരിൽ പ്രമുഖനായിരുന്നു.

കോൺഗ്രസിൽ വളർന്നുവരുന്ന സന്ധിയാലോചന മന:സ്ഥിതിയിൽ നിന്ന് അതിനെ മോചിപ്പിച്ച് കോൺഗ്രസിൽ നിന്നും അകന്നുപോയ സമരമനോഭാവം മടക്കിക്കൊണ്ടു വരുന്നതിനും മറ്റുമായി കോൺഗ്രസിലെ ഉത്പതിഷ്ണുക്കളുടെ ഒരു യോഗം സംഘടിപ്പിക്കാൻ കൃഷ്ണപിള്ള, ഇ എം എസ്, എ കെ ജി മുതലായ കോൺഗ്രസ് സോഷ്യലിസ്റ്റ് പാർട്ടി നേതാക്കൾ നേതൃത്വം നല്കി. റാഡിക്കൽ സമ്മേളനം എന്ന പേരിലറിയപ്പെടുന്ന ഈ യോഗം 1935 ഡിസംബർ 15 ന് എ കെ പിള്ളയുടെ അദ്ധ്യക്ഷതയിൽ കോഴിക്കോട്ടുവെച്ചായിരുന്നു നടന്നത്. ഈ സമ്മേളനം സംഘടിപ്പിക്കുന്നതിൽ എൻ സി ശേഖറും നേതൃത്വപരമായ പങ്കുവഹിക്കുകയുണ്ടായി. പി കൃഷ്ണപിള്ള, എ കെ ജി, കെ പി ഗോപാലൻ, കെ എ കേരളീയൻ മുതലായവരും സമ്മേളനത്തിൽ പങ്കെടുത്തിരുന്നു.

സി എസ് പി യുടെ മൂന്നാം സമ്മേളനം

1936 ജൂൺ 14 ന് ബാബുസമ്പൂർണ്ണാനന്ദിന്റെ അദ്ധ്യക്ഷതയിൽ തലശ്ശേരി വിക്ടറി ഹാളിൽവെച്ച് നടന്ന സി എസ് പിയുടെ മൂന്നാം സമ്മേളനത്തിൽ എൻ സി പങ്കെടുക്കുകയുണ്ടായി. കമ്യൂണിസ്റ്റ് പാർട്ടി നേതാവായ എസ് വി ഘാട്ടെ, മദ്രാസിലെ കോൺഗ്രസ് സോഷ്യലിസ്റ്റ് പാർട്ടി നേതാവായ പി രാമമൂർത്തി തുടങ്ങിയവരും സമ്മേളനത്തിൽ പങ്കെടുത്തു.

1936 ജൂലൈ 1 ന് കണ്ണൂരിൽ നിന്ന് ആരംഭിച്ച് ആഗസ്റ്റ് 28 ന് മദിരാശിയിൽ എത്തിചേർന്ന എ കെ ജിയുടെ നേതൃത്വത്തിലുള്ള പട്ടിണിജാഥയ്ക്ക് മലബാറിൽ പല സ്ഥലങ്ങളിലും സ്വീകരണങ്ങൾ ഒരുക്കി വിജയിപ്പിക്കുന്നതിൽ എൻ സിയും തന്റേതായ പങ്കുവഹിക്കുകയുണ്ടായി.

സി എസ് പി യുടെ നാലാം സമ്മേളനം

യൂസഫ് മെഹ്റലിയുടെ അദ്ധ്യക്ഷതയിൽ 1937 ജൂണിൽ കണ്ണൂരിൽ വെച്ച് നടന്ന കേരള കോൺഗ്രസ് സോഷ്യലിസ്റ്റ് പാർട്ടിയുടെ നാലാം സമ്മേളനത്തിൽ ആദ്യന്തം എൻ സി പങ്കെടുക്കുകയുണ്ടായി.

സി എസ് പി യുടെ അഞ്ചാം സമ്മേളനം

1938 എപ്രിൽ 23, 24 തീയതികളിൽ കോഴിക്കോട് ടൗൺ ഹാളിൽവെച്ച് എ കെ ജിയുടെ അദ്ധ്യക്ഷതയിൽ സി എസ് പിയുടെ അഞ്ചാം സംസ്ഥാന സമ്മേളനം നടന്നു. സമ്മേളനത്തിൽ സി എസ് പി അഖിലേന്ത്യ ജനറൽ സെക്രട്ടറി ജയപ്രകാശ് നാരായണൻ പങ്കെടുക്കുകയുണ്ടായി. സമ്മേളനത്തിൽ എക്സിക്യൂട്ടീവ് കമ്മിറ്റിയിലേക്ക് തിരഞ്ഞെടുക്കപ്പെട്ട എൻ സി ശേഖർ നാലു ജോയിന്റ് സെക്രട്ടറിമാരിലൊരാളായി നിയമിക്കപ്പെട്ടു. ജനറൽ സെക്രട്ടറിയായി തിരഞ്ഞെടുത്തത് പി കൃഷ്ണപിള്ളയെയായിരുന്നു.

ഒമ്പതാം കോൺഗ്രസ് സമ്മേളനം

1936, 1937 എന്നീ വർഷങ്ങളിൽ കെ പി സി സി വലതുപക്ഷത്തിന്റെ നേതൃത്വത്തിലായിരുന്നതിനാൽ അക്കാലത്ത് കേരള സംസ്ഥാന കോൺഗ്രസ് സമ്മേളനം നടന്നില്ല. 1937 ൽ ബ്രിട്ടീഷ് ഇന്ത്യൻ സംസ്ഥാനങ്ങളിൽ നടന്ന തിരഞ്ഞെടുപ്പിൽ മലബാറിൽ കോൺഗ്രസ് സ്ഥാനാർത്ഥികളെ വിജയിപ്പിക്കുന്നതിനു വേണ്ടി പ്രവർത്തിച്ച എൻ സി കോൺഗ്രസ് മന്ത്രിപദം സ്വീകരിക്കുന്നതിനെ ശക്തമായിഎതിർത്തു. കെ പി സി സിയിൽ ഇടതുപക്ഷത്തിന്റെ ശക്തനായ വക്താവായിരുന്ന എൻ സി. 1938 ൽ കെ പി സി സിയെ ഇടതുപക്ഷ നേതൃത്വത്തിലേക്ക് കൊണ്ടുവരുന്നതിൽ ചെറുതല്ലാത്തൊരു പങ്ക് എൻ സിയും വഹിക്കുകയുണ്ടായി.

1938 ൽ കെ പി സി സി കോൺഗ്രസ് സോഷ്യലിസ്റ്റുകാരുടെ നിയന്ത്രണത്തിലായതോടെ അവർ ഒമ്പതാം രാഷ്ട്രീയ സമ്മേളനം നടത്തുകയുണ്ടായി. 1938 ഏപ്രിൽ 25ന് ജയപ്രകാശ് നാരായണന്റെ അദ്ധ്യക്ഷതയിൽ കോഴിക്കോട് ടൗൺഹാളിൽ വെച്ചായിരുന്നു സമ്മേളനം. സമ്മേളനം ഉദ്ഘാടനം ചെയ്തത് കെ.കേളപ്പനായിരുന്നു. സി എസ് പിയുടെ ജോയിന്റ് സെക്രട്ടറിയെന്ന നിലയിൽ സമ്മേളനം വിജയിപ്പിക്കുന്നതിൽ എൻ സി ശ്രദ്ധേയമായ പ്രവർത്തനമാണ് കാഴ്ചവെച്ചത്.

പത്താം കോൺഗ്രസ് സമ്മേളനം

1939 മേയ് 12, 13, 14 തീയതികളിൽ ബക്കളത്ത് വെച്ചു കേരള സംസ്ഥാന കോൺഗ്രസിന്റെ പത്താം രാഷ്ട്രീയ സമ്മേളനം നടന്നു. സമ്മേളനത്തോടനുബന്ധിച്ച് പി കൃഷ്ണപിള്ളയുടെ അദ്ധ്യക്ഷതയിൽ യുവക് സമ്മേളനവും, കെ എ കേരളീയന്റെ അദ്ധ്യക്ഷതയിൽ ബാലജന സമ്മേളനവും, പി നാരായ

ണൻ നായരുടെ അദ്ധ്യക്ഷതയിൽ കർഷക സമ്മേളനവും, മൊയ്തുമൗലവിയുടെ അദ്ധ്യക്ഷതയിൽ ദേശീയ മുസ്ലീം സമ്മേളനവും, കെ ദാമോദരന്റെ അദ്ധ്യക്ഷതയിൽ ജീവൽ സാഹിത്യ സമ്മേളനവും നടന്നു. ധാരാളം കർഷകരും തൊഴിലാളികളും ഈ സമ്മേളത്തിൽ പങ്കെടുത്തു. സമ്മേളനം വൻ വിജയമാക്കിത്തീർക്കുന്നതിൽ എൻ സിയുടെ പ്രവർത്തനം ഒട്ടും ചെറുതല്ല.

കോൺഗ്രസിൽ കെ പി സി സി എക്സിക്യൂട്ടീവ് അംഗവും എ ഐ സി സിയിലേക്ക് തിരഞ്ഞെടുക്കപ്പെട്ട പ്രതിനിധിയുമായിരുന്നിട്ടുണ്ട് അദ്ദേഹം.[5]

സി എസ് പി യുടെ ആറാം സമ്മേളനം

സി എസ് പിയുടെ ആറാം സമ്മേളനം 1939 ജൂൺ 16, 17, 18 തീയതികളിൽ പി നാരായണൻ നായരുടെ അദ്ധ്യക്ഷതയിൽ തലശ്ശേരിയിൽവെച്ചു നടന്നു. സമ്മേളനം എൻ സി ശേഖറുൾപ്പെടെ 15 പേരുള്ള ഒരു എക്സിക്യൂട്ടീവ് കമ്മിറ്റിയെ തിരഞ്ഞെടുത്തു. പി കൃഷ്ണപിള്ളയെ ജനറൽ സെക്രട്ടറിയായും തിരഞ്ഞെടുത്തു. ഡിവിഷണൽ കമ്മിറ്റികളും ഗ്രൂപ്പുകളും സംഘടിപ്പിക്കാനും സമ്മേളനം തീരുമാനിച്ചു. അഞ്ച് ഡിവിഷൻകമ്മിറ്റികളാണ് ഇങ്ങനെ സംഘടിപ്പിച്ചത്. അതിലൊന്ന് എൻ സി ശേഖർ കൺവീനറായുള്ള തൊഴിലാളി സബ് കമ്മിറ്റിയാണ്. അതിലെ അംഗങ്ങൾ കെ പി ഗോപാലൻ, സി എച്ച് കണാരൻ, പി എസ് നമ്പൂതിരി, കെ കെ വാരിയർ എന്നിവരായിരുന്നു.

കോൺഗ്രസ് സോഷ്യലിസ്റ്റ് പാർട്ടിയിലും, ട്രേഡ് യൂണിയൻ പ്രസ്ഥാനത്തിലും കോൺഗ്രസിലും ഒരുപോലെ സജീവമായിരുന്നു എൻ സി. കോൺഗ്രസ് സോഷ്യലിസ്റ്റ് പാർട്ടിയുടെ പരിപാടികൾ നടപ്പിലാക്കുന്നതിന് കഠിനപ്രയത്നം ചെയ്ത എൻ സി കോൺഗ്രസിനകത്തെ ഇടതുപക്ഷത്തിന്റെ ശക്തനായ വക്താവായിരുന്നു.

പ്രഭാതം വാരിക

1935 ജനുവരി 9 ന് കേരളത്തിലെ കോൺഗ്രസ് സോഷ്യലിസ്റ്റ് പാർട്ടിയുടെ മുഖപത്രമായി ഷൊർണ്ണൂരിൽനിന്ന് *പ്രഭാതം* വാരിക ആരംഭിച്ചു. ജൂലൈ 1 ന്റെ ലക്കത്തിൽ ചൊവ്വര പരമേശ്വരൻ എഴുതിയ *ആത്മനാദം* എന്ന കവിത രാജ്യദ്രോഹമെന്ന് വിധിച്ച് 2000 രൂപ കെട്ടിവെക്കാൻ ആവശ്യപ്പെട്ടു. എന്നാൽ ജാമ്യം കെട്ടിവയ്ക്കാനുള്ള കഴിവില്ലാതിരുന്നതിനാൽ ആഗസ്റ്റ് 12 ന്റെ ലക്കത്തോടെ പത്രം നിറുത്തേണ്ടി വന്നു. 1938 ഏപ്രിൽ 11 ന് ഇ എം എസിന്റെ പത്രാധിപത്യത്തിൽ വീണ്ടും കോഴികോട്ടു നിന്ന് *പ്രഭാതം* പുറത്തിറങ്ങി. 1939 ഒക്ടോബർ അവസാനം വരെ പത്രം നിലനിന്നു. കോഴിക്കോട്ടു നിന്ന് പുറത്തിറങ്ങിയ പത്രത്തിന്റെ പ്രചാരത്തിലും മറ്റും എൻ സിയും കാര്യമായ പങ്കു വഹിക്കുകയുണ്ടായി.

സൂചനകൾ

1. സി ഭാസ്കരൻ (എഡി:), സഖാവ് പി കൃഷ്ണപിള്ള: കേരളത്തിലെ പ്രഥമ കമ്യൂണിസ്റ്റ്, ചിന്ത പബ്ലിഷേഴ്സ്, (തിരുവനന്തപുരം–1995), പു: 55
2. മേൽചൊന്നത്, പു: 54
3. മേൽചൊന്നത്, പു: 54–55
4. മാതൃഭൂമി ആഴ്ചപ്പതിപ്പ്, 29 ഡിസംബർ 1985 –4 ജനുവരി 1986, പു. 14
5. *അഗ്നിവീഥികൾ* പു: X

10

തിരുവിതാംകൂർ സ്വാതന്ത്ര്യസമരത്തിൽ

ആയിരത്തിത്തൊള്ളായിരത്തി ഇരുപതിലെ നിസ്സഹകരണ പ്രസ്ഥാന കാലഘട്ടം മുതലേ ഗാന്ധിജിയുടെ നേതൃത്വത്തിലുള്ള ഇന്ത്യൻ നാഷണൽ കോൺഗ്രസ് ആവിഷ്കരിച്ചിരുന്ന നയം നാട്ടുരാജ്യങ്ങളുടെ ആഭ്യന്തരകാര്യങ്ങളിൽ കോൺഗ്രസ് ഇടപെടാൻ പാടില്ലെന്നും ബ്രിട്ടീഷ്ഭരണത്തിനെതിരായി മാത്രം കോൺഗ്രസ് പോരാടണമെന്നുമായിരുന്നു. തിരുവിതാംകൂറും കൊച്ചിയുമുൾപ്പെടെയുള്ള 600 ഓളം നാട്ടുരാജ്യങ്ങളിൽ കഴിഞ്ഞുകൂടിയിരുന്ന ജനങ്ങളിൽ ഇത് വലിയ നിരാശയുണ്ടാക്കി. എന്നാൽ 1938 ഫെബ്രുവരിയിൽ ഹരിപുരയിൽചേർന്ന കോൺഗ്രസിന്റെ 45–ാം അഖിലേന്ത്യാ സമ്മേളനം ഈ തീരുമാനത്തിന് മാറ്റം വരുത്തി. നാട്ടുരാജ്യങ്ങളിൽ ഉത്തരവാദ പ്രക്ഷോഭം നടത്തുന്നതിനുവേണ്ടി പ്രത്യേകസംഘടനകൾ രൂപീകരിച്ച് പ്രവർത്തിക്കുന്നതിന് കോൺഗ്രസിന് എതിർപ്പില്ലായെന്ന് സമ്മേളനം തീരുമാനിച്ചു. ഈ തീരുമാനത്തെത്തുടർന്ന് ഉത്തരവാദ ഭരണം നേടാൻ ആവശ്യമായ പ്രക്ഷോഭങ്ങളും സമരങ്ങളും നടത്തുവാനുള്ള ഒരു പ്രത്യേക സംഘടന എന്ന നിലയിൽ 1938 ഫെബ്രുവരി 23–ാം തീയതി തിരുവിതാംകൂർ സ്റ്റേറ്റ് കോൺഗ്രസ് രൂപീകരിച്ചു. അന്നു രൂപീകരിച്ച അഡ്ഹോക്ക് കമ്മിറ്റി ഫെബ്രുവരി 25ന് കൂടി ഒരു പ്രവർത്തക കമ്മിറ്റി രൂപീകരിച്ചു. പ്രവർത്തക കമ്മിറ്റിയിൽ നിന്നും പ്രസിഡന്റായി പട്ടം എ താണുപിള്ളയെയും സെക്രട്ടറിമാരായി കെ ടി തോമസ്, പി എസ് നടരാജപിള്ള തുടങ്ങിയവരെയും ട്രഷററായി മാധവവാര്യരെയും തിരഞ്ഞെടുത്തു. സംഘടന രൂപീകരിച്ചതിനുശേഷം ആദ്യമായി ചെയ്ത പ്രധാനപ്രവർത്തനം ഉത്തരവാദഭരണം സംബന്ധിച്ച് ജനങ്ങളുടെ ആവശ്യങ്ങളും ആവലാതികളും ബോദ്ധ്യപ്പെടുത്തിക്കൊണ്ട് വർക്കിങ്ങ് കമ്മിറ്റി അംഗങ്ങളെല്ലാം ഒപ്പുവച്ച് മഹാരാജാവിന് ഒരു മെമ്മോറിയൽ റജിസ്റ്റർ ചെയ്ത് അയക്കുകയാണ് ഉണ്ടായത്.

സ്റ്റേറ്റ് കോൺഗ്രസ് രൂപം കൊണ്ടതോടെ അതിനെ ഏതുവിധേനയും തകർക്കുക എന്ന നയമാണ് സി പി രാമസ്വാമി അയ്യർ കൈക്കൊണ്ടത്. “ഭിന്നിപ്പിച്ചു ഭരിക്കുക” എന്ന തന്ത്രമാണ് സി പി ആദ്യം പ്രയോഗിച്ചത്. ക്രിസ്ത്യാനികൾക്കു മുൻതൂക്കമുള്ള ഒരു സംഘടനയാണ് സ്റ്റേറ്റ് കോൺഗ്രസ് എന്ന് പ്രചാരണം നടത്തിക്കൊണ്ട് അതിനെതിരായി തിരുവിതാംകൂർ നാഷണൽ

കോൺഗ്രസുണ്ടാക്കാൻ മന്നത്തുപത്മനാഭനെയും നായർ സർവ്വീസ് സൊസൈറ്റിയുടെ നേതാക്കളെയും പ്രേരിപ്പിച്ചു. എന്നാൽ ഈ തന്ത്രം വിജയംകണ്ടില്ല.

ഈ പ്രചാരണത്തെ ശക്തമായി എതിർത്തുകൊണ്ട് ഒരു ലേഖനം എൻ സി ശേഖർ 1938 ൽ *മാതൃഭൂമി*യിൽ എഴുതി. സി കേശവന്റെ ഉടമസ്ഥതയിലും പത്രാധിപത്യത്തിലും പ്രസിദ്ധീകരിക്കപ്പെട്ടിരുന്ന *പ്രബോധകൻ* എന്ന രാഷ്ട്രീയ വാരികയിൽ ലേഖനം പുനഃപ്രസിദ്ധീകരിക്കുകയുണ്ടായി. സാമുദായികത്വത്തിന് സ്റ്റേറ്റ് കോൺഗ്രസിനകത്ത് യാതൊരു പ്രസക്തിയുമില്ലെന്ന് എൻ സി ലേഖനത്തിൽ വ്യക്തമാക്കി. ബൂർഷ്വാ വർഗ്ഗത്തിലും തൊഴിലാളിവർഗ്ഗത്തിലും മറ്റ് അദ്ധ്വാനിക്കുന്ന വർഗ്ഗത്തിലുമുള്ള സാമൂഹ്യശക്തികൾ അണിനിരന്നിട്ടുള്ള ഒരു ബഹുജന രാഷ്ട്രീയ പ്രസ്ഥാനമാണ് സ്റ്റേറ്റ് കോൺഗ്രസ് എന്നദ്ദേഹം പറഞ്ഞു.

ദിവാൻ സർ സി പി രാമസ്വാമിഅയ്യർ ജനനേതാക്കളെ പ്രലോഭിപ്പിച്ച് സ്വന്തം പക്ഷത്താക്കാനുള്ള ശ്രമങ്ങളും നടത്തി. ചില പ്രമുഖ രാഷ്ട്രീയനേതാക്കൾ സി പിയുടെ കെണിയിൽപ്പെട്ട് ഉദ്യോഗസ്ഥന്മാരായി മാറി. ആയിടെ *നായന്മാരും സാമുദായിക പ്രാതിനിധ്യവും* എന്ന തലക്കെട്ടിൽ *മലയാള രാജ്യ*ത്തിലും *കൗൺസിൽ നടപടികളിലെ ക്രമക്കേടുകൾ* എന്ന ശീർഷകത്തിൽ *മലയാളി*യിലും ഓരോ ലേഖനങ്ങൾ എ നാരായണപിള്ള എഴുതുകയുണ്ടായി. സി കേശവന് നല്കിയ സ്വീകരണവും തുടർന്ന് ടി എം വർഗീസിനെ ഡെപ്യൂട്ടി പ്രസിഡന്റ് സ്ഥാനത്തുനിന്ന് അവിശ്വാസപ്രമേയം മൂലം നീക്കം ചെയ്തതിനെയും കുറിച്ചായിരുന്നു ഈ ലേഖനങ്ങൾ. ഈ ലേഖനങ്ങളുടെ പേരിൽ നാരായണപിള്ളക്കെതിരെ രാജ്യദ്രോഹക്കേസ് എടുക്കുകയും അറസ്റ്റ് ചെയ്യുകയും ചെയ്തു. നാരായണപിള്ളയുടെ കേസ് വാദിക്കാൻ തിരുവനന്തപുരത്തെത്തിയ കെ എഫ് നരിമാൻ ജയിൽവാസം അനുഭവിച്ചിട്ടുള്ള അഭിഭാഷകനായതിനാൽ തിരുവിതാംകൂർ കോടതിയിൽ കേസു വാദിക്കാൻ പാടില്ലായെന്ന് ദിവാൻ കല്പിച്ചു. അഡ്വക്കേറ്റ് ജനറൽ കോടതിയിൽ ഇക്കാര്യം വാദിക്കുകയും കോടതി വാദം ശരിവെയ്ക്കുകയും ചെയ്തു. നരിമാൻ പ്രസംഗിക്കാമെന്ന് ഏറ്റിരുന്ന പൊതുയോഗങ്ങളും അതോടനുബന്ധിച്ച് നടത്താനിരുന്ന ഘോഷയാത്രകളും നേരത്തെതന്നെ സർക്കാർ നിരോധിച്ചിട്ടുണ്ടായിരുന്നു. അങ്ങനെ കേസ് വാദിക്കാതെ നരിമാൻ മടങ്ങിപ്പോയി. ടി എം വർഗീസ് കേസ് തുടർന്ന് നടത്തി. എന്നാൽ നാരായണപിള്ളയെ തിരുവിതാംകൂർ പീനൽ കോഡ് 177-ാം വകുപ്പ് പ്രകാരം 18 മാസത്തെ വെറും തടവിനും 200 രൂപ പിഴ അടയ്ക്കാനും പിഴ അടയ്ക്കാഞ്ഞാൽ രണ്ടുമാസത്തെ അധികതടവിനും ശിക്ഷ വിധിച്ചു. ശിക്ഷ ഏറ്റുവാങ്ങി അദ്ദേഹം ജയിലിൽ പോയി. ഈ കേസ് തിരുവിതാംകൂറിലെ സ്വാതന്ത്ര്യസമരത്തിന് ശക്തി വർദ്ധിപ്പിച്ചു.

സ്റ്റേറ്റ് കോൺഗ്രസ് നേതാക്കന്മാർ പ്രസംഗിക്കുന്ന യോഗങ്ങളെ റൗഡികളെ വിട്ട് അലങ്കോലപ്പെടുത്താനും സി ഐ ഡികളെ വിട്ട് ശല്യപ്പെടുത്താനും തുടങ്ങി. സ്റ്റേറ്റ് കോൺഗ്രസ് പ്രവർത്തകരുടെ ബന്ധുക്കളായ ഉദ്യോഗസ്ഥന്മാരെ ദൂരസ്ഥലങ്ങളിലേക്ക് മാറ്റുക, കോൺഗ്രസ് മനോഭാവമുണ്ടെന്ന് സംശയിക്കപ്പെടുന്ന അദ്ധ്യാപകരുടെ സർട്ടിഫിക്കറ്റ് റദ്ദുചെയ്യുക മുതലായ പല നടപടികളും മുറതെറ്റാതെ നടപ്പിലാക്കി. പട്ടംതാണുപിള്ള, മാധവവാര്യർ

തുടങ്ങിയ നേതാക്കന്മാരെ തിരുവനന്തപുരത്തുവെച്ച് പട്ടാപ്പകൽ ഇരുമ്പുവടിക്ക് അടിച്ചുപരിക്കേല്പിച്ചു. മിസ്സ്. ആനി മസ്ക്രീന്റെ വീട് കൈയേറുകയുണ്ടായി. കോൺഗ്രസ് അഭിഭാഷകരുടെ ഓഫീസുകളിൽ മോഷണം നിത്യസംഭവമായി. ഉത്തരവാദഭരണ പ്രക്ഷോഭത്തിന്റെ ഒരു ജിഹ്വയായ *കൗമുദിദിന*പത്രത്തിന്റെ ലൈസൻസ് 1938 മാർച്ച് 17–ാം തീയതി റദ്ദാക്കി. *ടമിലിയൻ* എന്ന പത്രവും *സമദർശി* എന്ന വാരികയും സർക്കാറിന്റെ കുതന്ത്രങ്ങൾ മൂലം പ്രസിദ്ധീകരണം നിർത്തിവെച്ചു. മർദ്ദനത്തിൽ പ്രതിഷേധിക്കുവാൻ തിരുവനന്തപുരത്ത് പട്ടംതാണുപിള്ള, സി കേശവൻ, ജി രാമചന്ദ്രൻ എന്നിവരുടെ നേതൃത്വത്തിൽ വമ്പിച്ചൊരു പ്രതിഷേധഘോഷയാത്ര നടത്തിയപ്പോൾ തിരുവിതാംകൂറിലെ പട്ടാളവിഭാഗങ്ങളെയെല്ലാം സമാഹരിച്ചുകൊണ്ട് ഘോഷയാത്രക്കാരെ ദിവാൻ ഭീഷണിപ്പെടുത്തി. ഇതിലൊന്നും ഭയപ്പെടാതെ റെയിൽവേ സ്റ്റേഷൻ മൈതാനത്ത് വലിയൊരു ജനക്കൂട്ടത്തിന്റെ സാന്നിദ്ധ്യത്തിൽ പ്രതിഷേധയോഗം നടന്നു. എന്നാൽ പിറ്റേദിവസം ഇത്തരം ജാഥകളും പൊതുയോഗങ്ങളും സർക്കാർ നിരോധിച്ചു.[1]

കോൺഗ്രസ് സോഷ്യലിസ്റ്റ് പാർട്ടിയുടെ നിയന്ത്രണത്തിലായിരുന്ന യൂത്ത്ലീഗ് ഈ സാഹചര്യത്തിൽ പ്രത്യക്ഷ സമരപരിപാടികളുമായി രംഗത്തുവന്നു. യൂത്ത് ലീഗിനുവേണ്ടി ഉപദേശനിർദ്ദേശങ്ങൾ നല്കാൻ കോൺഗ്രസ് സോഷ്യലിസ്റ്റ് പാർട്ടി എൻ സി ശേഖറെ തിരുവിതാംകൂറിലേക്ക് അയച്ചിരുന്നു. കൂടാതെ കെ ദാമോദരൻ സി എച്ച് കണാരൻ, കെ ടി രാജു, എ കെ നാരായണൻ (വിദ്യാർത്ഥികളുടെയിടയിൽ പ്രവർത്തിക്കാൻ) തുടങ്ങിയവരെയും.

സ്റ്റേറ്റ് കോൺഗ്രസ് സമ്മേളനങ്ങൾ സർ സി.പി നിരോധിച്ചപ്പോൾ തിരുവിതാംകൂറിന്റെ പല ഭാഗങ്ങളിലും യൂത്ത്ലീഗ് യോഗങ്ങൾ നടത്തി. സ്റ്റേറ്റ് കോൺഗ്രസ് നേതാക്കന്മാർ പലരും ആ യോഗങ്ങളിൽ സ്ഥിരമായി പ്രസംഗിച്ചു. സ്റ്റേറ്റ് കോൺഗ്രസ് നേതൃത്വത്തെക്കൊണ്ട് സമരപരിപാടി സ്വീകരിപ്പിക്കുന്നതിനുവേണ്ടിയുള്ള പ്രവർത്തനങ്ങൾ നടത്തുന്നതിനാണ് തിരുവിതാംകൂർ യൂത്ത് ലീഗ് ശ്രമിച്ചത്. തിരുവിതാംകൂർ സ്റ്റേറ്റ് കോൺഗ്രസ് നേതാക്കളായ എം ആർ മാധവവാര്യർ, ആനി മസ്ക്രീൻ, കെ പി നീലകണ്ഠപിള്ള തുടങ്ങിയവരെ സിപിയുടെ ആളുകൾ കൈയേറ്റം ചെയ്തതിനെത്തുടർന്ന് പ്രതിഷേധപ്രകടനങ്ങൾ സംഘടിപ്പിക്കുന്നതിന് മുൻകൈയെടുത്തതും യൂത്ത് ലീഗ് പ്രവർത്തകന്മാരായിരുന്നു.

മേയ് 8–ന് നെയ്യാറ്റിൻകരയിലെ കോൺഗ്രസ് യോഗത്തിലും ചിറയിൻകീഴിൽ നടന്ന യോഗത്തിലും യൂത്ത് ലീഗ് പ്രവർത്തകരായ പൊന്നറ ശ്രീധർ, എൻ പി കുറുക്കൾ, ശങ്കരനാരായണൻ തമ്പി, പുതുപ്പള്ളി രാഘവൻ, എൻ ശ്രീകണ്ഠൻനായർ, മാത്തൂർ താണുപിള്ള തുടങ്ങിയവർ പങ്കെടുത്തിരുന്നു. യോഗങ്ങൾ കലക്കാനായി ദിവാൻ ഏർപ്പെടുത്തിയിരുന്ന ഗുണ്ടകളെയും പൊലീസുകാരെയും വളയുന്നതിനും തടയുന്നതിനും യൂത്ത് ലീഗ് പ്രവർത്തകർ മുൻപിൻ നോക്കാതെ പങ്കെടുത്തു.

ജൂൺ 25–ന് ചെങ്ങന്നൂരിലെ കോൺഗ്രസ് സമ്മേളനം ഗുണ്ടകൾ കലക്കിയപ്പോഴും നേതാക്കളുടെ രക്ഷക്കെത്തിയത് യൂത്ത് ലീഗുപ്രവർത്തകർ തന്നെ.

വിദ്യാർത്ഥികളും പ്രക്ഷോഭത്തിലേക്ക് എടുത്തുചാടി. സംസ്ഥാനത്തൊട്ടാകെ പഠിപ്പ് മുടക്കി വിദ്യാർത്ഥികൾ എന്നും രാവിലെ പ്രകടനം നടത്തി

യിരുന്നു. സയൻസ് കോളേജിനകത്തും പുറത്തുമാണ് പതിവായി പ്രകടനം നടത്തിക്കൊണ്ടിരുന്നത്. നിയമസഭ കൂടിയിരുന്ന വി ജെ ടി ഹാളിലേക്ക് പോയിരുന്ന ഏതാനും നിയമസഭ സാമാജികരെ വിദ്യാർത്ഥികൾ കൂകി വിളിച്ചെന്നും ആക്ഷേപിച്ചുവെന്നും ജൂലൈ 15–ാം തീയതി ചില അംഗങ്ങൾ നിയമസഭയിൽ പറഞ്ഞു. അന്ന് വൈകുന്നേരം കുതിരപ്പട്ടാളവും പൊലീസ് സേനയും ചേർന്ന് മിലിട്ടറി ചീഫായ കോൾവാട്ട്കിസിന്റെ സാന്നിദ്ധ്യത്തിൽ സയൻസ് കോളേജ് (യൂണിവേഴ്സിറ്റി കോളേജ്) വളപ്പിൽ കയറി വിദ്യാർത്ഥികളെയെല്ലാം മർദ്ദിച്ചവശരാക്കി. ഇതിനെത്തുടർന്ന് സി പി പോകുന്ന സ്ഥലങ്ങളിലെല്ലാം വിദ്യാർത്ഥികൾ കരിങ്കൊടി കാണിച്ചു. കോൺഗ്രസ് സോഷ്യലിസ്റ്റ് പാർട്ടിയും അതിന്റെ നേതൃത്വത്തിലുള്ള യൂത്ത് ലീഗുമാണ് വിദ്യാർത്ഥികളുടെ ഈ സമരത്തിനു പിന്നിൽ പ്രവർത്തിച്ച ശക്തികൾ.

തിരുവിതാംകൂറിലാകെ, ഉത്തരവാദഭരണത്തിനുവേണ്ടിയുള്ള പ്രക്ഷോഭം അലതല്ലാൻ തുടങ്ങിയ ഘട്ടത്തിൽപ്പോലും സ്റ്റേറ്റ് കോൺഗ്രസ് നേതൃത്വം സമരത്തിന് ആഹ്വാനം ചെയ്യാൻ മുന്നോട്ടുവന്നില്ല. ദിവാനുമായി ഒരു സന്ധിയുണ്ടാകുമെന്ന് പ്രതീക്ഷിച്ച് അവർ കഴിഞ്ഞു.

സന്ധി മനോഭാവത്തെ എതിർത്തു തോല്പിച്ചു സ്റ്റേറ്റ് കോൺഗ്രസിനെയും ജനങ്ങളെയും സമരരംഗത്തിറക്കുക എന്ന ലക്ഷ്യത്തോടെ അഖില തിരുവിതാംകൂർ യൂത്ത്ലീഗ് അതിന്റെ പ്രവർത്തനം വിപുലപ്പെടുത്തി. തിരുവിതാംകൂറിന്റെ പല ഭാഗങ്ങളിലും യൂത്ത്ലീഗിന്റെ ഘടകങ്ങൾ രൂപീകരിച്ചു. യൂത്ത്ലീഗിന്റെ ആഭിമുഖ്യത്തിൽ തിരുവിതാംകൂറിൽ നിത്യേന പൊതുയോഗങ്ങൾ സംഘടിപ്പിക്കപ്പെട്ടു. ഈ സാഹചര്യത്തിലാണ് 1938 ആഗസ്ത് 20, 21, 22 തീയതികളിൽ അഖില തിരുവിതാംകൂർ യൂത്തു ലീഗിന്റെ വാർഷിക സമ്മേളനം നടത്താൻ തീരുമാനിച്ചത്. അതിൽ അദ്ധ്യക്ഷതവഹിക്കാൻ അഖിലേന്ത്യാ കോൺഗ്രസ് സോഷ്യലിസ്റ്റ് പാർട്ടിയുടെ നേതാവായ കമലാദേവി ചതോപാദ്ധ്യയയെ ക്ഷണിച്ചു.

സമ്മേളനം തീരുമാനിച്ചതിനെത്തുടർന്ന് തിരുവനന്തപുരത്തു യൂത്ത് ലീഗിന്റെ സ്വാഗതസംഘം ഓഫീസ് തുറന്നു പ്രവർത്തനം ആരംഭിച്ചു. യൂത്ത് ലീഗിന്റെ ആഭിമുഖ്യത്തിൽ പ്രതിദിനപപൊതുയോഗങ്ങളും തമ്പാനൂർ റെയിൽവേസ്റ്റേഷൻ മൈതാനത്ത്(ഇപ്പോഴത്തെ പൊന്നറ പാർക്ക്) സംഘടിപ്പിച്ചു. ആദ്യത്തെ രണ്ടു മൂന്നു യോഗങ്ങൾ കഴിഞ്ഞപ്പോൾ യോഗനോട്ടീസുകൾ ഒന്നുമില്ലാതെ തന്നെ നാലായിരവും അയ്യായിരവും ആളുകൾ നാലഞ്ചു മണിയാകുമ്പോഴേക്കും പൊതുയോഗമുണ്ടെന്നുള്ള വിശ്വാസത്തിൽ മൈതാനത്തെത്തും. പൊന്നറ ശ്രീധർ, ശ്രീകണ്ഠൻനായർ, എൻ പി കുരുക്കൾ, പുതുപ്പള്ളി രാഘവൻ തുടങ്ങിയ യൂത്തുലീഗ് നേതാക്കളും കെ സി ജോർജ്, പി എൻ കൃഷ്ണപിള്ള, ജോൺഫിലിപ്പോസ്, സി കേശവൻ, മിസ്സ് ആനിമസ്ക്രീൻ തുടങ്ങിയ സ്റ്റേറ്റ് കോൺഗ്രസ് നേതാക്കന്മാരും ആ പൊതുയോഗങ്ങളിൽ പ്രസംഗിച്ചിരുന്നു. സി പി സർക്കാർ സ്റ്റേറ്റ് കോൺഗ്രസിനെതിരെ നടത്തിയിരുന്ന നിരോധനാജ്ഞകളെ പൊളിച്ചുകൊണ്ടുള്ളതായിരുന്നു ഈ യോഗങ്ങൾ.

ഇതിൽ നിന്നൊക്കെ വ്യത്യസ്തമായി നോട്ടീസുകൾ വിപുലമായി പ്രചരിപ്പിച്ചും നല്ല പ്രചാരണം നടത്തിയും ഒരു പൊതുയോഗം നടത്താൻ യൂത്ത് ലീഗ് തീരുമാനിച്ചു.

യൂത്ത് ലീഗിന്റെ പ്രവർത്തനങ്ങളെ സഹായിക്കാനും യോഗത്തിൽ പ്രസം

ഗിക്കാനും വേണ്ടി എൻ സി 1938 ആഗസ്ത് ആദ്യവാരം മലബാറിൽ നിന്നും തിരുവനന്തപുരത്തെത്തി. ആഗസ്ത് 9 ന് തിരുവനന്തപുരം റെയിൽവേസ്റ്റേഷൻ മൈതാനത്ത് പ്രസംഗിക്കാൻ എൻ സി ആഗ്രഹിച്ചെങ്കിലും ചില പ്രത്യേക കാരണങ്ങളാൽ അതിന് കഴിഞ്ഞില്ല. തിരുവിതാംകൂർ ഗവൺമെന്റിന്റെ സി ഐ ഡിമാരും സാധാരണ പൊലീസുകാരും എൻ സിയെ കണ്ടുപിടിക്കാൻ തിരക്കിട്ട അന്വേഷണം നടത്തിക്കൊണ്ടിരുന്നു. അവസാനം അവർ അദ്ദേഹത്തിന്റെ വീട്ടിൽ വെച്ച് അദ്ദേഹത്തെ കണ്ടു. ഉടൻ തന്നെ ഡിസ്ട്രിക് മജിസ്ട്രേട്ടിന്റെ നിരോധന കല്പന അവർ അദ്ദേഹത്തെ ഏല്പിച്ചു. എൻ സി ശേഖർ പതിനഞ്ചുദിവസത്തേക്ക് തിരുവനന്തപുരം ജില്ലയിലൊരിടത്തും പ്രസംഗിക്കരുതെന്നായിരുന്നു നിരോധനാജ്ഞ. എന്നാൽ എൻ സി ശേഖർ ആ നിരോധനാജ്ഞ ഗൗരവമായി എടുത്തതേയില്ല. നിരോധനാജ്ഞ ലംഘിക്കാൻ തന്നെ അദ്ദേഹം തീരുമാനിച്ചു.

1938 ആഗസ്ത് 12–ന് എൻ സി ശേഖർ നിരോധനം ലംഘിച്ചു പ്രസംഗിക്കുമെന്ന് യൂത്ത് ലീഗ് പ്രഖ്യാപിച്ചു. അതനുസരിച്ച് നോട്ടീസ് അച്ചടിച്ചു വിതരണം നടത്തി. പ്രചാരണയോഗങ്ങളും സംഘടിപ്പിച്ചു. തിരുവനന്തപുരം, ചിറയിൻകീഴ്, നെടുമങ്ങാട്, നെയ്യാറ്റിൻകര എന്നീ താലൂക്കുകളിൽ, റെയിൽവേസ്റ്റേഷൻ മൈതാനത്ത് 12–ാം തീയതി വൈകിട്ട് അഞ്ചു മണിയ്ക്ക് നടക്കുന്ന യൂത്ത് ലീഗ് പൊതുയോഗത്തിൽ വെച്ച് എൻ സി ശേഖർ നിരോധനാജ്ഞ ലംഘിക്കുന്നു എന്ന് വമ്പിച്ച രീതിയിൽ യൂത്ത് ലീഗ് പ്രചാരണം നടത്തി. ജനങ്ങളുടെ സമരാവേശം ഇതോടെ വർദ്ധിച്ചു. അതുതന്നെയായിരുന്നു യൂത്ത്ലീഗിന്റെ ഉദ്ദേശ്യവും ലക്ഷ്യവും.

യോഗം നടത്താൻ തീരുമാനിച്ചതിന്റെ തലേന്ന്, അതായത് 1938 ആഗസ്ത് 11–ാം തീയതി യൂത്ത്ലീഗ് ജോയിന്റ് സെക്രട്ടറി എൻ ശ്രീകണ്ഠൻ നായരുടെ പേരുവെച്ച് ഒരു നോട്ടീസുകൂടി യൂത്ത്ലീഗ് പ്രസിദ്ധീകരിച്ചു. 12–ാം തീയതി വൈകിട്ട് 5 മണിക്ക് യൂത്ത്ലീഗിന്റെ ആഭിമുഖ്യത്തിൽ കൂടുന്ന പൊതുയോഗത്തിൽ വെച്ച് എൻ സി ശേഖർ നിരോധനാജ്ഞ ലംഘിക്കുന്നതാണെന്നു ആ നോട്ടീസിലും പ്രഖ്യാപിച്ചു.

ആഗസ്റ്റ് 12–ാം തീയതി വൈകിട്ട് നാലുനാലര മണി ആയപ്പോൾ തമ്പാനൂർ മൈതാനം ജനനിബിഡമായി. തിരുവനന്തപുരത്ത്, തിരുവിതാംകൂറിൽത്തന്നെ, ആദ്യമായി നടക്കുന്ന 'നിരോധനാജ്ഞാലംഘന'മാണ് അവിടെ നടക്കാൻ പോകുന്നത്. എൻ സി സ്ഥലത്തെത്തിയിട്ടില്ല. യോഗം ആരംഭിച്ചു. യൂത്ത്ലീഗ് ജോയിന്റ് സെക്രട്ടറി ശ്രീകണ്ഠൻ നായർ യോഗത്തന്റെ അദ്ധ്യക്ഷനായി പുതുപ്പള്ളി രാഘവനെ ക്ഷണിച്ചു. അദ്ദേഹം അദ്ധ്യക്ഷസ്ഥാനം സ്വീകരിച്ചു.

സ്വാഗത പ്രസംഗം നടത്താൻ ശ്രീകണ്ഠൻ നായരെ ക്ഷണിച്ചു. ശ്രോതാക്കളിൽ ആവേശവും സമരമനോഭാവവും ഉജ്ജ്വലിപ്പിക്കുന്നതായിരുന്നു പതിനഞ്ചുമിനിട്ടു നീണ്ടുനിന്ന സ്വാഗതപ്രസംഗം. ചില താക്കീതുകളും അദ്ദേഹം ഗവൺമെന്റിനു നല്കി. അടുത്തതായി അദ്ധ്യക്ഷന്റെ ഉപക്രമ പ്രസംഗം. അദ്ധ്യക്ഷൻ ഇങ്ങനെ പറഞ്ഞു:

> നമ്മൾ ഇന്ന് സി പി ഗവൺമെന്റിന്റെ വെല്ലുവിളി സ്വീകരിക്കുന്നു. ധീരമായിത്തന്നെ അതിനെ നേരിടുന്നു. ഇത് മൈലാപ്പൂരല്ല, തിരുവിതാംകൂർ ആണ്, ശ്രീവാഴുംകോട്. അശ്രീകരർക്ക് വാഴാനുള്ള ഇടമല്ലിവിടം. നിരോധനാജ്ഞകളെന്ന ഓലപ്പാമ്പുകളെക്കണ്ടു ഭയന്ന്

ഓടി ഒളിക്കുന്നവരല്ല തിരുവിതാംകൂർകാർ. ജനരോഷാഗ്നിയിൽ ഓലപ്പാമ്പുകൾ, അവയുടെ ജനയിതാക്കളോടൊപ്പം എരിഞ്ഞമരുന്ന കാലം അങ്ങ് അകലെയെങ്ങുമല്ല. ഇത് വേണ്ടെങ്കിൽ ഈ ഓലപ്പാമ്പുകളെ ചുരുട്ടിമടക്കിയൊടിച്ച് സ്വന്തം പോക്കറ്റിൽത്തന്നെ വെച്ചേക്കുകയാണ് നല്ലത്.

സഖാവ് എൻ സി തനിക്ക് കിട്ടിയ നിരോധനാജ്ഞ ലംഘിക്കും. അതിന് അധികം താമസവുമില്ല. ആ നിരോധനാജ്ഞ എഴുതിയ കടലാസിന്റെ വിലപോലും, എൻ സി ശേഖറോ നട്ടെല്ലുള്ള തിരുവിതാംകൂറിലെ യുവജനങ്ങളോ കൊടുക്കുന്നില്ലെന്ന് അധികാരികളും അവരുടെ പാദസേവകരായ നാഷണൽ കോൺഗ്രസുകാരും അറിയുന്നത് അവർക്കും നാട്ടിനും നല്ലതാണ്.[1]

അദ്ധ്യക്ഷൻ ഇത്രയും പ്രസംഗിച്ചപ്പോൾ സദസ്യരുടെ ഇടയിലൂടെ എൻ സി പയ്യെ പയ്യെ നടന്ന് പ്രസംഗവേദിയിലേക്ക് നീങ്ങി. അതുകണ്ട ചാല പൊലീസ് ഇൻസ്പെക്ടർ ഉണ്ണിത്താൻ ധൃതിയിൽ കടന്നുവന്ന് എൻ സിയെ സമീപിച്ച് ഇങ്ങനെ പറഞ്ഞു: "പ്രസംഗിക്കരുത്, പ്രസംഗിച്ചാൽ അറസ്റ്റു ചെയ്യും. വാറണ്ടുണ്ട്." എൻ സി അതവഗണിച്ചുകൊണ്ട് ഒരു ചെറുചിരിയോടെ തലയും കുലുക്കി മുന്നോട്ടു നടന്നു. അദ്ധ്യക്ഷനായ പുതുപ്പള്ളി പ്രസംഗം ഇങ്ങനെ തുടർന്നു:

സഖാവ് എൻ സി തനിക്ക് ലഭിച്ച പ്രസംഗനിരോധനം ലംഘിച്ചുകൊണ്ട് ഉടൻതന്നെ പ്രസംഗിക്കുന്നതാണ്. അദ്ദേഹത്തെ അറസ്റ്റു ചെയ്യും. ആ സമയത്തും സദസ്സ് ശാന്തരായിരിക്കണം. അദ്ദേഹത്തിന്റെ അറസ്റ്റിനുശേഷവും ഈ യോഗം തുടരും. സഖാക്കൾ പൊന്നറയും എൻ പി കുരുക്കളും ശങ്കരനാരായണൻ തമ്പിയും പ്രസംഗിക്കും. എൻ സിയെ അറസ്റ്റുചെയ്തുകൊണ്ടു പോകുമ്പോഴും നിങ്ങൾ അക്ഷോഭ്യരായിരിക്കണമെന്ന് ഞാൻ വീണ്ടും അപേക്ഷിക്കുന്നു. സഖാവ് എൻ സി നിരോധനാജ്ഞ ലംഘിച്ച് പ്രസംഗിക്കാൻ തുടങ്ങുന്നു.[2]

എൻ സി ശേഖർ ഉടൻ തന്നെ അദ്ധ്യക്ഷൻ ഇരുന്നിരുന്ന സിമന്റ് ബഞ്ചിൽ കയറി നിന്ന് പ്രസംഗം ആരംഭിച്ചു. ഇത്തരം നാലഞ്ചു സിമന്റ് ബഞ്ചുകൾ ആ മൈതാനത്തിലുണ്ട്. അദ്ധ്യക്ഷ പീഠമായി സാധാരണ യൂത്തുലീഗു പ്രവർത്തകർ ആ ബഞ്ചുകളാണ് ഉപയോഗിക്കുന്നത്. തിരുവിതാംകൂറിൽ നടമാടുന്ന ഗവൺമെന്റിന്റെ മർദ്ദനങ്ങളെ ചെറുത്തു തോല്പിക്കണമെന്ന് എൻ സി തന്റെ പ്രസംഗത്തിലൂടെ ആഹ്വാനം ചെയ്തു. അദ്ദേഹം പറഞ്ഞു:

ഭരണകൂടത്തിന്റെ നീതികേട് അവസാനിപ്പിക്കാൻ അരയും തലയും മുറുക്കി അണിനിരക്കേണ്ടത് യുവജനങ്ങളുടെ കടമയാണ്. എനിക്കു തന്ന നിരോധനം ഒരിക്കലും നീതീകരിക്കാവുന്ന ഒന്നല്ല. അതുകൊണ്ടുതന്നെ ഞാനതിനെ നിഷേധിക്കുന്നു. സ്റ്റേറ്റ് കോൺഗ്രസിനെ വിജയിപ്പിക്കേണ്ടത് യുവജനങ്ങളുടെ കടമയാണ്. ആവശ്യമാണ്. ദിവാൻഭരണം അവസാനിപ്പിക്കുന്നതിന് ഏകാധിപത്യത്തെ അവസാനിപ്പിക്കുന്നതിന്, നമ്മുടെ നാടിനും നാട്ടാർക്കും നല്ലൊരു

> നാളെ സൃഷ്ടിക്കുന്നതിന്, ഇന്നത്തെ അടിയന്തര കടമ സ്റ്റേറ്റ് കോൺഗ്രസിനെ ശക്തിപ്പെടുത്തുകയും സമരത്തിലൂടെ വിജയിപ്പിക്കുകയുമാണ്. ആ മഹത്തായ കടമ നിർവ്വഹിക്കാൻ യുവജനങ്ങൾ ഒറ്റക്കെട്ടായി മുന്നോട്ടു വരണം.[3]

അതിനുശേഷം എഴുതിക്കൊണ്ടുവന്നിരുന്ന ഒരു പ്രസ്താവന ദൃഢസ്വരത്തിൽ ഉറക്കെ അദ്ദേഹം വായിച്ചു. അതിൽ നിന്ന്:

> എന്റെ പ്രവൃത്തി ഏറ്റവും ന്യായവും നീതിപരവും ആണെന്നാകുന്നു എന്റെ പരിപൂർണ്ണമായ വിശ്വാസം. എന്റെ കടമ ഞാൻ നിർവ്വഹിക്കുക മാത്രമാണ് ചെയ്യുന്നത്. അതിന്റെ ഫലം സസന്തോഷം അനുഭവിക്കാൻ ഞാൻ സന്നദ്ധനാണ്. കടശ്ശിയായി അധികാരികളെ ഒരു വസ്തുത കൂടി എനിക്ക് ഈ അവസരത്തിൽ അറിയിക്കാനുണ്ട്. ഈവിധ ഓലപ്പാമ്പുകൾകൊണ്ട് വഞ്ചിരാജ്യത്തിലെ ജനസാമാന്യത്തെ രാജ്യക്ഷേമകരങ്ങളായ പ്രവൃത്തികളിൽനിന്ന് പിൻതിരിപ്പിക്കാൻ സാദ്ധ്യമല്ല. പൗരസ്വാതന്ത്ര്യവും ഉത്തരവാദഭരണവും ലക്ഷ്യമാക്കി അവർ മുന്നോട്ടു പോകതന്നെ ചെയ്യും. താമസംവിനാ അവർ വിജയശ്രീലാളിതരാകും. പ്രസ്ഥാനം പരിപൂർണ്ണ ഫലപ്രാപ്തിയിൽ എത്തും. അതിനായി പ്രവർത്തിക്കുവാൻ, ത്യാഗസന്നദ്ധരാകുവാൻ, യുവാക്കളേ, മുന്നോട്ടുവരിൻ: പൗരസ്വാതന്ത്ര്യം ആദ്യം. ഇൻക്വിലാബ്, സിന്ദാബാദ്.

പ്രസംഗം അവസാനിച്ചുടനെ പൊലീസ് ഇൻസ്പെക്ടർമാരായ ഉണ്ണിത്താനും പണ്ടാലയും എൻ സിയുടെ അടുത്തെത്തി അദ്ദേഹത്തെ അറസ്റ്റു ചെയ്തു. അവർ ശേഖറെയും കൊണ്ട് റെയിൽവേസ്റ്റേഷൻ പോർട്ടിക്കോയിലേക്ക് നീങ്ങി. ജനങ്ങൾ ജയ് വിളികളോടെ പുറകെ പിൻതുടർന്നു. ശേഖറിനെ കയറ്റിക്കൊണ്ടു പോകാൻ ഇൻസ്പെക്ടർമാർ ടാക്സികാറിനു വേണ്ടി ശ്രമിച്ചെങ്കിലും അത് നടന്നില്ല. ശേഖറെ അറസ്റ്റുചെയ്യുന്നതിൽ പ്രതിഷേധിച്ച് ആരും കാറുകൾ എടുക്കാൻ തയ്യാറായില്ല. അവസാനം ഡി എസ് പി കാർ കൊണ്ട് വന്ന് അതിൽ കയറ്റിയാണ് ശേഖറെ പുത്തൻചന്ത പൊലീസ് സ്റ്റേഷനിലേക്ക് കൊണ്ടുപോയത്.

തുടർന്ന് അറസ്റ്റിൽ പ്രതിഷേധിച്ച് പൊന്നറ ശ്രീധറും, എൻ പി കുരുക്കളും ശങ്കരനാരായണൻതമ്പിയും പ്രസംഗിച്ചു. യൂത്ത്‌ലീഗിന്റെയും സ്റ്റേറ്റ് കോൺഗ്രസിന്റെയും പരിപാടികൾ വിജയിപ്പിക്കുവാൻ അവർ ആഹ്വാനം ചെയ്തു. ഏഴുമണിയോടെ യോഗം അവസാനിച്ചു. അതിനുശേഷം യോഗസ്ഥലത്തുനിന്ന് പിരിഞ്ഞുപോയ ജനങ്ങളിൽ നല്ലൊരു വിഭാഗം ജനങ്ങളും പുത്തൻ ചന്ത പൊലീസ്സ്റ്റേഷന്റെ മുന്നിലെത്തി ഉശിരൻ ഒരു പ്രതിഷേധ പ്രകടനം നടത്തി.

എൻ സി ശേഖറെ പിറ്റേന്ന്(13-ാം തീയതി) രണ്ടാം ക്ലാസ് മജിസ്ട്രേട്ട് കോടതിയിൽ ഹാജരാക്കി. മജിസ്ട്രേട്ടിന്റെ ചോദ്യത്തിനു മറുപടിയായി "താൻ നിരോധനാജ്ഞ ലംഘിച്ചു എന്നും അത് ഒരു പൗരൻ എന്ന നിലയിൽ തന്റെ കടമയാണെന്നും" എൻ സി മറുപടി പറഞ്ഞു. അതിനുശേഷം എൻ സി താൻ നേരത്തെ തയ്യാറാക്കിവെച്ചിരുന്ന ഒരു പ്രസ്താവന കോടതിയിൽ വായിക്കാൻ തുടങ്ങിയപ്പോൾ മജിസ്ട്രേട്ട് അത് തടഞ്ഞു. പ്രസ്താവന

കോടതിയിൽ ഫയൽ ചെയ്യാമെന്ന് മജിസ്ട്രേട്ട് പറഞ്ഞെങ്കിലും എൻ സി അതിനു വഴങ്ങിയില്ല. ഡി എസ് പി തുടങ്ങിയ ഉയർന്ന പൊലീസ് ഉദ്യോഗസ്ഥന്മാർ കോടതിയിൽ ഹാജരുണ്ടായിരുന്നു.

കോടതി എൻ സിയെ രണ്ടാഴ്ചത്തെ തടവിനും അമ്പതുരൂപ പിഴക്കും ശിക്ഷിച്ചു. പിഴ അടയ്ക്കാതെ വന്നാൽ ഒരാഴ്ച കൂടുതൽ തടവിനും ശിക്ഷിച്ചു. അതിനുശേഷം അദ്ദേഹത്തെ തിരുവനന്തപുരം സെൻട്രൽ ജയിലിലേക്കയച്ചു. എന്നാൽ എൻ സിയെ പതിനെട്ടുദിവസത്തേക്ക് ശിക്ഷിച്ച് ജയിലിലേക്ക് അയച്ചുവെന്നാണ് കെ സി ജോർജ് എഴുതിയിരിക്കുന്നത്.[4]

എൻ സി ശേഖറെ അറസ്റ്റ് ചെയ്തതിലും ശിക്ഷിച്ചതിലും പ്രതിഷേധിച്ചുകൊണ്ട് ആഗസ്ത് 14 ന് വമ്പിച്ചയോഗം തിരുവനന്തപുരത്ത് സംഘടിപ്പിച്ചു. എൻ സി ശേഖർ കഴിഞ്ഞ ദിവസം യോഗത്തിൽ വായിച്ച പ്രസ്താവന എല്ലാവർക്കും കിട്ടത്തക്കവിധത്തിൽ വിതരണം ചെയ്യുകയുണ്ടായി.

അങ്ങനെ എൻ സി ശേഖറുടെ നിരോധനാജ്ഞ ലംഘിച്ചുകൊണ്ടുള്ള പ്രസംഗവും, അറസ്റ്റും, ശിക്ഷയും അതേത്തുടർന്നുണ്ടായ പ്രതിഷേധവുമെല്ലാം ജനങ്ങളുടെ സമരാവേശത്തെ ആളിക്കത്തിച്ചു. നിരോധനാജ്ഞ ലംഘിച്ചുകൊണ്ടുള്ള എൻ സി യുടെ പ്രസംഗവും അറസ്റ്റ് ഉണ്ടാക്കിയ സ്വാധീനത്തെയുംകുറിച്ച് കെ സി ജോർജ് എഴുതി:

> അത് നാട്ടുകാരിലും അണികളിലും സമരാവേശം വളർത്തുന്നതിനു വളരെയേറെ സഹായിച്ചുവെന്നുമാത്രമല്ല, സ്റ്റേറ്റ് കോൺഗ്രസ് നേതൃത്വത്തെ അതു സമരത്തിന്റെ നീർച്ചാലിലേക്കു വലിച്ചിഴയ്ക്കുകയും ചെയ്തു. സ്റ്റേറ്റ് കോൺഗ്രസ് സമരം ആരംഭിക്കാതിരുന്നാൽ ഒറ്റപ്പെട്ടുപോകുമെന്നും സ്റ്റേറ്റ് കോൺഗ്രസിന്റെ രാഷ്ട്രീയ നേതൃത്വം തന്നെ നഷ്ടപ്പെടുമെന്നുള്ള ഭീതി അവരിൽ സൃഷ്ടിക്കുന്നതിനും അത് സഹായിച്ചു.[5]

തിരുവിതാംകൂർ സ്റ്റേറ്റ് കോൺഗ്രസ് നിലവിൽ വന്നിട്ട് അഞ്ചുമാസം കഴിഞ്ഞു. സ്റ്റേറ്റ് കോൺഗ്രസിന്റെ ഒരു പൊതുയോഗം പോലും കൂടുന്നതിനുമുമ്പുതന്നെ അതിന്റെ യോഗങ്ങളെ സി പി രാമസ്വാമി അയ്യരുടെ ഗവൺമെന്റ് നിരോധിച്ചു. ഈ നിരോധനാജ്ഞകൾ ലംഘിക്കുന്ന കാര്യത്തിൽ രാജ്യവ്യാപകമായ പരിപാടികളൊന്നും ആരംഭിക്കാൻ സ്റ്റേറ്റ് കോൺഗ്രസ് തയ്യാറായതുമില്ല. പ്രത്യക്ഷ സമരപരിപാടികളോട് യോജിപ്പില്ലാത്തവരായിരുന്നു സ്റ്റേറ്റ് കോൺഗ്രസിലെ ഉന്നത നേതാക്കൾ. സമ്മേളനങ്ങളും പ്രമേയങ്ങളും കൊണ്ട് കാര്യം നേടിയെടുക്കാമെന്ന ചിന്തയാണ് അവർക്കുണ്ടായിരുന്നത്. സി പി യുമായി ഒരു സമാധാനസന്ധിയുണ്ടാക്കാമെന്ന പ്രതീക്ഷയാണ് അവർ വെച്ചുപുലർത്തിയത്.

എന്നാൽ ഇത്തരം വ്യാമോഹങ്ങൾ ഒന്നും യൂത്ത് ലീഗിനുണ്ടായിരുന്നില്ല. സി പി യുടെ നിരോധനാജ്ഞകളും കരിനിയമങ്ങളും ലംഘിക്കാൻ ലീഗ് മുന്നോട്ടുവന്നു.

1938 ആഗസ്ത് 20, 21 തീയതികളിൽ യൂത്ത് ലീഗിന്റെ സമ്മേളനം തിരുവനന്തപുരത്ത് റെയിൽവേ സ്റ്റേഷൻ മൈതാനത്ത് ചേരാൻ തീരുമാനിച്ചു. സ്മ്മേളനത്തിൽ അദ്ധ്യക്ഷത വഹിക്കാനെത്തിയ അഖിലേന്ത്യാ സോഷ്യലിസ്റ്റ് പാർട്ടി നേതാവായ കമലാദേവി ചതോപദ്ധ്യായയെ 20–ാം തീയതി

തമ്പാനൂർവെച്ച് അറസ്റ്റ് ചെയ്തതിനെത്തുടർന്ന് കെ ദാമോദരന്റെ അദ്ധ്യക്ഷതയിൽ അതിഗംഭീരമായ സമ്മേളനം നടന്നു.

1938 ആഗസ്റ്റ് 23–ാം തീയതി കെ ദാമോദരൻ, പൊന്നറ ശ്രീധർ, എൻ ശ്രീകണ്ഠൻ നായർ, എൻ പി കുരുക്കൾ, ആർ ശങ്കരനാരായണൻ തമ്പി, മാത്തൂർ താണുപിള്ള, എം കുഞ്ഞുരാമൻ തുടങ്ങിയ പത്ത് യൂത്ത് ലീഗ് നേതാക്കളെ പൊലീസ് അറസ്റ്റുചെയ്ത് തടവിലാക്കി. സമരാവേശം എങ്ങും പടർന്നു. ഇതിനെത്തുടർന്ന് സ്റ്റേറ്റ് കോൺഗ്രസിന്റെയും യൂത്ത് ലീഗിന്റെയും നേതൃത്വത്തിലുള്ള പൊതുയോഗങ്ങൾ ഗവൺമെന്റ് നിരോധിച്ചു. യൂത്ത് ലീഗിനെതിരായി കടുത്ത മർദ്ദന നടപടികൾ ആരംഭിച്ചു. എന്നാൽ പി.കൃഷ്ണപിള്ളയുടെയും മറ്റ് കോൺഗ്രസ് സോഷ്യലിസ്റ്റ് നേതാക്കളുടെയും സ്ഥിരമായ ഇടപെടൽ മർദ്ദനത്തെ ചെറുത്തു സമരം ശക്തിപ്പെടുത്താൻ അവരെ സഹായിച്ചു. യൂത്ത് ലീഗിന്റെ ഈ പ്രവർത്തനങ്ങൾ സ്റ്റേറ്റ് കോൺഗ്രസിനേയും സമരത്തിലേക്ക് പിടിച്ചുവലിച്ചു. നിരോധനം പിൻവലിക്കാത്തപക്ഷം 1938 ആഗസ്ത് 26 മുതൽ പ്രത്യക്ഷമായ സമരം ആരംഭിക്കുമെന്ന് സ്റ്റേറ്റ് കോൺഗ്രസിന് പ്രഖ്യാപിക്കേണ്ടി വന്നു.[6]

അതിനുമുമ്പുതന്നെ ഉത്തരവാദഭരണം അനുവദിക്കണമെന്ന് ആവശ്യപ്പെട്ടുകൊണ്ട് രാജാവിനു നല്കിയിരുന്ന മെമ്മോറാണ്ടത്തിൽ ദിവാനായ രാമസ്വാമി അയ്യർക്കെതിരായി ഗുരുതരമായ ചില ആരോപണങ്ങൾ ഉന്നയിക്കുകയും അദ്ദേഹത്തെ പിരിച്ചുവിടണമെന്ന് ആവശ്യപ്പെടുകയും ചെയ്തിരുന്നു. എന്നാൽ അതംഗീകരിക്കാൻ തിരുവിതാംകൂറിലെ നാടുവാഴിത്ത ഭരണകൂടം തയ്യാറായില്ല.

സി പി രാമസ്വാമി അയ്യരുമായി പ്രശ്നങ്ങൾ സമാധാനപരമായി സംസാരിച്ചു തീർക്കുന്നതിനുവേണ്ടി മഹാത്മജി അയച്ച ശ്രീമതി രാജകുമാരി അമൃതകൗറിന്റെ ദൗത്യം പരാജയപ്പെട്ടു. ആഗസ്ത് 25–ാം തീയതിമുതൽ യൂത്ത് ലീഗിനേയും സ്റ്റേറ്റ് കോൺഗ്രസിനേയും നിയമവിരുദ്ധ സംഘടനകളായി ഗവൺമെന്റ് പ്രഖ്യാപിച്ചു.

എല്ലാ മാർഗ്ഗങ്ങളും അടഞ്ഞു. സമരമല്ലാതെ മറ്റു മാർഗ്ഗമില്ലെന്ന നില വന്നു. 1938 ആഗസ്ത് 26–ാം തീയതി സംസ്ഥാനത്തിന്റെ വിവിധഭാഗങ്ങളിൽ നിരോധനത്തെ ലംഘിച്ചുകൊണ്ട് ഘോഷയാത്രയും പൊതുയോഗങ്ങളും നടത്തി. തിരുവനന്തപുരം, കൊല്ലം, ആലപ്പുഴ, കോട്ടയം, ചങ്ങനാശ്ശേരി മുതലായ എല്ലാ പ്രധാനപ്പെട്ട സ്ഥലങ്ങളിലും നിരോധനം ലംഘിക്കാൻ തീരുമാനിച്ചു. തിരുവനന്തപുരത്ത് ശംഖുമുഖം കടപ്പുറത്തുകൂടിയ വമ്പിച്ചൊരു പൊതുയോഗത്തിൽ സംബന്ധിച്ചുകൊണ്ട് പട്ടംതാണുപിള്ളയും ടി എം വർഗീസും നിയമം ലംഘിച്ച് അറസ്റ്റുവരിക്കുകയുണ്ടായി. കൊല്ലത്ത് ജി പി നീലകണ്ഠപിള്ളയെയും എം ജി മാത്യുവിനെയും ആലപ്പുഴയിൽ പി കെ കുഞ്ഞിനെയും കുഞ്ഞുപിള്ളയെയും കോട്ടയത്ത് ജോൺഫിലിപ്പോസിനെയും പൊലീസ് അറസ്റ്റുചെയ്ത് തടങ്കലിലാക്കി.[7]

29–ാം തീയതി ശംഖുമുഖത്ത് നിയമം ലംഘിച്ചുകൊണ്ട് പൊതുയോഗം നടത്തി. പൊലീസ് മൃഗീയമായി ലാത്തിച്ചാർജ്ജ് നടത്തി. വിദ്യാർത്ഥികൾ സ്കൂളുകളും കോളെജുകളും ബഹിഷ്കരിച്ച് രംഗത്തിറങ്ങി. ആഗസ്ത് 31 ന് നെയ്യാറ്റിൻകരയിൽവെച്ച് നിരോധനം ലംഘിച്ച് നടത്തപ്പെട്ട വലിയൊരു പ്രകടനത്തിനുനേരെ പൊലീസ് വെടിവെച്ചതിന്റെ ഫലമായി നെയ്യാറ്റിൻകര രാഘവനുൾപ്പെടെ അഞ്ചുപേർ രക്തസാക്ഷികളായി. നിരവധിപേരെ അറസ്റ്റ്ചെയ്ത്

ജയിലിലടച്ചു. മൃഗീയമായ നരവേട്ടയാണ് പൊലീസ് നടത്തിയത്. ഈ സംഭവങ്ങളെല്ലാം ജയിലിൽവെച്ചാണ് എൻ സി അറിയുന്നത്. ശിക്ഷ കഴിഞ്ഞ് എൻ സി പുറത്തിറങ്ങിയെങ്കിലും വീണ്ടും അറസ്റ്റ്ചെയ്ത് ലോക്കപ്പിലടച്ചു. ജയിലിൽ നിന്നിറങ്ങി എൻ സിയെ സ്വീകരിക്കാൻ ഹാരവുമായെത്തിയ കെ സി ജോർജ് അതേക്കുറിച്ച് വിവരിക്കുന്നുണ്ട്:

> അതിനിടയിൽ എൻ സി ശേഖറിന്റെ പതിനെട്ടു ദിവസത്തെ ശിക്ഷയുടെ കാലാവധി കഴിഞ്ഞു. ഞാൻ അന്ന് അദ്ദേഹത്തെ സ്വീകരിക്കുന്നതിനു സെൻട്രൽ ജയിലിൽ പോയി, ഒരു ഹാരവുമായി. ജയിലിൽനിന്നും വിമുക്തനായ അദ്ദേഹത്തെ അവിടെ തയ്യാറായി നിന്നിരുന്ന പുത്തൻചന്ത പൊലീസ് അറസ്റ്റുചെയ്തു ലോക്കപ്പിലേക്ക് കൊണ്ടുപോകുകയാണ് ചെയ്തത്. അങ്ങനെ എൻ സി പിന്നെയും പുത്തൻചന്ത ലോക്കപ്പിലായി. എന്താണ് കേസെന്ന് യാതൊരു പിടിയുമില്ലായിരുന്നു. നിയമവിദഗ്ദ്ധ സംഘങ്ങളിലെ അംഗമായിരുന്നില്ല അദ്ദേഹം. നിയമലംഘനത്തിനുള്ള ശിക്ഷ അനുഭവിച്ചുകഴിയുകയും ചെയ്തിരുന്നു. അതുകൊണ്ടായിരിക്കണം എൻ സിയുടെ ലോക്കപ്പ് ജീവിതം നീണ്ടുപോയത്. അതേപ്പറ്റി അന്വേഷിക്കുന്നതിനോ എന്തെങ്കിലും ചെയ്യുന്നതിനോ എനിക്ക് കഴിഞ്ഞില്ല. കാരണം, യൂത്ത് ലീഗിന്റെ നിയമലംഘനത്തെത്തുടർന്ന് സംഭവങ്ങൾ ദ്രുതഗതിയിലാണ് നീങ്ങിയത്.[8]

എൻ സി ലോക്കപ്പിലായിരുന്നപ്പോൾ അറസ്റ്റ് ചെയ്യപ്പെട്ടു കെ സി ജോർജ്ജും അവിടെയെത്തി. അതേക്കുറിച്ച് കെ സി തന്നെ പറയട്ടെ:

> എന്നെ പുത്തൻചന്ത ലോക്കപ്പിൽ കൊണ്ടുചെന്നപ്പോൾ എൻ സി ശേഖർ അവിടെയുണ്ട്. പതിനെട്ടു ദിവസത്തെ ശിക്ഷ കഴിഞ്ഞു വീണ്ടും സെൻട്രൽ ജയിലിന്റെ വാതിൽക്കൽ വച്ച് അറസ്റ്റ് ചെയ്തു ലോക്കപ്പിൽ സൂക്ഷിച്ചിരിക്കയാണ്. അതുവരെ കോടതിയിൽ ഹാജരാക്കുകപോലും ചെയ്തിട്ടില്ല. എന്നെ കണ്ടപ്പോൾ എൻ സിക്കു സന്തോഷമായി. ആ മുറിയിൽത്തന്നെ എന്നെയും അടച്ചു. അതിൽ മറ്റാരും ഉണ്ടായിരുന്നില്ല.[9]

പിന്നീട് എൻ സിയെ സെൻട്രൽ ജയിലിലേക്ക് മാറ്റി. കെ സിയും വിചാരണ ചെയ്യപ്പെട്ട് 9 മാസത്തെ വെറും തടവുകാരനായി സെൻട്രൽ ജയിലിൽ അടയ്ക്കപ്പെട്ടു.

ജയിലിൽ രാജ്യദ്രോഹകുറ്റത്തിനു ശിക്ഷിക്കപ്പെട്ട എ നാരായണപിള്ള ക്ലോസ് പ്രിസണിലുണ്ടായിരുന്നു. കൂടാതെ വെറും തടവിനു ശിക്ഷിക്കപ്പെട്ട കെ സി ജോർജ്ജ്, പട്ടംതാണുപിള്ള, ടി എം വർഗ്ഗീസ്, എൻ കെ പത്മനാഭപിള്ള, വാസുദേവൻ പിള്ള, എ ജെ ജോൺ, കെ ടി തോമസ്, കെ പി നീലകണ്ഠപിള്ള, പി കെ കുഞ്ഞ്, ജോൺ ഫിലിപ്പോസ്, കെ കെ കുഞ്ചുപിള്ള, ദാമോദരൻപിള്ള, വക്കീൽ പാച്ചുപിള്ള, എൻ എസ് കൃഷ്ണപിള്ള, ടി കെ നാരായണപിള്ള, കെ എ ഗംഗാധരമേനോൻ, സി നാരായണപിള്ള, ഡേവിഡ് വി ജോർജ്, ജോസഫ് തെള്ളി, ജി ചന്ദ്രശേഖരപിള്ള, പൊന്നറ ശ്രീധർ, ആർ നീലകണ്ഠപിള്ള, പാഴയിൽകുഞ്ഞ്, ആർ പി തോമസ്, പി ജെ സെബാസ്റ്റ്യൻ,

കെ എം കോര, കെ ടി തോമസ്(കാഞ്ഞിരപ്പള്ളി), കെ ദാമോദരൻ, ശങ്കരനാരായൺ തമ്പി, ശ്രീകണ്ഠൻ നായർ, എം എൻ പരമേശ്വരൻപിള്ള എന്നിവരും ക്ലോസ് പ്രിസണിലുണ്ടായിരുന്നു.

എൻ സി ശേഖർ ഏകാന്ത തടവിലായിരുന്നു.[10] കൂടാതെ സി.കേശവൻ, കുമ്പളത്തു ശങ്കുപിള്ള, ജി പി നീലകണ്ഠപിള്ള, ജോൺ കുരുവിള, എൻ സി ശേഖർ, കെ വി പരമേശ്വരൻ, പന്തളം കെ പി, മാമ്മൻ കണ്ണന്താനം, എം ആർ കുഞ്ഞുകൃഷ്ണപിള്ള, വി കെ വേലായുധൻ, എൻ കെ ഇബ്രാഹിംകുട്ടി, ആർ ശങ്കർ, ജോസഫ് മുന്നൂരാൻ, അപ്ളോൺ അറൗജ്, കെ സുകുമാരൻ എന്നിവരും ഏകാന്ത തടവിലായിരുന്നു.

ജയിൽ ജീവിതത്തെക്കുറിച്ച് എൻ സിയോടൊപ്പം ജയിലിലുണ്ടായിരുന്ന കെ സി ജോർജ്ജ് എഴുതി:

> ജയിലിനുള്ളിൽ ഞങ്ങളുടെ വാർഡിൽ കെ ദാമോദരൻ ഒരു ഹിന്ദി ക്ലാസ് ആരംഭിച്ചു. അതിൽ പട്ടംതാണുപിള്ള ഉൾപ്പെടെയുള്ള ഞങ്ങളെല്ലാം പങ്കെടുത്തിരുന്നു. ദിവസവും രാവിലെ കഞ്ഞികുടി കഴിഞ്ഞാൽ ഒരു മണിക്കൂർ നീണ്ടുനിന്ന ആ ക്ലാസുകൾ വളരെ രസകരവും രാഷ്ട്രീയസ്വഭാവത്തോടുകൂടിയതും ആയിരുന്നു. അതിൽ കുറെ സോഷ്യലിസ്റ്റാശയങ്ങളും പ്രചരിപ്പിക്കാൻ ദാമോദരൻ മറന്നില്ല. അതിനുംപുറമേ ഞങ്ങൾ കുറേപ്പേർ അനൗപചാരികമായിട്ടായിരുന്നെങ്കിലും ക്ലോസ് പ്രിസന്റെ വടക്കുവശത്തുണ്ടായിരുന്ന മാവിൻച്ചുവട്ടിൽ ദിവസേന കൂടാറുണ്ടായിരുന്നു. അവിടെ സൂര്യനുകീഴുള്ള എല്ലാ വിഷയങ്ങളും ചർച്ചാവിഷയങ്ങളാവും. ഏതാണ്ടൊരു യുക്തിവാദിസംഘത്തിന്റെ മട്ടിലായിരുന്നു അതിന്റെ പോക്ക്. ചെറുപ്പക്കാരായിരുന്നവരെല്ലാംതന്നെ അതിൽ വളരെ ഉത്സാഹത്തോടുകൂടി പങ്കെടുക്കുന്നു എന്നു കണ്ടപ്പോൾ കത്തോലിക്കരായ പി ജെ സെബാസ്റ്റ്യനും കെ എം കോരയും ഞങ്ങൾ നിരീശ്വരത്വം പ്രചരിപ്പിക്കുകയാണെന്നു പറഞ്ഞുകൊണ്ട് അതിൽനിന്നും ഒഴിഞ്ഞുനില്ക്കാൻ ചിലരെ ഉപദേശിച്ചിരുന്നു. എന്നാൽ ജോൺ ഫിലിപ്പോസിന്റെ ഭയം ഞങ്ങൾ കോൺഗ്രസിനുള്ളിൽ തീവ്രവാദികളുടെ ഗ്രൂപ്പുണ്ടാക്കുകയെന്നായിരുന്നു. എങ്കിൽത്തന്നെയും ഞങ്ങളുടെ യോഗങ്ങളും ചർച്ചകളും അഭംഗുരം തുടർന്നുകൊണ്ടിരുന്നു.
>
> ജയിലിലെ പല ആവശ്യങ്ങളും സാധിച്ചുകിട്ടുന്നതിനുവേണ്ടി, പത്രങ്ങൾ ലഭിക്കുക, ആഹാരം നന്നാക്കുക, കക്കൂസുകൾ വൃത്തിയാക്കുക മുതലായതിനുവേണ്ടി പ്രക്ഷോഭണം കൂട്ടേണ്ടിയിരുന്നു. എന്നാൽ, അതിനുവേണ്ടി ജയിലധികൃതരോടു പറയുന്നതിൽ കൂടുതലായി യാതൊരു പ്രക്ഷോഭണത്തിന്റെയും ആവശ്യമില്ലെന്നും അങ്ങനെയുള്ള പ്രക്ഷോഭണങ്ങളോ സമരങ്ങളോ പാടില്ലെന്നുമായിരുന്നു പട്ടത്തിന്റെ അഭിപ്രായം. എങ്കിൽത്തന്നെയും എല്ലാദിവസവും രാവിലെ ആവശ്യങ്ങൾ മുദ്രാവാക്യങ്ങളായി വിളിക്കാൻ ഞങ്ങൾ കുറേപ്പേർ ആരംഭിച്ചു. ശ്രീ പട്ടം ആരംഭത്തിൽ കുറെ അസഹിഷ്ണുത പ്രകടിപ്പിച്ചെങ്കിലും പരിപാടി മുറയ്ക്കു നടന്നുകൊണ്ടിരുന്നു. തുടർന്ന് സ്റ്റേറ്റ് കോൺഗ്രസ് ജയ് എന്നുള്ളതിനുപകരം സ്റ്റേറ്റ് കോൺഗ്രസ് സിന്ദാബാദ് എന്നുള്ള വിളികൾ ആരംഭിച്ചപ്പോൾ പട്ടവും കൂട്ടരും അതിനെ ശക്തിയായി എതിർത്തു. പക്ഷേ ഫലമുണ്ടായില്ല.[11]

അന്ന് അവർ ഉന്നയിച്ച ആവശ്യങ്ങളൊന്നും അനുവദിച്ചുകിട്ടിയിരുന്നില്ലെങ്കിലും ആ ചുരുങ്ങിയ കാലത്തെ ജയിൽ ജീവിതം ഏറ്റവും സന്തോഷകരമായ ദിവസങ്ങളായിട്ടാണ് കെ സി വിവരിക്കുന്നത്.[12] "അന്നത്തെ ആ ജയിൽ ജീവിതം അത്ര മോശപ്പെട്ടതൊന്നും ആയിരുന്നില്ല" എന്ന് പുതുപ്പള്ളിരാഘവനും രേഖപ്പെടുത്തിയിട്ടുണ്ട്.[13]

ജി രാമചന്ദ്രനെപ്പോലുള്ളവരും അക്കാലത്ത് ജയിലിലുണ്ടായിരുന്നു. ജയിലിൽ കെ സി ജോർജും കെ കെ കുഞ്ചുപിള്ളയും തമ്മിലുള്ള സംഗീതമത്സരവും നടന്നിരുന്നു. അന്നത്തെ ജയിൽ ജീവിതത്തിനു നർമ്മരസം പകരുന്നതിൽ ടി എം വർഗ്ഗീസ് വഹിച്ച പങ്കു കുറച്ചൊന്നുമായിരുന്നില്ല.[14]

ജയിലിലായതിനുശേഷമുള്ള വിവരങ്ങൾ എൻ സി ശേഖറിനും മറ്റും ലഭിച്ചത് ഓരോ സ്ഥലത്തു നിന്നും ശിക്ഷിക്കപ്പെട്ട് ജയിലിൽ എത്തിയവരിൽ നിന്നുമായിരുന്നു. പുറത്ത് സമരം ദൈനംദിനം ശക്തി പ്രാപിച്ചുകൊണ്ടിരുന്ന വിവരം അവർക്ക് കിട്ടി.

സെപ്തംബർ 12-ാം തീയതി ന്യൂസ്പേപ്പർ ചട്ടമനുസരിച്ച് *മലയാളമനോരമ*യുടെ ലൈസൻസ് റദ്ദ് ചെയ്തു. *മലയാളി* ദിനപത്രത്തിന്റെ പ്രസിദ്ധീകരണവും നിരോധിച്ചു. സംസ്ഥാനത്തിന് പുറത്തു നിന്ന് പ്രസിദ്ധീകരിക്കുന്ന *മാതൃഭൂമി, ഇന്ത്യൻ എക്സ്പ്രസ്സ്, ദീപം, ഗോമതി, മലബാർ മെയിൽ* എന്നീ ദിനപത്രങ്ങൾ തിരുവിതാംകൂർ സംസ്ഥാനത്ത് കടത്തുന്നത് നിരോധിച്ചു.[15]

കൊല്ലം, ചെങ്ങന്നൂർ, പുതുപ്പള്ളി, പാങ്ങോട്, കടയ്ക്കൽ, കല്ലറ തുടങ്ങി നിരവധി സ്ഥലങ്ങളിൽ ലാത്തിച്ചാർജ്ജും വെടിവയ്പ്പും നടന്നു. കൊല്ലത്തെ വെടിവയ്പ്പിൽ എ ഡി കോട്ടൺമില്ലിലെ ഒരു തൊഴിലാളിയായിരുന്ന ലക്ഷ്മണനനും മൈതീൻകുഞ്ഞ് എന്ന മറ്റൊരാളും കൊല്ലപ്പെട്ടു. സ്റ്റേറ്റ് കോൺഗ്രസിനെ തിരുവിതാംകൂറിൽ നിയമവിരുദ്ധസംഘടനയായി പ്രഖ്യാപിച്ചതിനെത്തുടർന്ന് അതിന്റെ ആസ്ഥാനം എറണാകുളത്തേക്ക് മാറ്റുകയുണ്ടായി. നിയമലംഘനം നടത്തുന്നതിന് ഡിക്ടേറ്റർമാരെയും വളണ്ടിയർമാരെയും അവിടെനിന്നും തിരുവിതാംകൂറിലേക്ക് രഹസ്യമായി അയയ്ക്കപ്പെട്ടു.

തിരുവിതാംകൂർ സമരത്തെ എല്ലാവിധത്തിലും സഹായിക്കുന്നതിനുവേണ്ടി കോൺഗ്രസ് സോഷ്യലിസ്റ്റ് പാർട്ടി നയിച്ചിരുന്ന കെ പി സി സി തിരുവിതാംകൂർ സമര സഹായകമ്മിറ്റി രൂപീകരിച്ചിരുന്നു. എറണാകുളം കേന്ദ്രീകരിച്ച് പ്രവർത്തിച്ചിരുന്ന ഈ രഹസ്യകമ്മിറ്റിയിലെ അംഗങ്ങൾ പി കൃഷ്ണപിള്ള, ഇ എം എസ് നമ്പൂതിരിപ്പാട്, പി നാരായണൻ നായർ, കെ എ ദാമോദരമേനോൻ എന്നിവരായിരുന്നു. നിവർത്തനപ്രക്ഷോഭത്തിന്റെ മുന്നിൽനിന്ന് പ്രവർത്തിക്കുകയും സ്റ്റേറ്റ് കോൺഗ്രസ് കമ്മിറ്റി സംഘടിപ്പിക്കുകയും ചെയ്ത ഷാഡോ കമ്മിറ്റിയുടെ പ്രതിനിധിയായ എം എം വർക്കിയായിരുന്നു കെ പി സി സിയുടെ ഈ കമ്മിറ്റിയുമായി നിരന്തരം ബന്ധപ്പെട്ടത്. കോൺഗ്രസ് സോഷ്യലിസ്റ്റ് പാർട്ടി അന്നു സംഘടിപ്പിച്ച അനുഭാവജാഥകൾ സമരത്തെ ശക്തിപ്പെടുത്താൻ വളരെയേറെ സഹായിച്ചു. 1938 സെപ്തംബർ 9 ന് കോഴിക്കോട്ടുനിന്ന് പുറപ്പെട്ട എ കെ ഗോപാലന്റെ നേതൃത്വത്തിലുള്ള ജാഥ സെപ്തംബർ 19 ന് ആലുവയിലെത്തി അറസ്റ്റുവരിച്ചു.

മർദ്ദനംകൊണ്ട് സമരം അവസാനിക്കുകയില്ലെന്ന് ബോദ്ധ്യമായപ്പോൾ ജയിലിൽ കിടക്കുന്ന നേതാക്കന്മാരോട് ഒത്തുതീർപ്പ് സംഭാഷണം നടത്താൻ ഗവൺമെന്റ് ദൂതൻമാരെ അയച്ചു. ജയിലിൽ കിടന്നുകൊണ്ട് കൂടിയാലോച

നയിൽ പങ്കെടുക്കാൻ തയ്യാറല്ലെന്ന മറുപടിയാണ് നേതാക്കന്മാരിൽനിന്ന് അവർക്ക് ലഭിച്ചത്. അങ്ങനെ ആ ശ്രമവും പരാജയപ്പെട്ടു.

വെടിവയ്പ്പും മർദ്ദനവും നടന്നുകൊണ്ടിരിക്കെ, സ്റ്റേറ്റ് കോൺഗ്രസ് ആക്ഷൻ കൗൺസിൽ എറണാകുളത്ത് യോഗം ചേർന്നു. 1938 ഒക്ടോബർ 23–ാം തീയതി(തുലാം 7) മഹാരാജാവിന്റെ തിരുനാൾ ആഘോഷം നടക്കുന്ന അവസരത്തിൽ തിരുവനന്തപുരത്തൊരു വമ്പിച്ച പ്രകടനം നടത്താൻ യോഗം തീരുമാനിച്ചു. അന്ന് വമ്പിച്ചൊരു ജാഥയായി പോയി 11 ആവശ്യങ്ങളടങ്ങിയ ഒരു നിവേദനം രാജാവിന് നേരിട്ട് നല്കാൻ തീരുമാനിച്ചു. ഉത്തരവാദഭരണം സ്ഥാപിക്കുക, ദിവാൻ സർ സി പിയെ പിരിച്ചുവിടുക, രാഷ്ട്രീയത്തടവുകാരെ മോചിപ്പിക്കുക, കോൺഗ്രസിന്റെയും യൂത്ത് ലീഗിന്റെയും മേലുള്ള നിരോധം നീക്കുക, ക്രിമിനൽ നിയമഭേദഗതി പിൻവലിക്കുക മുതലായവയായിരുന്നു നിവേദനത്തിലെ പ്രധാന ആവശ്യങ്ങൾ. അക്കമ്മ ചെറിയാനെയായിരുന്നു പ്രകടനം നയിക്കുന്നതിന് സ്റ്റേറ്റ് കോൺഗ്രസ് നിയോഗിച്ചിരുന്നത്. 12–ാമത്തെ സർവ്വാധിപതി(ഡിക്‌ടേറ്റർ)യായിരുന്നു അവർ.

ഇതിനിടയിൽ ഒക്ടോബർ 21 മുതൽ(തുലാം 5) 40000 ത്തോളം വരുന്ന ആലപ്പുഴ തൊഴിലാളികളും പണിമുടക്കി. അന്നുതന്നെ ഈ പണിമുടക്കം തുടങ്ങുവാൻ കാരണം 7–ാം തീയതി തിരുവിതാംകൂർ മഹാരാജാവിന്റെ ജന്മദിനമാകയാൽ തിരുവിതാംകൂറിന്റെ നാനാഭാഗത്തുനിന്നും തിരുവനന്തപുരത്തേക്ക് ജാഥകൾ വരുന്നുണ്ടായിരുന്നു. അതുപോലെതന്നെ തിരുവിതാംകൂറിന്റെ വെളിയിൽ നിന്നും അന്ന് അനവധി ജാഥകൾ തിരുവിതാംകൂറിലേക്കുള്ള പ്രവേശനദ്വാരങ്ങളിൽ എത്തുന്നതാണ്. ഈ സമയത്ത് ആലപ്പുഴയിലെ തൊഴിലാളികൾ കൂടി പണിമുടക്കുകയാണെങ്കിൽ ഗവൺമെന്റിന്റെ ശക്തികളെ ഛിന്നഭിന്നമാക്കി ജനങ്ങളുടെ ശക്തിയെ പ്രദർശിപ്പിക്കാൻ കഴിയുമായിരുന്നു.[16]

രാജാവിന്റെ ജന്മദിനത്തിൽ അദ്ദേഹത്തിന് ഒരു മെമ്മോറാണ്ടം സമർപ്പിക്കാനായി അക്കമ്മ ചെറിയാന്റെ നേതൃത്വത്തിൽ തിരുവനന്തപുരത്തെത്തിയ ജാഥ ചരിത്രം സൃഷ്ടിച്ച ഒന്നായിരുന്നു. ചരിത്രം സൃഷ്ടിച്ച ഈ വമ്പിച്ച പ്രകടനത്തിൽ ആലപ്പുഴ തൊഴിലാളികളുടെ പ്രതിനിധികളായി 25 പേരടങ്ങിയ ഒരു ചെങ്കുപ്പായ വളണ്ടിയർ സംഘം പങ്കെടുത്തിരുന്നു. തിരുവനന്തപുരം ആദ്യമായി ചുവപ്പുവളണ്ടിയർമാരെ കണ്ടത് അന്നാണ്. ജനങ്ങൾ നഗരത്തിലേക്ക് ഇരച്ചുകയറിയതോടെ ഭരണകൂടം അക്ഷരാർത്ഥത്തിൽ നിശ്ചലമായി. രാജാവ് മെമ്മോറാണ്ടം സ്വീകരിക്കുന്നതിൽ നിന്നും ഒഴിഞ്ഞുമാറി.

ഒരുവശത്ത് അക്കമ്മ ചെറിയാൻ നയിച്ച ജാഥയും പ്രകടനവും മറുവശത്ത് ആലപ്പുഴ തൊഴിലാളിവർഗ്ഗത്തിന്റെ മുന്നേറ്റം– ഇതുരണ്ടും കണ്ട് ഭയചകിതനായി സർ സി പി 23–ാം തീയതി വൈകുന്നേരംതന്നെ ജയിലിൽ കിടക്കുന്ന നേതാക്കന്മാരെ മുഴുവൻ വിട്ടയയ്ക്കാൻ തയ്യാറായി. അങ്ങനെ എൻ സി ശേഖറും ജയിൽ മോചിതനായി.

ജയിൽമോചിതരായ സ്റ്റേറ്റ് കോൺഗ്രസ് നേതാക്കൾ തങ്ങളെ മോചിപ്പിച്ച തൊഴിലാളിവർഗ്ഗത്തിന്റെ സമരം ഏറ്റെടുക്കാനോ സഹായിക്കാനോ തയ്യാറായില്ല. എന്നാൽ ജയിൽമോചിതനായ എൻ സി ശേഖർ നേരെ പോയത് ആലപ്പുഴ തൊഴിലാളികളുടെ സമരരംഗത്തേയ്ക്കാണ്.

സൂചനകൾ

1. പുതുപ്പള്ളി രാഘവൻ, വിപ്ലവസ്മരണകൾ, പു:368
2. മേൽ ചൊന്നത്, പു: 368–69
3. മേൽ ചൊന്നത്, പു: 369
4. കെ സി ജോർജ്ജ്, *എന്റെ ജീവിതയാത്ര*, പബ്ലിഷർ: തങ്കമ്മ ചെറിയാൻ, നാഷണൽബുക്ക് സ്റ്റാൾ, (കോട്ടയം–1985), പു:279
5. *എന്റെ ജീവിതയാത്ര*, പു:279
6. *സഖാവ് പി കൃഷ്ണപിള്ള ഒരു സമഗ്രജീവചരിത്ര പഠനം*, പു: 468
7. മേൽചൊന്നത്,
8. *എന്റെ ജീവിതയാത്ര*, പു:282
9. മേൽചൊന്നത്, പു:304
10. മേൽചൊന്നത്, പു:313
11. മേൽചൊന്നത്, പു:316–17
12. മേൽചൊന്നത്, പു:317
13. *വിപ്ലവസ്മരണകൾ*, പു:446
14. മേൽചൊന്നത്, പു:496
15. *സഖാവ് പി കൃഷ്ണപിള്ള ഒരു സമഗ്രജീവചരിത്ര പഠനം*, പു:470
16. മേൽചൊന്നത്, പു:513

11

ആലപ്പുഴ പണിമുടക്ക്

തിരുവിതാംകൂറിലെ ഉത്തരവാദഭരണ പ്രക്ഷോഭം വിജയിപ്പിക്കുന്നതിനു വേണ്ടി 40,000 ത്തോളം വരുന്ന ആലപ്പുഴയിലെ കയർ തൊഴിലാളികൾ 1938 ഒക്ടോബർ 21 (തുലാം 5) മുതൽ 26 അടിയന്തരാവശ്യങ്ങൾ ഉന്നയിച്ചുകൊണ്ട് പണിമുടക്കി. സാമ്പത്തികാവശ്യങ്ങളെക്കാൾ 'പ്രായപൂർത്തി വോട്ടവകാശവും, ഉത്തരവാദ ഭരണവും നേടുക' എന്ന രാഷ്ട്രീയാവശ്യമായിരുന്നു അവരുടെ മുദ്രാവാക്യങ്ങളിൽ പ്രധാനം. തൊഴിലാളി തടവുകാരെയും രാഷ്ട്രീയ തടവുകാരെയും വിട്ടയക്കുക, അടിയന്തരാധികാര നിയമം റദ്ദു ചെയ്ത് പൗരസ്വാതന്ത്ര്യം അനുവദിക്കുക, പത്രങ്ങളുടെ മേലുള്ള നിരോധനവും നിയന്ത്രണവും പിൻവലിക്കുക, കൂലി വെട്ടികുറയ്ക്കൽ നിർത്തലാക്കുക, കോൺട്രാക്ട് സമ്പ്രദായം, മൂപ്പുകാശ് കമ്മീഷൻ മുതലായവ നിർത്തലാക്കുക, ആണ്ടിൽ ഒരു മാസത്തെ ശമ്പളത്തോടു കൂടിയ അവധിനല്കുക, കൂലി കാശായും കൃത്യമായും കൊടുക്കുക, പിരിച്ചുവിടലും പിഴയും നിർത്തലാക്കുക, കൂലിയിൽ വരുത്തിയിട്ടുള്ള കുറവ് 1922 ലെ തോതിലേക്ക് ഉയർത്തുക, ശമ്പളത്തോടു കൂടിയ മൂന്നുമാസത്തെ പ്രസവവേതനം അനുവദിക്കുക, സ്റ്റേറ്റ് കോൺഗ്രസിന്റെയും യൂത്ത്ലീഗിന്റെയും മേലുള്ള നിരോധനാജ്ഞകൾ പിൻവലിക്കുക, വെടിവയ്പ്പ്, ലാത്തിച്ചാർജ്ജ്, ലോക്കപ്പിൽ വച്ചുള്ള മർദ്ദനം എന്നിവയെപ്പറ്റി ഒരു അനൗദ്യോഗിക അന്വേഷണം ഏർപ്പെടുത്തുക, വെടിവയ്പ്പുകൊണ്ടും മറ്റും നഷ്ടമുണ്ടായവർക്ക് നഷ്ടപരിഹാരം നല്കുക, ആഴ്ചയിൽ ഒരു ദിവസം ഒഴിവ് അനുവദിക്കുക, കുറഞ്ഞ ശമ്പള വ്യവസ്ഥ അംഗീകരിക്കുക, സ്കൂളിൽ പത്താംക്ലാസ്സുവരെ ഫീസിളവും വിദ്യാഭ്യാസ സൗകര്യവും ഏർപ്പെടുത്തുക, ആരോഗ്യസംരക്ഷണം, വൈദ്യ സഹായം ഇവ അനുവദിക്കുക, യൂണിയനംഗീകരിക്കുക തുടങ്ങിയവയാണ് മറ്റ് പ്രധാന ആവശ്യങ്ങൾ.

ഒക്ടോബർ 23(തുലാം 7)ന് മഹാരാജാവിന്റെ പിറന്നാൾ ദിവസം പണിമുടക്കിയ പതിനായിരക്കണക്കിനു തൊഴിലാളികൾ ആലപ്പുഴ കടൽപ്പുറത്തേക്ക് മാർച്ച് ചെയ്തു. ആ മാർച്ചിനുമുന്നിൽ നേരത്തെ പരിശീലനം നല്കി സംഘടിപ്പിച്ച 5000 ചുവപ്പ് വളണ്ടിയർമാർ ചെങ്കൊടിയേന്തി അടിവെച്ചടിവെച്ച് മുന്നോട്ടു നീങ്ങി. ആലപ്പുഴ കടൽപ്പുറത്ത് വമ്പിച്ച യോഗവും സംഘടിപ്പിച്ചു. ഏകദേശം ഒരുലക്ഷം ആളുകൾ യോഗത്തിൽ പങ്കെടുത്തു.

തൊഴിലാളിവർഗ്ഗത്തിന്റെ മുന്നേറ്റം കണ്ട് ഭയപ്പെട്ട സി പി സ്റ്റേറ്റ് കോൺഗ്രസ് നേതാക്കന്മാരെ അന്ന് പൂജപ്പുര ജയിലിൽനിന്നു മോചിപ്പിച്ചു. സ്റ്റേറ്റ് കോൺ ഗ്രസിലെ വലതുപക്ഷ നേതൃത്വവുമായി ഒത്തുതീർപ്പുണ്ടാക്കികൊണ്ട് തൊഴിലാളി വർഗ്ഗത്തെ ജനങ്ങളിൽനിന്നു ഒറ്റപ്പെടുത്തി അടിച്ചമർത്തുന്നതിനുവേണ്ടിയായി രുന്നു നേതാക്കന്മാരെ മോചിപ്പിക്കാൻ സി പി തയ്യാറായത്.

ആരംഭം മുതൽ തന്നെ തൊഴിലാളികളുടെ പണിമുടക്കിനെ അടിച്ചമർത്താൻ ആവശ്യമായതെല്ലാം ഗവൺമെന്റ് ചെയ്തു. ആലപ്പുഴയിലേക്ക് ആവശ്യംപോലെ പട്ടാളക്കാരെയും പൊലീസുകാരെയും അയച്ചു. ലാത്തിച്ചാർജ്ജും അറസ്റ്റും മർദ്ദനവും വ്യാപകമായി നടമാടി. തൊഴിലാളികൾ അക്രമ പ്രവർത്തിയിലേർപ്പെട്ടു എന്നു വരുത്തിത്തീർക്കുന്നതിനു വേണ്ടി ഫാക്ടറികൾ തീവെയ്ക്കാനും കുഴപ്പങ്ങൾ സൃഷ്ടിക്കാനും സി പി ചാരന്മാരെ അയച്ചു.

ഒക്ടോബർ 24 (തുലാം 8)-ാം തീയതി ശവക്കോട്ട പാലത്തിനു സമീപം വച്ചു തൊഴിലാളികളുടെ നേരെ വെടിവയ്പുണ്ടായി. നാലുപേർ കൊല്ലപ്പെട്ടു. അന്നുതന്നെ പറവൂർ ചന്തയ്ക്ക് സമീപംവച്ച് കേശവൻ എന്ന തൊഴിലാളിയെയും പട്ടാളം വെടിവെച്ചു കൊന്നു. തൊഴിലാളികളുടെ വീടുകൾ ആക്രമിക്കപ്പെ ടുകയും തീവെയ്ക്കപ്പെടുകയുമുണ്ടായി. ഭീഷണിയും മർദ്ദനവും വ്യാപകമായ തിനെത്തുടർന്ന് 15 ദിവസത്തേക്ക് ആലപ്പുഴയിൽ തൊഴിലാളികളുടെ യാതൊരു പ്രകടനവും കൂടാൻ പാടില്ലെന്ന് സിവിൽ പേഷ്ക്കാർ ഉത്തരവിട്ടു. തൊഴിലാ ളികളെ ഭീഷണിപ്പെടുത്തിയും ഭയപ്പെടുത്തിയും ജോലിക്കു കയറ്റാനുള്ള ശ്രമങ്ങളും നടന്നു.

എന്നാൽ സ്റ്റേറ്റ് കോൺഗ്രസ് നേതാക്കന്മാർ ജയിലിൽ നിന്നു പുറത്തുവന്ന പ്പോൾ ആലപ്പുഴയിലെ തൊഴിലാളികളുടെ പണിമുടക്കിനു ഒരു നേതൃത്വവും അവർ നല്കിയില്ല. എന്നുമാത്രമല്ല ആലപ്പുഴ സ്റ്റേറ്റ് കോൺഗ്രസ് പ്രവർത്ത കന്മാരിൽ പലരും പണിമുടക്കിനെ പരാജയപ്പെടുത്താൻ സഹായകമായ പ്രവൃ ത്തികൾ ചെയ്യുകയും ചെയ്തു. വളരെയധികം ബുദ്ധിമുട്ടുകൾ സഹിച്ച് പണി മുടക്കിനെ നയിച്ചുകൊണ്ടിരുന്നവരും ഗവൺമെന്റിന്റെ മർദ്ദനത്തിനിരയായവരു മായ പ്രവർത്തകന്മാരെ ഇവരിൽപ്പലരും ആക്ഷേപിക്കുകയും തൊഴിലാളികളുടെ ഇടയിൽ അവരെപ്പറ്റി തങ്ങളുടെ നേതൃത്വം നഷ്ടപ്പെട്ടു പോകുന്നു എന്ന തെറ്റി ദ്ധാരണ നിമിത്തം കള്ള പ്രചാരവേല നടത്തുകയും ചെയ്തു.

മേൽപ്പറഞ്ഞവരുടെ എതിർപ്പിനിടയിലും സമരവും പിക്കറ്റിങ്ങും വീണ്ടും ശക്തമായി. എന്നാൽ തൊഴിലാളി നേതൃത്വത്തിനിടയിൽ പണി മുടക്കിനെപ്പറ്റി അഭിപ്രായവ്യത്യാസം ഉടലെടുത്തു. ജയിൽമോചിതനായി പുറത്തു വന്ന ആർ സുഗതൻ, വി കെ വേലായുധൻ, പി കെ കുഞ്ഞ് മുതലായ മാനേജിംഗ് കമ്മിറ്റി നേതാക്കൾ പണിമുടക്ക് ഏതു വിധേനയും ഒത്തുതീർപ്പിലെത്തിക്കണം എന്ന അഭിപ്രായക്കാരായിരുന്നു. പണിമുടക്ക് കമ്മിറ്റിക്കാരെക്കുറിച്ച് ഇവർ അപവാദ ങ്ങളും ആരോപണങ്ങളും പറഞ്ഞുപരത്തിക്കൊണ്ടിരുന്നു.

വെടിവയ്പ്പിന്റെ പിറ്റേന്നു(ഒക്ടോബർ 25) എൻ സി ശേഖർ ആലപ്പുഴയെ ത്തുകയും രഹസ്യകേന്ദ്രത്തിൽ വെച്ച് പണിമുടക്കിന്റെ സർവ്വസൈന്യാധിപനായ കൃഷ്ണപിള്ളയുമായി ചർച്ച നടത്തുകയും ചെയ്തു. അതേക്കുറിച്ച് 1952 ആഗസ്ത് 19 ന്റെ *നവയുഗം വാരികയിൽ കൃഷ്ണപിള്ള: ചില മായാത്ത സ്മരണകൾ* എന്ന ലേഖനത്തിൽ എൻ സി വിശദമായി എഴുതി:

.......തിരുവനന്തപുരം സെൻട്രൽ ജയിലിൽ നിന്നും ഞങ്ങൾ വിട്ടയക്ക

പ്പെട്ടു. പുറത്തെങ്ങും ആലപ്പുഴ കയർ ഫാക്ടറി തൊഴിലാളികളുടെ പൊതുപണിമുടക്കത്തെപ്പറ്റിയുള്ള വർത്തമാനമേ കേൾക്കാനുണ്ടായിരുന്നുള്ളൂ. ഉത്തരവാദഭരണത്തിനും തടവുകാരെ വിമോചിപ്പിക്കാനും വേണ്ടിയായിരുന്നു ചരിത്രം സൃഷ്ടിച്ച ആ പൊതുപണിമുടക്കം. പുറത്തെത്തിയതും തിടുക്കത്തോടെ ആലപ്പുഴക്ക് ഞാൻ പുറപ്പെട്ട് കൊല്ലത്ത് എത്തി. അപ്പോഴുണ്ട് ആയുധധാരികളായ പട്ടാളക്കാരെ വഹിച്ചുകൊണ്ട് നാലു ബസുകൾ അതിവേഗം പാഞ്ഞുപോകുന്നു.

ആലപ്പുഴയിലെ പൊതുപണിമുടക്കിന്റെ ഊഷ്മളമായ കാറ്റ് സർവ്വത്ര വ്യാപിച്ചിരുന്നു. ജനങ്ങളുടെ ശ്രദ്ധയാകെ ആലപ്പുഴയിലേക്ക് തിരിഞ്ഞിരുന്നു. ചെല്ലുന്നിടത്തെല്ലാം പണിമുടക്കത്തെപ്പറ്റിയും പട്ടാള ബസുകൾ പാഞ്ഞുപോയതിനെക്കുറിച്ചും സംസാരിക്കുന്നതേ കേൾക്കാനുണ്ടായിരുന്നുള്ളൂ, ആവേശവും സംഭ്രാന്തിയും ഇടകലർന്ന ഒരു അന്തരീക്ഷം. പൊതുപണിമുടക്കിന്റെ ഉജ്ജ്വലമായ ഊക്ക് എത്ര മാത്രമെന്നൂഹിക്കാൻ എനിക്കു പ്രയാസമുണ്ടായിരുന്നില്ല.

ബോട്ടുവഴി ഞാൻ ആലപ്പുഴ എത്തി. നേരം പുലർച്ച. കാട്ടുതീപോലെ വാർത്തകൾ പ്രചരിക്കുന്നു. ആയിരത്തിലധികം തൊഴിലാളികൾ അടങ്ങുന്ന ഊക്കൻ പ്രകടനം. പട്ടാളം ആക്രമിച്ചിരിക്കുന്നു. 5 തൊഴിലാളികൾ മരിച്ചു. 150ലധികം പേർക്ക് പരുക്കുപറ്റി. കയർ തൊഴിലാളി യൂണിയൻ ഓഫീസ് ആക്രമിക്കപ്പെട്ടു. ഉപകരണങ്ങളടിച്ചുപൊളിച്ചു. വളണ്ടിയർമാർ അറസ്റ്റു ചെയ്യപ്പെട്ടു. ഭയങ്കര മർദ്ദനം. തൊഴിലാളികളുടെ നിവാസകേന്ദ്രങ്ങളിൽ ഭീകരവാഴ്ച തുടങ്ങിയിരിക്കുന്നു. ബോട്ടുജട്ടി റോഡിൽക്കൂടെ രാവിലെ കടന്നു പോയ്ക്കൊണ്ടിരുന്ന ജനങ്ങളുടെ മുഖങ്ങളിൽ സംഭ്രാന്തിയുടെ നിഴലാട്ടമേ കണ്ടിരുന്നുള്ളൂ.

ഞാൻ മെല്ലെ പടിഞ്ഞാട്ട് നടന്നു തുടങ്ങി. ഒരു നൂറടി എത്തിയില്ല. ഒരാൾ പുഞ്ചിരി തൂകിക്കൊണ്ട് എന്നെ സമീപിച്ചു. ഒരു ചുമട്ടുകാരനെന്നു തോന്നും. ഒറ്റനോട്ടത്തിൽ ആളാരാണെന്ന് ഞാൻ മനസ്സിലാക്കി. കള്ളികൾ അറിഞ്ഞിരുന്നതുകൊണ്ട് ഞാൻ അറിഞ്ഞ ഭാവം നടിച്ചില്ല. സമീപിച്ച ആളും എന്നെ സമീപിക്കുന്ന ഭാവം കാണിച്ചിരുന്നില്ല. മെല്ലെ കടന്നു പോകുന്ന മട്ടിൽ സമീപത്തുകൂടെ വന്ന് തെക്കുമുക്കിൽ എന്ന് ഒന്നു മന്ത്രിച്ചിട്ടു നീണ്ട ഒരു നടത്തം. ആ വിശ്വസ്തൻ, ഇടവഴിയിൽ തിരിഞ്ഞു മറഞ്ഞു.

ഒട്ടിയ കവിളോടുകൂടിയ കരുവാളിച്ച മുഖം, നീണ്ടമൂക്ക്; അലഞ്ഞുലഞ്ഞ തലമുടി നെറ്റിമേൽ പാറിപ്പറന്നു കിടക്കുന്നു. കുളിച്ചിട്ടു നാളേറെയായെന്നുതോന്നും. അമർത്തിപ്പിടിച്ച ചുണ്ടുകൾക്കിടയിൽക്കൂടെ തൂകുന്ന പുഞ്ചിരിയോടെ വിരലുയർത്തി വലതുഭാഗത്തേക്ക് ഒരാംഗ്യം. ആളാരാന്ന് നിങ്ങൾക്ക് മനസ്സിലായോ? എന്നിൽ ഒരാലക്തികശക്തി വന്നു കയറിയതുപോലെ തോന്നി. മരവിപ്പോ ആവേശമോ! എനിക്കു നിശ്ചയമില്ല. തിരിഞ്ഞും പിരിഞ്ഞും നോക്കി. ആരും പിന്നാലെയില്ലെന്നു ഉറപ്പുണ്ടെന്നു കണ്ടപ്പോൾ ഒരു വക്രമാർഗ്ഗത്തിൽക്കൂടെ കടന്നു ഞാനാമുറിയുടെ വാതായനം പൂകി.

നമ്മുടെ വത്സലനാമധേയൻ സഖാവ്. ഞാനകത്തുകടന്നതും

കൃഷ്ണപിള്ള പുഞ്ചിരിതൂകികൊണ്ട് എൻ സി എന്നൊന്നു അമർന്ന സ്വരത്തിൽ സംബോധന ചെയ്തു.

വെടിവയ്പ്പിന്റെ പിറ്റേദിവസമാണീ സമാഗമം. എന്നെ ആവേശം കൊള്ളിച്ച രംഗം. അതൊരിക്കലും എന്റെ സമൃതിപഥത്തിൽ നിന്നു മാഞ്ഞുപോകുന്നതല്ല.

ദൃഢചിത്തതയെ സ്ഫുരിപ്പിക്കുന്ന ദൃഷ്ടികളോടെ സഖാവ് ചോദിച്ചു: എൻ സി വിവരങ്ങളറിഞ്ഞോ; ആരെങ്കിലും സൂക്ഷിച്ചിട്ടുണ്ടോ; ചായകുടിച്ചോ? ആലപ്പുഴ കയർ ഫാക്ടറി തൊഴിലാളികളുടെ പൊതുപണിമുടക്ക് സമരമാണ് നിങ്ങളെയെല്ലാം ജയിലിനുപുറത്ത് കൊണ്ടുവന്നത്; ഇപ്പോൾ അവൻ (സി പിയെ സൂചിപ്പിച്ചുകൊണ്ട്) തൊഴിലാളിവർഗ്ഗത്തിന്റെ നേരെയാണ് ചീറിയടുത്തിരിക്കുന്നത്. സത്യഗ്രഹസമരമൊന്നും അവനു സാരമില്ല. തൊഴിലാളിവർഗ്ഗം സമരരംഗത്തിറങ്ങിയപ്പോൾ അവൻ വിറച്ചുപോയി, സമരത്തിന്റെ പതനം ഉയർന്നുപോയി എന്നും അവനറിയാം. പെട്ടെന്നവൻ സത്യാഗ്രഹികളെ വിട്ടു ഒരു രംഗത്തു വ്യാമോഹം സൃഷ്ടിച്ചുകൊണ്ട്, അവന്റെ (ഗവൺമെന്റിനെ സൂചിപ്പിച്ചുകൊണ്ട്) അധികാരത്തെ വെല്ലുവിളിച്ച വിപ്ലവവർഗ്ഗത്തിന്റെ നേരെ തിരിഞ്ഞിരിക്കുന്നു. എന്നാലവൻ വിഡ്ഢിയാണ്. അവന്റെ വെടിവയ്പ്, അവന്റെ പൊളിച്ചിലിനെയാണ് കാണിക്കുന്നത്. ഞങ്ങൾ സംസാരിച്ചിരിക്കുമ്പോൾ ഒരു സന്ദേശം എത്തുകയുണ്ടായി. സ്റ്റേറ്റ് കോൺഗ്രസ് നേതാക്കന്മാർ പണിമുടക്കത്തെ എതിർക്കുന്നു, അതിനെ ഭിന്നിപ്പിച്ചു പണിക്കു പറഞ്ഞയക്കാൻ തൊഴിലാളികളുടെ മനക്കരുത്തു നശിപ്പിക്കാനായി പച്ചനുണപ്രചാരണം ആരംഭിച്ചിരിക്കുന്നു.

പണിമുടക്കുകാരുടെ നേരെ മരണയുണ്ടയൊഴിച്ച ഗവൺമെന്റിനെ തുറന്നുകാണിക്കുകയും വർഗ്ഗബോധത്തോടെ സംഘടിതമായി ഉറച്ചുനിന്നു സമരം തുടരാനാഹ്വാനം ചെയ്യുകയും ചെയ്യുന്ന ആവേശജനകമായ ഒരു ലഘുലേഖ ഇതിനകം തന്നെ വായുവേഗത്തിൽ തൊഴിലാളി കേന്ദ്രങ്ങളിലെല്ലാം പ്രചരിച്ചു കഴിഞ്ഞിരുന്നു. പൊലീസുകാർ കൂട്ടമായി പരക്കം പാഞ്ഞുകൊണ്ടിരുന്നു. എവിടേക്കു തിരിഞ്ഞാലും ഒറ്റുകാർ, സി ഐ ഡികൾ. ഏതോ ഒരുറച്ച ശക്തി പൊതുപണിമുടക്കത്തിന്റെ പിന്നിലുണ്ടെന്ന് പൊലീസ് ബലമായി സംശയിച്ചിരുന്നു. മലബാറിൽ നിന്നുവന്നിട്ടുള്ള കോൺഗ്രസ് സോഷ്യലിസ്റ്റുകാരാണെന്നതിൽ സംശയമില്ല. ഒരുവൻ മലബാറുകാരനാണെന്നു സംശയിച്ചാൽ തീർന്നു അവന്റെ കഥ. അത്ര രൗദ്രമായ ക്രോധം അന്നത്തെ മലബാർ സോഷ്യലിസ്റ്റുകാരുടെ നേരെ പൊലീസിനുണ്ടായിരുന്നു. എന്നെ മറ്റൊരു സ്ഥലത്തുവരാൻ ഏർപ്പാടു ചെയ്തിട്ടു സഖാവ് ആ മുറിവിട്ടു. പകൽ 12 മണി. രാത്രി 8 മണിക്ക് ഞങ്ങൾ വീണ്ടും കണ്ടു. എൻ സി ന്യൂസറിഞ്ഞോ, തൊഴിലാളികളെ കൊല്ലിച്ചത് മലബാർസോഷ്യലിസ്റ്റുകാരാണ്. തൊഴിലാളികളെ ചതിച്ചിരിക്കുന്നു. അതുകൊണ്ട് എല്ലാവരും പണിക്കു തിരിച്ചുപോകണം എന്ന് വി കെ വേലായുധനും കൂട്ടരും പ്രചാരം തുടങ്ങിയിരിക്കുന്നു. പക്ഷേ, തൊഴിലാളിവർഗ്ഗം, തൊഴിലാളിവർഗ്ഗം തന്നെ. ഒരു വർഗ്ഗമെന്ന

നിലയിൽ തൊഴിലാളികൾക്ക് സ്വന്തംകാലിന്മേൽ നില്ക്കാനുള്ള ബോധമുണ്ടായിത്തീർന്നാൽ ഒരൊറ്റ പിന്തിരിപ്പൻ ശക്തിക്കും വർഗ്ഗത്തെ വഞ്ചിക്കാനോ പിന്തിരിപ്പിക്കാനോ സാധിക്കുകയില്ല.

തൊഴിലാളികൾ സമരം ആരംഭിച്ചതോടെ തിരുവിതാംകൂർ ഗവൺമെന്റ് നടത്തിവന്നിരുന്ന അഴിമതി, അക്രമങ്ങൾ തുടങ്ങിയവയെല്ലാം ആലപ്പുഴയിൽ കേന്ദ്രീകരിച്ചു. ഏറ്റവും ക്രൂരവും മൃഗീയവുമായ നയമാണ് പണിമുടക്കത്തെ അടിച്ചമർത്താൻവേണ്ടി ഗവൺമെന്റും മുതലാളിമാരും കൈകൊണ്ടത്. നിരന്തരമായ ലാത്തിച്ചാർജ്ജുകൾ ഉണ്ടായി. അതിലൂടെ 200 ൽപരം പേർക്ക് പരുക്കേറ്റു. രണ്ടിടത്തു നടത്തിയ വെടിവയ്പ്പിന്റെ ഫലമായി 5 പേർ കൊല്ലപ്പെട്ടു. ഒരു ഡസനിൽപ്പരം പേരെ ദയനീയമായി മുറിവേല്പിച്ചു. 256 പേരെ അറസ്റ്റുചെയ്തു കേസുകൾ ചാർജ്ജ് ചെയ്തു. അറസ്റ്റുചെയ്തു ലോക്കപ്പിലടക്കുക മാത്രമല്ല, ലോക്കപ്പിനുള്ളിൽ വെച്ച് മൃഗീയമായ വിധത്തിൽ മർദ്ദിക്കുകയുമുണ്ടായി. ആലപ്പുഴയിൽ കുറെ ദിവസത്തേക്ക് പൈശാചികത താണ്ഡവനൃത്തം ചവിട്ടി. ഇതിനൊക്കെ പുറമെ തൊഴിലാളികളുടെ വീടുകളിൽ പൊലീസ് കയറി നടത്തിയ ആക്രമണങ്ങൾക്ക് യാതൊരു കൈയ്യും കണക്കുമില്ല. ഈ കൊടും ക്രൂരതകൾ ഒരു വശത്തും തൊഴിലാളികളെ ഭിന്നിപ്പിക്കാനും തമ്മിലടിപ്പിക്കുവാനുമുള്ള ശ്രമം മറുവശത്തും നടത്തിയിട്ടും രക്ഷയില്ലെന്നു കണ്ട ഗവൺമെന്റും മുതലാളിമാരും ഒരു തീർപ്പിനു തയ്യാറായി. അങ്ങനെ നവംബർ 15ന് ആലപ്പുഴയിലെ സമരം അവസാനിച്ചു. മൂന്നു ദിവസം കഴിഞ്ഞ് ചേർത്തലയിലെയും മുഹമ്മയിലേയും പണിമുടക്കവും അവസാനിച്ചു.

സാമ്പത്തികമായ ഒട്ടേറെ അടിയന്തരാവശ്യങ്ങൾ കൂടി ഉൾകൊള്ളുന്നതാണെങ്കിലും രാഷ്ട്രീയാവശ്യത്തിനു മുൻഗണന നല്കുന്ന ഒരു രാഷ്ട്രീയ പൊതുപണിമുടക്കാക്കി ആലപ്പുഴ തൊഴിലാളി സമരത്തെ മാറ്റാൻ കൃഷ്ണപിള്ള, എ കെ ജി, എൻ സി ശേഖർ, കെ കെ വാരിയർ തുടങ്ങിയ കോൺഗ്രസ് സോഷ്യലിസ്റ്റ് പാർട്ടി നേതാക്കൾക്ക് കഴിഞ്ഞു എന്നതാണ് പണിമുടക്കിന്റെ ഏറ്റവും വലിയ നേട്ടം. സാമ്പത്തികമായി തൊഴിലാളികൾക്ക് ആറേകാൽ ശതമാനം കൂലി വർദ്ധനവും അംഗീകരിച്ചു. കൂലി വെട്ടിക്കുറയ്ക്കുക എന്ന സമ്പ്രദായത്തിനു അറുതിയുണ്ടായി. പലതരത്തിലുള്ള ഫൈനുകൾക്കും ചരക്കുകൂലി സമ്പ്രദായത്തിനും അറുതിയുണ്ടായി. കയർ വ്യവസായത്തെയും തൊഴിലാളികളുടെ പ്രശ്നങ്ങളെയും കുറിച്ചന്വേഷിക്കുന്നതിന് ഒരു കമ്മീഷനെ നിയമിക്കുമെന്ന് പ്രഖ്യാപിച്ചു.

ആലപ്പുഴ തൊഴിലാളി സമരത്തിൽ എൻ സി ശേഖർ വഹിച്ച പങ്കിനെക്കുറിച്ച് പി.ഗോവിന്ദപ്പിള്ള എഴുതി:

> ....1938–39 കളിൽ ഉത്തരവാദഭരണത്തിന് വേണ്ടിയുള്ള സമരത്തിന്റെ ഭാഗമായി ചേർത്തല, അമ്പലപ്പുഴ താലൂക്കുകളിലെ കയർ തൊഴിലാളികൾ പ്രസിദ്ധമായ രാഷ്ട്രീയ പൊതുപണിമുടക്ക് നടത്തിയപ്പോൾ പി കൃഷ്ണപിള്ളയുടെ വലംകൈയായി എൻ സി ഉണ്ടായിരുന്നു........[1]

സൂചന

1. എൻ സി ശേഖർ സ്മരണിക-2012, പു: 24

12

ട്രേഡ് യൂണിയനിസ്റ്റ്

തിരുവനന്തപുരം, കൊല്ലം, ആലപ്പുഴ, തൃശൂർ, കോഴിക്കോട്, കണ്ണൂർ, എന്നിവിടങ്ങളിൽ തൊഴിലാളി പ്രസ്ഥാത്തിൽ പ്രവർത്തിച്ച എൻ സി ശേഖർ കേരളത്തിലെ തൊഴിലാളി പ്രസ്ഥാനം കെട്ടിപ്പടുക്കുന്നതിൽ പ്രമുഖ പങ്ക് വഹിച്ചിട്ടുണ്ട്.

കമ്യൂണിസ്റ്റ് ലീഗിന്റെ നേതൃത്വത്തിൽ തിരുവനന്തപുരത്തെ പ്രസ് തൊഴിലാളികളെ സംഘടിപ്പിക്കുന്നതിന് നേതൃത്വം കൊടുത്തുകൊണ്ടാണ് എൻ സി ട്രേഡ് യൂണിയൻ രംഗത്തേക്ക് കടന്നത്.

1934ൽ മലബാറിലെത്തിയ എൻ സിയെ പി കൃഷ്ണപിള്ള ഏല്പിച്ച പ്രധാന ചുമതല അസംഘടിതരായ തൊഴിലാളികളെ സംഘടിപ്പിക്കുക എന്ന ജോലിയാണ്. എൻ സി അത് ഭംഗിയായി തന്നെ നിർവ്വഹിക്കുകയുണ്ടായി. കോഴിക്കോട്ടും കണ്ണൂരും മറ്റുമുള്ള നെയ്ത്ത്, ബീഡി, ഈർച്ച, കുട, സോപ്പ്, ചുരുട്ട്, മുൻസിപ്പൽ, ഹാർബർ, പ്രസ്, ചൂടി, പീടിക, മോട്ടോർ, റിക്ഷാ, ഓട്, കരിങ്കൽ, തുടങ്ങി എല്ലാവിഭാഗം തൊഴിലാളികളെയും സംഘടിപ്പിക്കുകയും അവരുടെ സമരങ്ങൾ നയിക്കുകയും ചെയ്തു അദ്ദേഹം. എന്നുമാത്രമല്ല കൊച്ചിയിലെയും, തിരുവിതാംകൂറിലെയും, തൊഴിലാളി പ്രവർത്തകന്മാരുമായി ബന്ധം സ്ഥാപിച്ചുകൊണ്ട് അവിടങ്ങളിൽ തൊഴിലാളി പ്രസ്ഥാനം പടുത്തുയർത്താനും സമരങ്ങൾ സംഘടിപ്പിക്കാനും അദ്ദേഹം നേതൃത്വം നല്കുകയുണ്ടായി. മലബാറിലെ ഒന്നാമത്തെ രജിസ്റ്റേർഡ് ട്രേഡ് യൂണിയനായ തിരുവണ്ണൂർ കോട്ടൺമിൽ തൊഴിലാളി യൂണിയൻ എൻ സി ശേഖറും പി കൃഷ്ണപിള്ളയും ചേർന്നാണ് സംഘടിപ്പിച്ചത്.[1]

1939 മുതൽ 1954 വരെ അഖില കേരള ട്രേഡ് യൂണിയൻ സംഘടനയുടെ സെക്രട്ടറിയായിരുന്നു എൻ സി ശേഖർ. 1938 മുതൽ എ ഐ ടി യു സിയുടെ ജനറൽ കൗൺസിലിൽ അംഗമായ എൻ സി 1943 ൽ അതിന്റെ പ്രവർത്തക സമിതിയിൽ അംഗമായി. 1960 വരെ ആ സ്ഥാനത്ത് തുടർന്നു.[2]

സംഭവബഹുലമായ എൻ സിയുടെ ട്രേഡ് യൂണിയൻ പ്രവർത്തനത്തിന്റെ ആദ്യഘട്ടത്തിൽ(1934–39) അദ്ദേഹം നേരിട്ടു പങ്കെടുക്കുകയും നേതൃത്വം വഹിക്കുകയും ചെയ്ത പ്രധാനപ്പെട്ട ചില സമരങ്ങളെ കുറിച്ചാണ് ഈ ഭാഗത്ത് വിവരിക്കുന്നത്.

കേരളത്തിൽ ട്രേഡ് യൂണിയൻ പ്രവർത്തനം ആരംഭിക്കുന്നു

കേരളത്തിലെ ആദ്യത്തെ തൊഴിലാളി സംഘടന 1922 മാർച്ച് 31 ന് ആലപ്പുഴയിൽ വെച്ച് രൂപംകൊണ്ട 'തിരുവിതാംകൂർ ലേബർ അസോസിയേഷൻ' ആണ്. ഈ സംഘടനയുടെ പ്രഥമ സമ്മേളനത്തിൽ പങ്കെടുത്തത് ആലപ്പുഴ എമ്പയർ കയർ വർക്സിലെ മുന്നൂറോളം തൊഴിലാളികളാണ്. പി കെ ബാവയെ സംഘടനയുടെ ആദ്യത്തെ ജനറൽ സെക്രട്ടറിയായും ഡോ. കെ എം ആന്റണിയെ ആദ്യത്തെ പ്രസിഡന്റായും തിരഞ്ഞെടുത്തു. രൂപീകരണ സമ്മേളനത്തിൽ അദ്ധ്യക്ഷത വഹിച്ചത് ആലപ്പുഴയിലെ പൊതുപ്രവർത്തകനായിരുന്ന പി എസ് മുഹമ്മദ് വക്കീൽ ആയിരുന്നു.

ഒരു പണിമുടക്കിന്റെ അല ആദ്യമായി കേരളത്തിൽ അടിച്ചത് തെക്കെ ഇന്ത്യയെ മുഴുവൻ പിടിച്ചു കുലുക്കിയ 1928 ലെ സൗത്ത് ഇന്ത്യൻ റെയിൽവേ (എസ് ഐ ആർ) തൊഴിലാളികളുടെ പണിമുടക്കത്തോടെയാണ്.[3]

മലബാറിൽ തൊഴിലാളി പ്രസ്ഥാനത്തിന് തുടക്കം കുറിച്ചത് ഭാരത സേവാ സംഘം പ്രവർത്തകരായിരുന്ന വി ആർ നായനാരും സൂര്യ നാരായണ റാവുവുമായിരുന്നു. അകാരണമായി തൊഴിലാളികളെ മർദ്ദിക്കുക, മലമൂത്ര വിസർജ്ജനത്തിന് സമയം അനുവദിക്കാതിരിക്കുക, കണ്ടമാനം പിരിച്ചുവിടുക എന്നിവയ്ക്കെതിരായിട്ടുമായിരുന്നു അവരുടെ പോരാട്ടം. 1930–33 കാലത്ത് കേരളത്തിന്റെ പല ഭാഗങ്ങളിലും കൂലി വെട്ടിക്കുറച്ചതിനും ജോലി സമയം വർദ്ധിപ്പിച്ചതിനും മറ്റുമെതിരെ തൊഴിലാളികൾ പണിമുടക്കിയെങ്കിലും ആ സമരങ്ങളെല്ലാം മദ്ധ്യസ്ഥതയിൽ പരിഹരിക്കുകയാണുണ്ടായത്. അന്നൊന്നും അവിടങ്ങളിൽ സംഘടനയുണ്ടായിരുന്നില്ല.

1931 നും 1933നും ഇടയിലാണ് പുതിയ രീതിയിലുള്ള ചില തൊഴിലാളി യൂണിയനുകൾ രൂപംകൊണ്ടത്. പി ഗംഗാധരൻ, ജോർജ് ചടയൻ മുറി, എ ജി വേലായുധൻ എന്നിവർ സംഘടിപ്പിച്ച കൊച്ചിയിലെ കൊച്ചിൻ ലേബർ യൂണിയൻ, കെ ഐ ഇക്കണ്ണൻ വൈദ്യർ, ടി എ പീറ്റർ, ടി കെ രാമൻ മുതലായവരുടെ നേതൃത്വത്തിൽ രൂപംകൊണ്ട കൊച്ചി ഓച്ചംതുരുത്തു തൊഴിലാളിസംഘം, ലാസറപ്പൻ സംഘടിപ്പിച്ച തൃശൂരിലെ ലേബർ യൂണിയൻ, കെ പി ഗോപാലന്റെയും കൂട്ടരുടെയും ശ്രമഫലമായി സംഘടിപ്പിക്കപ്പെട്ട കണ്ണൂരിലെ വടക്കേമലബാർ തൊഴിലാളി യൂണിയൻ, എൻ സി ശേഖർ, എൻ പി കുരുക്കൾ എന്നിവർ തിരുവനന്തപുരത്ത് സംഘടിപ്പിച്ച പ്രസ് വർക്കേഴ്സ് യൂണിയൻ മുതലായവ ഇവയിൽ എടുത്തുപറയേണ്ടവയാണ്. കൂലിവർദ്ധനവിനുവേണ്ടി നടന്ന സമരങ്ങൾക്കിടയിലാണ് ഈ പറഞ്ഞ യൂണിയനുകളെല്ലാം ജന്മംകൊണ്ടത്. 1934 ആകുമ്പോഴേക്കും അഴീക്കോട് നെയ്ത്തു തൊഴിലാളി യൂണിയൻ (കണ്ണൂർ), തലശ്ശേരി ശ്രീനാരായണ ബീഡി തൊഴിലാളിസംഘം, ഫറോക്കിലും കല്ലായിയിലും ഉള്ള ഡി എം ആർ ടിക്കാരുടെ യൂണിയൻ എന്നിവയും രൂപം കൊണ്ടു.

ഈ സംഘടനകളുടെ പ്രവർത്തനങ്ങളിൽ അടിസ്ഥാനപരമായ മാറ്റങ്ങൾ വന്നത് 1934 മദ്ധ്യത്തോടെ കോൺഗ്രസ് സോഷ്യലിസ്റ്റ് പാർട്ടി നേതാക്കൾ ഈ സംഘടനകളുമായി ബന്ധപ്പെടാൻ തുടങ്ങിയതോടെയാണ്.

കേന്ദ്രീകൃതവും സുസംഘടിതവുമായ ഒരു തൊഴിലാളി പ്രസ്ഥാനം കേരളത്തിലുണ്ടായത് പി കൃഷ്ണപിള്ള, എ കെ ജി, കെ പി ഗോപാലൻ, പി നാരായണൻ നായർ, എൻ സി ശേഖർ മുതലായ കോൺഗ്രസ് സോഷ്യലിസ്റ്റ്

പാർട്ടി നേതാക്കൾ തൊഴിലാളികളെ സംഘടിപ്പിക്കാൻ തുടങ്ങിയതോടെയാണ്.

ട്രേഡ് യൂണിയൻ പ്രമേയം

1934 ൽ ആലപ്പുഴ പട്ടണത്തിൽ ഒരു തിയേറ്ററിൽ വെച്ച് കർഷകതൊഴിലാളി സമ്മേളനം നടന്നു. എൻ സിയും സമ്മേളനത്തിൽ പങ്കെടുത്തു. ആ കാലഘട്ടത്തിൽ പ്രത്യേകിച്ചും തിരുവിതാംകൂർ കയർ ഫാക്ടറി തൊഴിലാളി യൂണിയന്റെ നേതൃത്വം നിവർത്തന പ്രസ്ഥാനത്തിന്റെ മേധാവിത്വം വഹിക്കുന്ന ഒരു വിഭാഗത്തിന്റെ കൈയിലായിരുന്നു.

പ്രതിനിധി സമ്മേളനത്തിൽ അദ്ധ്യക്ഷത വഹിച്ചത് പി കെ കുഞ്ഞായിരുന്നു. നിവർത്തന പ്രസ്ഥാനത്തിന്റെ പ്രമുഖനേതാക്കളിലൊരാളായിരുന്നു അദ്ദേഹം. യൂണിയന്റെ വൈസ് പ്രസിഡന്റായ പി എൻ കൃഷ്ണപിള്ള, പൊന്നറ ജി ശ്രീധർ, പാണ്ഡവത്ത് ശങ്കരപിള്ള, മലയാളരാജ്യത്തിലെ വി ഗംഗാധരൻ തുടങ്ങിയ ആജീവനാന്ത അംഗങ്ങളും പത്രറിപ്പോർട്ടന്മാരും വേദിയിൽ ഹാജരായിരുന്നു.

തൊഴിലാളികൾ അല്ലാത്ത അനുഭാവികൾക്കും ആ കാലത്ത് യൂണിയനിൽ ആജീവനാന്ത അംഗമായി ചേരാനുള്ള വ്യവസ്ഥയുണ്ടായിരുന്നതിനാൽ എൻ സി യും അങ്ങനെയൊരു അംഗമായി ചേർന്നു. ക്ഷണിക്കപ്പെട്ട സൗഹാർദ്ദ പ്രതിനിധിയെന്ന നിലയിലാണ് എൻ സി സമ്മേളനത്തിനെത്തിയത്. സോഷ്യലിസ്റ്റ് ആശയക്കാരായിരുന്നു ആജീവനാന്ത അംഗങ്ങളായി ചേർന്നിട്ടുള്ളവരിൽ ചിലർ. അവർ അന്നത്തെ നേതൃത്വത്തെ സമുദായവാദികൾ എന്ന നിലയ്ക്കാണ് വിലയിരുത്തിയത്. തൊഴിലാളികളാണെങ്കിൽ എല്ലാ ജാതിമതാദി വിഭാഗങ്ങളിൽപ്പെട്ടവരും.

ഈ സമ്മേളനത്തിൽ തൊഴിലാളികളുടെ ആവശ്യങ്ങളടങ്ങുന്ന ഒരു പ്രമേയം അവതരിപ്പിച്ച് സംസാരിക്കാൻ എൻ സി നിർബ്ബന്ധിതനായി. പ്രമേയം തയ്യാറാക്കിയത് കൊല്ലത്തുള്ള അലക്സ് എന്നറിയപ്പെടുന്ന സഖാവ് അലക്സാണ്ടറായിരുന്നു. കൊല്ലത്തെ പി എസ് കുറുപ്പ് പ്രമേയം പിന്താങ്ങി.

ജോലിസമയം പരിമിതപ്പെടുത്തുക, വിശ്രമിക്കാനവസരമുണ്ടാക്കുക, ജോലിക്ക് കൃത്യമായി കൂലി കിട്ടുക, ജീവിക്കാനുള്ള വേതനം ലഭിക്കുക, കൂട്ടായി വിലപേശാനവകാശം ലഭിക്കുക, സംഘടിക്കാൻ സ്വാതന്ത്ര്യം ഉണ്ടാക്കുക, മറ്റെല്ലാ തൊഴിലാളി വിഭാഗങ്ങളുമായി ഐക്യദാർഢ്യമുണ്ടാക്കുക– ഇതൊക്കെയായിരുന്നു തൊഴിലാളി വർഗ്ഗത്തിന്റെ താല്ക്കാലികാവശ്യങ്ങൾ. ഈ ആവശ്യങ്ങൾ പ്രതിനിധീകരിക്കുന്ന തൊഴിലാളി സംഘടനയാണ് ട്രേഡ് യൂണിയൻ. ട്രേഡ് യൂണിയന് ജാതീയമായോ മതപരമായോ യാതൊന്നുമില്ല. മുതലാളിത്തത്തിന്റെ ചൂഷണത്തെയും, മർദ്ദനത്തെയും തടയുക, ഉല്പാദകരുടെ അവകാശങ്ങൾ സ്ഥാപിക്കുക എന്നിവയൊക്കെയാണ് യൂണിയനുകളുടെ ലക്ഷ്യം.[4] ഈ കാര്യങ്ങൾ അടങ്ങിയതായിരുന്നു എൻ സി അവതരിപ്പിച്ച പ്രമേയം.

അദ്ധ്യക്ഷനെ സമീപിച്ച് എൻ സി ശേഖർ ഇങ്ങനെ പറഞ്ഞു: "ഒരു പ്രമേയം അവതരിപ്പിക്കാനുണ്ട്. അതിന് അദ്ധ്യക്ഷന്റെ അനുവാദം വേണം"

അദ്ധ്യക്ഷൻ ചോദിച്ചു: "എന്താ പ്രമേയം?"

എൻ സിയുടെ ഉത്തരം: "ട്രേഡ് യൂണിയൻ" പ്രമേയം.

അദ്ധ്യക്ഷൻ: നിങ്ങളുടെ പേര്?
എൻ സി: എൻ സി ശേഖർ
അദ്ധ്യക്ഷൻ: എൻ സി എന്നാൽ
എൻ സി: എൻ സി ശേഖർ എന്നാൽ എൻ സി ശേഖർ തന്നെ.

വീണ്ടും വീണ്ടും അദ്ധ്യക്ഷൻ ഇതേ ചോദ്യം ചോദിച്ചുകൊണ്ടിരുന്നു. അതേ ഉത്തരം തന്നെയാണ് എൻ സി നല്കിയത്.

ആവർത്തിച്ചാവർത്തിച്ചുള്ള അദ്ധ്യക്ഷന്റെ ചോദ്യത്തിന്റെ ലക്ഷ്യം ഏതു ജാതിക്കാരനാണ് പ്രമേയവതാരകൻ എന്നറിയിക്കാനാണ്. എൻ സിയുടെ മറുപടിയിൽ നിന്നും അത് വ്യക്തമല്ല. അതിനിടയിൽ പുറകിലിരുന്ന വി ഗംഗാധരൻ "എൻ സി ശേഖർ എന്നാൽ എൻ സി ശേഖർ തന്നെ". എന്നുറക്കെ വിളിച്ചുപറഞ്ഞു. ഇതോടെ സദസ്സിലിരുന്നവരുടെ ശ്രദ്ധ അദ്ധ്യക്ഷവേദിയിലേക്ക് തിരിഞ്ഞു. ഇനി അവിടെ നടന്ന സംഭവങ്ങൾ എൻ സിയുടെ ഭാഷയിൽ വായിക്കുക:

> ....ആയിരത്തിലധികം വരുന്ന പ്രതിനിധികളുടെ ഇടയിൽ നിന്ന് ശബ്ദങ്ങൾ ഉയർന്നു. കാര്യം എന്താണെന്ന് ഞങ്ങൾക്കും അറിയണം. അദ്ധ്യക്ഷൻ പറയണം .അദ്ധ്യക്ഷൻ പറഞ്ഞു: ഈ നില്ക്കുന്ന ആൾക്ക് ഒരു പ്രമേയം ആവശ്യപ്പെടുന്നു. പേര് എൻ സി ശേഖർ.
>
> അനുവദിക്കരുത്, അനുവദിക്കരുത്, അയാൾ നായരുടെ ഏജന്റായിരിക്കും. സമ്മേളനത്തെ തകർക്കാൻ വന്നതായിരിക്കും. അനുവദിച്ചുകൂടാ" നീട്ടി വിളിച്ചുപറഞ്ഞു, കൂട്ടത്തോടെ. "നിവർത്തനാവേശം ജനിപ്പിച്ച" നായർ വിരോധത്തിന്റെ ബാക്കി പൊലിഞ്ഞുയർന്നു.
>
> ശാന്തനായി നിന്ന ഞാൻ തന്നെ അദ്ധ്യക്ഷന്റെ അനുമതി കൂടാതെ ഉച്ചത്തിൽ പറഞ്ഞു. സ്നേഹിതരെ, സഖാക്കളെ ഞാൻ നിങ്ങളുടെ സെക്രട്ടറിയുടെ ക്ഷണപ്രകാരം ഈ വാർഷിക യോഗത്തിൽ സൗഹാർദ്ദപ്രതിനിധിയായി വന്നിട്ടുള്ള തിരുവണ്ണൂർ കോട്ടൺമിൽ തൊഴിലാളി യൂണിയന്റെ സെക്രട്ടറിയാണ്. ഞാൻ പ്രതിനിധീകരിക്കുന്ന യൂണിയനെപ്പോലെ നിങ്ങളുടെ യൂണിയനും ഉയർന്നു വരണമെന്ന ആഗ്രഹത്താൽ ഒരു പ്രമേയം ഇവിടെ അവതരിപ്പിക്കണമെന്നാവശ്യപ്പെട്ടപ്പോൾ ഞാൻ ഏതു ജാതിയിൽപ്പെട്ടവനാണെന്ന് അറിയാൻ വേണ്ടിയാണ് അദ്ധ്യക്ഷൻ പേരന്വേഷിക്കുന്നത്. ഞാൻ തൊഴിലാളികളുടെ ആളല്ലാതെ മറ്റാരുടെയും ഏജന്റല്ല.
>
> ഇത്രയും കേട്ട മാത്രയിൽ സദസ്സിന്റെ ഭാവം ആകെ മാറി. ആ സദസ്സിൽ ശരിക്കുള്ള തൊഴിലാളിയെ ഞാൻ സന്ദർശിച്ചു. സംസാരിക്കട്ടെ, സംസാരിക്കട്ടെ ഞങ്ങൾക്ക് കേൾക്കണം. എല്ലാം കണ്ടു ജനങ്ങളിൽ നിന്നുംആവേശപൂർവ്വം ശബ്ദമുയർന്നു. പാരമ്പര്യ ജാതീയതയുടെ അവസാന പ്രസരമേറ്റിറ്റുണ്ടെങ്കിലും അതിലടങ്ങിയിരുന്ന പുതിയ ശക്തി തൊഴിലാളിവർഗ്ഗത്തിന്റെ മനോഭാവവും വികാരവും പുറത്തു ചാടി വന്നു.
>
> അദ്ധ്യക്ഷൻ അനുവദിച്ചസമയം 15 മിനിട്ട്, സംസാരിച്ച സമയം ഒന്നര മണിക്കൂർ. അദ്ധ്യക്ഷൻ നിരുന്മേഷവാനായി അവിടെ അദ്ധ്യക്ഷ പീഠത്തിൽലമർന്നിരുന്നു. ഒന്നര മണിക്കൂർ നീണ്ടുനിന്ന പ്രസംഗത്തി

> നുശേഷം സമുദായസംഘടനകളുമായി ബന്ധപ്പെടാത്ത തനി ട്രേഡ് യൂണിയൻ സംഘടനയായി യൂണിയനെ രൂപാന്തരപ്പെടുത്തണമെന്ന പ്രമേയം ഏകകണ്ഠമായി പ്രതിനിധി സമ്മേളനം കരഘോഷത്തോടെ അംഗീകരിച്ചു. ഒളിഞ്ഞുകിടന്ന തൊഴിലാളിയുടെ യഥാർത്ഥ വർഗ്ഗസ്വഭാവം പ്രകടിതമായി. അതാണ് വസ്തുനിഷ്ഠമായ സത്യം.[5]

പി കൃഷ്ണപിള്ള മുൻകൈയെടുത്ത് 1934 ൽ രൂപീകരിച്ച 'കാലിക്കറ്റ് ലേബർ യൂണിയൻ' എന്ന സംഘടനയിൽ ഉണ്ടായിരുന്നത് 17 പേരാണ്. ആദ്യകാലത്തു നെയ്ത്തുതൊഴിലാളികൾ, സോപ്പുതൊഴിലാളികൾ, തുന്നൽ തൊഴിലാളികൾ തുടങ്ങി എല്ലാ വ്യവസായത്തിലെയും തൊഴിലാളികൾ ഈ സംഘടനയിൽ അംഗമായിരുന്നു. യൂണിയൻ സ്ഥിരമായി യോഗങ്ങൾ ചേർന്നു. തൊഴിലാളികളിൽ സംഘടനാബോധവും വർഗ്ഗബോധവും വളർത്താൻ ക്ലാസ്സുകൾ സംഘടിപ്പിച്ചു. ക്രമേണ വ്യാവസായികാടിസ്ഥാനത്തിൽ തൊഴിലാളികളെ സംഘടിപ്പിക്കാൻ ആരംഭിച്ചു.

1934–ലോടെ കോഴിക്കോട്ടും തലശ്ശേരിയിലുമൊക്കെ സംഘടിത തൊഴിലാളി പ്രസ്ഥാനങ്ങൾ രൂപംകൊള്ളാൻ തുടങ്ങിയത് മുതലാളിമാരെ വിറളി പിടിപ്പിച്ചു. അവർ സംഘടനാ പ്രവർത്തനങ്ങളിലേർപ്പെട്ട തൊഴിലാളികളെ പലതരത്തിലും ബുദ്ധിമുട്ടിക്കാനും പിരിച്ചുവിടാനും തുടങ്ങി.

മുതലാളിമാരുടെ ഇത്തരം പ്രവർത്തനങ്ങളൊന്നും വകവച്ചു കൊടുക്കാൻ എൻ സി ശേഖറും മറ്റു സി എസ് പി പ്രവർത്തകരും തയ്യാറായില്ല. പാവപ്പെട്ട തൊഴിലാളികളെ സംഘടിതരാക്കുന്നതിൽ അവർ നിരന്തരം ശ്രദ്ധചെലുത്തി. തിരുവണ്ണൂർ കോട്ടൺമിൽ എന്നറിയപ്പെടുന്ന മലബാർ സ്പിന്നിംഗ് ആന്റ് വീവിങ്ങ് കമ്പനി, ഫറോക്കിലെ ഓട്ടു കമ്പനി, കല്ലായിയിലെ ഈർച്ച കമ്പനി തുടങ്ങി പല കമ്പനികളിലെയും തൊഴിലാളികളെ അവർ സംഘടിപ്പിച്ചു.

കോട്ടൺമിൽ യൂണിയൻ ഓഫീസ് ഒരു പഠനകേന്ദ്രം കൂടിയായിരുന്നു. തൊഴിലാളികളല്ലാത്തവരും ഈ കേന്ദ്രത്തിൽ നിന്നും വിദ്യാഭ്യാസം നേടിയിരുന്നു. എ കെ ജി, പി കൃഷ്ണപിള്ള, എൻ സിശേഖർ, കെ പി ഗോപാലൻ എന്നിവർ ഈ പഠനകേന്ദ്രം നടത്തുന്നതിൽ പ്രധാന പങ്കുവഹിച്ചു.

ഊണും ഉറക്കവുമില്ലാതെയായിരുന്നു എൻ സി ശേഖറും മറ്റും തൊഴിലാളികളെ സംഘടിപ്പിച്ചത്. തൊഴിലാളിസംഘടനാ പ്രവർത്തനം മുന്നോട്ട് പോകുന്നതിനിടയിൽ തൊഴിലാളിവർഗ്ഗത്തെ സംബന്ധിച്ചിടത്തോളം ഒരു സുപ്രധാന സംഭവം ഉണ്ടായി. ഒരാഴ്ചത്തെ പ്രവൃത്തിസമയം ആഴ്ചയിൽ 54 മണിക്കൂറായി നിജപ്പെടുത്തിക്കൊണ്ട് ഒരു നിയമം വന്നു. നിലവിലുണ്ടായിരുന്നത് 1922 ലെ ഇന്ത്യൻ ഫാക്ടറീസ് ആക്ട് അനുസരിച്ച് ആഴ്ചയിൽ 60 മണിക്കൂർ പ്രവൃത്തിയും ഞായറാഴ്ച അവധിയും ആയിരുന്നു. വിറ്റ്ലി കമ്മീഷന്റെ ശുപാർശ പ്രകാരം 1934–ൽ അത് ആഴ്ചയിൽ 54 മണിക്കൂറായി. 1935 ജനുവരി 1–ാം തീയതി മുതൽ ഇത് ബ്രിട്ടീഷിന്ത്യയിൽ പ്രാബല്യത്തിൽ വന്നു. പക്ഷേ നിയമത്തിൽ തൊഴിലാളികൾക്കു നല്കേണ്ട പ്രതിഫലത്തിന്റെ കാര്യത്തിൽ പ്രത്യേകിച്ചൊരു വ്യവസ്ഥയുമുണ്ടായിരുന്നില്ല. ഈ നിയമത്തിലെ ഒരു പ്രധാന പോരായ്മ ആഴ്ചയിൽ 54 മണിക്കൂർ 6 ദിവസം കൊണ്ട് എന്നോ ദിവസത്തിൽ 9 മണിക്കൂർ വീതം ആഴ്ചയിൽ 54 മണിക്കൂർ എന്നോ വ്യക്തമായി പറഞ്ഞിരുന്നില്ലായെന്നതായിരുന്നു. എന്നാൽ മുതലാളിമാർ ഈ

നിയമം നടപ്പിലാക്കിയത് അവർക്കനുകൂലമായ രീതിയിലാണ്. ദിവസേന 10 മണിക്കൂർ പ്രകാരം 5 ദിവസത്തേക്കും 6–ാം ദിവസം നാലുമണിക്കൂർ മാത്രം പണിയെടുപ്പിച്ചുകൊണ്ട് അരദിവസത്തെ കൂലി തൊഴിലാളികൾക്കു നഷ്ടപ്പെടുത്തുകയാണ് വ്യവസായ കേന്ദ്രങ്ങളായ ബോംബെ, അഹമ്മദാബാദ് തുടങ്ങി ഇന്ത്യയിലെല്ലായിടത്തും വലിയൊരു വിഭാഗം മുതലാളിമാർ ചെയ്തത്. മദിരാശി പ്രവിശ്യയിലുൾപ്പെട്ട മലബാറിലെ ബഹഭൂരിപക്ഷം ഫാക്ടറി മുതലാളിമാരും ഈ തന്ത്രം തന്നെയാണ് നടപ്പിലാക്കിയത്.

ഈ തീരുമാനത്തിനെതിരെയും മറ്റു ചില ആവശ്യങ്ങൾ കൂടി ഉന്നയിച്ചുകൊണ്ടും 1935 ഫെബ്രുവരിയിൽ തിരുവണ്ണൂർ കോട്ടൺമില്ലിലും, മാർച്ചിൽ ഫറോക്കിലെ ഓട്ടു കമ്പനികളിലും വമ്പിച്ച സമരങ്ങൾ നടന്നു. പി കൃഷ്ണ പിള്ള, എ കെ ഗോപാലൻ തുടങ്ങിയവരോടൊപ്പം എൻ സി ശേഖറും ഈ സമരങ്ങൾക്ക് നേതൃത്വം കൊടുത്തു. സമരം അവസാനിച്ചെങ്കിലും തിരുവണ്ണൂർ കോട്ടൺമിൽ മാനേജുമെന്റ് ഒത്തുതീർപ്പ് വ്യവസ്ഥ ലംഘിച്ചതിനെത്തുടർന്ന് 1935 നവംബർ 11 മുതൽ അവിടെ വീണ്ടും ശക്തമായ പണിമുടക്കമുണ്ടായി. കോട്ടൺമിൽ തൊഴിലാളി യൂണിയൻ സെക്രട്ടറിയായ എൻ സി ശേഖർ സമരത്തിന് നേതൃത്വം കൊടുത്തു. പണിമുടക്കുകാലത്ത് പൊതുയോഗങ്ങളും ഘോഷയാത്രകളും നിരോധിച്ചു. എൻ സി ശേഖർ, പി കൃഷ്ണപിള്ള, എ കെ ഗോപാലൻ, എൻ പി കുരിക്കൾ തുടങ്ങിയ തൊഴിലാളി നേതാക്കന്മാർക്ക് നിരോധനാജ്ഞകൾ നല്കി. 1936 ജനുവരി 16 ന് പണിമുടക്ക് അവസാനിച്ചു. യൂണിയനെ തകർത്തു കളയാമെന്നുള്ള മാനേജുമെന്റിന്റെയും ഗവൺമെന്റിന്റെയും പരിശ്രമങ്ങളെ തൊഴിലാളികൾ ഒന്നിച്ചു ചേർന്ന് തടഞ്ഞുനിർത്തി.

കേരളത്തിന്റെ വിവിധ ഭാഗങ്ങളിൽ ചിന്നിച്ചിതറിക്കിടന്നിരുന്ന തൊഴിലാളി സംഘടനകളെയാകെ അന്യോന്യം ബന്ധിപ്പിച്ച് ഒരു അഖില കേരള തൊഴിലാളി പ്രസ്ഥാനത്തിന് രൂപം നല്കാൻ പി കൃഷ്ണപിള്ള, എൻ സി ശേഖർ മുതലായ തൊഴിലാളി നേതാക്കൾ ശ്രമിച്ചതിന്റെ ഫലമായിരുന്നു 1935 മേയ് 26 ന് കോഴിക്കോട്ടു വെച്ചു നടന്ന ഒന്നാം അഖില കേരള തൊഴിലാളി സമ്മേളനം. ഒരു അഖില കേരള തൊഴിലാളി കമ്മിറ്റിയെ സമ്മേളനം തെരഞ്ഞെടുത്തു. അതിൽ എൻ സിയും ഉൾപ്പെട്ടിരുന്നു. 1937 ഏപ്രിൽ 25 ന് തൃശൂരിൽ വെച്ച് രണ്ടാം അഖില കേരള തൊഴിലാളി സമ്മേളനം നടന്നു. 1939 ഫെബ്രുവരി 19 ന് ആലപ്പുഴയിലെ കഞ്ഞിക്കുഴിയിൽവെച്ച് നടന്ന മൂന്നാം സമ്മേളനം കൈക്കൊണ്ട ഒരു പ്രധാന തീരുമാനം 'കേരള സംസ്ഥാന ട്രേഡ് യൂണിയൻ കൗൺസിൽ' രൂപീകരിക്കാൻ തീരുമാനിച്ചതാണ്. അത് രൂപീകരിക്കുന്നതുവരെ കേരളത്തിലെ തൊഴിലാളികളുടെ പ്രവർത്തനത്തെ കേന്ദ്രീകരിച്ച് പ്രവർത്തിക്കാൻ എൻ സി ശേഖർ കൺവീനറായി ഒരു കേരള കമ്മിറ്റിയെ നിയമിച്ചു.

1937 സെപ്തംബർ 19 ന് മലബാറിലെ തൊഴിലാളികൾ 'അവകാശ പ്രഖ്യാപന ദിനം' ആഘോഷിക്കുന്നതിന്റെ ഭാഗമായി കോഴിക്കോട്, തലശ്ശേരി, കണ്ണൂർ എന്നിവിടങ്ങളിൽ നടന്ന വമ്പിച്ച പ്രകടനങ്ങളും യോഗങ്ങളും 1937 നവംബർ 14 ന് കോഴിക്കോട് വെച്ച് എസ് എ ഡാങ്കെയുടെ അദ്ധ്യക്ഷതയിൽ അഖില മലബാർ തൊഴിലാളി സമ്മേളനവും വൻ വിജയമാക്കിത്തീർക്കുന്നതിൽ നേതൃത്വം നല്കിയ പ്രമുഖരിൽ ഒരാളാണ് എൻ സി ശേഖർ.

1937 ൽ കണ്ണൂരിലെയും തലശ്ശേരിയിലെയും ബീഡിത്തൊഴിലാളികളും, കോഴിക്കോട്, തലശ്ശേരി, കണ്ണൂർ എന്നിവിടങ്ങളിലെ നെയ്ത്ത് തൊഴിലാളി

കളും നടത്തിയ സമരങ്ങൾ, പുതിയറ ഓട്ടുകമ്പനിത്തൊഴിലാളി സമരം എന്നിവ വിജയത്തിലെത്തിക്കാൻ എൻ സി വഹിച്ച പങ്ക് തീരെ ചെറുതല്ല. 1938 ൽ വടകരയിൽ ചുരുട്ടുതൊഴിലാളികൾ, 1939 ൽ കണ്ണൂരിലെ കോമൺ വെൽത്ത് നെയ്ത്തുതൊഴിലാളികൾ എന്നിവരുടെ സമരം വിജയിപ്പിക്കാനും എൻ സി എത്തി.

കൊച്ചി നാട്ടുരാജ്യത്തിലെ ആദ്യത്തെ ടെക്സ്റ്റയിൽ സ്ഥാപനമായ സീതാറാം മില്ലിൽ തൊഴിലാളി സംഘടന കെട്ടിപ്പടുക്കാനും 1937 മാർച്ചിൽ പി എസ് നമ്പൂതിരിയുടെ നേതൃത്വത്തിൽ പള്ളുരുത്തിയിലെ കൊച്ചിൻ ടിൻ ഫാക്ടറിയിൽ നടന്ന സമരത്തെ സഹായിക്കാനും, 1938 മെയ് മാസത്തിലും ജൂൺ മാസത്തിലും ആമ്പല്ലൂർ അളഗപ്പ ചെട്ടിയാർ മില്ലിൽ നടന്ന പണിമുടക്ക് സമരത്തെ വിജയിപ്പിക്കാനും അവിടെ യൂണിയൻ കെട്ടിപ്പടുക്കാനും എൻ സി ശ്രദ്ധേയമായ പങ്കുവഹിച്ചിരുന്നു.

1936 ൽ ബോംബെയിൽ വെച്ചു നടന്ന എ ഐ ടി യു സിയുടെ പതിനഞ്ചാം അഖിലേന്ത്യാ സമ്മേളനത്തിൽ കേരളത്തിൽ നിന്ന് പങ്കെടുത്ത ഒരേയൊരു പ്രതിനിധിയായിരുന്നു എൻ സി 1938 ജനുവരി 1, 2 തീയതികളിൽ ദൽഹിയിൽവെച്ച് നടന്ന പതിനാറാം സമ്മേളനത്തിൽ വെച്ച് എൻ സിയെ എ ഐ ടി യു സിയുടെ ജനറൽ കൗൺസിൽ അംഗമായി തിരഞ്ഞെടുത്തു.

സൂചനകൾ

1. *അഗ്നിവീഥികൾ*, പു: X
2. എൻ സി ശേഖർ സ്മരണിക–2012, പു 42
3. എൻ ഇ ബാലറാം, കേരളത്തിലെ കമ്യൂണിസ്റ്റ് പ്രസ്ഥാനം, പ്രഭാതം പ്രിന്റിങ്ങ് ആന്റ് പബ്ലിഷിങ്ങ് കമ്പനി (പ്രൈവറ്റ്) ലിമിറ്റഡ്, (തിരുവനന്തപുരം–1990), പു:99
4. *അഗ്നിവീഥികൾ*, പു:187
5. മേൽചൊന്നത്, പു188–89
6. *മാതൃഭൂമി*, 5 ജനുവരി 1935
7. *മാതൃഭൂമി*, 29 ജനുവരി 1935

13

കമ്യൂണിസ്റ്റ് പാർട്ടിയിലേക്ക്

ആയിരത്തിത്തൊള്ളായിരത്തി മുപ്പത്തി ഒന്ന് മാർച്ചിൽ എൻ. സി ശേഖറും പൊന്നറ ശ്രീധറും മറ്റും ചേർന്ന് എൻ.പി കുരിക്കൾ സെക്രട്ടറിയായി കമ്യൂണിസ്റ്റ് ലീഗ് രൂപീകരിച്ച കാര്യം മുമ്പ് പറഞ്ഞിട്ടുണ്ടല്ലോ. അന്ന് നിരോധിക്കപ്പെട്ടിരുന്ന ഇന്ത്യൻ കമ്യൂണിസ്റ്റ് പാർട്ടിയുമായി ഈ ഗ്രൂപ്പിനു ബന്ധമൊന്നുമുണ്ടായിരുന്നില്ലായെന്നും കമ്യൂണിസ്റ്റ് ലീഗ് സ്ഥാപിച്ച് രണ്ടുമൂന്നു ദിവസത്തിനുള്ളിൽ തന്നെ അതിനെ നിരോധിക്കുകയുണ്ടായെന്നും വ്യക്തമാക്കിയിരുന്നല്ലോ. ഇന്ത്യൻ കമ്യൂണിസ്റ്റ് പാർട്ടിയുമായി ബന്ധമുള്ള കേരളത്തിലെ ആദ്യത്തെ കമ്യൂണിസ്റ്റ് ഗ്രൂപ്പ് രൂപം കൊള്ളുന്നത് 1937 ജൂലൈ യിലാണ്. അതിനിടയാക്കിയ സാഹചര്യത്തെക്കുറിച്ച് അല്പം വിശദീകരിക്കാം.

19-ാം നൂറ്റാണ്ടിന്റെ മദ്ധ്യത്തിൽ തന്നെ കാറൽ മാർക്സിന്റെയും ഫ്രഡ റിക് എംഗൽസിന്റെയും രചനകളിലെ ഒരു പ്രധാന ശ്രദ്ധാകേന്ദ്രം ഇന്ത്യയാ യിരുന്നു. 1853 ൽ *ന്യൂയോർക്ക് ഡെയ്‌ലി ട്രിബ്യൂൺ* എന്ന പത്രത്തിൽ എഴുതിയ *ഇന്ത്യയിലെ ബ്രിട്ടീഷ് ഭരണം(The British Rule in India), ഇന്ത്യയിലെ ബ്രിട്ടീഷ് ഭരണത്തിന്റെ ഭാവി ഫലങ്ങൾ (The Future Results of British Rule in India)* എന്നീ ലേഖനങ്ങളിലൂടെ ഇന്ത്യയിലെ ബ്രിട്ടീഷ് ഭരണത്തിന്റെ ചൂഷണ സ്വഭാവം തുറന്നുകാണിക്കാൻ മാർക്സിനു കഴിഞ്ഞു.

ഈ ലേഖനങ്ങൾ എഴുതി നാലുകൊല്ലം തികയുമ്പോഴാണ് 1857-ൽ പൊട്ടിപ്പുറപ്പെട്ടതും *ശിപായിലഹള*യെന്ന് ബ്രിട്ടീഷ് ഭരണാധികാരികൾ മുദ്ര കുത്തിയതുമായ *ദേശീയ കലാപം* നടന്നത്. 1857-ൽ നടന്ന ഈ കലാപത്തെ *ഒന്നാം സ്വാതന്ത്ര്യ സമരം* എന്ന് ആദ്യം വിശേഷിപ്പിച്ചത് മാർക്സും എംഗൽ സുമാണ്. ഈ ദേശീയ കലാപത്തെ വാഴ്ത്തിയ മാർക്സ് അത് നടന്നകാലത്ത് മുഴുവൻ ഓരോ ആഴ്ചയിലെയും സംഭവവികാസങ്ങളെ വിശകലനം ചെയ്തു കൊണ്ട് ഒരു ലേഖന പരമ്പര തന്നെ എഴുതുകയുണ്ടായി. ആ ലേഖനങ്ങളെ സമാഹരിച്ചുകൊണ്ട് *ഒന്നാം ഇന്ത്യൻ സ്വാതന്ത്ര്യ സമരം: 1857-59* എന്ന തല ക്കെട്ടിൽ ഒരു ഗ്രന്ഥം മോസ്കോവിലെ ഫോറിൻ ലാംഗ്വേജ് പബ്ളിഷിംഗ് ഹൗസ് പ്രസിദ്ധീകരിക്കുകയുണ്ടായി. ഇന്ത്യയിലുണ്ടായ ആ *ദേശീയ കലാപം* അടിച്ചമർത്തപ്പെട്ടെങ്കിലും ഇന്ത്യൻജനത വീണ്ടും ഉയിർത്തെഴുന്നേല് ക്കുമെന്ന ശുഭാപ്തിവിശ്വാസത്തോടെയാണ് മാർക്സ് ആ ലേഖനപരമ്പര

അവസാനിപ്പിച്ചത്. കൂടാതെ *മൂലധന*മടക്കം മറ്റെത്രയോ കൃതികളിൽ പല രാജ്യങ്ങളെയും പരാമർശിക്കുന്ന കൂട്ടത്തിൽ അദ്ദേഹം ഇന്ത്യയേയും പരാമർശിച്ചിരുന്നു.

1917–ലെ *ഒക്ടോബർ വിപ്ലവ*ത്തിന് മുമ്പുതന്നെ ലെനിനും ഇന്ത്യയിലെ സംഭവവികാസങ്ങളെക്കുറിച്ച് ലേഖനങ്ങളും മറ്റും എഴുതിയിരുന്നു. 1908 ആഗസ്ത് 5ന് ബോൾഷെവിക്ക് ജേർണലായ *പ്രോലിറ്റേറിയയിൽ* ലെനിൻ എഴുതിയ *Inflammble Material in World Politics* എന്ന ലേഖനത്തിൽ ബാലഗംഗാധരതിലകനെ തടവിലിട്ടതിൽ പ്രതിഷേധിച്ച് ബോംബെയിലെ തൊഴിലാളികൾ നടത്തിയ ആറുദിവസത്തെ പണിമുടക്ക് സമരത്തെപ്പറ്റി വിവരിച്ചിട്ടുണ്ട്. ഇന്ത്യയിൽ മാർക്സിനെപ്പറ്റിയുള്ള ആദ്യ പരാമർശം നടത്തിയത് 1887ൽ ബാലഗംഗാധരതിലകനാണെന്ന് കരുതുന്നു. 1903 ൽ ബംഗാളിലെ *അമൃതബസാർ പത്രിക*യിൽ വന്ന ഒരു ലേഖനത്തിലും മാർക്സിനെ പറ്റിയുള്ള പരാമർശം കാണാം. വിവേകാനന്ദന്റെ പ്രസംഗങ്ങളിലും സോഷ്യലിസത്തെക്കുറിച്ചുള്ള ധാരാളം പരാമർശങ്ങൾ കാണാം. പഞ്ചാബിലെ ലാലാഹർദയാൽ ദേശീയ പത്രപ്രവർത്തകനായ രാമാനന്ദചതോപാദ്ധ്യായയുടെ കൽക്കത്തയിൽ നിന്നു പ്രസിദ്ധീകരിച്ച *മോഡേൺറിവ്യൂ* മാസികയിൽ 1912 മാർച്ച് മാസത്തിൽ *കാൾമാക്സ് : ആധുനികനായ ഋഷി* എന്ന പേരിൽ കാറൽ മാർക്സിനെപറ്റി ഒരു ലേഖനം എഴുതി. ആ വർഷം ആഗസ്ത് മാസത്തിലാണ് സ്വദേശാഭിമാനി രാമകൃഷ്ണപ്പിള്ളയുടെ *കാൾമാക്സ്* ജീവചരിത്രം മലയാളത്തിൽ പ്രസിദ്ധീകരിച്ചത്. അതിനുപുറമെ കുന്നംകുളത്തുനിന്ന് പ്രസിദ്ധീകരിച്ച *ആത്മപോഷിണി* എന്ന മാസികയിൽ സോഷ്യലിസത്തിന്റെ അടിസ്ഥാനതത്വങ്ങൾ വിശദീകരിച്ചു കൊണ്ട് ഒരു ലേഖനപരമ്പരയും അദ്ദേഹം എഴുതി. എന്നാൽ മാർക്സിസം എന്ന ആശയം ബോധപൂർവ്വം ജനങ്ങളുടെ ഇടയിൽ പ്രചരിപ്പിക്കാനുള്ള ശ്രമമായിരുന്നില്ല ഇവയൊന്നും.

1917–ൽ റഷ്യയിൽ നടന്ന ഒക്ടോബർ വിപ്ലവത്തോടെയാണ് സോഷ്യലിസ്റ്റ് കമ്യൂണിസ്റ്റ് ആശയങ്ങൾ ലോകത്തൊട്ടാകെ പ്രചരിച്ചത്. ഒക്ടോബർ വിപ്ലവത്തെ പുകഴ്ത്തികൊണ്ടുള്ള ധാരാളം ലേഖനങ്ങൾ മലയാളത്തിലുൾപ്പെടെ ഇന്ത്യയിലെ വിവിധ ഭാഷകളിൽ പുറത്തുവന്നു. 1917ലെ റഷ്യൻവിപ്ലവത്തിനുശേഷം മാർക്സിസത്തിന്റെ ആശയങ്ങൾ ഇന്ത്യയിലെ സ്വാതന്ത്ര്യസമരഭടന്മാർക്കിടയിൽ ചുരുങ്ങിയ നിലയ്ക്കെങ്കിലും വ്യാപിക്കാൻ തുടങ്ങി. അതിനുശേഷം നിരവധി ഇന്ത്യൻ വിപ്ലവകാരികൾ സോവിയറ്റ് റഷ്യയിൽ എത്തിച്ചേർന്നു.

സോവിയറ്റ് യൂണിയനിൽ കഴിയുകയായിരുന്ന ഇന്ത്യൻ വിപ്ലവകാരികളെയെല്ലാം ചേർത്ത് ഒരു ഇന്ത്യൻ കമ്യൂണിസ്റ്റ് പാർട്ടി രൂപീകരിക്കുക എന്ന ലക്ഷ്യത്തോടെ അന്നത്തെ സോവിയറ്റ് യൂണിയന്റെ ഭാഗമായ ഉസ്ബക്കിസ്ഥാന്റെ തലസ്ഥാനമായ താഷ്ക്കന്റിൽ 1920 ഒക്ടോബർ 17ന് ഇന്ത്യൻ വിപ്ലവകാരികളുടെ ഒരു യോഗം എം എൻ റോയി വിളിച്ചുകൂട്ടി. *ആ യോഗം ഇന്ത്യൻ കമ്യൂണിസ്റ്റ് പാർട്ടി*യെന്ന പേരിൽ ഒരു സംഘടന രൂപീകരിച്ചു. അതിലെ അംഗങ്ങൾ എം എൻ റോയി, എവ്‌ലിൻ റോയി(റോയിയുടെ ഭാര്യ), അബനി മുഖർജി, റോസാ ഫിറ്റിങ്ങ് ഗോ(അബനി മുഖർജിയുടെ ഭാര്യ), മുഹമ്മദ് അലി, മുഹമ്മദ് ഷഫീക്ക് സിദ്ദീഖി, എം പി ബി ടി ആചാര്യ എന്നിവരായിരുന്നു. മുഹമ്മദ് ഷഫീക്ക് സിദ്ദീഖിയെ പാർട്ടിയുടെ സെക്രട്ടറിയായി തിരഞ്ഞെടുത്തു. ഈ കമ്മിറ്റിയ്ക്ക് *കമ്യൂണിസ്റ്റ് ഇന്റർനാഷണലി*ന്റെ തുർക്കി

സ്ഥാൻ ബ്യൂറോ അംഗീകാരവും നല്കി.

1925 ഡിസംബർ 26 മുതൽ 28വരെ കാൺപൂരിൽ വെച്ചുനടന്ന സമ്മേളനത്തിൽ വെച്ചാണ് ഇന്ത്യൻ മണ്ണിൽ വെച്ച് ആദ്യത്തെ കമ്യൂണിസ്റ്റ് പാർട്ടി രൂപം കൊണ്ടത്.

എന്നാൽ ഈ സംഘടനകളെ തകർക്കുന്നതിനുവേണ്ടി ബ്രിട്ടീഷ് ഗവൺമെന്റ് അതിലെ പ്രവർത്തകർക്കെതിരെ ഗൂഢാലോചനക്കേസ്സുകൾ– പെഷവാർ ഗൂഢാലോചനക്കേസ്(1922–27)കാൺപൂർ ഗൂഢാലോചനക്കേസ് (1924), മീറത്ത് ഗൂഡാലോചനക്കേസ്(1929–33) എന്നിവ കെട്ടിച്ചമച്ചതിന്റെ ഫലമായി ഈ സംഘടനകൾക്കൊന്നും കാര്യമായി പ്രവർത്തിക്കാൻ കഴിഞ്ഞില്ല.

മീറത്ത് തടവുകാരിലെ ആദ്യത്തെ ബാച്ച് 1933 ആഗസ്ത് മദ്ധ്യത്തിൽ ജയിൽമോചിതരായി. അതോടെ ഇന്ത്യൻ കമ്യൂണിസ്റ്റ് പാർട്ടിയെ പുനരുദ്ധരിക്കുന്നതിനുള്ള ശ്രമങ്ങൾ ശക്തമായി. ആ വർഷം ഡിസംബറിൽ ബംഗാളിലെ കമ്യൂണിസ്റ്റുകാർ കൽക്കത്തയിൽ ഒരഖിലേന്ത്യാ സമ്മേളനം വിളിച്ചു കൂട്ടി. മീറത്ത് ഗൂഢാലോചനകേസിനുശേഷം വെറുതെവിട്ട പ്രതികളിൽ പലരും പുറത്ത് പ്രവർത്തിച്ചിരുന്ന ചില നേതാക്കളും അവിടെ സമ്മേളിച്ചു. ഡോ.അധികാരി, അബ്ദുൾ ഹലിം, സോമനാഥ് ലാഹിരി, ഡോ. രണൻസെൻ, പിസി ജോഷി (യു പി), എസ് ജി പട്കർ(ബോംബെ), എം എൽ ജയന്ത്(നാഗ്പൂർ) ഗുർദീപ് സിങ്ങ്(പഞ്ചാബ്) എന്നിവർ യോഗത്തിൽ നടന്ന ചർച്ചയിൽ പങ്കെടുത്തു സംസാരിച്ചു. യോഗം ഇന്ത്യൻ കമ്യണിസ്റ്റ് പാർട്ടിക്ക് ഒരു താല്ക്കാലിക ഭരണഘടനയുടെ കരട് രൂപം അംഗീകരിക്കുകയും, കരട് രാഷ്ട്രീയ തീസിസ് അംഗീകരിക്കുകയും, ഒരു താല്കാലിക കേന്ദ്രകമ്മിറ്റിയെ തിരഞ്ഞെടുക്കുകയും ചെയ്തു. ഡോ.ഗംഗാധർ അധികാരിയെ പാർട്ടിയുടെ സെക്രട്ടറിയായി തിരഞ്ഞെടുത്തു. അല്പകാലം കഴിഞ്ഞ് പി.സി ജോഷി സെക്രട്ടറിയും അധികാരി, ഭരദ്വാജ്, അജയ്ഘോഷ് എന്നിവർ പൊളിറ്റ്ബ്യൂറോ അംഗങ്ങളുമായി ഒരു കേന്ദ്രനേതൃത്വം നിലവിൽവന്നു.

കൽക്കത്തയോഗത്തിന്റെ തീരുമാനങ്ങൾ 1934–ൽ കമ്യൂണിസ്റ്റ് ഇന്റർനാഷണൽ ശരിവെക്കുകയുണ്ടായി. പാർട്ടിക്ക് സുസംഘടിതമായ ഒരു നേതൃത്വം ഉണ്ടായത് കൽക്കത്ത യോഗത്തോടെയാണ്. തുടർച്ചയായ അടിച്ചമർത്തൽ കാരണം പാർട്ടിക്ക് ഒരു അഖിലേന്ത്യാകേന്ദ്രം ഉണ്ടാക്കിയെടുക്കാൻ ഇതിനുമുമ്പ് നടത്തിയ എല്ലാശ്രമങ്ങളും പരാജയപ്പെടുകയാണുണ്ടായത്.

കമ്യൂണിസ്റ്റ് പ്രസ്ഥാനത്തിൽനിന്നുള്ള ആപത്ത് മനസ്സിലാക്കിയ ബ്രിട്ടീഷ് ഗവൺമെന്റ് 1934 ജൂലൈയിൽ ഇന്ത്യൻ കമ്യൂണിസ്റ്റ് പാർട്ടിയെ നിരോധിച്ചു. പാർട്ടി നിരോധിക്കപ്പെട്ടെങ്കിലും പാർട്ടിനേതാക്കളും സംഘാടകരും പാർട്ടിയുടെ പ്രവർത്തനം രാജ്യത്തൊട്ടാകെ വ്യാപിപ്പിക്കുക എന്ന ലക്ഷ്യത്തോടെ തങ്ങളുടെ പ്രവർത്തനം ഊർജ്ജസ്വലമായി നടത്തി.

ഇതിനിടയിലാണ് കോൺഗ്രസിന്റെ പരിപാടികളിൽ കൂടുതൽ അതൃപ്തരായി തീർന്ന ഒരു വിഭാഗം കോൺഗ്രസുകാർ പല സംസ്ഥാനങ്ങളിലും –കേരളം, ബോംബെ, ബീഹാർ, യു പി, ഒറീസ–കോൺഗ്രസ് സോഷ്യലിസ്റ്റ് പാർട്ടിയുടെ ഘടകങ്ങൾ രൂപീകരിച്ചത്. കേരളത്തിൽ 1934 മേയ് 12ന് കോഴിക്കോട്ടു വെച്ചാണ് അതു രൂപംകൊണ്ടത്. സംസ്ഥാനങ്ങളിൽ രൂപം കൊണ്ട ഈ ഘടകങ്ങളെയെല്ലാം ഏകീകരിച്ചുകൊണ്ട് 1934 മേയ് 17ന് പാട്നയിൽ വെച്ച് അഖിലേന്ത്യാ കൺവെൻഷൻ കൂടി കോൺഗ്രസ് സോഷ്യലിസ്റ്റ്

പാർട്ടി രൂപീകരിക്കാൻ തീരുമാനിച്ചു. 1934 ഒക്ടോബർ 21, 22 തീയതികളിൽ ബോംബെയിൽ കൂടിയ സമ്മേളനത്തിൽ വെച്ച് ജയപ്രകാശ് നാരായണൻ സെക്രട്ടറിയായി കോൺഗ്രസ് സോഷ്യലിസ്റ്റ് പാർട്ടി രൂപീകരിച്ചു. ഇ എം എസ് നമ്പൂതിരിപ്പാട്, എം ആർ മസാനി, എൻ ജി രംഗ, മോഹൻലാൽ ഗൗതം എന്നിവരായിരുന്നു ജോയിന്റ് സെക്രട്ടറിമാർ.

ജർമ്മനിയിൽ ഹിറ്റലറുടെ നേതൃത്വത്തിൽ നാസിസവും ഇറ്റലിയിൽ മുസോളിനിയുടെ നേതൃത്വത്തിൽ ഫാസിസവും സ്പെയിനിൽ ഫ്രാങ്കോയുടെ നേതൃത്വത്തിൽ ഫ്രാങ്കോയിസവും ലോകത്തിന് വിനാശകരമായ രീതിയിൽ വളർന്നതോടെ അതിനെതിരായ ശക്തികളും രംഗത്തുവന്നു. ഫ്രാൻസ്, ഇറ്റലി, ജർമ്മനി തുടങ്ങിയ രാജ്യങ്ങളിൽ ഫാസിസ്റ്റ് വിരുദ്ധ ഐക്യമുന്നണികൾ രൂപംകൊണ്ടു. ഈ പശ്ചാത്തലത്തിൽ1935 ആഗസ്തിൽ മോസ്കോയിൽവെച്ച് കൂടിയ കമ്യൂണിസ്റ്റ് ഇന്റർനാഷണലിന്റെ ഏഴാം കോൺഗ്രസിന്റെ തീരുമാനം സാർവ്വദേശീയ കമ്യൂണിസ്റ്റ് പ്രസ്ഥാനത്തിന്റെ ചരിത്രത്തിൽ ഒരു വഴിത്തിരിവ് കുറിച്ചു. ഫാസിസ്റ്റ് മുന്നേറ്റങ്ങൾക്കെതിരെ വിശാലമായ ഐക്യമുന്നണി കെട്ടിപ്പടുക്കാൻ കോൺഗ്രസ് ആഹ്വാനം നല്കി. അതിന്റെ ഭാഗമായി ഇന്ത്യയുൾപ്പെടെയുള്ള കൊളോണിയൽ രാജ്യങ്ങളിൽ വിപുലമായ സാമ്രാജ്യവിരുദ്ധ ഐക്യമുന്നണികൾ കെട്ടിപ്പടുക്കാൻ കോൺഗ്രസ് നിർദ്ദേശിച്ചു. അതായത് ഫാസിസത്തിനും സാമ്രാജ്യാധിപത്യത്തിനും എതിരായി പോരാടാൻ തയ്യാറുള്ള എല്ലാ ബൂർഷ്വാ പാർട്ടികളും സംഘടനകളുമായി യോജിക്കുക എന്നതായിരുന്നു ഏഴാം കോൺഗ്രസിന്റെ തീരുമാനത്തിന്റെ പ്രധാന ഉള്ളടക്കം.

ഏഴാം കോൺഗ്രസിന്റെ തീരുമാനം ഇന്ത്യയുൾപ്പെടുയുള്ള കോളനി രാജ്യങ്ങളിൽ എങ്ങനെ നടപ്പിലാക്കും എന്നതിനെപ്പറ്റി 1936 ൽ ബ്രിട്ടീഷ് കമ്യൂണിസ്റ്റ് പാർട്ടി നേതാക്കളായിരുന്ന രജനി പാംദത്തും ബെൻ ബ്രാഡ്‌ലിയും ചേർന്ന് ഒരു ലേഖനമെഴുതി. ആ ലേഖനം 1936 ഫെബ്രുവരി 29ന്റെ *ഇൻപ്രകോറിൽ* പ്രസിദ്ധീകരിച്ചു. *ദത്ത്-ബ്രാഡ്‌ലി തീസിസ്* എന്നപേരിൽ അറിയപ്പെടുന്ന ആ രേഖ ഇന്ത്യൻ കമ്യൂണിസ്റ്റുകാരോട് ഇന്ത്യൻ നാഷണൽ കോൺഗ്രസിനകത്ത് ചേർന്ന് അതിനെ ഒരു വിശാലമായ സാമ്രാജ്യവിരുദ്ധ സംഘടനയാക്കി മാറ്റുന്നതിനുവേണ്ടി പ്രവർത്തിക്കാൻ ആഹ്വാനം ചെയ്തു. അതിനെത്തുടർന്ന് ഇന്ത്യൻ കമ്യൂണിസ്റ്റുകാർ കോൺഗ്രസിൽ അംഗത്വമെടുത്ത് പ്രവർത്തിക്കാൻ തുടങ്ങി. അതോടൊപ്പം സ്വതന്ത്രമായി തൊഴിലാളി, കർഷകാദി ബഹുജനസംഘടനകൾ കെട്ടിപ്പടുക്കാനും തുടങ്ങി. അതിലൂടെ ബൂർഷ്വാനേതൃത്വത്തിലുള്ള കോൺഗ്രസിനെ ഇടത്തോട്ട് നയിക്കാനുമുള്ള പ്രവർത്തനം അവർ നടത്തി.

ഇന്ത്യൻ നാഷണൽ കോൺഗ്രസിനകത്തുണ്ടായ മാറ്റവും കോൺഗ്രസിൽ പ്രവർത്തിക്കുന്നതിന് കമ്യൂണിസ്റ്റുകാരെ വളരെയധികം സഹായിച്ചു. 1936 ഏപ്രിലിൽ നടന്ന കോൺഗ്രസിന്റെ ലക്നൗ സമ്മേളനത്തിൽവെച്ച് സംഘടനയെ ഒരു സാമ്രാജ്യവിരുദ്ധമുന്നണിയായി രൂപാന്തരപ്പെടുത്താൻ അദ്ധ്യക്ഷനായ ജവഹർലാൽ നെഹറു ആഹ്വാനം ചെയ്തു. സ്വാതന്ത്ര്യ സമ്പാദനത്തിനുള്ള ഒരു ദേശീയമുന്നണി അഥവാ സാമ്രാജ്യവിരുദ്ധമുന്നണിയായിട്ടാണ് അദ്ദേഹം കോൺഗ്രസിനെ കണ്ടത്. അതിനെത്തുടർന്ന് കമ്യൂണിസ്റ്റുകാർ, സോഷ്യലിസ്റ്റുകാർ, നെഹ്റുപക്ഷക്കാർ അടക്കമുള്ള ഇടതുപക്ഷ കോൺഗ്രസുകാർ എന്നിവർ ചേർന്ന ഒരു സാമ്രാജ്യവിരുദ്ധ മുന്നണി ലക്നൗ

വിൽ വെച്ചു രൂപംകൊണ്ടു. 1936 ഡിസംബറിൽ ഫൈസ്പൂരിൽ വെച്ചുനടന്ന കോൺഗ്രസ് സമ്മേളനം നെഹ്റുവിനെ വീണ്ടും കോൺഗ്രസ് പ്രസിഡന്റായി തിരഞ്ഞെടുത്തു. ഇങ്ങനെ നെഹ്റു രണ്ടുതവണയും 1938 ലും 1939 ലും സുഭാഷ് ചന്ദ്രബോസും അദ്ധ്യക്ഷനായത് കോൺഗ്രസിനകത്ത് പ്രവർത്തിച്ച കമ്യൂണിസ്റ്റുകാർക്കും സോഷ്യലിസ്റ്റുകാർക്കും ശക്തിയാർജ്ജിക്കാനും നിലനില്ക്കാനും ഏറെ സഹായകമായി.[6]

കോൺഗ്രസിൽ ചേർന്ന് പ്രവർത്തിക്കാതെതന്നെ കോൺഗ്രസ് സോഷ്യലിസ്റ്റ് പാർട്ടിയിലും കമ്യൂണിസ്റ്റുകാർ അംഗമായി. "കോൺഗ്രസിനെ ഒരു സോഷ്യലിസ്റ്റ് സംഘടനയാക്കി മാറ്റാൻ ശ്രമിക്കുക" എന്ന ലക്ഷ്യപ്രഖ്യാപനത്തോടുകൂടിയാണ് 1934 ൽ ബോംബെയിൽവെച്ച് കോൺഗ്രസ് സോഷ്യലിസ്റ്റ് പാർട്ടിക്ക് രൂപം കൊടുത്തത്. എന്നാൽ കോൺഗ്രസിന്റെ വർഗ്ഗസ്വഭാവം നോക്കുമ്പോൾ അതൊരു സോഷ്യലിസ്റ്റ് സംഘടനയായി മാറുമെന്നു കരുതുന്നത് വിഡ്ഢിത്തമാണെന്ന് ഔദ്യോഗിക കമ്യൂണിസ്റ്റുകാരും റോയിസ്റ്റുകളും ഒരുപോലെ ചൂണ്ടിക്കാണിച്ചു. ഇതു സംബന്ധിച്ച് നിരന്തരം നടന്ന ചർച്ചയെത്തുടർന്ന് 1935ൽ വാരാണസിയിൽക്കൂടിയ കോൺഗ്രസ് സോഷ്യലിസ്റ്റ് പാർട്ടിയുടെ ദേശീയ എക്സിക്യൂട്ടീവ് യോഗം ലക്ഷ്യപ്രഖ്യാപനത്തിൽ ഇങ്ങനെ ഒരു മാറ്റംവരുത്തി: "കോൺഗ്രസിനെ ഒരു യഥാർത്ഥ സാമ്രാജ്യവിരുദ്ധ സംഘടനയാക്കി മാറ്റുക".

1936 ജനുവരിയിൽ മീറത്തിൽവെച്ചുനടന്ന സി എസ് പിയുടെ രണ്ടാം അഖിലേന്ത്യ സമ്മേളനം അംഗീകരിച്ച *മീറത്ത് തീസിസ്* എന്ന രേഖ സി പി ഐ അടക്കമുള്ള എല്ലാ സോഷ്യലിസ്റ്റ് കമ്യൂണിസ്റ്റ് ഗ്രൂപ്പുകളുടെയും ഐക്യവും ലയനവും ആഹ്വാനം ചെയ്തു. തുടർന്ന് ഇരു പാർട്ടികളും തമ്മിൽ ഏകോപിത പ്രവർത്തനം സംബന്ധിച്ച ഒരു കരാറിൽ ഒപ്പുവെച്ചു. സി എസ് പിക്കുവേണ്ടി ജനറൽ സെക്രട്ടറി ജയപ്രകാശ് നാരായണനും സി പി ഐക്കുവേണ്ടി ജനറൽസെക്രട്ടറി പി സി ജോഷിയുമാണ് ആ രേഖയിൽ ഒപ്പുവെച്ചത്. ഇതോടെ കമ്യൂണിസ്റ്റ് ഇന്റർനാഷണലിന്റെ ഏഴാം കോൺഗ്രസ് തീരുമാനം സി എസ് പിക്കുള്ളിൽ നടപ്പിലാക്കാൻ എളുപ്പമായി. അതിനെതുടർന്ന് നിരവധി കമ്യൂണിസ്റ്റുകാർ സി എസ് പിയിൽ അംഗങ്ങളായി ചേർന്നു.

ഫെയ്സ്പൂരിൽവെച്ച് 1936 ഡിസംബറിൽ നടന്ന സി എസ് പിയുടെ മൂന്നാം അഖിലേന്ത്യാ സമ്മേളനം സി പി ഐയും സി എസ് പിയും തമ്മിലുള്ള ബന്ധം ദൃഢമാക്കാൻ സഹായിച്ചു. ഈ സമ്മേളനം സി എസ് പി നാഷണൽ എക്സിക്യൂട്ടിവിലേക്ക് വിദേശത്തുനിന്നും മടങ്ങിയെത്തിയ ചില പേരുകേട്ട കമ്യൂണിസ്റ്റ് നേതാക്കളായ കെ എം അഷറഫ്, ഇസഡ് എ അഹമ്മദ്, എസ്എസ് സഹീർ എന്നിവരെ തിരഞ്ഞെടുത്തു. ഇവരും സി എസ് പിയുടെ ആരംഭകാലംതൊട്ട് അതിന്റെ നാഷണൽ എക്സിക്യൂട്ടീവിൽ അംഗമായിരുന്ന സോളി ബാട്ലിവാല, ദിൻകർമേത്ത, ഇ എം എസ് നമ്പൂതിരിപ്പാട് എന്നിവരും ചേർന്ന ഒരു *സി പി ഐ ഫ്രാക്ഷൻ* സി എസ് പി നാഷണൽ എക്സിക്യൂട്ടീവിനകത്ത് രൂപംകൊണ്ടു. ഫ്രാക്ഷന്റെ സെക്രട്ടറി ബാട്ലിവാലയായിരുന്നു. ഈ ഫ്രാക്ഷനായിരുന്നു സി പി ഐ എടുക്കുന്ന തീരുമാനങ്ങൾ സി എസ് പിക്കകത്ത് നടപ്പിലാക്കുന്നതിനുള്ള ചുമതല.

ഈ പശ്ചാത്തലത്തിലാണ് കേരളത്തിലെ പ്രമുഖ കോൺഗ്രസ് സോഷ്യലിസ്റ്റ് നേതാക്കളായ കൃഷ്ണപിള്ളയും ഇ എം എസും പി സുന്ദരയ്യ മുഖേന ഔദ്യോഗിക കമ്യൂണിസ്റ്റുകാരുമായി ബന്ധപ്പെട്ടത്.

1935 ഒക്ടോബറിൽ കൃഷ്ണപിള്ളയും ഇ.എം.എസും മദ്രാസിൽ വെച്ച് സുന്ദരയ്യ എന്ന കമ്യൂണിസ്റ്റ് നേതാവിനെ കണ്ട് ദീർഘനേരം ആശയ വിനിമയം നടത്തി. കമ്യൂണിസ്റ്റ് പാർട്ടിയുടെ കേന്ദ്രകമ്മിറ്റി അംഗമായിരുന്നു അന്ന് സുന്ദരയ്യ. ആ സ്ഥാനം വഹിച്ചു കൊണ്ടുള്ള തന്റെ ജോലികൾക്കിടയിലാണ് കേരളത്തിലെ കോൺഗ്രസ് സോഷ്യലിസ്റ്റുകാരുമായി അദ്ദേഹം ബന്ധം സ്ഥാപിച്ചത്. ഇതിനെത്തുടർന്ന് ഒന്നിൽ കൂടുതൽ തവണ കേരളം സന്ദർശിച്ച സുന്ദരയ്യ എൻ സി ശേഖറുൾപ്പെടെ ഇവിടത്തെ നിരവധി കോൺഗ്രസ് സോഷ്യലിസ്റ്റുകാരുമായും ബന്ധപ്പെട്ടു. അതുപോലെ തന്നെ മറ്റൊരു കേന്ദ്രകമ്മിറ്റി അംഗമായ എസ് വി ഘാട്ടെയും.

ഇങ്ങനെ കമ്യൂണിസ്റ്റ് ആശയങ്ങളിലേക്ക് നീങ്ങിക്കൊണ്ടിരുന്ന കേരളത്തിലെ കോൺഗ്രസ് സോഷ്യലിസ്റ്റുകാർക്ക് നേതൃത്വം കൊടുക്കാൻ ഒരു സമിതി 1937 ജൂലൈയിൽ രൂപീകരിച്ചു. ഒളിവിൽ പ്രവർത്തിക്കുന്ന ഒരു സമിതിയായിരുന്നു അത്. കമ്യൂണിസ്റ്റ് പാർട്ടി ഓഫ് ഇന്ത്യയുടെ ആദ്യത്തെ കേരള യൂണിറ്റായ ഈ സമിതി കോഴിക്കോട്ട് തിരുവണ്ണൂർ എന്ന സ്ഥലത്തു വെച്ച് രഹസ്യമായാണ് രൂപംകൊണ്ടത്. കേരളത്തിൽ സജീവമായി പ്രവർത്തിച്ചുകൊണ്ടിരുന്ന കോൺഗ്രസ് സോഷ്യലിസ്റ്റ് നേതാക്കളായ പി കൃഷ്ണപിള്ള, ഇ എം എസ്, കെ ദാമോദരൻ, എൻ സി ശേഖർ എന്നീ നാലുപേരായിരുന്നു അതിലെ അംഗങ്ങൾ. സെക്രട്ടറിയായി കൃഷ്ണപിള്ളയെ തെരഞ്ഞെടുത്തു. കേരളത്തിലെ കോൺഗ്രസ് സോഷ്യലിസ്റ്റ് പാർട്ടിക്കുള്ളിലെ കമ്യൂണിസ്റ്റ് ഫ്രാക്ഷൻ ആയി ഈ സമിതി പ്രവർത്തിച്ചു. ഈ യോഗത്തിനുവേണ്ട മാർഗ്ഗനിർദ്ദേശങ്ങൾ നല്കാൻ കേന്ദ്രകമ്മിറ്റിയിൽ നിന്ന് പങ്കെടുത്തത് സഖാവ് എസ് വി ഘാട്ടെ ആയിരുന്നു. ആ രഹസ്യയോഗത്തിൽ ഈ അഞ്ചുപേർ മാത്രമേ പങ്കെടുത്തിരുന്നുള്ളൂ. ഈ ഗ്രൂപ്പിനെ പരസ്യമായി കമ്യൂണിസ്റ്റു പാർട്ടി എന്ന് വിളിക്കേണ്ടതില്ലെന്നും കോൺഗ്രസ് സോഷ്യലിസ്റ്റുകാർക്കിടയിൽ ഒരു അടിത്തറ സൃഷ്ടിച്ചെടുക്കുകയാണ് ചെയ്യേണ്ടതെന്നും അവർ തീരുമാനിച്ചു.

എൻ സി ശേഖർ എഴുതി:

> ട്രേഡ് യൂണിയൻ പ്രവർത്തനം നടത്തിക്കൊണ്ടിരിക്കവേയാണ് എസ് വി ഘാട്ടെ കോഴിക്കോട്ടേക്ക് വരുന്നത്. ഘാട്ടെ കേന്ദ്ര കമ്യൂണിസ്റ്റ് പാർട്ടിയുടെ പരിപാടികൾ ഞങ്ങൾക്ക് വിശദീകരിച്ചുതന്നു. ഞാനും കൃഷ്ണപിള്ളയും ഇ എം എസും ഘാട്ടെയുമായി ചർച്ചകൾ നടത്തി. തുടർച്ചയായ ആ ചർച്ചകൾക്കുശേഷമാണ് 1937–ൽ കോഴിക്കോട്ട് പാളയത്തുള്ള ഒരു പച്ചക്കറി പീടികയുടെ മുകളിൽവെച്ച് വളരെ രഹസ്യമായി പി കൃഷ്ണപിള്ള, ഇ എം എസ് നമ്പൂതിരിപ്പാട്, കെ.ദാമോദരൻ, എൻ സി ശേഖർ, എസ് വി ഘാട്ടെ എന്നിവർ ചേർന്ന് കമ്യൂണിസ്റ്റ് പാർട്ടി കമ്മിറ്റി അഖിലേന്ത്യാ പാർട്ടിയുടെ ഉപഘടകമെന്ന നിലയിൽ രൂപീകരിച്ചത്.[1]

അന്നു മുതൽ രണ്ടരവർഷക്കാലത്തോളം പൂർണ്ണസമയ കോൺഗ്രസ് പ്രവർത്തകനും സി എസ് പിയുടെ കേരള സംസ്ഥാന നേതാവും അപ്രഖ്യാപിത കമ്യൂണിസ്റ്റുമായി എൻ സി ശേഖർ പ്രവർത്തിച്ചു.

പിണറായി സമ്മേളനം

1937 ൽ രൂപം കൊണ്ട കമ്യൂണിസ്റ്റ് ഗ്രൂപ്പ് കമ്യൂണിസ്റ്റ് സാഹിത്യമായിരുന്നു കോൺഗ്രസ് സോഷ്യലിസ്റ്റ് പാർട്ടിക്കുള്ളിൽ രഹസ്യമായി പ്രചരിപ്പിച്ചുകൊണ്ടിരുന്നത്. എന്നാൽ 1939 സെപ്തംബറിൽ യുദ്ധം പൊട്ടിപ്പുറപ്പെട്ടതോടെ സി എസ് പി യും സി പി ഐയും തമ്മിലുള്ള ബന്ധം തകരാൻ തുടങ്ങി.

ഗവൺമെന്റിന്റെ യുദ്ധയത്നങ്ങളുമായി നിസ്സഹകരിക്കാനായിരുന്നു അഖിലേന്ത്യാ കോൺഗ്രസ് നേതൃത്വത്തിന്റെ തീരുമാനമെങ്കിലും ഈ ഘട്ടത്തിൽ ബഹുജനപ്രക്ഷോഭണങ്ങൾ നടത്തി ഗവൺമെന്റിനെ ശല്യപ്പെടുത്താൻ അവർ തയ്യാറായില്ല.

എന്നാൽ ഈ പുതിയ പരിതഃസ്ഥിതിയെ നേരിടാൻ ഇടതുപക്ഷ പാർട്ടികൾക്കോ പ്രസ്ഥാനങ്ങൾക്കോ യോജിച്ച ഒരു പരിപാടി തയ്യാറാക്കാൻ കഴിഞ്ഞില്ല. വാർധാ എ ഐ സി സി യോഗത്തിനുശേഷം പി സി ജോഷിയും ജയപ്രകാശ് നാരായണനും തമ്മിൽ നേരിട്ട് കണ്ടു സംസാരിച്ചെങ്കിലും ഫലമൊന്നുമുണ്ടായില്ല. സി എസ് പിയുടെ നേതൃത്വത്തിൽ താമസിയാതെ സത്യഗ്രഹസമരം സംഘടിപ്പിക്കാനാണ് ആലോചനയെന്നു മാത്രം ജയപ്രകാശ് അഭിപ്രായപ്പെട്ടു. യുദ്ധത്തിന്റെ സ്വഭാവം തുറന്നുകാണിച്ചുകൊണ്ടും യുദ്ധപ്രചാരണത്തെ എതിർത്തു കൊണ്ടും ജനങ്ങളെയാകെ അണിനിരത്തി ദേശവ്യാപകമായ ഒരു പ്രസ്ഥാനത്തിനു ഇടതുപക്ഷങ്ങൾ ഒരുമിച്ച് നില്ക്കണമെന്ന് കമ്യൂണിസ്റ്റ് പാർട്ടി അഭിപ്രായപ്പെട്ടു. സി എസ് പി ഇതിനോട് യോജിച്ചില്ല.[2]

വാർധാ എ ഐ സി സി യോഗത്തിലും നാഗ്പൂരിൽ നടന്ന സി എസ് പിയുടെ എക്സിക്യൂട്ടീവ് കമ്മിറ്റി യോഗത്തിലും പങ്കെടുത്തിരുന്ന പി.കൃഷ്ണപിള്ളയും ഇ എം എസ് നമ്പൂതിരിപ്പാടും യോഗം കഴിഞ്ഞയുടനെ ബോംബെയിലേക്കുപോയി അവിടെയുള്ള കമ്യൂണിസ്റ്റ് പാർട്ടി നേതാക്കന്മാരുമായി ചർച്ചനടത്തി. അവർ കേരളത്തിൽ തിരിച്ചെത്തിയ ഉടനെ കേരളത്തിലെ കോൺഗ്രസ് സോഷ്യലിസ്റ്റ് പാർട്ടിയുടെ എക്സിക്യൂട്ടീവ് യോഗം മഞ്ചുനാഥറാവുവിന്റെ വീട്ടിൽ ചേർന്നു. ആ യോഗം പിണറായിയിൽ സമ്മേളനം കൂടുവാൻ തീരുമാനമെടുത്തു.

കോൺഗ്രസ് സോഷ്യലിസ്റ്റ് പാർട്ടിയെ പുതിയ രീതിയിൽ സംഘടിപ്പിക്കുന്നതിനു രാഷ്ട്രീയവും സൈദ്ധാന്തികവുമായ വിദ്യാഭ്യസം നല്കുന്നതിനുവേണ്ടി. കെ പി ജി, എം എസ് ദേവദാസ്, ശങ്കരനാരായണൻ തമ്പി, സി ഉണ്ണിരാജ എന്നിവരുൾപ്പെട്ട ഒരു പാർട്ടി വിദ്യാഭ്യാസ സെൽ രൂപീകരിച്ചു. ഈ സെല്ലിന്റെ നേതൃത്വത്തിൽ പിണറായി സമ്മേളനത്തിനു തൊട്ടു മുമ്പായി നിരവധി ചർച്ചാ സമ്മേളനങ്ങളും ക്ലാസുകളും രഹസ്യമായി സംഘടിപ്പിച്ചു. മാർക്സിസം ലെനിനിസത്തിന്റെ ഹരിശ്രീയെങ്കിലും പഠിച്ച് പാർട്ടി സംഘടന കെട്ടിപ്പടുക്കാൻ കഴിവുള്ള കുറേ പ്രവർത്തകരെ വളർത്തിയെടുക്കുക എന്നതായിരുന്നു ഈ ക്ലാസുകൾ കൊണ്ട് ലക്ഷ്യമാക്കിയത്.

ഈ മുന്നൊരുക്കങ്ങൾക്കെല്ലാം ശേഷമാണ് 1940 ജനുവരിയിൽ തലശ്ശേരിയിൽ നിന്ന് അഞ്ചുമൈൽ അകലെ കിടക്കുന്ന പിണറായി വില്ലേജിൽ പാറപ്രം എന്ന സ്ഥലത്ത് കോൺഗ്രസ് സോഷ്യലിസ്റ്റ് പാർട്ടി പ്രവർത്തകരുടെ യോഗം കൂടിയത്. പാറപ്രം മൂന്നുവശവും വെള്ളത്താൽ ചുറ്റപ്പെട്ടതും

അധികം ആൾ താമസമില്ലാത്തതുമായ പ്രദേശമായിരുന്നു. അധികാരികളുടെയും പൊലിസിന്റെയും ഒറ്റുകാരുടെയുമൊക്കെ ശ്രദ്ധയിൽപ്പെടാതിരിക്കാൻ 'റാഡിക്കൽ ടീച്ചേഴ്സ് യൂണിയൻ യോഗം' എന്ന പേരിൽ ആയിരുന്നു യോഗം ചേർന്നത്. പാറപ്രത്ത് സമ്മേളനം നടക്കുമ്പോൾ പൊലീസിന്റെ ശ്രദ്ധ പതിയാതിരിക്കാൻ പാണ്ട്യാല ഗോപാലന്റെ നേതൃത്വത്തിൽ റാഡിക്കൽ ടീച്ചേഴ്സ് ഫോറത്തിന്റെ പ്രത്യേക സമ്മേളനം പിണറായി ആർ സി അമല സ്കൂളിൽ വെച്ച് നടത്തിയിരുന്നു. അന്നത്തെ സമ്മേളനത്തിൽ പങ്കെടുത്ത പലർക്കും ഈ സ്ഥലം പോലും അറിയില്ലായിരുന്നു. അവരോടെല്ലാം പാറപ്രത്തെ വിവേകാന്ദ വായനശാലയിൽ എത്താനായിരുന്നു നിർദ്ദേശിച്ചിരുന്നത്.

90 ൽപ്പരംപേർ യോഗത്തിൽ പങ്കെടുത്തു. അദ്ധ്യക്ഷത വഹിച്ചത് കെ പി ഗോപാലനായിരുന്നു. പാറപ്രം കർഷകസംഘം ആയിരുന്നു അങ്ങേയറ്റം രഹസ്യമായി നടന്ന ആ സമ്മേളനത്തിനു വേണ്ട എല്ലാ ഒരുക്കങ്ങളും ചെയ്തത്. ഒരു കർഷക തൊഴിലാളിയായ വടവതി അപ്പുകുട്ടിയുടെ വീടിന്റെ മുറ്റത്താണ് യോഗം ചേർന്നത്. രാത്രി രണ്ടുമണിക്കാണ് യോഗം അവസാനിച്ചത്. യോഗത്തിൽ കൃഷ്ണപിള്ളയും ഇ എം എസും പ്രസംഗിച്ചു.

പിണറായി യോഗം കേരള രാഷ്ട്രീയത്തിലെ ഒരു വഴിത്തിരിവായിരുന്നു. ഒരു പാർട്ടിയിൽ നിന്ന് മറ്റൊരു പാർട്ടിയിലേക്കുള്ള മാറ്റം–സി എസ് പിയിൽ നിന്ന് സി പി ഐലേക്കുള്ള –എത്രയും സ്വാഭാവികമെന്ന നിലയിലാണ് സംഭവിച്ചത്.

പല പ്രവർത്തകന്മാർക്കും നേതാക്കന്മാർക്കും സമ്മേളനത്തിൽ പങ്കെടുക്കാൻ കഴിഞ്ഞിരുന്നില്ല. എന്നാൽ അക്കാലത്ത് കോൺഗ്രസ് സോഷ്യലിസ്റ്റ് പാർട്ടി അംഗങ്ങളായിരുന്ന എല്ലാവരും ഒരു ബുദ്ധിമുട്ടുമില്ലാതെ ഈ തീരുമാനം അംഗീകരിക്കുകയും ശരിവയ്ക്കുകയും കമ്യൂണിസ്റ്റ് പാർട്ടിയിൽ ചേരുകയുമുണ്ടായി. പാറപ്രത്തെ സമ്മേളനം വിജയകരമാക്കി തീർത്തതിനു പിന്നിൽ പ്രവർത്തിച്ചത് എ കെ ഗോപാലൻ, സി എച്ച് കണാരൻ, എൻ ഇ ബാലറാം, പാണ്ട്യാല ഗോപാലൻ, പിണറായി കൃഷ്ണൻ നായർ, കുണ്ടാഞ്ചേരി കുഞ്ഞിരാമൻ, കെ എൻ ചാത്തുക്കുട്ടി നായർ എന്നിവരായിരുന്നു.

പിണറായി യോഗം കഴിഞ്ഞ് രണ്ടാഴ്ചക്കുശേഷം പറശ്ശിനിക്കടവിൽ ചേർന്ന നേതൃയോഗത്തിൽ വെച്ച് കോൺഗ്രസ് സോഷ്യലിസ്റ്റ് പാർട്ടിയുടെ സംസ്ഥാന എക്സിക്യൂട്ടീവിനുപകരം കമ്യൂണിസ്റ്റ് പാർട്ടിയുടെ സംസ്ഥാന കമ്മിറ്റി രൂപീകരിച്ചു. സെക്രട്ടറിയായി കൃഷ്ണപിള്ളയെ തിരഞ്ഞെടുത്തു. ഏതാനും നേതാക്കൾ രഹസ്യമായും ഏതാനുംപേർ പരസ്യമായും പ്രവർത്തിക്കാൻ ഈ യോഗത്തിൽ വെച്ച് തീരുമാനിച്ചു. കെ പി സി സിയുടെ പ്രവർത്തനം തുടർന്നും നടത്താൻ കെ ദാമോദരൻ, പി നാരായണൻ നായർ, മഞ്ചുനാഥ റാവു, കെ പി ഗോപാലൻ എന്നിവരെ ചുമതലപ്പെടുത്തി. കെ ടി കുഞ്ഞിരാമൻ നമ്പ്യാരും കെ പി സി സിയുടെ പ്രവർത്തനത്തിൽ സഹായിക്കാനുണ്ടായിരുന്നു. ഈ യോഗത്തോടെ കേരളത്തിൽ കോൺഗ്രസ് സോഷ്യലിസ്റ്റ് പാർട്ടിയുടെ പ്രവർത്തനം അവസാനിച്ചു. എന്നാൽ ഈ യോഗം ചുമതലപ്പെടുത്തിയ നേതാക്കളായിരുന്നു 1940 ഒക്ടോബറിൽ പിരിച്ചുവിടുന്നതുവരെ കെ പി സി സിയുടെ പ്രവർത്തനം നടത്തിയിരുന്നത്.

ഔദ്യോഗികമായി കേരളത്തിൽ കമ്യൂണിസ്റ്റ് പാർട്ടി രൂപീകരിച്ച വിവരം പ്രഖ്യാപിച്ചത് 1940 ജനുവരി 26 നാണ്. പാർട്ടി പത്രങ്ങൾ അന്നില്ലായിരുന്നു.

അതിനാൽ ഈ വിവരം ജനതയെ അറിയിച്ചത് ചുവരെഴുത്തു വഴിയാണ്. ചുവരുകളിലും സർക്കാരാഫീസുകളുടെയും പൊലീസ് സ്റ്റേഷനുകളുടെയും ഭിത്തികളിലും റോഡുകളിലും കലുങ്കുകളിലുമൊക്കെ "കമ്യൂണിസ്റ്റ് പാർട്ടി സിന്ദാബാദ്", "വിപ്ലവം ജയിക്കട്ടെ", "മുതലാളിത്തവും, ഭൂപ്രഭുത്വവും സാമ്രാജ്യത്വവും നശിക്കട്ടെ", "ആരും പട്ടാളത്തിൽ ചേരരുത്", "കരിഞ്ചന്തയും പൂഴ്ത്തിവയ്പ്പും തടയുക", "നിർബ്ബന്ധ യുദ്ധപ്പിരിവ് നടത്തുന്ന ഉദ്യോഗസ്ഥന്മാരെ ശിക്ഷിക്കുക", "ഇന്ത്യൻ സ്വാതന്ത്ര്യം നീണാൾ വാഴട്ടെ" എന്നിങ്ങനെയുള്ള മുദ്രാവാക്യങ്ങൾ കൊണ്ടു നിറഞ്ഞു.

സൂചനകൾ

1. *അഗ്നിവീഥികൾ*, പു 238
2. *സഖാവ് പി കൃഷ്ണപിള്ള ഒരു സമഗ്രജീവചരിത്ര പഠനം*, പു: 562–63

14

തമിഴ്നാട്ടിൽ പാർട്ടി കെട്ടിപ്പടുക്കൽ

ആയിരത്തിത്തൊള്ളായിരത്തി മുപ്പത്തി ഒൻപത് അവസാനം കമ്യൂണിസ്റ്റ് പാർട്ടി സംഘടിപ്പിക്കുന്നതിൽ സഹായിക്കുവാനായി തമിഴ്നാട്ടിൽ പോയി പ്രവർത്തിക്കാൻ എൻ സി ശേഖറെ പാർട്ടി നിയമിച്ചു. എ കെ ജി, സി എച്ച് കണാരൻ, കെ എ കേരളീയൻ, രാമചന്ദ്രൻ നെടുങ്ങാടി, സുബ്രഹ്മണ്യ ശർമ്മ (ശർമ്മാജി), രാഘവ മാരാർ, വി പി ചിണ്ടൻ എന്നിവരെയും പലകാലങ്ങളിലായി ഇങ്ങനെ പാർട്ടികെട്ടിപ്പടുക്കുവാൻ തമിഴ്നാട്ടിലേക്ക് അയക്കുകയുണ്ടായി. അന്നത്തെ തമിഴ്നാട്ടിന്റെ അവസ്ഥയെക്കുറിച്ച് എ കെ ഗോപാലൻ എഴുതി:

> ....കോൺഗ്രസ് സോഷ്യലിസ്റ്റ് പാർട്ടിയുടെ തെറ്റായ നയങ്ങൾ നിമിത്തം സഖാവ് ശ്രീനിവാസറാവുവും മറ്റുള്ളവരും, വാർധ എ. ഐ. സി സി സമ്മേളനത്തിനുശേഷം അവർ ചെയ്ത പ്രസംഗങ്ങളുടെ പേരിൽ നീണ്ടകാലത്തേക്ക് തടവിലാക്കപ്പെട്ടു. സഖാക്കൾ ഘാട്ടെയും രാമമൂർത്തിയും മാത്രമേ പുറത്തുണ്ടായിരുന്നുള്ളൂ. അവർക്കും വിപുലമായ തോതിലുള്ള പ്രവർത്തനങ്ങൾക്ക് സൗകര്യമുണ്ടായിരുന്നില്ല.[1]

കോയമ്പത്തൂരിലെ നെയ്ത്ത് തൊഴിലാളികളെ സംഘടിപ്പിക്കുന്നതിനു വേണ്ടിയായിരുന്നു പ്രധാനമായും പാർട്ടി എൻ സിയെ നിയമിച്ചിരുന്നത്. അവിടെ പി രാമമൂർത്തിയോടൊപ്പം തൊഴിലാളികളെ സംഘടിപ്പിക്കുന്നതിൽ അദ്ദേഹം ഏർപ്പെട്ടു. 1940 സെപ്തംബർ 15 ന് കേരളത്തിൽ തലശ്ശേരി, മൊറാഴ, മട്ടന്നൂർ, കൂത്തു പറമ്പ് മുതലായ സ്ഥലങ്ങളിൽ ഏറ്റുമുട്ടലുകളുണ്ടായി. ഇന്ത്യാ വൈസ്രോയിയും ഇന്ത്യാ സെക്രട്ടറിയും ഇന്ത്യയുടെ ദേശീയാവശ്യത്തെ സംബന്ധിച്ച് ചെയ്ത പ്രസ്താവനകളിലും രാജ്യരക്ഷാ നിയമത്തിന്റെ പേരിൽ നാടൊട്ടുക്കും നടക്കുന്ന പൗരസ്വാതന്ത്ര്യ മർദ്ദനത്തിലും പ്രതിഷേധിക്കുവാൻ വേണ്ടി സെപ്റ്റംബർ 15 ന് പ്രതിഷേധദിനമായി ആചരിക്കാൻ ഇടതുപക്ഷ കെ പി സി സി തീരുമാനിച്ചു. കെ പി സി സിയുടെ തീരുമാനത്തോട് യോജിച്ചുകൊണ്ട് വിലവർദ്ധനവിനെതിരായും കൃഷിക്കാരുടെ

ആവശ്യങ്ങൾക്കുവേണ്ടിയും അന്ന് 'വിലനിയന്ത്രണ' ദിനമായി കൊണ്ടാടാൻ കർഷകസംഘവും ആഹ്വാനം നല്കി. ഉടൻതന്നെ പ്രതിഷേധദിനം നിരോധിക്കുകയാണ് മലബാർ കളക്ടർ ചെയ്തത്. നിരോധനത്തെ ലംഘിച്ചുകൊണ്ട് മലബാറിലെല്ലായിടത്തും പ്രതിഷേധ പ്രകടനങ്ങളും യോഗങ്ങളും സംഘടിപ്പിച്ചു. മൊറാഴയിൽ നടന്ന ഏറ്റുമുട്ടലിൽ സബ്ബ് ഇൻസ്പെക്ടർ കുട്ടികൃഷ്ണമേനോനും ഹെഡ്കോൺസ്റ്റബിൾ ഗോപാലൻ നായരും മരണമടഞ്ഞു. മട്ടന്നൂരിൽ ഒരു പൊലീസുകാരൻ കൊല്ലപ്പെട്ടു. അബു എന്ന ഒരു സ്കൂൾ അദ്ധ്യാപകനും ചാത്തുക്കുട്ടി എന്ന ഒരു ബീഡിത്തൊഴിലാളിയും തലശ്ശേരി കടപ്പുറത്ത് ജവഹർഘട്ടിൽ നടന്ന പ്രതിഷേധ പ്രകടനത്തിനു നേരെയുണ്ടായ മർദ്ദനത്തിൽ രക്തസാക്ഷിയായി. കൂത്തുപറമ്പിൽ മൃഗീയമായ ലാത്തിച്ചാർജ്ജുണ്ടായി. മലബാറിലാകെ 16 സ്ഥലങ്ങളിൽ നിരോധനാജ്ഞ ലംഘിച്ചു കൊണ്ട് പ്രതിഷേധ പ്രകടനങ്ങളും യോഗങ്ങളും നടന്നു. ഈ സംഭവങ്ങൾക്കു ശേഷം ഒളിവിൽ പോയവർക്കെതിരായ അന്വേഷണം ശക്തമായി. എൻ സി ശേഖർ, പി.രാമമൂർത്തി മുതലായവർക്കെതിരെ 'കോയമ്പത്തൂർ കമ്യൂണിസ്റ്റ് ഗൂഢാലോചനക്കേസ്' എന്ന പേരിൽ ഒരു കേസ് കെട്ടിച്ചമച്ചു. ഇതിനെത്തുടർന്ന് കോയമ്പത്തൂരിൽവെച്ച് എൻ സി അറസ്റ്റിലായി. അതുപോലെ മറ്റു പലരെയും അറസ്റ്റ്ചെയ്തു.

കേസ് വിചാരണ ചെയ്ത് 6 കൊല്ലത്തെ കഠിനതടവിന് എൻ സിയെ ശിക്ഷിച്ചു. കോയമ്പത്തൂർ, സേലം, എന്നീ ജയിലുകളിൽ ഇക്കാലത്ത് കഴിച്ചുകൂട്ടേണ്ടി വന്നു. എൻ സി ജയിലിലായിരുന്ന സമയത്താണ് 1941 മാർച്ച് 28ന് കയ്യൂർ സംഭവം ഉണ്ടായത്.

1939 സെപ്തംബർ ഒന്നിന് ജർമ്മനി പോളണ്ടിനെ ആക്രമിച്ചതോടെ രണ്ടാം ലോകമഹായുദ്ധം ആരംഭിച്ചു. സെപ്തംബർ മൂന്നിന് ഇംഗ്ലണ്ടും ഫ്രാൻസും ജർമ്മനിയോട് യുദ്ധം പ്രഖ്യാപിച്ചു. യുദ്ധം ആരംഭിച്ച ഘട്ടത്തിൽ ഇന്ത്യൻ കമ്യൂണിസ്റ്റ് പാർട്ടി യുദ്ധത്തെ വിശേഷിപ്പിച്ചത് അത് 'സാമ്രാജ്യത്വ യുദ്ധം' എന്നായിരുന്നു. എന്നാൽ 1941 ജൂൺ 22 ന് ജർമ്മനി സോവിയറ്റ് യൂണിയനെ ആക്രമിച്ചതോടെ യുദ്ധത്തിന്റെ ഗതിയിൽ മാറ്റം വന്നതായി പാർട്ടി പ്രഖ്യാപിച്ചു. ഡിസംബറോടെ 'ജനകീയയുദ്ധം' എന്ന നിലപാട് പാർട്ടി അംഗീകരിച്ചു. ഇതോടെ യുദ്ധ യത്നങ്ങളെ തടസ്സപ്പെടുത്തുകയില്ലെന്ന് പാർട്ടി തീരുമാനിച്ചു.

കമ്യൂണിസ്റ്റ് പാർട്ടി ജനകീയയുദ്ധം എന്ന നിലപാട് സ്വീകരിക്കുന്നതിനെ ഗവൺമെന്റ് സ്വാഗതം ചെയ്തു. ഇതിനെത്തുടർന്ന് കമ്യൂണിസ്റ്റ് തടവുപുള്ളികളിൽ പലരെയും ഗവൺമെന്റ് മോചിപ്പിക്കാൻ തുടങ്ങി. അക്കൂട്ടത്തിൽ എൻ സി ശേഖറുമുണ്ടായിരുന്നു. ജയിൽ മോചിതനായ എൻ സി മലബാറിലേക്കു മടങ്ങുകയും അവിടെ തന്റെ പ്രവർത്തനം പുനരാരംഭിക്കുകയും ചെയ്തു.

സൂചനകൾ

1. എ കെ ഗോപാലൻ, *എന്റെ ജീവിതകഥ*, ചിന്ത പബ്ലിഷേഴ്സ്, (തിരുവനന്തപുരം-2004), പു: 147

15

"ക്വിറ്റ് ഇന്ത്യ"

മലബാറിലെത്തിയ എൻ സി ശേഖർ കമ്യൂണിസ്റ്റ് പാർട്ടിയുടെ ജനകീയ യുദ്ധനയം വിജയിപ്പിക്കുന്നതിനുള്ള പ്രവർത്തനങ്ങളിൽ ഏർപ്പെട്ടു. അദ്ദേഹം ജയിലിലായിരുന്നപ്പോൾ തന്നെ ഒളിവിലിരുന്നു പ്രവർത്തിക്കുന്ന ഇ എം എസി ന്റെ നിർദ്ദേശപ്രകാരം സി ഉണ്ണിരാജ, എം എസ് ദേവദാസ്, പി കെ ബാല കൃഷ്ണൻ മുതലായവരുടെ നേതൃത്വത്തിൽ കോഴിക്കോട്ട് 'ജാപ്പ് വിരുദ്ധ കമ്മിറ്റി' രൂപം കൊള്ളുകയും പ്രവർത്തനങ്ങൾ ആരംഭിക്കുകയും ചെയ്തി രുന്നു. എൻ സിയും ജാപ്പുവിരുദ്ധ കമ്മിറ്റിയുടെ പ്രവർത്തനങ്ങൾ വിജയിപ്പി ക്കാൻ മുന്നിട്ടിറങ്ങി.

ജപ്പാൻ ഇന്ത്യയുടെ അതിർത്തിവരെ എത്തിയ സന്ദർഭത്തിൽ ഇന്ത്യാ ക്കാരെ തങ്ങളുടെ ഭാഗത്ത് കൊണ്ടുവരുന്നതിനുവേണ്ടി ചില നിർദ്ദേശങ്ങളു മായി ബ്രിട്ടീഷ് ക്യാബിനറ്റ് അംഗമായ സർ സ്റ്റാഫേർഡ് ക്രിപ്സ് 1942 മാർച്ചിൽ ഇന്ത്യയിലെത്തി. അദ്ദേഹം ഇന്ത്യയിലെ വിവിധ കക്ഷികളുമായി സുപ്രധാന ചർച്ചകൾ നടത്തിക്കൊണ്ടിരിക്കുമ്പോൾ തന്നെ ബ്രിട്ടീഷ് അധീനതയിലായിരുന്ന സിങ്കപ്പൂരും റങ്കൂണും ആന്റമാൻ നിക്കോബാർ ദ്വീപുകളും പിടിച്ചടക്കി ജാപ്പ് പട്ടാളം ഇന്ത്യ-ബർമ്മ റോഡിലൂടെ മുന്നേറിക്കൊണ്ടിരുന്നു. ബംഗാൾ ഉൾക്കടലിലും ജപ്പാന്റെ നാവികപ്പട ആക്രമണങ്ങൾ നടത്തിക്കൊണ്ടിരുന്നു. വിശാഖപട്ടണം, കാക്കിനഡ എന്നീ തുറമുഖ പട്ടണങ്ങളിൽ ഏപ്രിൽ 6 ന് ജപ്പാൻ ബോംബ് വർഷിച്ചു. ക്രിപ്സ് ഏതാനും നിർദ്ദേശങ്ങൾ ഇന്ത്യക്കാരുടെ പരിഗണനയ്ക്കായി മുന്നോട്ടുവെച്ചു.

കോൺഗ്രസും ലീഗും ഹിന്ദുമഹാസഭയും ലിബറൽ പാർട്ടിയും മാത്ര മല്ല അധഃകൃതവർഗ്ഗക്കാർ, സിഖുകാർ, ആംഗ്ലോ-ഇന്ത്യക്കാർ എന്നിവരും ക്രിപ്സ് നിർദ്ദേശങ്ങളെ തള്ളിക്കളയുകയാണുണ്ടായത്.

ആയിരത്തി തൊള്ളായിരത്തി നാൽപ്പത്തിരണ്ട് ഏപ്രിൽ 12 ന് ക്രിപ്സ് ഇന്ത്യയിൽ നിന്ന് തിരിച്ചുപോയി. ക്രിപ്സ് മിഷൻ പരാജയപ്പെട്ടതോടെ കോൺഗ്രസ് ക്വിറ്റ് ഇന്ത്യ എന്ന മുദ്രാവാക്യം ഉയർത്തി.

1942 ജൂലൈ 6-ാം തീയതി മുതൽ 14 വരെ കോൺഗ്രസ് പ്രവർത്തക സമിതി വാർധയിൽ യോഗം ചേർന്ന് ചരിത്ര പ്രഖ്യാപിതവും വിധിനിർണ്ണാ യകവുമായ ക്വിറ്റ് ഇന്ത്യ പ്രമേയം അംഗീകരിച്ചു. 1700 വാക്കുകൾ

അടങ്ങിയതായിരുന്നു ആ പ്രമേയം. ആഗസ്റ്റ് 4-ാം തീയതി കോൺഗ്രസ് പ്രവർത്തക സമിതി വീണ്ടും കൂടി, ജൂലൈ 14-ാം തീയതിയിലെ വാർധാ പ്രമേയത്തിന്റെ കൂടുതൽ പരിഷ്കൃതവും ഒതുങ്ങിയതുമായ 1200 വാക്കുകളുള്ള ഒരു പുതിയ പ്രമേയം പാസ്സാക്കി.

ഇപ്പോൾ നടക്കുന്ന യുദ്ധം "ജനകീയ യുദ്ധ"മാണെന്നും ഇന്ത്യക്കാർ സ്വന്തം താല്പര്യങ്ങളെയോർത്തെങ്കിലും സ്വരാജ്യപ്രേമികളായ സഖ്യകക്ഷികളോടൊപ്പം നില്ക്കണമെന്നും പ്രസ്താവനകളിലൂടെയും പാർട്ടി അംഗങ്ങൾക്കുള്ള സർക്കുലറുകളിലൂടെയും കമ്യൂണിസ്റ്റ് പാർട്ടി പ്രഖ്യാപിച്ചു. യുദ്ധ സംരംഭങ്ങളിൽ സഹകരിക്കാൻ അനുവദിക്കുകയാണെങ്കിൽ തങ്ങളുടെ മുഴുവൻ ശക്തിയും അതിലേക്കായി വിനിയോഗിക്കാൻ തയ്യാറാണെന്നും പാർട്ടി അറിയിച്ചു. ഇതിനെത്തുടർന്ന് കമ്യൂണിസ്റ്റ് പാർട്ടിയുടെ മേലുള്ള നിരോധനം പിൻവലിക്കാൻ ഗവൺമെന്റ് തീരുമാനിച്ചു. അങ്ങനെ എട്ടുവർഷമായി പാർട്ടിയുടെ മേലുണ്ടായിരുന്ന നിരോധനം 1942 ജൂലൈ 22ന് ഗവൺമെന്റ് പിൻവലിച്ചു.

പ്രത്യക്ഷസമര പരിപാടിയിലേക്കാണ് കോൺഗ്രസ് നേതൃത്വം നീങ്ങുന്നതെന്ന് കമ്യൂണിസ്റ്റ് നേതൃത്വം മനസ്സിലാക്കി. ബ്രിട്ടന്റെ നയങ്ങളെ പാർട്ടി ശക്തിയായി ആക്ഷേപിക്കുകയും അതേസമയം കോൺഗ്രസ് പ്രത്യക്ഷസമര പരിപാടികളിൽ നിന്ന് പിന്തിരിയണം എന്നാവശ്യപ്പെടുകയും ചെയ്തു.

കോൺഗ്രസ് അടുത്തു തുടങ്ങാൻ തീർച്ചയാക്കിയിട്ടുള്ള ക്വിറ്റ് ഇന്ത്യ സമരം ഇന്ത്യയുടെ സ്വാതന്ത്ര്യസിദ്ധിക്ക് സഹായിക്കുന്നതല്ല എന്നാണ് ഇന്ത്യയിലെ കമ്യൂണിസ്റ്റുകാരുടെ അഭിപ്രായം എന്നും ഈ പ്രസ്ഥാനത്തിൽ നിന്നു കോൺഗ്രസിനെ വിരമിപ്പിക്കാൻ തങ്ങൾ ശ്രമിക്കുന്നതായിരിക്കും എന്നും പി സി ജോഷി തുടർന്നു പ്രസ്താവിച്ചു.

എ ഐ സി സി യുടെ ചരിത്രപ്രധാനമായ ബോംബെ സമ്മേളനം 1942 ആഗസ്റ്റ് 7, 8 തീയതികളിൽ ബോംബെയിലെ ഗോവാലിയ ടാങ്ക് മൈതാനിയിൽ സമ്മേളിച്ചു. നേതാക്കളും 25-ഓളം പ്രതിനിധികളും 10000 ത്തിലധികം സന്ദർശകരും അതിൽ പങ്കെടുത്തു. ക്വിറ്റ് ഇന്ത്യ പ്രമേയം സമ്മേളനത്തിൽ അവതരിപ്പിച്ചു. പ്രമേയത്തിന് കമ്യൂണിസ്റ്റുകാർ ഭേദഗതികൾ കൊണ്ടുവന്നു.

കമ്യൂണിസ്റ്റുകാരുടെ ഭേദഗതികളും അഭിപ്രായങ്ങളും എല്ലാം തള്ളിക്കൊണ്ട് ആഗസ്റ്റ് 8-ാം തീയതി ക്വിറ്റ് ഇന്ത്യ പ്രമേയം പാസാക്കി. "പ്രവർത്തിക്കുക അല്ലെങ്കിൽ മരിക്കുക" എന്ന മുദ്രാവാക്യമായിരുന്നു ഗാന്ധിജി ജനങ്ങൾക്ക് നല്കിയത്. തന്റെ ജീവിതത്തിൽ ആദ്യമായി ഗാന്ധിജി ഈ അന്തിമസമരത്തിനുവേണ്ടി തന്റെ അക്രമരാഹിത്യ സിദ്ധാന്തം ഉപേക്ഷിച്ചു. ഓരോ ഇന്ത്യക്കാരനും സ്വയം നേതാവായി തങ്ങൾക്കിഷ്ടമുള്ളതു ചെയ്ത് സമരത്തിൽ പങ്കാളികളാക്കണമെന്നായിരുന്നു ഗാന്ധിജിയുടെ പൊതുനിർദ്ദേശം. എന്നാൽ ബ്രിട്ടീഷ് ഗവൺമെന്റ് സമരമാരംഭിക്കുന്നതുവരെ കാത്തുനില്ക്കാൻ തയ്യാറായില്ല. ക്വിറ്റ് ഇന്ത്യ സമരം ആരംഭിക്കുന്ന 9-ാം തീയതി നേരം വെളുക്കുന്നതിനുമുമ്പായി തന്നെ മഹാത്മാഗാന്ധി, ജവഹർലാൽ നെഹ്റു, വല്ലഭായി പട്ടേൽ, മൗലാനാ അബ്ദുൽ കലാം ആസാദ്, സരോജിനി നായിഡു തുടങ്ങി ബഹുഭൂരിപക്ഷം നേതാക്കളെയും ബ്രിട്ടീഷുകാർ തടങ്കലിലാക്കി. ഇവർ എവിടെയാണെന്ന വിവരം പത്രക്കാർക്ക് പോലും നല്കിയില്ല.

നേതാക്കളെല്ലാം അറസ്റ്റു ചെയ്യപ്പെട്ട് ജയിലിലായപ്പോൾ സമരം നയിക്കാനും നിയന്ത്രിക്കാനും ആരുമില്ലാതായി.

ജനങ്ങൾ തങ്ങൾക്ക് ഇഷ്ടമുള്ളതൊക്കെ ചെയ്തു. അവർ അക്രമാസക്തരായി. സർക്കാരാഫീസുകൾ പലതും കത്തിച്ചാമ്പലായി. ടെലിഗ്രാഫ്, പോസ്റ്റാഫീസുകൾ മുതലായവ തകർക്കപ്പെടുകയും റെയിൽവേ പാലത്തിനു ബോംബ് വയ്ക്കുകയും ചെയ്തു. ലാത്തിച്ചാർജ്ജുകളും വെടിവയ്പ്പുകളും ഇന്ത്യയിലുടനീളം ഉണ്ടായി. അക്രമരാഹിത്യത്തിന്റെയും അഹിംസയുടെയും അതിർവരമ്പുകൾ തകർക്കപ്പെട്ടു. ആഗസ്റ്റ് 9 നും ഡിസംബർ 31 നും ഇടയ്ക്ക് ഇന്ത്യയിലാകെ 62,229 പേർ അറസ്റ്റിലായി. 18000 പേർ വിചാരണ കൂടാതെ തടവിൽ അടയ്ക്കപ്പെട്ടു. വെടിയേറ്റു 940 പേർ മരണമടഞ്ഞു. തടവുകാരെക്കൊണ്ട് പൊലീസ് ലോക്കപ്പുകളും ജയിലുകളും തടങ്കൽ ക്യാമ്പുകളും നിറഞ്ഞു.

ആഗസ്റ്റ് 9,10 തീയതികളിലായി കേരളത്തിലെ കോൺഗ്രസ് നേതാക്കളെയും അറസ്റ്റ് ചെയ്ത് ജയിലിലാക്കപ്പെട്ടു. ഹർത്താലുകളും പ്രകടനങ്ങളും പണിമുടക്കുകളും കമ്പി മുറിക്കലുകളും പാലത്തിനു ബോംബുവയ്ക്കലുകളുമെല്ലാം ഇവിടെയും ഉണ്ടായി. അതിന്റെ പേരിൽ ആയിരത്തോളമാളുകൾ ജയിലിനകത്തായി. സമരം തുടങ്ങുന്നതിനു മുമ്പുതന്നെ മുന്നൂറോളം കമ്യൂണിസ്റ്റുകാരെ ജയിലിനകത്താക്കി. പുറത്തുള്ള കമ്യൂണിസ്റ്റുകാർ സമരം ആളിക്കത്തിക്കുന്ന നടപടികളിൽ ചേർന്നില്ല. കമ്യൂണിസ്റ്റുകാർ ഗവൺമെന്റിന്റെ മർദ്ദനനയങ്ങളെ ശക്തമായി അപലപിച്ചു. അവർ പ്രതിഷേധ യോഗങ്ങൾ സംഘടിപ്പിച്ചു. അട്ടിമറി പ്രവർത്തനങ്ങളെ നിരുത്സാഹപ്പെടുത്തിയ അവർ ഇന്ത്യൻ രാജ്യരക്ഷ ശിഥിലമാക്കുന്ന വിധം ഗതാഗതം, വാർത്താവിനിമയം തുടങ്ങിയവ നശിപ്പിക്കുന്നതിൽ പങ്കെടുക്കരുതെന്ന് ആവശ്യപ്പെട്ടു. ഒഴുക്കിനെതിരായി നീന്തുകയായിരുന്നു അവർ.

കമ്യൂണിസ്റ്റുകാർ യുദ്ധത്തിൽ സർക്കാരുമായി സഹകരിക്കുന്നുവെന്നായിരുന്നു കോൺഗ്രസിന്റെയും മറ്റും ആക്ഷേപം. എന്നാൽ സർക്കാരിന്റെ ഭാഗത്ത് നിന്നാണെങ്കിലോ ശക്തമായ മർദ്ദനങ്ങൾ അവർക്ക് ഏല്ക്കേണ്ടി വന്നു. എന്നാൽ, കമ്യൂണിസ്റ്റു പാർട്ടി ജനങ്ങളുടെ ഇടയിലെ പ്രവർത്തനങ്ങളുമായി മുന്നോട്ടുപോയി.

രാജ്യത്തെ ശത്രുവിന് കാഴ്ചവയ്ക്കുന്ന തരത്തിലുള്ള നശീകരണ പ്രവൃത്തികളെ എതിർക്കുക, നാട്ടുകാരെ കഷ്ടപ്പെടുത്തുകയും പട്ടിണി കിടത്തുകയും ചെയ്യുന്ന തരത്തിൽ ഉല്പാദനം സ്തംഭിപ്പിക്കുന്ന പണിമുടക്കങ്ങളെ തടയുക, നാട്ടിൽ കുഴപ്പവും കലാപവും സൃഷ്ടിക്കാനിടയുള്ള സമരങ്ങളെ നിരുത്സാഹപ്പെടുത്തുക, ദേശീയ നേതാക്കളെ വിടാനും ദേശീയ ഗവൺമെന്റ് നേടാനുംവേണ്ടി നാട്ടുകാരെ അണിനിരത്തുക, സ്വയം നിർണ്ണയാവകാശതത്ത്വമനുസരിച്ച് കോൺഗ്രസ്–ലീഗ് ഐക്യം സ്ഥാപിക്കുവാൻ കോൺഗ്രസുകാരെയും ദേശീയ നേതാക്കന്മാരെ വിടുന്നതിനുള്ള പ്രക്ഷോഭത്തിൽ പങ്കുകൊള്ളാൻ ലീഗിനെയും പ്രേരിപ്പിക്കുക, ഭക്ഷണക്കുഴപ്പം തീർക്കാൻ സംഘടിതമായി പ്രവർത്തിക്കുക– ഇവയെല്ലാമാണ് എൻ സി ശേഖറും സഖാക്കളും കിറ്റ് ഇന്ത്യ സമരകാലത്ത് കേരളത്തിലെ ജനങ്ങളുടെയിടയിൽ പ്രചരിപ്പിച്ചത്.

കമ്യൂണിസ്റ്റു പാർട്ടിയുടെയും പത്രങ്ങളുടെയും മേലുള്ള നിരോധനം

ആണ് നീക്കം ചെയ്തത്. ഇതോടെ ജയിലിലും ഒളിവിലും പ്രവർത്തിച്ചിരുന്ന മറ്റു നേതാക്കന്മാരും പ്രവർത്തകരും പുറത്തുവന്നു. ഇതിന്റെ ഫലമായി അടുക്കും ചിട്ടയുമുള്ള കേന്ദ്രീകൃതമായ ഒരു പ്രവർത്തനം പാർട്ടി നടത്തി. പാർട്ടിയുടെ കേന്ദ്ര ആഫീസ് ബോംബെയിൽ തുറന്നു. *പീപ്പിൾസ് വാർ*(ജനകീയ യുദ്ധം) എന്ന പേരിൽ ഒരു ഇംഗ്ലീഷ് വാരിക ആരംഭിച്ചു. അതിന്റെ ഹിന്ദി, ഉറുദു, മറാത്തി, ഗുജറാത്തി പതിപ്പുകളും ബോംബെയിൽ നിന്നു തന്നെ പുറത്തിറക്കി. കേരളത്തിൽ 1942 സെപ്തംബർ 6 ന് *ദേശാഭിമാനി* ആരംഭിച്ചു. പാർട്ടി സംസ്ഥാന കമ്മിറ്റി ഓഫീസു കോഴിക്കോട്ട് തുറന്നു. പാർട്ടി തീരുമാനിച്ച ജനകീയ യുദ്ധ പരിപാടികൾ കേരളത്തിൽ സജീവമായി നടപ്പിലാക്കുന്നതിന് എൻ സി ശേഖർ നേതൃത്വം കൊടുത്തു.

ബ്രിട്ടീഷ് സാമ്രാജ്യവാദികൾക്കെതിരെ ദേശീയ സ്വാതന്ത്ര്യത്തിനുവേണ്ടിയും ഫാസിസ്റ്റ് കോയ്മകളുടെ സൈനിക പരാജയത്തിനു വേണ്ടിയും കേരള ജനതയെ അണിനിരത്താനാണ് എൻ സി ശേഖർ തന്റെ ശ്രദ്ധ കേന്ദ്രീകരിച്ചത്. ആ പരിശ്രമത്തിൽ ഇന്ത്യൻ ജനതയെ പങ്കെടുപ്പിക്കുന്നതിന് തടസ്സം നില്ക്കുന്നത് ബ്രിട്ടീഷ് ഗവൺമെന്റിന്റെ നയങ്ങളാണ് എന്ന് എൻ സി പറഞ്ഞു.

ഫാസിസ്റ്റ് ശക്തികളെ ചുവപ്പുപടയും സാമ്രാജ്യവിരോധശക്തികളും ചേർന്ന് പരാജയപ്പെടുത്തും. അത് ബ്രിട്ടീഷ് സാമ്രാജ്യത്തിന്റെ ശക്തിയെയും ക്ഷീണിപ്പിക്കും. അപ്പോൾ അത് ഇന്ത്യയെ സ്വാതന്ത്ര്യത്തിലേക്ക് കൂടുതൽ അടുപ്പിക്കുമെന്ന് അദ്ദേഹം വ്യക്തമാക്കി.

ജാപ്പ് വിരുദ്ധ മേളകളുടെയും സോവിയറ്റ് സുഹൃദ് സമ്മേളനങ്ങളുടെയും പ്രവർത്തനം ശക്തമാക്കി. അതിന്റെ കേന്ദ്ര ഓഫീസ് കോഴിക്കോട്ട് വൈ എം സി എയ്ക്ക് അടുത്തുള്ള ഒരു ചെറിയ കെട്ടിടത്തിലായിരുന്നു.

വളരെ നാൾ ജയിലിലും ഒളിവിലും കഴിഞ്ഞിരുന്ന നേതാക്കൾക്ക് ജനസമ്പർക്കമുണ്ടാക്കാനും കോൺഗ്രസ് ക്വിറ്റ് ഇന്ത്യ സമരം നടത്തിയപ്പോൾ പാർട്ടിയെ ജനങ്ങളുമായി അടുപ്പിക്കാനും ഫാസിസത്തിനും നാസിസത്തിനുമെതിരെയുള്ള ബോധവല്ക്കരണത്തിനും കമ്യൂണിസ്റ്റുകാർ കണ്ടെത്തിയ മാർഗ്ഗങ്ങളായിരുന്നു ജാപ്പ് വിരുദ്ധമേളകളും സോവിയറ്റ് സുഹൃദ് സമ്മേളനങ്ങളും. കലാപരിപാടികൾ കൂടി ഉൾക്കൊള്ളുന്ന സമ്മേളനങ്ങൾക്കും റാലികൾക്കും പകരം കലാപരിപാടികൾക്ക് മുൻതൂക്കമുള്ള മേളകളിൽ ചില പ്രസംഗങ്ങൾ കൂടി നടത്തുക എന്ന രീതി അവലംബിച്ചു. പാട്ട്, നാടകം, ഓട്ടൻതുള്ളൽ, പാഠകം, ചാക്യാർകൂത്ത് മുതലായി ആഭിജാത്യമുള്ള കേരളീയ കലാരൂപങ്ങൾ അവതരിപ്പിക്കുന്നതിന് വ്യക്തമായ രാഷ്ട്രീയ പ്രചാരണമെന്ന ലക്ഷ്യമുണ്ടായിരുന്നു. ജപ്പാന്റെ ഭീഷണിക്കെതിരായാണ് മേളകൾ ലക്ഷ്യമിട്ടതെങ്കിലും കമ്യൂണിസ്റ്റ് പാർട്ടിയുടെ സാർവ്വദേശീയ-ദേശീയ കാഴ്ചപ്പാടുകൾ പ്രചരിപ്പിക്കാൻ മേളകളെ നല്ലവണ്ണം ഉപയോഗിച്ചു. കേരളത്തിൽ കമ്യൂണിസ്റ്റ് പാർട്ടിയുടെ വളർച്ചയ്ക്കെന്നപോലെ, കലാ-സാംസ്കാരിക രംഗത്തും ജാപ്പ് വിരുദ്ധ മേളകൾ ഗണ്യമായ സംഭാവനകൾ നല്കി.

എന്നാൽ കമ്യൂണിസ്റ്റ് വിരുദ്ധരെ ഇത് നല്ലവണ്ണം ചൊടിപ്പിച്ചു.

പാർട്ടി പ്ലീനം

ക്വിറ്റ് ഇന്ത്യ സമരം മൂലമുണ്ടായ സ്ഥിതിഗതികൾ നേരിടുന്നതിൽ വിവിധ

സംസ്ഥാനങ്ങളിലെ പാർട്ടിഘടകങ്ങൾക്കുണ്ടായ അനുഭവം പരിശോധിച്ച് വിലയിരുത്തുന്നതിനു വേണ്ടി 1942 സെപ്തംബർ 15 മുതൽ ഒമ്പത് ദിവസം ബോംബെയിൽ വെച്ച് കേന്ദ്ര പാർട്ടി പ്ലീനം സംഘടിപ്പിച്ചു. കേന്ദ്രക്കമ്മിറ്റി അംഗങ്ങൾക്ക് പുറമെ സംസ്ഥാനങ്ങളിൽ നിന്ന് പ്രത്യേകം തിരഞ്ഞെടുക്കപ്പെട്ട പ്രതിനിധികളെക്കൂടി യോഗത്തിൽ പങ്കെടുക്കാൻ ക്ഷണിച്ചിരുന്നു. കേരളത്തിൽ നിന്ന് കൃഷ്ണപിള്ളയും സി എച്ച് കണാരനുമാണ് പങ്കെടുത്തിരുന്നത്.

ഒക്ടോബർ ഒന്ന് മുതൽ മൂന്നു വരെ കോഴിക്കോട്ട് വെച്ച് കേരളാടിസ്ഥാനത്തിലുള്ള പ്ലീനം നടന്നു. കേന്ദ്ര പ്ലീനത്തെത്തുടർന്നുള്ള തീരുമാനങ്ങൾ വിശദീകരിക്കാനും അതിന്റെ അടിസ്ഥാനത്തിൽ കേരളത്തിലെ പ്രവർത്തനങ്ങൾ എങ്ങനെ സംഘടിപ്പിക്കാം എന്ന് തീരുമാനിക്കുന്നതിനുമായിരുന്നു ഇത്. ഇതിനെത്തുടർന്ന് ദേശീയ ഐക്യത്തിനും ദേശീയ ഗവൺമെന്റിനും ദേശീയ നേതാക്കന്മാരുടെ മോചനത്തിനുംവേണ്ടി ജനങ്ങളെ സജ്ജരാക്കുന്നതിനുള്ള പ്രവർത്തനങ്ങളിൽ എൻ സി ശേഖറും കേരളത്തിലെ കമ്യൂണിസ്റ്റ് പാർട്ടിയും ഏർപ്പെട്ടു.

കേരളത്തിലെ പ്ലീനത്തിന്റെ പ്രധാന സംഘാടകരിലൊരാളായിരുന്നു എൻ സി

ഐക്യവാരവും തൊഴിലാളികളും

കേന്ദ്ര പ്ലീനം തയ്യാറാക്കിയ രാഷ്ട്രീയവും സംഘടനാപരവുമായ പരിപാടി നടപ്പിക്കുന്നതിനുവേണ്ടി 1942 നവംബർ 1 മുതൽ 8 വരെയുള്ള ദിവസങ്ങൾ ഐക്യവാരമായി കൊണ്ടാടാൻ കമ്യൂണിസ്റ്റ് പാർട്ടിയുടെ കേന്ദ്ര നേതൃത്വം തീരുമാനിച്ചു. ഇതുപ്രകാരം കേരള കമ്മിറ്റിയുടെ നേതൃത്വത്തിൽ വിപുലമായ ഐക്യവാര ആഘോഷങ്ങൾ സംഘടിപ്പിക്കുവാനുള്ള പ്രവർത്തനങ്ങളിൽ എൻ സിയും മറ്റും ഏർപ്പെട്ടു. ഐക്യവാരത്തിന്റെ ആദ്യ ദിനമായ നവംബർ 1–നു കേരളത്തിന്റെ നാനാഭാഗത്തും പെരുമഴയത്ത് വമ്പിച്ച ഘോഷയാത്രകളും പൊതുയോഗങ്ങളും സംഘടിപ്പിച്ചു. കമ്യൂണിസ്റ്റുകാരുടെ എതിരാളികളെക്കൂടി അതിശയിപ്പിക്കുന്നതായിരുന്നു കണ്ണൂർ, തലശ്ശേരി മുതലായ സ്ഥലങ്ങളിൽ നടന്ന ആവേശം കൊള്ളിക്കുന്ന പ്രകടനങ്ങൾ. കൊച്ചിയിലെ അന്തിക്കാട്ടെ ചെത്തു തൊഴിലാളികൾ, സീതാറാം മില്ലിലെ തൊഴിലാളികൾ, കോഴിക്കോട്ട് കോട്ടൺമില്ലിലെയും കോമൺവെൽത്ത് ഫാക്ടറിയിലെയും തൊഴിലാളികൾ മുതലായവരെല്ലാം അങ്ങേയറ്റം ആവേശത്തോടെയാണ് ഐക്യവാരത്തിൽ പങ്കെടുത്തത്.[1]

ഐക്യവാരത്തിന്റെ അവസാന ദിവസമായ നവംബർ 8 ന് വൈകുന്നേരം കോഴിക്കോട്ട് മുതലക്കുളം മൈതാനിയിൽ കമ്യൂണിസ്റ്റ് പാർട്ടി കേരള കമ്മിറ്റിയുടെ ആഭിമുഖ്യത്തിൽ, കൃഷ്ണപിള്ളയുടെ അധ്യക്ഷതയിൽ വമ്പിച്ച യോഗം സംഘടിപ്പിച്ചു.[2]

ഐക്യവാരം വിജയിപ്പിക്കുന്നതിന് കേരളത്തിലെ തൊഴിലാളിവർഗ്ഗവും അതിന്റെ സാരഥിയായ എൻ സിയും വഹിച്ച പങ്ക് ശ്രദ്ധേയമാണ്.

കമ്യൂൺ ജീവിതം

ആയിരത്തിതൊള്ളായിരത്തി നാല്പത്തിരണ്ട് ജൂലൈ 22ന് ഇന്ത്യൻ

കമ്യൂണിസ്റ്റ് പാർട്ടിയുടെ മേലുള്ള നിരോധനം ഗവൺമെന്റ് പിൻവലിച്ചു. ഇതിനെത്തുടർന്ന് കുറെനാൾ കേരളത്തിലെ കമ്യൂണിസ്റ്റ് പാർട്ടി നേതാക്കൾ ഒരുമിച്ച് കോഴിക്കോട്ട് താമസമാക്കി. എൻ സി ശേഖറും അവിടെ താമസിച്ചിരുന്നു. പ്രേതബാധയുണ്ടെന്ന് പറഞ്ഞ് വാടകക്കാർ ഉപേക്ഷിച്ചിരുന്ന സാമാന്യം വലിയൊരു രണ്ടു നില കെട്ടിടത്തിലാണ് അവർ താമസിച്ചിരുന്നത്. കോഴിക്കോട്ട് ഇപ്പോൾ സ്റ്റേറ്റ് ട്രാൻസ്പോർട്ട് സ്റ്റേഷൻ നില്ക്കുന്ന സ്ഥലത്തിനടുത്തായിരുന്നു ആ വീട്.

കമ്യൂണിസ്റ്റ് മാതൃകയിൽ ജീവിക്കുന്നതിനുള്ള സാഹചര്യങ്ങളോ സാമൂഹ്യ ബോധമോ അന്നില്ലായിരുന്നു. എങ്കിലും 'കമ്യൂൺ' എന്ന പേരാണ് ആ വീട്ടിനിട്ടിരുന്നത്. അന്നത്തെ രാഷ്ട്രീയ സ്ഥിതിയിൽ കമ്യൂണിലെ ഓരോ നേതാവിനും ഇഷ്ടംപോലെ ജോലിയുണ്ടായിരുന്നതിനാൽ കൂട്ടുകുടുംബ ജീവിതത്തിലെ ചില്ലറ അലോസരങ്ങളൊന്നും ആരും അത്ര ഗൗനിച്ചില്ല.

രാഷ്ട്രീയ ചർച്ചകൾ, പാർട്ടിക്ലാസുകൾ, സാഹിത്യചർച്ചകൾ, *ദേശാഭിമാനി* പത്രവും മറ്റു പാർട്ടിസാഹിത്യങ്ങളും വായിക്കൽ തുടങ്ങിയവയൊക്കെയായി കുറെ മാസങ്ങളോളം കമ്യൂൺ ജീവിതം നീണ്ടുനിന്നു.[3]

സൂചനകൾ

1. *സഖാവ് പി. കൃഷ്ണപിള്ള ഒരു സമഗ്ര ജീവചരിത്ര പഠനം*, പു:628–29
2. മേൽചൊന്നത്, പു:629
3. മേൽചൊന്നത്, പു 640

16

വിവാഹം

വിപ്ലവകാരിയായ എൻ സി ശേഖറുടെ ഭാര്യയായിത്തീർന്നത് കണ്ണൂരിലെ പാവപ്പെട്ട ഒരു തൊഴിലാളി കുടുംബത്തിൽപ്പെട്ട ഇടയത്ത് ജാനകിയായിരുന്നു. കണ്ണൂർ കോമൺവെൽത്ത് തുണിമിൽ ഫാക്ടറിയിലെ ഒരു തൊഴിലാളിയായിരുന്നു ഇടയത്തു രാഘവൻ. ഫാക്ടറിയിൽ തൊഴിലാളി യൂണിയൻ രൂപം കൊണ്ട കാലം മുതൽ അതിന്റെ സജീവപ്രവർത്ത കനായിരുന്നു അദ്ദേഹം. യൂണിയന്റെ ആദ്യത്തെ പ്രസിഡന്റ് കെ പി ഗോ പാലനും ആഫീസ് സെക്രട്ടറി ഇടയത്ത് രാഘവനുമായിരുന്നു. ഫാക്ടറി സ്ഥിതിചെയ്യുന്ന കണ്ണൂർ കന്റോൺമെന്റ്(ബർണശ്ശേരി) പ്രദേശത്തെ ചേരികളിൽ ആണ് തൊഴിലാളികൾ താമസിച്ചിരുന്നത്.

തൊഴിലാളി നേതാവായ എൻ സി യൂണിയൻ പ്രവർത്തനവുമായി ബന്ധപ്പെട്ടാണ് രാഘവന്റെ കുടുംബവുമായി പരിചയപ്പെടുന്നത്. ഓഫീസ് സെക്രട്ടറിയെന്ന നിലയിൽ രാഘവന്റെ ഓലമേഞ്ഞ ഒരു മുറി കുടിലായിരുന്നു എൻ സിയുടെ യും മറ്റും പ്രവർത്തനകേന്ദ്രം.

രാഘവന്റെ കുടുംബത്തിൽ നാലുപേരാണ് ഉണ്ടായിരുന്നത്. രാഘവൻ, അദ്ദേഹത്തിന്റെ ഭാര്യ, അമ്മ, കൂടാതെ ഭാഗിനേയിയായ ജാനകി. ജാനകിയുടെ അച്ഛന്റെ ആദ്യത്തെ വിവാഹത്തിലെ മകളായിരുന്നു അവൾ. ജാനകിക്ക് രണ്ടു വയസ്സുള്ളപ്പോൾ അവളുടെ അമ്മ മരിച്ചു. അതോടെ അമ്മാമനായ രാഘവന്റെ സംരക്ഷണയിലായി ജാനകി. രാഘവന്റെ അമ്മയെ ജാനകി അമ്മ എന്നു വിളിച്ചു പോന്നു. രാഘവന്റെ തുച്ഛമായ വരുമാനം കൊണ്ടാണ് ആ കുടുംബം കഴിഞ്ഞു കൂടിയിരുന്നത്.

1942 ൽ ജയിൽ മോചിതനായ എൻ സി നേരെ പോയത് ആ കുടുംബ ത്തിലേക്കായിരുന്നു. രക്തവാതം പിടിപെട്ടു രോഗിയായി മാറിയിരുന്നു അദ്ദേഹം. ചികിത്സാർത്ഥം കുറെ നാൾ ആ വീട്ടിൽ താമസിക്കേണ്ടി വന്നു. ജാനു തന്നെയായിരുന്നു സുഖമില്ലാത്ത ആളിന് മരുന്നും കഷായവും എല്ലാം സമയാസമയങ്ങളിൽ കൊടുത്തിരുന്നത്. അമ്മാമയും അമ്മായിയും ഒക്കെ ഏറെ ജാഗ്രതയോടെ, ഏറെ ബഹുമാനത്തോടെ അദ്ദേഹത്തോട് പെരുമാറു കയും അദ്ദേഹത്തെ പരിചരിക്കുകയും ചെയ്യുന്നത് കാണുമ്പോൾ അദ്ദേഹം വലിയൊരു മനുഷ്യനാണെന്ന് ജാനു മനസ്സിലാക്കി.

അമ്മാമയോടൊപ്പം ഈ കൊച്ചു കുടിലിൽ വന്നിട്ടുള്ളപ്പോഴൊക്കെ

ജാനു അദ്ദേഹത്തെ കണ്ടിട്ടുണ്ട്. മാന്യമായ പെരുമാറ്റവും തീക്ഷ്ണത പാറുന്ന കണ്ണുകളും. തൊഴിലാളികൾക്കുവേണ്ടിയും ഇന്ത്യയുടെ സ്വാതന്ത്ര്യത്തിനു വേണ്ടിയും അഹോരാത്രം പ്രവർത്തിക്കുന്ന നിശ്ചയദാർഢ്യവും ആത്മാർത്ഥതയുമുള്ള സത്യഗ്രഹി. അങ്ങനെയുള്ള ഒരാളോടുള്ള ഭയഭക്തി ബഹുമാനങ്ങളെല്ലാം ജാനുവിനും എൻ സി ശേഖറോടുണ്ടായിരുന്നു.

ആയിടയ്ക്ക് ഒരു ദിവസം, അമ്മയും അമ്മായിയും (രാഘവന്റെ അമ്മയും ഭാര്യയും) ഇല്ലാതിരുന്ന ഒരു ദിവസം, പല നാളുകളിലായി മനസ്സിൽ കൊണ്ടു നടന്ന ഒരാഗ്രഹം ജാനകിയുടെ മുമ്പിൽ എൻ സി അവതരിപ്പിച്ചു.

“എനിയ്ക്കൊരു കാര്യം ചോദിക്കാനുണ്ട്”

സാധാരണ എൻ സിയിൽ നിന്നും കേട്ടിരുന്ന ഘനഗാംഭീര്യമുള്ള ശബ്ദമായിരുന്നില്ല ജാനകി കേട്ടത്. വളരെ സൗമ്യമായി സ്നേഹപൂർവ്വമുള്ള ശബ്ദമായിരുന്നു അത്. എങ്കിലും നിശ്ചയദാർഢ്യം ആ ശബ്ദത്തിനുണ്ടായിരുന്നു.

“എന്താ കാര്യം?” ജാനകി ചോദിച്ചു.

പ്രത്യേകിച്ചൊന്നും ജാനകിക്ക് തോന്നിയില്ല. വലിയൊരു മനുഷ്യനാണ് തന്റെ മുന്നിൽ. അധികം സംസാരിക്കാത്ത പ്രകൃതക്കാരനും. അപ്പോൾ വലിയ കാര്യങ്ങളായിരിക്കും പറയുക എന്ന് ജാനകി കരുതി.

“ജാനുവിനെ വിവാഹം കഴിക്കാൻ എനിക്കാഗ്രഹമുണ്ട്, സമ്മതമാണോ?”

ജാനു ഒരിക്കലും പ്രതീക്ഷിക്കാത്ത ഒരു ചോദ്യമായിരുന്നു അത്. അത്തരമൊരു ചിന്ത മനസ്സിലെപ്പോഴെങ്കിലും തോന്നിയിരുന്നുവോ? അറിയില്ല. ഇഷ്ടത്തേക്കാൾ കൂടുതൽ ബഹുമാനവും ആദരവുമായിരുന്നു ആ വലിയ മനുഷ്യനോട് ജാനുവിന്.

അറിയാതെ ജാനുവിന്റെ നാവിൽ നിന്നും മറുപടിയും ഉതിർന്നു വീണു.[1]
“അമ്മാമന് ഇഷ്ടമാണെങ്കിൽ എനിക്കും ഇഷ്ടമാണ്”.

അങ്ങനെ എൻ സി ശേഖർ എന്ന വിപ്ലവകാരി ജാനു എന്ന ഇടയത്ത് ജാനകിയുടെ മനസ്സിൽ അനുരാഗത്തിന്റെ തീ കോരിയിട്ടു.

അമ്മാമനായ രാഘവനുമായി എൻ സി സംസാരിച്ചു. അദ്ദേഹത്തിനു അങ്ങേയറ്റം സന്തോഷം. വിവാഹത്തിനു സമ്മതിച്ചു. എന്നാൽ പ്രതീക്ഷിക്കാത്ത ഒരു സ്ഥലത്തു നിന്നും എതിർപ്പുണ്ടായി. അത് ജാനകിയുടെ അച്ഛന്റെയും ബന്ധുക്കളുടെ അടുത്തുനിന്നായിരുന്നു. അവരെല്ലാം കോൺഗ്രസുകാരായിരുന്നു എന്നതായിരുന്നു ഒരു കാര്യം. എന്നാൽ എതിർപ്പിന്റെ പ്രധാനകാരണം തെക്ക് ഉന്നതമായ ഒരു നായർ തറവാട്ടിലെ പുരുഷന് കണ്ണൂരിലെ ഒരു കുടിലിൽ താമസിക്കുന്ന ഒരു തീയത്തി(ഈഴവ)പ്പെണ്ണിനെ കല്യാണം കഴിപ്പിച്ചുകൊടുത്താൽ ഉണ്ടാകുന്ന ഭവിഷത്തുകളെക്കുറിച്ചുള്ള ആശങ്കയായിരുന്നു. അതിനിടെ രാഘവൻ അസുഖം ബാധിച്ചു കിടപ്പിലുമായി.

ഏതായാലും എല്ലാ എതിർപ്പുകളെയും അതിജീവിച്ച് എൻ സി ശേഖർ എന്ന കമ്യൂണിസ്റ്റുവിപ്ലവകാരി ഇടയത്ത് ജാനകി എന്ന തൊഴിലാളിപ്പെണ്ണിന്റെ കഴുത്തിൽ താലിചാർത്തുക തന്നെ ചെയ്തു. 1943 ജനുവരി ഒന്നിനായിരുന്നു ആ വിവാഹം നടന്നത്. കെ എ കേരളീയന്റെ കാർമ്മികത്വത്തിൽ പാർട്ടി ഓഫീസിൽ വെച്ചായിരുന്നു വിവാഹം. വിവാഹം രജിസ്റ്റർ ഓഫീസിൽ ഔദ്യോഗികമായി രജിസ്റ്റർ ചെയ്യുകയും ചെയ്തു. അതോടെ ഇടയത്ത് ജാനകി ‘ജാനകി ശേഖർ’ ആയി.

വിവാഹത്തിനു മുമ്പുതന്നെ എൻ സി വിവരം അറിയിച്ചുകൊണ്ടു തന്റെ അച്ഛനമ്മമാർക്കെഴുതി. അങ്ങനെ എഴുതുവാൻ കാരണമുണ്ടായിരുന്നു. എൻ സിയുടെ 24-ാമത്തെ വയസ്സിൽ കുടുംബ നിലയ്ക്കൊത്ത ഒരു വിവാഹം

അദ്ദേഹത്തിന്റെ അച്ഛൻ ഉറപ്പിച്ചിരുന്നു. എൻ സിയുടെ കുടുംബത്തെ പോലെതന്നെ പ്രശസ്തവും, പുരാതനവുമായ ഒരു നായർ തറവാട്ടിലെ കുട്ടിയായിരുന്നു വധു. എൻ സിയുടെ അനുവാദം ചോദിക്കാതെയായിരുന്നു അത്. വിവാഹ കാര്യത്തിലെങ്കിലും എൻ സി അച്ഛനെ അനുസരിക്കുമെന്ന് കരുതിയാണ് അദ്ദേഹം വാക്കുകൊടുത്തത്. ഒരുക്കങ്ങൾ ആർഭാടപൂർവ്വം മുന്നോട്ടു പോയി. എന്നാൽ വിവാഹനിശ്ചയത്തിന്റെ തലേ ദിവസം അമ്മയോടുമാത്രം പറഞ്ഞിട്ട് എൻ സി നാടുവിട്ടു. വിവാഹകാര്യത്തിൽ മകൻ അച്ഛനെ ധിക്കരിച്ചത് സഹിക്കാൻ കഴിഞ്ഞെങ്കിലും, സമുദായമദ്ധ്യത്തിൽ അപമാനിച്ചത് ഒരു നായർ പ്രമാണിക്ക് സഹിക്കാൻ കഴിയുന്നതിലും അപ്പുറമായിരുന്നു. അത് മറക്കാനും പൊറുക്കാനും അച്ഛൻ തയ്യാറായില്ല. ആ വൈരാഗ്യം ഏറെക്കാലം അച്ഛൻ വച്ചുപുലർത്തിയിരുന്നു. അതുകൊണ്ടാണ് എൻ സി അവർക്ക് എഴുതാൻ കാര്യം.

"ഒരു ഈഴോത്തിയെ ഞാൻ വിവാഹം കഴിക്കാൻ പോകുന്നു. എന്നെ അച്ഛനും അമ്മയും അനുഗ്രഹിക്കണമെന്ന് അപേക്ഷിച്ചുകൊണ്ടാ" യിരുന്നു എൻ സി അച്ഛനെഴുതിയത്.

ഈ കത്തിന് അദ്ദേഹത്തിന് കിട്ടിയ മറുപടി ഇങ്ങനെ:

> ഈഴോത്തിയായാലും പറച്ചിയെ ആയാലും, ആരെ കല്യാണം കഴിച്ചാലും വേണ്ടില്ല, വധുവിനെയും കൂട്ടി നീ വീട്ടിൽ വരണം.[2]

ഈ മറുപടിക്കത്ത് വായിച്ച് സന്തോഷം കൊണ്ട് എൻ സി എന്ന വിപ്ലവകാരിയുടെ കണ്ണുകൾ നിറഞ്ഞു.

വിവാഹം കഴിഞ്ഞ് ഒരു മാസം കഴിഞ്ഞ്, അതായത് 1943 ഫെബ്രുവരിയിൽ എൻ സിയും ജാനകിയും കണ്ണൂരിൽ നിന്ന് ബാലരാമപുരത്തുള്ള എൻ സിയുടെ വീട്ടിലേക്ക് പോയി. വീട്ടുകാർ അവരെ കലവറയില്ലാതെ സ്വീകരിച്ചു. ബോട്ടിലും തീവണ്ടിയിലും ബസിലുമായുള്ള ആ യാത്ര, കണ്ണൂരിനു പുറത്തുള്ള ജാനകിയുടെ ആദ്യത്തെ യാത്ര വളരെ രസകരമായ ഒരു അനുഭവമായിരുന്നു.

പിന്നീട് എൻ സി കണ്ണൂരിൽ ബേബി ബീച്ചിലെ ഒരു ഒറ്റമുറി വീട് വാടകയ്ക്ക് കൊടുത്തിട്ട് വായിക്കുവാനും എഴുതുവാനും കൂടുതൽ സൗകര്യമുള്ള ഒരു വാടക വീട്ടിലേക്ക് മാറി. കൊറ്റാളിയിലായിരുന്നു അത്. ആ കാലഘട്ടത്തിൽ ജാനകിശേഖറും രാഷ്ട്രീയത്തിൽ സജീവമായി. മഹിളാ സംഘനാ രംഗത്താണ് അവർ പ്രവർത്തിച്ചത്. വളരെനാൾ ചിറയ്ക്കൽ താലൂക്ക് മഹിളാ സംഘത്തിന്റെ സെക്രട്ടറിയായി പ്രവർത്തിച്ചു. എന്നാൽ ഈ സന്തോഷമെല്ലാം താത്കാലികമായിരുന്നു.

1948 ഫെബ്രുവരി മുതൽ എൻ സിക്ക് ഒളിവിൽ പ്രവർത്തിക്കേണ്ടി വന്നു. 1952 മാർച്ച് വരെ അത് നീണ്ടുനിന്നു. കൽക്കത്താ തീസിസ്സിന്റെ കാലത്തായിരുന്നു അത്. ഇക്കാലത്ത് എൻ സിയുടെ കുടുംബം വളരെയധികം ബുദ്ധിമുട്ടനുഭവിക്കേണ്ടി വന്നു. കുട്ടികളെ വളർത്താൻ അദ്ദേഹത്തിന്റെ ഭാര്യ ജാനകി വളരെയധികം പ്രയാസപ്പെട്ടു. കുട്ടികൾക്ക് ഒരു നേരത്തെ ആഹാരം കൊടുക്കാൻ വേണ്ടി അവർ ബീഡി തെറുത്തു. ഒരു ബനിയൻ കമ്പനിയിൽ ആളെയെടുക്കുന്നുണ്ടെന്നറിഞ്ഞ ജാനകി അവിടെ ജോലിയന്വേഷിച്ചു പോയി. എന്നാൽ എൻ സിയുടെ ഭാര്യയാണെന്നറിഞ്ഞപ്പോൾ മൂന്നു ദിവസം കഴിഞ്ഞ് പറഞ്ഞു വിട്ടു. ടി ജി വിജയകുമാർ അതേക്കുറിച്ച് എഴുതി:

എണ്ണമറ്റ മറ്റു കമ്മ്യൂണിസ്റ്റ് കുടുംബാംഗങ്ങളെപ്പോലെ ജാനകിശേഖറും കുട്ടികളും ആ ഭീകരാവസ്ഥയിൽ നോട്ടപ്പുള്ളികളായി. എൻ സിയുടെ രക്തത്തിനായി ദാഹിച്ച് പാഞ്ഞ് നടന്ന പൊലീസുകാർ അവരുടെ ജീവിതം നരകതുല്യമാക്കി മാറ്റി. രാവും പകലും എന്നില്ലാതെ പൊലീസുകാർ അവരുടെ താമസസ്ഥലത്തുവന്ന് ബുദ്ധിമുട്ടിക്കുവാനും ശല്യപ്പെടുത്തുവാനും തുടങ്ങി. വീട്ടുസാധനങ്ങളും മറ്റും വലിച്ചു പുറത്തിടും. ഒടുവിൽ ഗത്യന്തരമില്ലാതെ വാടകവീടൊഴിഞ്ഞ് ബേബി ബീച്ചിലെ ബന്ധുക്കളുടെ സഹായം തേടി. ഒരു കമ്മ്യൂണിസ്റ്റുകാരന്റെ ഭാര്യയായി എന്ന ഒറ്റ കാരണംകൊണ്ടും പൊലീസുകാരെ പേടിച്ചും കോൺഗ്രസ് പാരമ്പര്യം സൂക്ഷിച്ചിരുന്ന ബന്ധുക്കൾ കയ്യൊഴിഞ്ഞു. അപ്പോഴും ഒരു തുണയായി, ശക്തിയായി അയൽക്കാരിയും പ്രിയപ്പെട്ട കൂട്ടുകാരിയുമായിരുന്ന ഗേടി ഓടിയെത്തി. പിന്നീട് ഗേടി സ്റ്റാൻലി എന്നറിയപ്പെട്ടിരുന്ന ഗേടി. വാടക കൊടുത്തിരുന്ന സ്വന്തം വീട്ടിലോ ബന്ധുക്കളുടെ വീട്ടിലോ അഭയം കിട്ടാതിരുന്ന ജാനകിശേഖറിനും കുട്ടികൾക്കും ഗേടിയുടെ വീട്ടിൽ അഭയം കിട്ടി. അഭയം മാത്രമായിരുന്നില്ല പ്രശ്നം. ജീവിതംതന്നെ വഴിമുട്ടി നില്ക്കുന്നു. വരുമാനമില്ല. ഭക്ഷണവും മരുന്നുമൊക്കെ അത്യന്താപേക്ഷിതമായിരുന്നു. ബർണ്ണശേരിയിലെ ഒരു ബനിയൻ കമ്പനിയിൽ ആളെ എടുക്കുന്നുണ്ടെന്നറിഞ്ഞു ചെന്നു. മൂന്നു ദിവസത്തെ ജോലി കഴിഞ്ഞപ്പോൾ മൂന്നു രൂപ വേതനം നല്കി പറഞ്ഞുവിട്ടു. കമ്മ്യൂണിസ്റ്റുകാരനായ എൻ സിയുടെ ഭാര്യയ്ക്ക് ജോലിയില്ലത്രെ. പിന്നീട് ഗണേഷ് ബീഡി കമ്പനിയിൽ ബീഡി തെറുത്തു കുഞ്ഞുങ്ങളെ പോറ്റി. ഈ കഷ്ടപ്പാടിനിടയിലാണ് മൂത്തമകൻ അഞ്ചര വയസ്സായ രഘുവും നാലുമാസം തികയാത്ത പെൺകുഞ്ഞും രോഗാതുരരായി അകാലചരമമടഞ്ഞത്.[3]

"ആ ഓലപ്പുരയിൽ കിടന്ന് അവർ എന്നെന്നേക്കുമായി കണ്ണടക്കുമ്പോൾ ഞാൻ അടുത്തുണ്ടായിരുന്നില്ല" എന്ന് മക്കളുടെ മരണത്തെക്കുറിച്ച് തന്റെ ആത്മകഥയിൽ എൻ സി കുറിക്കുന്ന വാക്കുകൾ ആരുടെയും ഹൃദയം കവരുന്നതാണ്.

1952 മാർച്ചിൽ ഒളിവിൽ നിന്നും പുറത്തുവരുന്നതുവരെ ഈ കഷ്ടപ്പാടുകളും ക്ലേശങ്ങളുമെല്ലാം തുടർന്നു. എന്നാൽ എൻ സി ഒളിവിലും ജയിലിലുമൊക്കെ അനുഭവിച്ച കഷ്ടപ്പാടുകളെക്കുറിച്ചോർക്കുമ്പോൾ ഇതെല്ലാം നിസ്സാരമായിരുന്നുവെന്ന് ജാനകിശേഖർ പറഞ്ഞു. ഒളിവിൽ നിന്ന് പുറത്തു വന്നതിനു ശേഷമാണ് വാടകയ്ക്ക് കൊടുത്ത വീട് ഒഴിഞ്ഞുകിട്ടിയതും കുടുംബത്തിന്റെ അലച്ചിലിനും കഷ്ടപ്പാടിനും താല്ക്കാലികമായെങ്കിലും അറുതിവന്നതും.

എന്നാൽ ഒരിക്കൽ കൂടി അവരുടെ ജീവിതം പ്രതിസന്ധിയിലായി. അത് 1964 ൽ ചൈനീസ് ചാരനെന്ന നിലയിൽ എൻ സിയെ ജയിലിലടച്ചപ്പോഴായിരുന്നു. പറക്കമുറ്റാത്ത കുഞ്ഞുങ്ങളെയും ചിറകിനടിയിൽ ഒതുക്കി ഇല്ലായ്മയുടെയും വല്ലായ്മയുടെയും കഥകൾ പുറത്തറിയിക്കാതെയാണ് ആ 16 മാസക്കാലം അവർ കഴിഞ്ഞത്. "ചരിത്രം എന്നും ഓർമ്മിക്കുന്ന ഒരു കമ്മ്യൂണിസ്റ്റുകാരന്റെ ജീവിത പങ്കാളിയായി സുഖത്തിലും ദുഃഖത്തിലും ജീവിതയാത്ര നടത്തുവാനായി എന്നതിൽപ്പരം സായൂജ്യം വേറെയില്ല എന്നു പറയുമ്പോൾ കമ്മ്യൂണിസ്റ്റ് തറവാട്ടിലെ 'ഈ അമ്മ'യുടെ കണ്ണുകളിൽ നിന്ന്

എൻ സി യും ഭാര്യ ജാനകി ശേഖറും

ബാഷ്പകണങ്ങൾ" അടർന്നു വീഴാറുണ്ടായിരുന്നു.[4]

പി കൃഷ്ണപിള്ള, എ കെ ജി, കെ പി ആർ ഗോപാലൻ, കെ പി ഗോപാലൻ, കെ എ കേരളീയൻ, എസ് കെ പൊറ്റെക്കാട്ട്, ടി വി തോമസ്, കെ ആർ ഗൗരിയമ്മ, കാന്തലോട്ട് കുഞ്ഞമ്പു, റോസമ്മ പുന്നൂസ്, നക്സൽ നേതാവ് വർഗ്ഗീസ്, സുശീലാ ഗോപാലൻ, ഇ കെ നായനാർ, കെ സി ജോർജ് തുടങ്ങി എത്രയോ നേതാക്കളും സുഹൃത്തുക്കളും അവരുടെ കൊച്ചുവീട്ടിൽ അതിഥികളായി താമസിച്ചിട്ടുണ്ട്. സ്വന്തം സഹോദരിയായാണ് അഴീക്കോടൻ രാഘവൻ ജാനകിശേഖറിനെ കണ്ടിരുന്നത്. എൻ സി ജയിലിലായിരുന്ന സമയത്താണ് ജാനകിശേഖറിന് 'യൂട്രസ്' സംബന്ധിച്ച ഓപ്പറേഷൻ നടന്നത്. ആ സമയത്ത് അഴീക്കോടൻ രാഘവൻ പരോളിലിങ്ങി. "എന്റെ സഹോദരി യുടെ ശസ്ത്രക്രിയയ്ക്കുവേണ്ടി" എന്നു പറഞ്ഞു ശുശ്രൂഷിക്കുകയുണ്ടായി. 'സഹോദരി'യായിട്ടാണ് ആ കാലഘട്ടത്തിലെ വിപ്ലവകാരികളെല്ലാം അവരെ കണക്കാക്കിയിരുന്നത്.

തെളിവിലും ഒളിവിലും ജയിലിലും കമ്യൂണിസ്റ്റ് ആദർശങ്ങളെ മുറുകെപ്പിടിച്ച് വിപ്ലവകേരളത്തിന്റെ കനലുകൾ ഊതിക്കാച്ചിയ ധീര വിപ്ലവ കാരിയായ എൻ സി ശേഖറിനോടൊപ്പം കഠിനമായി യത്നിച്ച് യാതനക ളിലൂടെ ജീവിച്ച ഈ കമ്യൂണിസ്റ്റ് തറവാട്ടമ്മ 2014 ഫെബ്രുവരി 7 ന് ഈ ലോകത്തോട് വിടപറഞ്ഞു.

സൂചനകൾ

1. എൻ സി ശേഖർ സ്മരണിക-2012, പു:150
2. *അഗ്നിവീഥികൾ*, പു:244
3. *എൻ സി ശേഖർ സ്മരണിക-2012*, പു: 152
4. മേൽചൊന്നത്, പു.153

17

സി പി ഐ സംസ്ഥാന കമ്മിറ്റി അംഗം

സി പി ഐ യുടെ ആദ്യ സംസ്ഥാന സമ്മേളനം

സി പി ഐയുടെ ഒന്നാം കേരള സംസ്ഥാന സമ്മേളനം 1943 മാർച്ച് 20, 21 തീയതികളിൽ കോഴിക്കോട് ടൗൺ ഹാളിൽ വെച്ച് നടന്നു.

പാർട്ടി കേന്ദ്രകമ്മിറ്റി അംഗമായ ഇ എം എസ് നമ്പൂതിരിപ്പാടിന്റെ അദ്ധ്യക്ഷതയിൽ നടന്ന സമ്മേളനം ഉദ്ഘാടനം ചെയ്തുകൊണ്ട് പി സി ജോഷി മൂന്ന് മണിക്കൂർ പ്രസംഗിക്കുകയുണ്ടായി. രാജ്യത്തിന്റെ അന്നത്തെ പൊതുവെയുള്ള നില, സ്ഥിതിയെ നേരിടുന്നതിൽ കമ്യൂണിസ്റ്റുകാരുടെ ചുമതല, പ്രായോഗിക പരിപാടികൾ ഇവയെല്ലാം അദ്ദേഹം വിശദമായി വിവരിച്ചു.[1] പി ആർ നമ്പ്യാർ അദ്ദേഹത്തിന്റെ പ്രസംഗം മലയാളത്തിലേക്ക് പരിഭാഷപ്പെടുത്തി.

പിന്നീട് സംസ്ഥാന സെക്രട്ടറി പി കൃഷ്ണപിള്ള തന്റെ റിപ്പോർട്ട് അവതരിപ്പിച്ചു.

റിപ്പോർട്ടിന്മേലുള്ള ചർച്ചയിൽ എട്ടുപേർ പങ്കെടുത്തു. ചർച്ചകൾക്കു ശേഷം ഭേദഗതികളോടെ റിപ്പോർട്ട് അംഗീകരിച്ചു. പിന്നീട് കേരളത്തിലെ കമ്യൂണിസ്റ്റ് പ്രസ്ഥാനത്തിന്റെ എരിതീയിൽ സ്വന്തം ജീവനെ ബലിയർപ്പിച്ച രക്തസാക്ഷികളുടെ വീരത്യാഗത്തെ പുകഴ്ത്തികൊണ്ടുള്ള ഒരു പ്രമേയം സമ്മേളനം അംഗീകരിച്ചു. കയ്യൂർ സഖാക്കളെ അഭിവാദ്യം ചെയ്തുകൊണ്ടും പ്രമേയം പാസ്സാക്കി.

സമ്മേളനം ഏഴ് അംഗങ്ങളടങ്ങിയ ഒരു സംസ്ഥാനകമ്മിറ്റിയെ തിരഞ്ഞെടുത്തു. അതിലൊരാൾ എൻ സി ശേഖറായിരുന്നു. മറ്റുള്ളവർ പി കൃഷ്ണപിള്ള, സി ഉണ്ണിരാജ, കെ സി ജോർജ്, കെ കെ വാരിയർ, സി എച്ച് കണാരൻ, ടി കെ രാജു പി കൃഷ്ണപിള്ളയെ വീണ്ടും പാർട്ടി സംസ്ഥാന സെക്രട്ടറിയായി തിരഞ്ഞെടുത്തു. അഖിലേന്ത്യാ സമ്മേളനത്തിലേക്ക് പത്തു പ്രതിനിധികളെയും തിരഞ്ഞെടുത്തു.[2]

ഒന്നാം സംസ്ഥാന സമ്മേളനവും അതിനുമുന്നോടിയായി നടന്ന കീഴ് കമ്മിറ്റികളിലെ, പ്രത്യേകിച്ച് മലബാറിലെ, സമ്മേളനങ്ങളും വിജയകരമായി സംഘടിപ്പിക്കുന്നതിൽ എൻ സി ശേഖറും ശ്രദ്ധേയമായ പങ്കുവഹിച്ചു. സംസ്ഥാന സമ്മേളനത്തിനു മുമ്പ് കീഴ്കമ്മിറ്റികളുടെ ചർച്ചകൾക്കുവേണ്ടി അയച്ച ട്രേഡ് യൂണിയൻ റിപ്പോർട്ട് തയ്യാറാക്കുന്നതിൽ അദ്ദേഹവും ഒരു

പ്രധാന പങ്ക് വഹിക്കുകയുണ്ടായി.

ഒന്നാം സംസ്ഥാന സമ്മേളനം കഴിഞ്ഞ് ഒരാഴ്ച കഴിഞ്ഞപ്പോഴാണ് 1943 മാർച്ച് 29 ന് നാല് കയ്യൂർ സഖാക്കളെ - പള്ളിക്കൽ അബ്ദുബക്കർ, മഠത്തിൽ അപ്പു, കോയിത്താറ്റിൽ ചിരുകണ്ടൻ, പൊടോര കുഞ്ഞമ്പു നായർ - തൂക്കിലേറ്റിയത്.

ഇന്ത്യൻ കമ്യൂണിസ്റ്റ് പാർട്ടിയുടെ ഒന്നാം പാർട്ടി കോൺഗ്രസ് ബോംബെയിൽ വെച്ച് 1943 മേയ് 23 മുതൽ ജൂൺ ഒന്നു വരെ നടന്നു.

സി പി ഐ സംസ്ഥാന കമ്മിറ്റി പിരിച്ചുവിടുന്നു

1942 നവംബർ മാസത്തിലെ ഐക്യവാര കാലംവരെ തികഞ്ഞ ഐക്യത്തോടെ പ്രവർത്തിച്ചിരുന്ന കേരളത്തിലെ കമ്യൂണിസ്റ്റ് പാർട്ടിയിൽ അതിനുശേഷം നേതാക്കന്മാർ തമ്മിലുള്ള വഴക്കും അനൈക്യവും ഉടലെടുത്തു. പി കൃഷ്ണപിള്ള എൻ സി ശേഖർ തുടങ്ങിയവർ ഒരു ഭാഗത്തും സി എച്ച് കണാരൻ, ടി കെ രാജു എന്നിവർ മറുഭാഗത്തുമായി നടന്ന ഉൾപ്പാർട്ടി പോരാട്ടത്തിന്റെ രൂപത്തിലാണ് ഈ പ്രതിസന്ധി ആരംഭിച്ചത്. പാർട്ടി സംഘടനാപ്രവർത്തനത്തിലും, *ദേശാഭിമാനി* പത്രത്തിന്റെ നടത്തിപ്പിലും പാർട്ടി ഫണ്ട് ശേഖരണത്തിലുമെല്ലാം ഈ പ്രതിസന്ധി രൂക്ഷമായി. കേന്ദ്രകമ്മിറ്റി അംഗമായ ഇ എം എസ് സംസ്ഥാന സെക്രട്ടറിയായി ചുമതലയേറ്റ് പ്രവർത്തിക്കണമെന്നും അല്ലാത്തപക്ഷം സംസ്ഥാന കമ്മിറ്റിയിൽ തുടരുന്നതല്ലെന്നും സി എച്ച് കണാരനും ടി.കെ രാജുവും വ്യക്തമാക്കി.

ഈ പ്രതിസന്ധി പാർട്ടിക്കുള്ളിൽ ഒരു പൊട്ടിത്തെറിയുണ്ടാക്കാൻ ഇടയാക്കി. സംസ്ഥാന സെക്രട്ടറിയായ പി കൃഷ്ണപിള്ള സംസ്ഥാനസമ്മേളനം തിരഞ്ഞെടുത്ത സംസ്ഥാനകമ്മിറ്റിയെ പിരിച്ചുവിട്ട് അതിന്റെ അധികാരം മുഴുവൻ താൻ ഏറ്റെടുത്തതായി പ്രഖ്യാപിച്ചു.

കേരള പാർട്ടിയിലെ ഈ പ്രതിസന്ധി പരിഹരിക്കുന്നതിന് കേന്ദ്രകമ്മിറ്റി അംഗമായ ഇ എം എസ് നമ്പൂതിരിപ്പാട് പൊളിറ്റ് ബ്യൂറോയുമായി ബന്ധപ്പെട്ടു ഒരു കർമ്മ പരിപാടി തയ്യാറാക്കി. അതനുസരിച്ച് പഴയ സംസ്ഥാന കമ്മിറ്റിയെ അങ്ങനെ തന്നെ പുനരുജ്ജീവിപ്പിക്കുന്നതിനു പകരം കേന്ദ്രകമ്മിറ്റിയുടെ നേതൃത്വത്തിൽ കുറെ സംഘാടകന്മാരെ നിയമിച്ച് അവർ മുഖാന്തിരം പ്രവർത്തനം സംഘടിപ്പിക്കാൻ തീരുമാനിച്ചു. പ്രശ്നം പരിഹരിക്കാൻ പി.ബിയുടെ അംഗീകാരത്തോടെ ഇ എം എസ് വെച്ച നിർദ്ദേശങ്ങൾ ഇവയാണ്.

ഒന്ന്, പി കൃഷ്ണപിള്ള സെക്രട്ടറിയും കെ കെ വാരിയർ പത്രാധിപരും സി ഉണ്ണിരാജ ഖജാൻജിയുമായിക്കൊണ്ടുള്ളതായിരിക്കും പുതിയ സംസ്ഥാന സെക്രട്ടേറിയറ്റ്.

രണ്ട്, ഇവർക്ക്പുറമേ കെ എ കേരളീയൻ, രാമുണ്ണിനായർ (തമ്പാൻ), എൻ സി ശേഖർ, കെ സി ജോർജ്, എ കെ തമ്പി, എന്നീ സംസ്ഥാന സംഘാടകന്മാർകൂടി ചേർന്നതാണ് സംസ്ഥാനകമ്മിറ്റി.

മൂന്ന്, പത്രാധിപസമിതി സി ഉണ്ണിരാജ, കെ കെ വാരിയർ, പി നാരായണൻ നായർ, എം എസ് ദേവദാസ് എന്നിവരടങ്ങുന്നതാണ്.

നാല്, പ്രധാന മുന്നണികളിലേക്കും താലൂക്കുകളിലേക്കും ജില്ല സംഘാടകന്മാരെ നിശ്ചയിച്ചുകൊണ്ടൊരു മലബാർ ജില്ലാകമ്മിറ്റി രൂപീകരിക്കാൻ കേരളീയൻ, രാമുണ്ണി നായർ എന്നിവരെയും, കൊച്ചി, തിരുവിതാംകൂർ ജില്ലാകമ്മിറ്റികളിൽ പുതിയ സംഘടനാ ചട്ടങ്ങൾക്കനുസരിച്ച് വേണ്ട മാറ്റങ്ങൾ വരുത്താൻ യഥാക്രമം കെ കെ വാരിയർ(കൊച്ചി), കെ സി ജോർജ്(തിരുവിതാം

കൂർ) എന്നിവരെയും ചുമതലപ്പെടുത്തി. ഇവർ സംസ്ഥാന സെക്രട്ടേറിയേറ്റുമായി ആലോചിച്ചു പ്രവർത്തനങ്ങൾ സംഘടിപ്പിക്കണം.

അഞ്ച്, പുതിയ സംഘടനാചട്ടങ്ങൾ ഇതോടെ നിലവിൽ വന്നു. അതനുസരിച്ച് ഇന്നത്തെ ഘടകങ്ങളെല്ലാം പുനഃസംഘടിപ്പിക്കാൻ മൂന്ന് ജില്ലാകമ്മിറ്റികളെയും ചുമതലപ്പെടുത്തി.

ആറ്, ഭക്ഷണപ്രശ്നത്തിൽ ഒരു ശക്തിയായ ജനകീയ പ്രസ്ഥാനം വളർത്തിയെടുക്കുന്നതിന്റെ ഭാഗമായി വരുന്ന ഓണവാരം ഒരു 'ദുരിതനിവാരണവാര'മായി കൊണ്ടാടാനും ദുരിതനിവാരണവാരത്തിലും അതിനുശേഷം നവംബർ 7-ാം തീയതിവരെയും ഓരോ ഘടകവും ചെയ്യേണ്ട പ്രവർത്തി നിശ്ചയിക്കാനും അതു ചെയ്തുതീർക്കുന്നതിൽ ഘടകങ്ങളെയും മെമ്പറന്മാരെയും സഹായിക്കാനും വേണ്ട ഏർപ്പാടുകൾ ഉടൻതന്നെ ജില്ലാക്കമ്മിറ്റികൾ ചെയ്യേണ്ടതാണ്. ഈ പരിപാടിയനുസരിച്ച് പ്രവർത്തിക്കുന്നവരെയും ക്വോട്ട നിറവേറ്റുന്നവരെയും മാത്രമേ നവംബർ 7-ാം തീയതിക്കുശേഷം പാർട്ടി മെമ്പറന്മാരായി കണക്കാക്കുകയുള്ളൂ.

ഏഴ്, സി എച്ച് കണാരനെയും ടി കെ രാജുവിനെയും പാർട്ടി സംസ്ഥാനകമ്മിറ്റിയിൽ നിന്നൊഴിവാക്കാൻ തീരുമാനിച്ചു. ഏതെങ്കിലുമൊരു പാർട്ടി ഘടകത്തിന്റെ നിയന്ത്രണത്തിൽ പ്രവർത്തിക്കാനവർ തയ്യാറുണ്ടെന്ന് സംസ്ഥാനകമ്മിറ്റിക്ക് ബോദ്ധ്യപ്പെടുന്നപക്ഷം അവരെ പാർട്ടി മെമ്പറന്മാരായിത്തന്നെ നിറുത്തി പ്രവർത്തിക്കാൻ കമ്മിറ്റിക്ക് അധികാരമുണ്ട്. ഇല്ലെങ്കിൽ പാർട്ടി നയത്തോടും പാർട്ടി ഘടകങ്ങളോടും അവരെടുക്കുന്ന മനോഭാവത്തിന്റെ വെളിച്ചത്തിൽ അവരെ പാർട്ടിയുടെ അനുഭാവികളോ എതിരാളികളോ ആയ ബഹുജനപ്രവർത്തകന്മാരായി കണക്കാക്കുന്നതാണ്.[3] ഇതിനെ സംബന്ധിച്ച സംസ്ഥാനകമ്മിറ്റിയുടെ തീരുമാനം ഉടൻതന്നെ കമ്മിറ്റി പാർട്ടി മെമ്പറന്മാരെ മുഴുവൻ അറിയിക്കേണ്ടതാണ്.

അങ്ങനെ കേരളാ പാർട്ടിയിൽ വമ്പിച്ച പ്രതിസന്ധി പൊട്ടിപ്പുറപ്പെട്ടപ്പോൾ അത് പരിഹരിക്കുന്നതിനുള്ള സംസ്ഥാന സംഘാടകന്മാരിൽ ഒരാളായി എൻ സി ശേഖർ നിയമിക്കപ്പെട്ടു. അദ്ദേഹം തന്റെ ചുമതല കൃത്യമായിത്തന്നെ നിർവ്വഹിച്ചു. 1945 ജനുവരി മാസത്തോടെ പ്രതിസന്ധി പൂർണ്ണമായില്ലെങ്കിലും ഒരു പരിധിവരെ പരിഹരിക്കപ്പെട്ടു.

സൂചനകൾ

1. *ദേശാഭിമാനി,* 28 മാർച്ച് 1943
2. മേൽ ചൊന്നത്.
3. *ഇ എം എസ് സമ്പൂർണ കൃതികൾ,* സഞ്ചിക 5, ചിന്ത പബ്ലിഷേഴ്സ്, (തിരുവനന്തപുരം-1999), പു: 368-69.

18

ദുരിതാശ്വാസ പ്രവർത്തനത്തിൽ

രണ്ടാം ലോകമഹായുദ്ധത്തോടെ ആരംഭിച്ച ഭക്ഷണക്ഷാമവും പട്ടിണിമരണവും 1943 ആയപ്പോൾ ഭീകരരൂപം പൂണ്ടു. പകർച്ചവ്യാധികളും പട്ടിണിമരണവും അതോടൊപ്പം രാജ്യം മുഴുവൻ പടർന്നു. ഇത് ഏറ്റവും കൂടുതൽ രൂക്ഷമായ ബംഗാളിൽ 35 ലക്ഷം ആളുകൾ കൊല്ലപ്പെട്ടു.

ബംഗാൾ കഴിഞ്ഞാൽ അടുത്ത സംസ്ഥാനം കേരളമായിരുന്നു. സെർവൻസ് ഓഫ് ഇന്ത്യാ സൊസൈറ്റിയുടെ കണക്കനുസരിച്ച് അന്ന് തിരുവിതാംകൂറിൽ മാത്രം പട്ടിണി, കോളറ, വസൂരി, മലമ്പനി എന്നിവ മൂലം 23000ൽപരം പേരാണ് മരണപ്പെട്ടത്. ചേർത്തല, അമ്പലപ്പുഴ താലൂക്കുകളാണ് ഇതിൽ മുന്നിട്ടു നിന്നത്. തൊഴിലില്ല, അരിയില്ല, തുണിയില്ല, പഞ്ചസാരയില്ല, മണ്ണെണ്ണയില്ല. അങ്ങനെ ജനങ്ങളുടെ നിത്യവൃത്തിക്കാവശ്യമായതൊന്നും കിട്ടാനില്ലാത്ത അവസ്ഥ. കൊച്ചിയിലെ സ്ഥിതിയും ഇതിൽ നിന്നും വ്യത്യസ്തമായിരുന്നില്ല. ന്യായവില ഷോപ്പുകളിൽ കൂടി പരിമിതമായ അളവിൽ വിതരണം ചെയ്തിരുന്ന ഗോതമ്പ്, ബജ്റ, ചോളം തുടങ്ങിയ ധാന്യങ്ങളും മരച്ചീനിയും കൊണ്ടും വിശപ്പ് മാറ്റാൻ ജനങ്ങൾ നിർബ്ബന്ധിതരായിത്തീർന്നു.

എന്നാൽ ഇതിനെക്കാളൊക്കെ രൂക്ഷമായിരുന്നു മലബാറിലെ സ്ഥിതി. 1942 അവസാനത്തോടെ അവിടെ ക്ഷാമം പടർന്നു പിടിച്ചു. തുടർന്ന് കോളറയും. പതിനായിരത്തിലധികം പേർ ഇവമൂലം മരണപ്പെട്ടു. 1943 ജൂൺ–ആഗസ്ത് മാസത്തിലുണ്ടായ അടുത്തഘട്ടം ഭക്ഷണക്ഷാമത്തിലും കോളറയിലും 30000 പേർ ചത്തൊടുങ്ങി. കോളറയോടൊപ്പം വസൂരി, പ്ലേഗ് മുതലായ പകർച്ചവ്യാധികളും പടർന്നുപിടിച്ചു. 1945 ഫെബ്രുവരി മാസത്തോടെ മലബാറിൽ കണ്ണൂർ, തലശ്ശേരി, ഒറ്റപ്പാലം എന്നിവിടങ്ങളിൽ വസൂരി പടർന്നു പിടിക്കാൻ തുടങ്ങി.

അഖില മലബാർ ഭക്ഷണ സമ്മേളനം

കമ്മി പ്രദേശങ്ങളിൽ അരി തീരെ കിട്ടാതെയായി. മിച്ച പ്രദേശങ്ങളിൽ അരിവില ഭയങ്കരമായി വർദ്ധിച്ചു. അതിന്റെ ഫലമായി പാവപ്പെട്ട നാട്ടുകാർക്ക് ഭക്ഷണം കഴിക്കാൻ നിവൃത്തിയില്ലെന്ന അവസ്ഥ വന്നു. അതുകൂടാതെ അഞ്ചു ലക്ഷത്തോളം ബ്രിട്ടീഷ് പട്ടാളക്കാരും 20 ലക്ഷത്തിലേറെ ഇന്ത്യൻ പട്ടാള

ക്കാരും അന്ന് ഇന്ത്യയിൽ ക്യാമ്പടിച്ചിരുന്നു. അതിനാൽ ഉപഭോക്തൃ സാധനങ്ങൾ ഏറിയ ഭാഗവും പട്ടാളത്തിന്റെ ആവശ്യത്തിന് നീക്കിവയ്ക്കേണ്ടിവന്നു. ബാക്കിയുള്ള സാധനങ്ങൾ കരിഞ്ചന്തയിലുമായി.

കമ്യൂണിസ്റ്റ് പാർട്ടിക്ക് ഇതെല്ലാം കണ്ട് മിണ്ടാതിരിക്കാൻ കഴിഞ്ഞില്ല. പുറമെ നിന്ന് കൂടുതൽ അരി വരുത്താൻ ശ്രമിക്കുന്നതോടൊപ്പം തന്നെ ഇവിടെയുണ്ടാകുന്ന അരിയും നെല്ലും ജന്മികളുടെയും വൻകിടകൃഷിക്കാരുടെയും കൈയിൽ നിന്നെടുത്തു നാട്ടുകാർക്ക് ചുരുങ്ങിയ വിലയ്ക്ക് കൊടുക്കണമെന്ന് പാർട്ടി പറഞ്ഞു. പുറമേ നിന്ന് വരുന്നതും ഇവിടെ നിന്നെടുക്കുന്നതുമായ അരിയാകെ ഇന്നാട്ടുകാർക്ക് സമമായി വീതിക്കണമെന്നും കമ്യൂണിസ്റ്റുകാർ ആവശ്യപ്പെട്ടു. ഈ ആവശ്യം ഗവൺമെന്റിനെക്കൊണ്ടംഗീകരിപ്പിക്കാനും ഗവൺമെന്റ് അംഗീകരിക്കുന്നതുവരെ നാട്ടുകാർതന്നെ യോജിച്ച് ഇതെല്ലാം നടപ്പിൽ വരുത്താനും എല്ലാ ജാതിക്കാരും കക്ഷിക്കാരുമായ ആളുകൾ യോജിക്കണമെന്നും അവർ പറഞ്ഞു. ഇതനുസരിച്ച് മലബാറിന്റെ മിക്ക താലൂക്കുകളിലും അംശം ഭക്ഷണകമ്മിറ്റികളും താലൂക്ക് ഭക്ഷണകമ്മിറ്റികളും ഉണ്ടാക്കാൻ വേണ്ടി കമ്യൂണിസ്റ്റ് പാർട്ടി നേതൃത്വം കൊടുത്തു. അവസാനം ഈ കമ്മിറ്റികളുടെ പ്രതിനിധികളുടെ സംയുക്ത യോഗം ചേർന്ന് ഒരഖില മലബാർ ഭക്ഷണകമ്മിറ്റി രൂപീകരിച്ചു. 1943 ജൂൺ 13 ന് കോഴിക്കോട് ടൗൺ ഹാളിൽ വെച്ച് നിലമ്പൂർ വലിയ രാജാവിന്റെ അദ്ധ്യക്ഷതയിലാണ് യോഗം നടന്നത്. ഈ അഖില മലബാർ ഭക്ഷണസമ്മേളനത്തിന് സ്വാഗതം ആശംസിച്ചുകൊണ്ടും സമ്മേളനത്തിന്റെ ഉദ്ദേശ്യം വ്യക്തമാക്കിക്കൊണ്ടും ടി വി സുന്ദരയ്യർ സംസാരിച്ചു. നാട്ടിന്റെ പൊതുരക്ഷയ്ക്കുവേണ്ടി മലബാറിലെ എല്ലാ താലൂക്കുകളിൽ നിന്നും മിക്കവാറും എല്ലാ സംഘടനകളിൽ നിന്നും എല്ലാ വർഗ്ഗങ്ങളിൽ നിന്നും പ്രതിനിധികൾ ഇങ്ങനെ സമ്മേളിച്ചു കൂടി യാലോചിക്കുന്നത് 100 കൊല്ലത്തിനുള്ളിൽ ഇതാദ്യമാണെന്നും മലബാറിന്റെ ചരിത്രത്തിൽ ഇതിനു അതീവ പ്രാധാന്യമുണ്ടെന്നും അദ്ദേഹം തന്റെ പ്രസംഗ ത്തിൽപറഞ്ഞു.[1]

സമ്മേളനം ടി വി സുന്ദരയ്യർ കൺവീനറായി മലബാർ ഭക്ഷണകമ്മിറ്റി എന്ന പേരിൽ ഒരു കമ്മിറ്റി രൂപീകരിച്ചു. കമ്മിറ്റിയിലെ ഒരംഗമായി എൻ സി ശേഖറും തിരഞ്ഞെടുക്കപ്പെട്ടു. പി കൃഷ്ണപിള്ള, മഞ്ചേരി രാമയ്യർ തുടങ്ങി പലരും യോഗത്തിൽ സംസാരിച്ചു.

ഭക്ഷണസമ്മേളനം കഴിഞ്ഞുടനെ ഭക്ഷണറാലിയുമുണ്ടായിരുന്നു. പി കൃഷ്ണപിള്ള, ജനാബ് പി കോയകുഞ്ഞി തുടങ്ങിയവർ റാലിയിൽ പ്രസംഗിച്ചു.

ക്ഷാമം മൂലം കഷ്ടപ്പെടുന്ന ജനങ്ങളെ രക്ഷിക്കാനും പകർച്ച വ്യാധികളിൽ നിന്നും അവരെ മോചിപ്പിക്കാനും കമ്യൂണിസ്റ്റ് പാർട്ടിയും എൻ സി ശേഖറും രംഗത്തുവന്നു. അദ്ദേഹം 'ഭക്ഷ്യോല്പാദനം' വർദ്ധിപ്പിക്കാൻ കൃഷിക്കാരോടും അരി, തുണി, പഞ്ചസാര, മണ്ണെണ്ണ തുടങ്ങിയ ജനങ്ങൾക്ക് ആവശ്യമായ സാധനങ്ങളുടെ ഉല്പാദനം വർദ്ധിപ്പിക്കാൻവേണ്ടി രംഗത്തിറങ്ങാൻ തൊഴിലാളികളോടും അഭ്യർത്ഥിച്ചു. ദുരിതാശ്വാസ പ്രവർത്തനങ്ങളിൽ തൊഴിലാളികളെ അദ്ദേഹം നേരിട്ട് രംഗത്തിറക്കി. കരിഞ്ചന്തയും പൂഴ്ത്തിവയ്പ്പും തടയുന്നതിനും പൊതു വിതരണസമ്പ്രദായം കാര്യക്ഷമമാക്കുന്നതിനും ശക്തമായ പ്രചാരവേല നടത്തിയ അദ്ദേഹം തൊഴിലാളികളെ രംഗത്തിറക്കി അതിനുള്ള പ്രായോഗിക പ്രവർത്തനങ്ങളും നടത്തി. പുതിയതും

പഴയതുമായ തുണികൾ ശേഖരിച്ച് പാവപ്പെട്ടവർക്ക് വിതരണം ചെയ്തു. വില നിയന്ത്രണത്തിനും, നെല്ലെടുപ്പിനും, റേഷനിങ്ങിനും വേണ്ടി പോരാടി.

സർക്കാർ കൃഷിക്കാരിൽ നിന്ന് നെല്ല് വാങ്ങി മര്യാദവിലയ്ക്ക് വില്ക്കണമെന്ന് എൻ സി ആവശ്യപ്പെട്ടു. തരിശുനിലങ്ങൾ ഉടമസ്ഥരെക്കൊണ്ട് വിള ഇടുവിക്കുകയോ, അവർ അതിനു തയ്യാറല്ലെങ്കിൽ തയ്യാറുള്ളവർക്ക് പാട്ടത്തിനു കൊടുക്കുകയോ ചെയ്യണമെന്ന് അദ്ദേഹം പറഞ്ഞു. യുദ്ധപരിതഃസ്ഥിതിയിൽ നിയന്ത്രിത വിലയ്ക്ക് കച്ചവടക്കാർക്ക് നല്കുന്ന കൺട്രോൾ തുണി കരിഞ്ചന്തയിൽ വില്ക്കുന്ന ഏർപ്പാട് തടയുന്നതിന് തൊഴിലാളികളെയും കർഷകരെയും അദ്ദേഹം രംഗത്തിറക്കി.

പകർച്ചവ്യാധികളോട് പടവെട്ടാനും അദ്ദേഹം തൊഴിലാളികളെയും കമ്യൂണിസ്റ്റ് പാർട്ടിപ്രവർത്തകരെയും ആവേശഭരിതരാക്കി. കോളറയും വസൂരിയും പിടിച്ച വീടുകളിൽ ചെന്ന് രോഗികളെ ശുശ്രൂഷിക്കാനും ശുചീകരണപ്രവർത്തനം നടത്താനും മരുന്നും ഭക്ഷണസാധനങ്ങളുമെത്തിക്കാനും മൃതശരീരം നീക്കം ചെയ്യാനും അദ്ദേഹം നേതൃത്വം നല്കി. രോഗബാധിതരായ ആളുകളുടെ വീടുകൾ അദ്ദേഹം സന്ദർശിച്ചതിനുപുറമേ പാർട്ടി പ്രവർത്തകർക്കും അതിനുവേണ്ട നിർദ്ദേശം കൊടുത്തു. ശുശ്രൂഷയ്ക്ക് ആവശ്യമുള്ള സ്ഥലങ്ങളിൽ അതിനുവേണ്ടി പാർട്ടി പ്രവർത്തകരെ നിയമിച്ചു. സാമ്പത്തിക സഹായം വേണ്ടിടത്ത് അത് എത്തിക്കാൻ ശ്രമിച്ചു. റേഷൻ വാങ്ങാൻ കഴിയാത്തവർക്ക് അതിനുള്ള സഹായങ്ങൾ ചെയ്തു. രോഗികളിൽ ആത്മവിശ്വാസമുണ്ടാക്കാൻ വളണ്ടിയർമാരെ ഏർപ്പെടുത്തി. വീടും പരിസരവും ശുചിയാക്കി സൂക്ഷിക്കണമെന്നും ചൂടുള്ള ഭക്ഷണവും വെള്ളവും മാത്രം ഉപയോഗിക്കണമെന്നും മറ്റുമുള്ള ബോധവല്ക്കരണ ക്ലാസുകളും അദ്ദേഹം നടത്തി.

രാജ്യത്ത് നടമാടുന്ന ക്ഷാമത്തെയും കഷ്ടപ്പാടുകളെയും ദാരിദ്ര്യത്തെയും പട്ടിണിയെയുംകുറിച്ചും അത് പരിഹരിക്കുന്നതിനുവേണ്ടി കമ്യൂണിസ്റ്റ് പാർട്ടി പ്രവർത്തകർ നടത്തുന്ന പ്രവർത്തനങ്ങളെക്കുറിച്ചുമെല്ലാം എൻ സി *ദേശാഭിമാനി*യിൽ എഴുതുമായിരുന്നു. ദുരിതാശ്വാസക്യാമ്പുകൾ സന്ദർശിച്ച അദ്ദേഹം അവിടെ കണ്ട കരളലിയിക്കുന്ന കാഴ്ചകൾ പത്രത്തിലൂടെ നാട്ടുകാരെയും അധികാരികളെയും അറിയിച്ചു. 1946 മാർച്ച് രണ്ടിന്റെ ദേശാഭിമാനിയിൽ അദ്ദേഹം എഴുതിയ *അഴീക്കൽ ദുരിത നിവാരണ കേന്ദ്രം, കഞ്ഞിവീഴ്ത്തിലും കമ്മ്യൂണിസ്റ്റിമ്പാച്ചി, പണക്കാരുടെ ഭീഷണികളും ലേബർ കമ്മീഷണരുടെ നിരുത്തരവാദിത്വവും* എന്നീ ശീർഷകങ്ങളിലുള്ള ലേഖനം അത്തരത്തിലുള്ള ഒന്നായിരുന്നു.

സൂചനകൾ

1. ദേശാഭിമാനി, 20 ജൂൺ 1943

19

തിരഞ്ഞെടുപ്പ് പോരാട്ടവും അതിനുശേഷവും

ബ്രിട്ടീഷിന്ത്യൻ നിയമസഭകളിലേക്ക് തിരഞ്ഞെടുപ്പ് പ്രഖ്യാപിച്ച തോടെ എൻ സി ശേഖർ തിരഞ്ഞെടുപ്പ് പ്രവർത്തനങ്ങളിൽ മുഴുകി. 1946 മാർച്ച് 20നായിരുന്നു തിരഞ്ഞെടുപ്പ്. അതിനും ആറു മാസം മുമ്പുമുതൽ തന്നെ അദ്ദേഹം തിരഞ്ഞെടുപ്പു കാര്യങ്ങളിൽ ശ്രദ്ധചെലുത്തി. വോട്ടേഴ്സ് ലിസ്റ്റിൽ പേരു ചേർക്കുന്നതിൽ തുടങ്ങി തിരഞ്ഞെടുപ്പ് അവസാനിക്കുന്നതു വരെയുള്ള എല്ലാ പ്രവർത്തനങ്ങളിലും അദ്ദേഹം സജീവമായ നേതൃത്വം നല്കി.

തിരഞ്ഞെടുപ്പിലെ പ്രധാനകക്ഷികൾ കോൺഗ്രസും ലീഗുമായിരുന്നു. കമ്യൂണിസ്റ്റ് പാർട്ടി ആദ്യമായിട്ടായിരുന്നു അതിന്റെ സ്വന്തം പേരിലും, സ്വന്തം കൊടിക്കീഴിലും, സ്വന്തം തിരഞ്ഞെടുപ്പ് മാനിഫെസ്റ്റോയോടും കൂടി തിരഞ്ഞെടുപ്പിൽ മത്സരിക്കുന്നത്.

കമ്യൂണിസ്റ്റ് പാർട്ടി തങ്ങളുടെ മാനിഫെസ്റ്റോയിൽ പ്രധാനകക്ഷികളായ കോൺഗ്രസിന്റെയും ലീഗിന്റെയും സാമൂഹ്യ-സാമ്പത്തിക നയങ്ങളെ രൂക്ഷ മായി വിമർശിച്ചു. സമൂലമായ ഭൂപരിഷ്കരണം, വിദേശ മൂലധനം കണ്ടുകെ ട്ടൽ, നാട്ടുരാജ്യങ്ങളെ ഇല്ലാതാക്കി ഭാഷാടിസ്ഥാനത്തിൽ സംസ്ഥാനങ്ങൾ രൂപീകരിക്കൽ തുടങ്ങിയ സാമൂഹിക സാമ്പത്തിക നടപടികളുടെ അടിസ്ഥാ നത്തിലുള്ള രാഷ്ട്രീയാധികാരത്തിനായിരിക്കണം ഇന്ത്യൻ ജനത സമരം ചെയ്യേണ്ടതും പ്രവർത്തിക്കേണ്ടതും എന്ന് പാർട്ടി വ്യക്തമാക്കി. പാർട്ടിയുടെ തിരഞ്ഞെടുപ്പു വിജ്ഞാപനത്തിന്റെ സത്ത വിപ്ലവകരമായ നയപരിപാടിക ളുടെ അടിസ്ഥാനത്തിൽ ഒരു പുതിയ ഇന്ത്യ കെട്ടിപ്പടുക്കേണ്ടതെങ്ങനെയെ ന്നായിരുന്നു. ഈ ലക്ഷ്യം നേടുന്നതിനു "പ്രധാനപ്പെട്ട കക്ഷികളായ കോൺഗ്ര സിന്റെയും ലീഗിന്റെയും ഐക്യം" ആവശ്യമാണെന്നു മാനിഫെസ്റ്റോ വ്യക്ത മാക്കി. കോൺഗ്രസും ലീഗും ചേർന്ന് ബ്രിട്ടീഷ് ഗവൺമെന്റിനെ നേരിടണ മെന്ന് കമ്യൂണിസ്റ്റ് പാർട്ടി അഭിപ്രായപ്പെട്ടു. തിരഞ്ഞെടുപ്പിനെ പാർട്ടി കണ്ടത് മേൽപ്പറഞ്ഞ നിർദ്ദേശങ്ങൾ ജനങ്ങളുടെ മുമ്പിൽ അവതരിപ്പിക്കാനുള്ള ഒരവ സരമായാണ്.

തിരഞ്ഞെടുപ്പിനെപ്പറ്റിയുള്ള പാർട്ടിയുടെ നയം പ്രഖ്യാപിക്കുന്നതിനു വേണ്ടി കമ്യൂണിസ്റ്റ് പാർട്ടി 1945 സെപ്തംബർ 30 ന് കോഴിക്കോട്ട് വെച്ച്

തിരഞ്ഞെടുപ്പ് റാലി സംഘടിപ്പിച്ചു. നിയമസഭാ തിരഞ്ഞെടുപ്പ് പ്രചാരവേലയുടെ ഉദ്ഘാടനമായിരുന്നു അത്. അതു സംബന്ധിച്ച് വമ്പിച്ച ഘോഷയാത്ര ടൗൺമുഴുവനും ചുറ്റിയതിനുശേഷം കടപ്പുറത്ത് എത്തി. ഇ എം ശങ്കരൻ നമ്പൂതിരിപ്പാടിന്റെ അദ്ധ്യക്ഷതയിൽ പൊതുയോഗം കൂടി. യോഗത്തിൽ പി കൃഷ്ണപിള്ള പ്രസംഗിച്ചു.

ഇ എം എസും കൃഷ്ണപിള്ളയും തിരഞ്ഞെടുപ്പിൽ കമ്യൂണിസ്റ്റു പാർട്ടിയുടെ നയമെന്താണെന്ന് വിശദീകരിച്ചു. പൊതു നിയോജക മണ്ഡലങ്ങളിലേയ്ക്കുള്ള തിരഞ്ഞെടുപ്പിൽ ചിലയിടത്ത് പാർട്ടി കോൺഗ്രസ് സ്ഥാനാർത്ഥിയെ സഹായിക്കും. എന്നാൽ മുസ്ലീം നിയോജക മണ്ഡലങ്ങളിലേക്കുള്ള തിരഞ്ഞെടുപ്പിൽ ലീഗിനെയായിരിക്കും സഹായിക്കുക. കമ്യൂണിസ്റ്റുകാർക്ക് പിൻബലമുള്ള ചില സ്ഥലങ്ങളിൽ സ്വന്തം സ്ഥാനാർത്ഥികളെ നിർത്തും. എന്നാൽ കരിഞ്ചന്തക്കാരും മറ്റും തിരഞ്ഞെടുപ്പിൽ സ്ഥാനാർത്ഥികളായി നിന്നാൽ കക്ഷി നോക്കാതെ ആ സ്ഥാനാർത്ഥികളെ പാർട്ടി എതിർക്കും. രാജ്യത്ത് നടമാടുന്ന കരിഞ്ചന്ത അവസാനിപ്പിക്കുക എന്നതാണ് പാർട്ടിയുടെ നയം. കോൺഗ്രസ്–ലീഗ്–കമ്യൂണിസ്റ്റ് ഐക്യത്തിനുവേണ്ടി പാർട്ടി പ്രയത്നിക്കും. എൻ സി ശേഖറും യോഗത്തിൽ പ്രസംഗിച്ചു. എച്ച് മഞ്ചുനാഥ റാവു, കെ പി ഗോപാലൻ, സി എച്ച് കണാരൻ, കെ കെ വാരിയർ എന്നിവരും സംസാരിച്ചു.

1945 സെപ്തംബർ അവസാനം കോഴിക്കോട്ട് വെച്ച് ചേർന്ന മലബാർ ജില്ലാ കമ്യൂണിസ്റ്റ് പാർട്ടി പ്രത്യേക സമ്മേളനം തീരുമാനിച്ചതനുസരിച്ച് മലബാറിലെ പ്രധാന പാർട്ടി പ്രവർത്തകരുടെ ഒരു യോഗം ഒക്ടോബർ 20–ാം തീയതി കോഴിക്കോട്ടുവെച്ച് കൂടി.

കമ്യൂണിസ്റ്റ് പാർട്ടിയുടെ തിരഞ്ഞെടുപ്പ് നയം വിശദീകരിക്കാനായി നവംബർ 1 മുതൽ 11 വരെ മലബാറിലെ എല്ലാ താലൂക്കുകളിലും പ്രചാരണ ജാഥകളും യോഗങ്ങളും സംഘടിപ്പിച്ചു. മലബാറിലെ 8 താലൂക്കുകളിലായി 18 ജാഥകൾ സഞ്ചരിക്കുകയും 392 യോഗങ്ങൾ നടത്തുകയും ചെയ്തു. ഏകദേശം അമ്പതിനായിരത്തിലധികം ആളുകൾ ഈ യോഗങ്ങളിൽ പങ്കെടുക്കുകയുണ്ടായി.[1]

താലൂക്കുകൾ കേന്ദ്രീകരിച്ച് വൻ തിരഞ്ഞെടുപ്പ് റാലികളും യോഗങ്ങളും സംഘടിപ്പിച്ചു കൊണ്ടാണ് പ്രചാരണ ജാഥകൾ നവംബർ 11ന് അവസാനിച്ചത്. പാർട്ടി കേന്ദ്രകമ്മിറ്റി അംഗീകരിച്ച മലബാറിലെ സ്ഥാനാർത്ഥികളുടെ പേരുകൾ ഈ യോഗങ്ങളിൽ വെച്ച് പ്രഖ്യാപിച്ചു. കുറുമ്പനാട് താലൂക്കിന്റെ യോഗം എം കെ കേളുവിന്റെ അദ്ധ്യക്ഷതയിൽ വടകരവെച്ചു ചേർന്നപ്പോൾ എൻ സി ശേഖറായിരുന്നു സ്ഥാനാർത്ഥികളുടെ പേര് പ്രഖ്യാപിച്ചത്. മലബാർ പ്രദേശത്ത് പാർട്ടിക്കുള്ള സ്വാധീനത്തെ ആസ്പദമാക്കി നാല് പൊതുനിയോജക മണ്ഡലങ്ങളിലും ഒരു മുസ്ലീം പ്രത്യേക നിയോജക മണ്ഡലത്തിലും ആണ് പാർട്ടി സ്ഥാനാർത്ഥികളെ നിർത്തി മത്സരിപ്പിക്കാൻ തീരുമാനിച്ചതെന്ന് അദ്ദേഹം പറഞ്ഞു.

കണ്ണൂർ(ചിറയ്ക്കൽ)മണ്ഡലത്തിൽ കെ പി ഗോപാലൻ, തലശ്ശേരിയിൽ(കോട്ടയം–വയനാട് പൊതു നിയോജക മണ്ഡലം)സി എച്ച് കണാരൻ, കോഴിക്കോട്ട് എ കെ ജി, മലപ്പുറം ദ്വയാംഗ നിയോജക മണ്ഡലത്തിൽ പൊതുസീറ്റിൽ ഇ എം എസും ഹരിജൻ സംവരണ സീറ്റിൽ ഇ കണ്ണനും അതേ ദ്വയാംഗ മുസ്ലീം മണ്ഡലത്തിലെ ഒരു സ്ഥാനാർത്ഥിയായി ഇസഹാക്ക്

എന്നിവരെയാണ് തീരുമാനിച്ചിട്ടുള്ളതെന്ന് അദ്ദേഹം പറഞ്ഞു. എ കെ ജിക്ക് തിരഞ്ഞെടുപ്പിൽ നില്ക്കാൻ സാങ്കേതിക തടസ്സം വരികയാണെങ്കിൽ കോഴിക്കോട്ട് പകരം സ്ഥാനാർത്ഥിയായി പാർട്ടി പാർലമെന്ററി ബോർഡ് എച്ച് മഞ്ചുനാഥ റാവുവിനെ നിറുത്താൻ തീരുമാനിച്ച കാര്യവും അദ്ദേഹം അറിയിച്ചു. മലബാറിൽ ആകെ 8 പൊതു നിയോജക മണ്ഡലങ്ങളാണുണ്ടായിരുന്നത്. കമ്യൂണിസ്റ്റ് സ്ഥാനാർത്ഥികൾ നില്ക്കാത്ത മലബാറിലെ 4 പൊതു നിയോജക മണ്ഡലങ്ങളിൽ കോൺഗ്രസ് സ്ഥാനാർത്ഥികൾ തിരഞ്ഞെടുക്കപ്പെട്ടത് എതിരില്ലാതെയായിരുന്നു. കമ്യൂണിസ്റ്റ് സ്ഥാനാർത്ഥികൾ ഉള്ള നാലു നിയോജക മണ്ഡലങ്ങളിൽ മാത്രമാണ് തിരഞ്ഞെടുപ്പുണ്ടായത്. മലബാറിലെ 6 മുസ്ലീം നിയോജകമണ്ഡലങ്ങളിലും തിരഞ്ഞെടുപ്പു നടക്കുകയുണ്ടായി. ഇതിലൊന്നിൽ ലീഗ്, മജ്ലിസ്, കമ്യൂണിസ്റ്റ് സ്ഥാനാർത്ഥികളും ബാക്കി അഞ്ചിൽ ലീഗ്, മജ്ലിസ് സ്ഥാനാർത്ഥികളും മത്സരിച്ചു. ഇവ കൂടാതെ ജന്മി നിയോജകമണ്ഡലങ്ങളുമുണ്ടായിരുന്നു.[2]

തിരഞ്ഞെടുപ്പിൽ കമ്യൂണിസ്റ്റുകാർക്കെതിരെ ശക്തമായ വിമർശനങ്ങളും ആക്രമണങ്ങളുമാണ് കോൺഗ്രസ് സംഘടിപ്പിച്ചത്. നെഹ്റു മുതൽ താഴെയറ്റത്തുള്ള കോൺഗ്രസുകാർവരെ കമ്യൂണിസ്റ്റുകാരെ 'രാജ്യദ്രോഹി'കളെന്നും, 'ചെരുപ്പുനക്കി'കളെന്നും 'ഓന്തുകളെ'ന്നും 'കഴുതകളെ'ന്നും 'നായ്ക്കളെ'ന്നും മറ്റും വിളിച്ച് ആക്ഷേപിച്ചു. കമ്യൂണിസ്റ്റുകാർക്കെതിരായുള്ള ആക്രമണം മേൽപ്പറഞ്ഞ വാക്കുകളിൽ മാത്രമായവർ ഒതുക്കി നിർത്തിയില്ല. കമ്യൂണിസ്റ്റുകാരുടെ തിരഞ്ഞെടുപ്പ് യോഗങ്ങൾ കലക്കുക, പാർട്ടി ഓഫീസുകളും തിരഞ്ഞെടുപ്പ് ഓഫീസുകളും ആക്രമിക്കുക, നേതാക്കളെയും പ്രവർത്തകരെയും മർദ്ദിക്കുക തുടങ്ങിയ പരിപാടികൾക്കും ഒരു കുറവുമില്ലായിരുന്നു. കണ്ണൂരിലെ സ്ഥാനാർത്ഥിയായിരുന്ന കെ പി ഗോപാലനെ മൃഗീയമായി മർദ്ദിച്ചു. എ കെ ഗോപാലന്റെ നേരെ കത്തിയൂരി കാണിച്ചു. ചിറയ്ക്കൽ താലൂക്കിൽ (കണ്ണൂർ) പ്രത്യേകിച്ച് മുഴുപ്പിലങ്ങാട്, ചാലാട്, എടക്കാട്, അലവിൽ മുതലായ കേന്ദ്രങ്ങളിൽ ഇത്തരം ആക്രമണങ്ങൾ വ്യാപകമായി അരങ്ങേറി. ഭരണാധികാരികൾക്ക് പുറമെ, കോൺഗ്രസുകാരുടെയും കടുത്ത അതിക്രമങ്ങളെ നേരിട്ടുകൊണ്ടാണ് കമ്യൂണിസ്റ്റുകാർ പല പൊതുയോഗങ്ങളും നടത്തിയത്. കണ്ണൂരിനടുത്ത് എടക്കാട് നടന്ന കെ പി ഗോപാലന്റെ തിരഞ്ഞെടുപ്പ് പൊതുയോഗത്തിനുനേരെ കോൺഗ്രസുകാർ ആക്രമണം നടത്തി. ആദ്യം കൂവലിൽ തുടങ്ങിയ പരാക്രമങ്ങൾ കല്ലേറിലും പൊരിഞ്ഞ തല്ലിലും ചെന്നെത്തി. ഇരുപക്ഷത്തുമായി പലർക്കും പരിക്കുപറ്റി. യോഗസ്ഥലത്ത് കത്തിച്ചുവെച്ചിരുന്ന പെട്രോൾമാക്സ് തല്ലിപ്പൊളിച്ച കോൺഗ്രസുകാർ പിന്നീട് മൈക്ക് അടിച്ചുപൊളിച്ചു. വലിയ മരപ്പെട്ടിയിൽ സൂക്ഷിച്ചിരുന്നതിനാൽ ആംപ്ലിഫയറിനും മറ്റും നാശമൊന്നുമുണ്ടായില്ല.[3]

ആശയപരമായും ശാരീരികമായുമുള്ള ഇത്തരം ആക്രമണങ്ങളെ ചെറുക്കുന്നതിൽ എൻ സി ശേഖർ മുൻനിരയിൽ തന്നെയുണ്ടായിരുന്നു. കമ്യൂണിസ്റ്റ് അക്രമങ്ങൾ തുടരുന്നുവെന്ന് ദൈനംദിനം വ്യാജറിപ്പോർട്ടുകളും മുഖപ്രസംഗങ്ങളും പ്രസ്താവനകളും *മാതൃഭൂമി*പോലുള്ള പത്രങ്ങൾ തട്ടിവിട്ടുകൊണ്ടിരിക്കുന്നതിനെ തന്റെ പ്രസംഗങ്ങളിലൂടെയും ലേഖനങ്ങളിലൂടെയും മറ്റും എൻ സി തുറന്നു കാണിച്ചു. 1946 മാർച്ച് 6 ന്റെ ദേശാഭിമാനിയിൽ *ഭീകരവാഴ്ച തന്നെ: പക്ഷേ, ആരുടെ?, കമ്യൂണിസ്റ്റുകാരെ ഒടുക്കാനുള്ള ശ്രമം, മുതലാളിമാരുടെ കൈ ഇതിന്റെ പിന്നിലുണ്ട്, കോൺഗ്രസിന്റെ പേർ: സ്ഥിരം*

റൗഡികളുടെ പ്രവൃത്തി എന്നീ ശീർഷകങ്ങളിൽ എൻ സി എഴുതിയ ലേഖനത്തിൽ മാർച്ച് 14 മുതൽ 23 വരെ കണ്ണൂരിൽ കോൺഗ്രസിന്റെ പേരിൽ നടത്തിവന്ന ആക്രമണങ്ങളെയും മറ്റും കുറിച്ചും വിവരിക്കുന്നുണ്ട്.

തിരഞ്ഞെടുപ്പ് ഫലം വന്നപ്പോൾ മലബാറിൽ കമ്യൂണിസ്റ്റ് പാർട്ടി മൽസരിച്ച എല്ലാ സ്ഥലങ്ങളിലും പരാജയപ്പെട്ടു. എന്നാൽ പൊതുനിയോജക മണ്ഡലത്തിൽ(ഹരിജൻ മണ്ഡലമുൾപ്പടെ)44 മുതൽ ഏഴു ശതമാനം വരെ വോട്ട് പാർട്ടി സ്ഥാനാർത്ഥികൾക്ക് കിട്ടുകയുണ്ടായി. കണ്ണൂരിലായിരുന്നു 44 ശതമാനം വോട്ടു കിട്ടിയത്. എന്നാൽ അമുസ്ലീങ്ങൾക്ക് വോട്ടില്ലാത്ത മുസ്ലീം മണ്ഡലത്തിലാകട്ടെ പാർട്ടി സ്ഥാനാർത്ഥികൾക്ക് കെട്ടിവച്ച കാശു നഷ്ടമായി. പൊതു നിയോജക മണ്ഡലങ്ങളിൽ രേഖപ്പെടുത്തപ്പെട്ട വോട്ടിന്റെ 27 ശതമാനം (54,000)പാർട്ടിക്ക് കിട്ടി. അതിലൊന്നിലും കെട്ടിവെച്ച പണം പോയതുമില്ല. എടുത്തു പറയേണ്ട നേട്ടം തന്നെയായിരുന്നു ഇത്. ഈ അഭിമാനകരമായ നേട്ടമുണ്ടാക്കുന്നതിൽ എൻ സി ശേഖറും തന്റേതായ പങ്കുവഹിക്കുകയുണ്ടായി.

മലബാറിലെ തിരഞ്ഞെടുപ്പ് ഫലങ്ങൾ പരിശോധിച്ചു അതിന്റെ അടിസ്ഥാനത്തിൽ മലബാറിലെ കമ്യൂണിസ്റ്റ് പാർട്ടിയുടെ ഭാവി പരിപാടി രൂപീകരിക്കാനും പാർട്ടി പ്രവർത്തകരെ സജീവമാക്കുന്നതിനുംവേണ്ടി പറശ്ശിനിക്കടവിൽവെച്ച് 1946 മാർച്ച് 30, 31 തീയതികളിൽ ഒരു പ്രത്യേക സമ്മേളനം വിളിച്ചുകൂട്ടി. 700 ൽ അധികം പ്രതിനിധികൾ സമ്മേളനത്തിൽ പങ്കെടുത്തു. സമ്മേളനം മലബാറിലെ തിരഞ്ഞെടുപ്പ് ഫലങ്ങളെപ്പറ്റി ചർച്ച ചെയ്ത് അതിന്റെ അടിസ്ഥാനത്തിൽ മലബാറിലെ കമ്യൂണിസ്റ്റ് പാർട്ടിയുടെ പ്രവർത്തന പരിപാടി ഏതുരീതിയിലായിരിക്കണമെന്നതിനെക്കുറിച്ച് ഒരു പ്രമേയം അംഗീകരിച്ചു.

മലബാറിൽ, വിശേഷിച്ച് ചിറക്കൽ താലൂക്കിൽ വർദ്ധിച്ചുവരുന്ന കോൺഗ്രസ്-കമ്യൂണിസ്റ്റ് ഏറ്റുമുട്ടലുകളെ പറ്റിയായിരുന്നു മറ്റൊരു പ്രമേയം. ഏറ്റുമുട്ടലുകൾ പരിഹരിക്കുന്നതിനുള്ള നിർദ്ദേശങ്ങൾ കോൺഗ്രസുകാരുടെയും നാട്ടുകാരുടെയും മുന്നിൽ സമർപ്പിച്ചുകൊണ്ടുള്ളതായിരുന്നു ആ പ്രമേയം.[4]

സമ്മേളനമംഗീകരിച്ച ഏറ്റവും പ്രധാനപ്പെട്ട പ്രമേയം *മലബാറിലെ ജനങ്ങളുടെ അടിയന്തരാവശ്യങ്ങൾ* എന്ന പ്രമേയമാണ്.

സമ്മേളനത്തിൽവെച്ച് അംഗീകരിച്ച പ്രമേയങ്ങൾ നാട്ടുകാർക്ക് വിശദീകരിച്ചു കൊടുക്കാനായി മാർച്ച് 31 നു വൈകുന്നേരം 6 മണിക്ക് എ കെ ജിയുടെ അദ്ധ്യക്ഷതയിൽ പറശ്ശിനിക്കടവിൽവെച്ച് വമ്പിച്ച റാലിയും യോഗവും സംഘടിപ്പിച്ചു. യോഗത്തിനു മുന്നിൽ പാർട്ടി സമ്മേളനം അംഗീകരിച്ച വോട്ടർമാരോടുള്ള കൃതജ്ഞത പ്രകടിപ്പിക്കുന്നതും കോൺഗ്രസ്-കമ്യൂണിസ്റ്റ് ഏറ്റുമുട്ടലുകളെപ്പറ്റിയുള്ളതുമായ പ്രമേയങ്ങൾ ദാമോദരൻ വായിച്ചു. തുടർന്നു വോട്ടർമാരോടു കൃതജ്ഞത പറഞ്ഞുകൊണ്ട് ഇ എം എസ് നമ്പൂതിരിപ്പാട് പ്രസംഗിച്ചു.[5] അതിനുശേഷം മലബാറിന്റെ അടിയന്തരാവശ്യങ്ങളെപ്പറ്റിയുള്ള പ്രമേയത്തിൽ പറഞ്ഞിരിക്കുന്ന കാര്യങ്ങൾ വിശദീകരിച്ചുകൊണ്ട് എ കെ ജി സംസാരിച്ചു.

മലബാറിന്റെ അടിയന്തരാവശ്യങ്ങളെപ്പറ്റിയുള്ള പ്രമേയത്തിന്റെ അടിസ്ഥാനത്തിൽ ജനങ്ങൾക്കിടയിൽ പ്രചാരവേല നടത്താനായി താലൂക്കുകൾ തോറും ഏപ്രിൽ 15 മുതൽ പാർട്ടി ജാഥകൾ സംഘടിപ്പിച്ചു. പുതിയ ആവേശത്തോടുകൂടിയാണ് ഈ അഞ്ചു ജാഥകളെ ജനങ്ങൾ സ്വീകരിച്ചത്. ആറോൺ മിൽ

തൊഴിലാളികളെ സഹായിക്കുന്നതിനുവേണ്ടിയുള്ള ഫണ്ട് ശേഖരണവും ജാഥകൾ സഞ്ചരിച്ച സ്ഥലങ്ങളിൽ നിന്നു നടത്തി. തിരഞ്ഞെടുപ്പ് കഴിയുമ്പോൾ കമ്യൂണിസ്റ്റ് പാർട്ടി തകർന്നടിയുമെന്ന് പറഞ്ഞ് പ്രചാരവേല നടത്തിയവർക്കുള്ള ഉത്തരമായിരുന്നു ഈ സമ്മേളനവും ജാഥകളും.

തിരഞ്ഞെടുപ്പിനു ശേഷം പാർട്ടിയുടെ മലബാർ സംഘടന ഏതു രൂപത്തിലായിരിക്കണമെന്നതിനെ സംബന്ധിച്ച് സമ്മേളനം ചർച്ച ചെയ്തെങ്കിലും ഒരവസാന തീരുമാനമെടുത്തില്ല. 1946 ജൂൺ 5,6,7 എന്നീ തീയതികളിൽ കോഴിക്കോട്ടു വെച്ചു കൂടിയ പ്രധാന നേതാക്കളുടെ യോഗത്തിൽ ഇതിനെ കുറിച്ചു കൂടുതൽ ചർച്ച നടത്തുകയും അതിന്റെ അടിസ്ഥാനത്തിൽ കേന്ദ്ര കമ്മിറ്റിയുടെ നിർദ്ദേശം ഇ എം എസ് നമ്പൂതിരിപ്പാട് അവതരിപ്പിക്കുകയും ചെയ്തു. അതനുസരിച്ച് മലബാർ ജില്ലാകമ്മിറ്റി പ്രസിഡന്റായി പി കൃഷ്ണ പിള്ളയെയും, സെക്രട്ടറിയായി എ കെ ഗോപാലനെയും തിരഞ്ഞെടുത്തു. കമ്മിറ്റി അംഗങ്ങൾ എൻ സി ശേഖർ (ടി യു നേതാവ്), കെ എ കേരളീയൻ (കിസാൻ നേതാവ്), സി ഉണ്ണിരാജ(ദേശാഭിമാനി പ്രതിനിധി), കെ ദാമോദരൻ (പാർട്ടി വിദ്യാഭ്യാസത്തിന്റെ ചുമതല)എന്നിവരാണ്.[6] ചിറക്കൽ താലൂക്കിലൊഴിച്ച് മറ്റെല്ലാ താലൂക്കുകളിലും താലൂക്ക് കമ്മിറ്റികളും ചിറയ്ക്കൽ താലൂക്കിൽ ഫർക്കാകമ്മിറ്റികളും ജില്ലാകമ്മിറ്റിക്ക് കീഴിലായിരിക്കും.

കെ പി ആർ ഗോപാലൻ ഉൾപ്പെടെയുള്ള മൊറാഴ, മട്ടന്നൂർ കേസിലെ പ്രതികളുടെ മോചനത്തിനുവേണ്ടി എൻ സി ശേഖറും രംഗത്തിറങ്ങി പ്രവർത്തിക്കുകയുണ്ടായി.

സൂചനകൾ

1. *എ കെ ജി. ഒരു സമഗ്ര ജീവചരിത്രം*, വാല്യം ഒന്ന്, പു: 318
2. മേൽചൊന്നത്, പു: 319
3. *സഖാവ് പി. കൃഷ്ണപിള്ള ഒരുസമഗ്രജീവ ചരിത്ര പഠനം*, പു, 767
4. ദേശാഭിമാനി, 2 ഏപ്രിൽ 1946
5. മേൽ ചൊന്നത്
6 ഇ എം എസ് സമ്പൂർണ്ണ കൃതികൾ, സഞ്ചിക 7, ചിന്ത പബ്ലിഷേഴ്സ്, (തിരുവനന്തപുരം- 1999), പു:97

20

1947ലെ അറസ്റ്റും തടങ്കലും

ആയിരത്തിത്തൊള്ളായിരത്തി നാല്പത്തി ഏഴ് ജനുവരി 23 ന് കർഷക സമരങ്ങളെ അടിച്ചമർത്തുക എന്ന ലക്ഷ്യം വച്ചുകൊണ്ട് മദ്രാസ് ഗവർണർ "മദ്രാസ് മെയിന്റനൻസ് ഓഫ് പബ്ലിക് ഓർഡർ ഓർഡിനൻസ്" പുറപ്പെടുവിച്ചു. "കരുതൽ തടങ്കൽ നടപ്പിലാക്കുവാനും, കൂട്ടുപിഴ ചുമത്തുവാനും ഘോഷയാത്രകളും പൊതുയോഗങ്ങളും നിയന്ത്രിക്കുവാനും ആവശ്യ സർവ്വീസുകളെയും മറ്റു ആവശ്യങ്ങളെയും പരിഗണിക്കുന്നതിനും" ആണ് ഈ ഓർഡിനൻസ് പുറപ്പെടുവിച്ചത്.

ജനുവരി 23 ന് രാവിലെ അഞ്ചരമണിക്ക് പൊലീസ് എത്തി. *ദേശാഭിമാനി* ഓഫീസും മലബാർ ജില്ലാ കമ്യൂണിസ്റ്റ് പാർട്ടി ഓഫീസും വളഞ്ഞ് രണ്ടരമണിക്കൂർ നേരം പരിശോധിച്ചു. *ദേശാഭിമാനി* പത്രാധിപസമിതിയിലെ അംഗങ്ങളായ എം എസ് ദേവദാസ്, സി ഉണ്ണിരാജ, പി നാരായണൻ നായർ, കെ പി മുഹമ്മദ് കോയ എന്നിവരെയും *ദേശാഭിമാനി* പ്രിന്ററായ പി കെ ബാലനെയും പാർട്ടി നേതാക്കളായ ഇ സി ഭരതൻ, അപ്പക്കോയ, മഞ്ചുനാഥറാവു എന്നിവരെയും അറസ്റ്റു ചെയ്തു. കൂടാതെ നിരവധി രേഖകളും *ദേശാഭിമാനി* ഓഫീസിൽ നിന്നു പൊലീസ് പിടിച്ചെടുത്തു.

വസൂരി പിടിച്ച് കിടക്കുകയായിരുന്ന ഇ എം എസ് നമ്പൂതിരിപ്പാടിനെ ഉച്ചയ്ക്ക് 12 മണിക്ക് അറസ്റ്റു ചെയ്തു. രാവിലെ മുതൽ തന്നെ മുപ്പതോളം പൊലീസ് അദ്ദേഹത്തിനു കാവൽനില്ക്കുകയായിരുന്നു. അന്നു തന്നെ എ കെ ജിയും അറസ്റ്റ് ചെയ്യപ്പെട്ടു.

ജനുവരി 24ന് മംഗലാപുരത്തു വച്ചാണ് എൻ സി ശേഖറെ അറസ്റ്റു ചെയ്തത്.[1] അന്നു മംഗലാപുരം ടൗൺപൊലീസ് സ്റ്റേഷനിലടച്ച അദ്ദേഹത്തിന് മൃഗീയമായ പീഡനം ഏല്ക്കേണ്ടി വന്നു. അതിനെതിരെ അദ്ദേഹം പോരാടി.

പിറ്റേദിവസം ഉച്ചയ്ക്ക് അദ്ദേഹത്തെ കോഴിക്കോട്ട് കൊണ്ടുവന്നു.

ഇവരെക്കൂടാതെ മദിരാശി പ്രവിശ്യയിൽ മലബാർ പ്രദേശത്തുനിന്നും (ഇവിടെ നിന്നു 120 ൽപരം പേരെ അറസ്റ്റു ചെയ്തു) തമിഴ്നാട്ടിൽ നിന്നും ആന്ധ്രാ ജില്ലകളിൽ നിന്നുമെല്ലാം കൂടി അഞ്ചൂറോളം കമ്യൂണിസ്റ്റ് ട്രേഡ് യൂണിയൻ കിസാൻ പ്രവർത്തകരെ കൂട്ടത്തോടെ അറസ്റ്റ് ചെയ്ത് വിചാരണ

കൂടാതെ വെല്ലൂർ സെൻട്രൽ ജയിലിലടച്ചു.

വെല്ലൂർ സെൻട്രൽ ജയിലിൽ കിടന്നുകൊണ്ട് എൻ സിയുൾപ്പെടെയുള്ള തടവുകാർ മദ്രാസ് ഹൈക്കോടതിയിൽ ഒരു ഹേബിയസ് കോർപ്പസ് റിട്ട് ഹർജി സമർപ്പിച്ചെങ്കിലും അത് തള്ളിപ്പോയി. ഓർഡിനൻസ് അത് പ്രസിദ്ധപ്പെടുത്തിയ ദിവസത്തിന്റെ തുടക്കം മുതൽക്ക്(ജനുവരി 22 നും 23 നും ഇടയ്ക്കുള്ള അർദ്ധരാത്രി) തന്നെ നടപ്പിൽ വന്നിട്ടുണ്ടെന്ന് കോടതി വിധിച്ചു. ഫെഡറൽ കോടതിയിൽ അപ്പീൽ കൊടുക്കാൻ അനുവദിക്കണമെന്ന അപേക്ഷയും കോടതി തള്ളിക്കളഞ്ഞു.[2]

'കമ്യൂണിസ്റ്റുകാർ കർഷക കലാപങ്ങൾ വളർത്തുകയും ഹിംസാത്മക പ്രവർത്തനങ്ങൾ നടത്തുകയും ചെയ്യുന്നു' വെന്നും 'പൊലീസുകാരുമായി അവർ തുറന്ന യുദ്ധത്തിൽ ഏർപ്പെട്ടിരിക്കുന്നു' വെന്നും പറഞ്ഞുകൊണ്ട് 1947 ജനുവരി 30 നു മദിരാശി പ്രധാനമന്ത്രി ടി പ്രകാശം ഓർഡിൻസ് നിയമത്തെ മദിരാശി അസംബ്ലിയിൽ ന്യായീകരിച്ചു.[3]

1940–45 കാലത്ത് കോൺഗ്രസ് ഡെറ്റിന്യൂ തടവുകാർക്ക് ഭക്ഷണച്ചെലവിനും വസ്ത്രധാരണച്ചെലവിനും കൊടുത്തിരുന്നതിനേക്കാൾ കുറഞ്ഞ തുകയാണ് ജയിലിൽ കമ്യൂണിസ്റ്റു തടവുകാർക്ക് ലഭിച്ചത്.[4] കോൺഗ്രസ് തടവുകാരെ സാധാരണ രാത്രികാലങ്ങളിൽ ലോക്കപ്പിലിട്ട് അടയ്ക്കുക പതിവുണ്ടായിരുന്നില്ല. എന്നാൽ കമ്യൂണിസ്റ്റു തടവുകാരെ രാത്രി 8 മണിമുതൽ കാലത്ത് 6 മണിവരെ ക്രിമിനൽ പുള്ളികളെ പോലെ ലോക്കപ്പിൽ പൂട്ടിയിട്ടു. മുൻ കാലങ്ങളിൽ 16 എഴുത്തുകൾ ലഭിക്കുന്നതിനും നാലു പ്രാവശ്യം ബന്ധുമിത്രാദികളുമായി കൂടിക്കാഴ്ച നടത്തുന്നതിനും സൗകര്യവും കൊടുത്തിരുന്നു. പക്ഷേ, ഇപ്പോൾ ഡെറ്റിന്യൂ തടവുകാർക്ക് അനുവദിച്ചിട്ടുള്ള ശരിയായ വ്യവസ്ഥകൾ എന്താണെന്ന്, അവരെ തടങ്കലിലാക്കി പത്തുപതിനഞ്ചു ദിവസങ്ങൾ കഴിഞ്ഞിട്ടും വ്യക്തമാക്കിയില്ല. വക്കീലന്മാർക്കുപോലും തടവുകാരെ കണ്ടുസംസാരിക്കാനുള്ള അനുമതി നല്കിയില്ല. കാലത്തു ജയിൽമതിൽക്കെട്ടിനുള്ളിൽ എവിടെയും നടക്കുവാനനുവദിക്കുമായിരുന്നു. എന്നാൽ, കമ്യൂണിസ്റ്റ് തടവുകാരെ അവരുടെ മുറികൾക്കു മുമ്പിലുള്ള മുറ്റത്തു മാത്രമേ നടക്കുവാൻ അനുവദിച്ചുള്ളു. കത്തുകൾ അയച്ചാൽ പോലും അതുകൊടുക്കാതെ പിടിച്ചുവയ്ക്കും. ഇക്കാര്യങ്ങളെക്കുറിച്ചെല്ലാം സൂപ്രണ്ടിന്റെ അടുത്തു ആവർത്തിച്ച് പരാതി പറഞ്ഞിട്ടും ഫലമൊന്നുമില്ലെന്നു കണ്ടപ്പോൾ മന്ത്രിമാർക്ക് അടിയന്തരക്കമ്പികൾ അടിച്ചു. അതിലും രക്ഷയില്ലെന്നു കണ്ടപ്പോൾ ഒരു ദിവസം തടവുകാരെല്ലാം നിരാഹാരവ്രതം അനുഷ്ഠിച്ചു. അതിനെത്തുടർന്നാണ് ചില നിർദ്ദേശങ്ങൾ മന്ത്രിസഭ പുറപ്പെടുവിച്ചത്. അറസ്റ്റു ചെയ്തതിനുശേഷം പന്ത്രണ്ടാം ദിവസം, അതായത്, ഫെബ്രുവരി 5–നു മാത്രമാണ് ഇത് വെല്ലൂർ ജയിലിൽ ലഭിച്ചത്.

രാഷ്ട്രീയത്തടവുകാരോടു ജയിലിനുള്ളിൽ കാണിക്കുന്ന അനീതികളെ അവസാനിപ്പിക്കുവാനും മര്യാദയായ ജീവിത സൗകര്യങ്ങൾ അവർക്ക് നേടിയെടുക്കുന്നതിനുംവേണ്ടി കമ്യൂണിസ്റ്റ് തടവുകാർ നിരാഹാരം അനുഷ്ഠിക്കുന്നതിനെക്കുറിച്ച് ആലോചിച്ചു. പൊതുരക്ഷാ ഓർഡിനൻസ് പ്രകാരം അറസ്റ്റുചെയ്ത് ഡെറ്റിന്യൂ തടവുകാരാക്കപ്പെട്ടിട്ടുള്ള 120 കമ്യൂണിസ്റ്റുകാർക്ക് വേണ്ടുന്ന സൗകര്യങ്ങൾ ചെയ്തു കൊടുത്തില്ലെങ്കിൽ മാർച്ച് 1 മുതൽ നിരാഹാരവ്രതം തുടങ്ങുവാനിടയുണ്ടെന്നു കാണിച്ചുകൊണ്ട് ഒരു അടിയന്തര

പ്രമേയം മദിരാശി നിയമസഭയിൽ കമ്യൂണിസ്റ്റ് എം എൽ എ ആയ പി വെങ്കിടേശ്വരലു കൊണ്ടുവന്നെങ്കിലും പ്രമേയം അത്ര പ്രധാനമായ ഒരടിയന്തര കാര്യത്തെ സംബന്ധിച്ചല്ലെന്നു പറഞ്ഞുകൊണ്ടു സ്പീക്കർ അതു സഭയിൽ അവതരിപ്പിക്കാൻ അനുമതി നിഷേധിച്ചു.[5]

ഫെബ്രുവരി 19 നു തടവുകാരുടെ പ്രശ്നങ്ങളെക്കുറിച്ചന്വേഷിക്കാൻ മദിരാശി നിയമമന്ത്രി കെ ഭാഷ്യം വെല്ലൂർ ജയിൽ സന്ദർശിച്ചു. തടവുകാരുടെയിടയിൽ നിന്നു മന്ത്രിയെ കാണാൻ വേണ്ടി പോയത് എ കെ ഗോപാലൻ, എൻ കെ കൃഷ്ണൻ, പി രാമനാഥൻ, പ്രസാദ റാവു എന്നിവരടങ്ങിയ ഒരു കമ്മിറ്റിയാണ്. അവരുടെ ഓരോ ആവശ്യത്തെയും മന്ത്രി ചർച്ചയിൽ തള്ളിക്കളഞ്ഞു.[6]

ഏക സ്ത്രീ തടവുകാരിയായ നാലുമാസം ഗർഭിണിയായിരുന്ന സ.കമലാ രാമസ്വാമിയുടെ ഭക്ഷണം, വസ്ത്രം എന്നിവയെക്കുറിച്ചുള്ള ആവശ്യങ്ങളെ മന്ത്രി തള്ളിക്കളയുകയുണ്ടായി. കോൺഗ്രസ് നേതാവായ ഡോ. ടി എസ് എസ് രാജന്റെ പൗത്രന്റെ ഭാര്യയായ, 19 വയസ്സുപ്രായമായ ഒരു വിദ്യാർത്ഥി പ്രവർത്തകയായ ഇവർക്കു സ്വന്തം ഭർത്താവിനെ കാണാനുള്ള സൗകര്യം പോലും ജയിലധികൃതർ അനുവദിച്ചില്ല.[7]

എൻ സി ജയിലിൽ കിടക്കുമ്പോഴായിരുന്നു അദ്ദേഹത്തിന്റെ പിതാവ് മരിച്ചത്. 1947 ജൂണിൽ. ജൂൺ 16ന് പരോൾ അനുവദിച്ചതിനെത്തുടർന്ന് അദ്ദേഹത്തിന് വീട്ടിൽ പോകാൻ കഴിഞ്ഞു.[8]

ഇതിനിടയിൽ ആഗസ്ത് 15 ന്റെ സ്വാതന്ത്ര്യദിനം പ്രമാണിച്ച് മദിരാശി ഗവൺമെന്റ് തടവുകാരെയെല്ലാം മോചിപ്പിക്കാൻ തീരുമാനിച്ചു. ആഗസ്ത് 12 നു മദിരാശി ഗവൺമെന്റ് പുറപ്പെടുവിച്ച ഒരു പ്രസ് നോട്ടിൽ ഇങ്ങനെ പറഞ്ഞിരുന്നു:

> ഹിംസതട്ടാത്ത അപരാധങ്ങൾക്കു ശിക്ഷിക്കപ്പെട്ടിട്ടുള്ളവരെ, മി. കെ അനന്തൻ നമ്പ്യാർ എം എൽ എ, മി. എ കെ ഗോപാലൻ എന്നിവരെപ്പോലെ, വിടാനും അവർ ബാക്കി അനുഭവിക്കേണ്ട ശിക്ഷാകാലം റദ്ദാക്കാനും ഗവൺമെന്റ് തീരുമാനിച്ചിരിക്കുന്നു.

ആഗസ്റ്റ് 13 നു എൻ സി ശേഖർ ഉൾപ്പെടെ 198 കമ്യൂണിസ്റ്റ് തടങ്ങൽ തടവുകാരെ വെല്ലൂർ ജയിലിൽ നിന്നു വിട്ടയച്ചു. എ കെ ജിയെ മോചിപ്പിക്കണമെന്ന് കമ്യൂണിക്കെയിൽ പ്രത്യേകം എടുത്തുപറഞ്ഞിരുന്നെങ്കിലും ആഗസ്ത് 15 പ്രമാണിച്ചു അദ്ദേഹത്തെ മോചിപ്പിച്ചില്ല. കൂടാതെ ഡെറ്റിന്യൂകളായിരുന്ന പി ആർ നമ്പ്യാർ, എ വി കുഞ്ഞമ്പു, അഴീക്കോടൻ രാഘവൻ, കെ പി ആർ രയരപ്പൻ, എം സി ആർ എന്നിവരെയും മോചിപ്പിച്ചില്ല.[9]

ആഗസ്ത് 14 ന് എൻ സി നാട്ടിലെത്തി. സ്വാതന്ത്ര്യദിനം ആഘോഷിക്കാൻ ഇന്ത്യൻ കമ്യൂണിസ്റ്റ് പാർട്ടി ആഹ്വാനം ചെയ്തിട്ടുണ്ടായിരുന്നു. അതനുസരിച്ച് എൻ സിയും സ്വാതന്ത്ര്യദിനാഘോഷങ്ങളിൽ മുഴുകി.

ജയിൽ വിമുക്തനായ എൻ സി ശേഖർ, ഇ എം എസ് തുടങ്ങി എല്ലാ നേതാക്കന്മാർക്കും നാട്ടിന്റെ നാനാഭാഗങ്ങളിലും വമ്പിച്ച സ്വീകരണങ്ങൾ നല്കി. ആഗസ്ത് 20ന് കമ്യൂണിസ്റ്റ് പാർട്ടി, കേന്ദ്ര തൊഴിലാളി കൗൺസിൽ എന്നീ സംഘടനകളുടെ ആഭിമുഖ്യത്തിൽ കോഴിക്കോട് ടൗൺ ഹാളിൽ അച്യുതമേനോക്കിയുടെ അദ്ധ്യക്ഷതയിൽ കൂടിയ യോഗത്തിൽവെച്ച് എൻ

സി ശേഖർ ഉൾപ്പെടെയുള്ള നേതാക്കൾക്ക് ആവേശകരമായ സ്വീകരണം നല്കി. യോഗത്തിൽ എൻ സി ശേഖറെ കൂടാതെ ഇ എം എസ് നമ്പൂതിരിപ്പാട്, ഇ സി ഭരതൻ, കെ ദാമോദരൻ, അപ്പക്കോയ, പി നാരായണൻ നായർ, പി കെ ബാലൻ, എച്ച് മഞ്ചുനാഥറാവു, കെ പി മുഹമ്മദ്കോയ തുടങ്ങിയവർ പ്രസംഗിച്ചു. ഇ എം എസിനുശേഷം പ്രസംഗിച്ച എൻ സി ശേഖർ പ്രധാനമായും ദേശാഭിമാനി വളർത്തേണ്ട ആവശ്യകതയെകുറിച്ചാണ് പറഞ്ഞത്. ദേശാഭിമാനിക്ക് സംഭാവന ചെയ്യാൻ അദ്ദേഹം അഭ്യർത്ഥിച്ചു.[10] ദേശാഭിമാനി ഫണ്ടിലേക്ക് 24 രൂപ പിരിഞ്ഞുകിട്ടുകയുമുണ്ടായി.

1947 സെപ്റ്റംബർ 29ന് മലബാറിലെ കണ്ണൂർ, തലശ്ശേരി, കോഴിക്കോട്, പാലക്കാട് എന്നീ മുൻസിപ്പാലിറ്റികളിലേക്ക് തിരഞ്ഞെടുപ്പു നടത്താൻ തീരുമാനിച്ചു. അതോടെ എൻ സി ശേഖർ തന്റെ ശ്രദ്ധ തിരഞ്ഞെടുപ്പിൽ കമ്യൂണിസ്റ്റ് പാർട്ടി സ്ഥാനാർത്ഥികളെ വിജയിപ്പിക്കുന്നതിൽ കേന്ദ്രീകരിച്ചു.

സൂചനകൾ

1. *ദേശാഭിമാനി,* 26 ജനുവരി 1947
2. *മാതൃഭൂമി,* 1 ഫെബ്രുവരി 1947
3. ഡോ. കെ കെ എൻ കുറുപ്പ്, *കേരളത്തിലെ കർഷക സമരങ്ങൾ* 1946–52, ശ്രദ്ധ പബ്ലിക്കേഷൻ സ്, (തിരൂർ–1996), പു: 59–60
4. ദേശാഭിമാനി, 1 ഫെബ്രുവരി 1947
5. *ദേശാഭിമാനി,* 15 ഫെബ്രുവരി 1947
6. *ദേശാഭിമാനി,* 28 ഫെബ്രുവരി 1947
7. മേൽ ചൊന്നത്
8. ദേശാഭിമാനി, 17 ജൂൺ 1947
9. *ദേശാഭിമാനി,* 20 ആഗസ്ത് 1947
10. ദേശാഭിമാനി, 22 ആഗസ്ത് 1947

21

ട്രേഡ് യൂണിയൻ പ്രസ്ഥാനം 1940കളിൽ

അഖില കേരള തൊഴിലാളി സമ്മേളനം

ആയിരത്തിത്തൊള്ളായിരത്തി നാല്പത്തിരണ്ടിൽ ജയിലിൽ നിന്ന് പുറത്തു വന്ന എൻ സി വീണ്ടും തന്റെ പ്രധാന പ്രവർത്തന മേഖലയായ ട്രേഡ് യൂണിയൻ രംഗത്തേക്ക് കടന്നു. തൊഴിലാളി യൂണിയനുകളെ ഓരോന്നായി ഉഷാറാക്കി. അതിനുശേഷം 1942 സെപ്തംബറിൽ കോഴിക്കോട്ട് വെച്ച് അഖിലകേരള തൊഴിലാളി സമ്മേളനം ചേർന്നു. ഓരോ യൂണിയന്റെയും യോഗങ്ങൾ കൂടി തിരഞ്ഞെടുത്ത പ്രതിനിധികളാണ് ഈ സമ്മേളനത്തിൽ പങ്കെടുത്തത്. കോൺഗ്രസിന്റെ നേതൃത്വത്തിൽ ക്വിറ്റിന്ത്യ സമരം നടക്കുന്ന അവസരമായിരുന്നു അത്. സമാധാനപരമായി നടക്കുന്ന യോഗങ്ങളിൽ കയറി അടിപിടിയും അക്രമവും നടത്തുക, യോഗം നടത്താൻ തടസ്സം ഉണ്ടാകത്തക്ക വിധം കൂകിവിളിച്ചും മറ്റും ബഹളുമുണ്ടാക്കുക എന്നിവയൊക്കെ അന്നത്തെ കോൺഗ്രസിന്റെ പരിപാടികളായിരുന്നു. ഈ സമ്മേളനത്തിനുനേരെയും അതുചെയ്യാൻ കോൺഗ്രസുകാർ മറന്നില്ല.

അവിടെ നടന്ന അക്രമത്തെക്കുറിച്ച് പി കൃഷ്ണപിള്ള എഴുതിയത് നോക്കുക:

> കോഴിക്കോട്ടു വെച്ചുകൂടിയ അഖിലകേരള തൊഴിലാളി സമ്മേളനത്തിന്റെ അകത്തും പുറത്തുംനിന്ന് കമ്യൂണിസ്റ്റുകാരെ നയം മാറ്റുവിൻ, ഗാന്ധിജി കീ ജേ എന്നും മറ്റും വിളിച്ചു പറഞ്ഞു പ്രകടനം നടത്തിയും ഗേറ്റ് പൊളിച്ച് അകത്തു കടക്കുവാൻ ശ്രമിച്ചും കല്ലുകൾ പെറുക്കി സമ്മേളനത്തിലേക്ക് എറിഞ്ഞും സമ്മേളനത്തിൽ കുഴപ്പമുണ്ടാക്കാൻ ശ്രമിച്ചു. ഇത് സ്വയം ഞാൻ കണ്ടതാണ്.[1]

എന്നാൽ അത്തരം പ്രവർത്തനങ്ങളെ അവഗണിച്ചുകൊണ്ടുതന്നെ സമ്മേളനം ഭംഗിയായി നടന്നു. ജനകീയയുദ്ധകാലത്ത് തൊഴിലാളികൾ നടപ്പിലാക്കേണ്ട പരിപാടികളെക്കുറിച്ചാണ് സമ്മേളനം പ്രധാനമായും ചർച്ചചെയ്തത്.

ഫറോക്ക് ഓട്ടുതൊഴിലാളി സമ്മേളനം

1943 ഫെബ്രുവരി 14 ന് ഫറോക്ക് ഓട്ടു കമ്പനി തൊഴിലാളികളുടെ

വർഷാന്ത്യ സമ്മേളനം കെ ആർ ടി യു സി ജനറൽ സെക്രട്ടറി എൻ സി ശേഖറിന്റെ അദ്ധ്യക്ഷതയിൽ നടന്നു. പൊലീസ് ആദ്യം സമ്മേളനം നിരോധിച്ചു. പിന്നീട് ഉപവാസത്തെപ്പറ്റിയൊന്നും സംസാരിക്കുകയില്ലെന്ന നിബന്ധനയോടുകൂടി സമ്മേളനം നടത്താൻ അനുവദിച്ചു.[2] രണ്ടായിരത്തോളം തൊഴിലാളികൾ സമ്മേളനത്തിൽ പങ്കെടുത്തു. സമ്മേളനത്തോടനുബന്ധിച്ച് ഘോഷയാത്രയുമുണ്ടായിരുന്നു.

തൊഴിലാളികളുടെ അടിയന്തരാവശ്യങ്ങളെപ്പറ്റിയും, മദിരാശി വ്യവസായ തർക്കബില്ലിനെപ്പറ്റിയും, ഉപവാസസംബന്ധമായി പൊതുയോഗങ്ങൾ നിരോധിച്ചതിനെ പ്രതിഷേധിച്ചും, ഗാന്ധിജിയെ നിരുപാധികമായി വിട്ടയ യ്ക്കാൻ ആവശ്യപ്പെട്ടുകൊണ്ടും സമ്മേളനം പ്രമേയങ്ങൾ പാസ്സാക്കി.[3]

സമ്മേളനത്തിന്റെ ചെലവുകഴിച്ച് 30 രൂപ യൂണിയൻ ഫണ്ടിലേക്ക് സംഭാവനയായി കിട്ടി.

എ ഐ ടി യു സിയുടെ 20-ാം സമ്മേളനം

എ ഐ ടി യു സിയുടെ 20-ാം സമ്മേളനം 1943 മേയ് 1, 2 തീയതികളിൽ വി വി ഗിരിയുടെ അദ്ധ്യക്ഷതയിൽ നാഗ്പൂരിൽവെച്ചു നടന്നു. സമ്മേളനത്തിൽ 26 പ്രതിനിധികൾക്ക് കേരളത്തിൽനിന്ന് പങ്കെടുക്കാമായിരുന്നെങ്കിലും എൻ സി ശേഖർ ഉൾപ്പെടെയുള്ള നാലുപേർ മാത്രമാണ് സമ്മേളനത്തിൽ പങ്കെടുത്തത്. മറ്റു മൂന്നുപേർ കെ പി കുമാരൻ, ചെനോളി കോരൻ, കെ പി ഗോപാലൻ എന്നിവരായിരുന്നു.

ഓരോ വ്യവസായത്തെ പ്രത്യേകിച്ചും ഇന്ത്യൻ തൊഴിലാളി പ്രശ്നത്തെയാകെയും ബാധിക്കുന്ന 27 പ്രമേയങ്ങൾ സമ്മേളനം ഏകകണ്ഠമായി പാസ്സാക്കി.

ക്ഷാമബത്ത കിട്ടാനും, ഉല്പാദനം വർദ്ധിപ്പിക്കാനും, ഭക്ഷണക്കുഴപ്പം തീർക്കാനും നാട്ടുകാരെയാകെ രക്ഷിക്കാനും തൊഴിലാളികൾ മുൻകൈയെടുക്കുകയും സംഘടിക്കുകയും ചെയ്യണമെന്നായിരുന്നു സമ്മേളനത്തിന്റെ ആഹ്വാനം.[4] എല്ലാ തൊഴിലാളികളും യൂണിയനിൽ ചേർന്ന് 100% മെമ്പർഷിപ്പ് പൂർത്തിയാക്കാനും സമ്മേളനം തൊഴിലാളികളോട് അഭ്യർത്ഥിച്ചു. *അഖിലേന്ത്യാ ട്രേഡ് യൂണിയൻ കോൺഗ്രസിന്റെ ആഹ്വാനം* എന്ന തലക്കെട്ടിൽ 1943 മേയ് 16 ന്റെ ദേശാഭിമാനിയിൽ ഈ സമ്മേളനത്തിന്റെ വിശദവിവരങ്ങളെപ്പറ്റി എൻ സി ശേഖർ എഴുതുകയുണ്ടായി.

സംഘടനയുടെ ജനറൽ സെക്രട്ടറി എൻ എം ജോഷിയായിരുന്നു. ഈ സമ്മേളനത്തിൽ പങ്കെടുത്ത എൻ സിയെ സംഘടനയുടെ പ്രവർത്തക സമിതിയിലേക്ക് തിരഞ്ഞെടുക്കുകയുണ്ടായി.[5] തുടർച്ചയായി 1960 വരെ ആ സ്ഥാനത്ത് അദ്ദേഹം തുടർന്നു.

ഭക്ഷ്യക്ഷാമം കൊടുമ്പിരിക്കൊണ്ടുനില്ക്കുന്ന ഘട്ടത്തിൽ തിരുവണ്ണൂർ തൊഴിലാളികളുടെ മാതൃകയിൽ 'ഉല്പാദനം വർദ്ധിപ്പിക്കാ'ൻ തൊഴിലാളികളോട് ആഹ്വാനം ചെയ്തുകൊണ്ട് കെ ആർ ടി യു സി ജനറൽ സെക്രട്ടറിയെന്ന നിലയിൽ എൻ സി ശേഖർ ഒരു പ്രസ്താവന പുറപ്പെടുവിക്കുകയുണ്ടായി. 1943 ജൂൺ 27 ന്റെ *ദേശാഭിമാനി*യിൽ വന്ന ആ പ്രസ്താവന തൊഴിലാളികളെ ആവേശഭരിതരാക്കാൻ സഹായിച്ചു.

1943 ജൂലൈ 4,5,6 തീയതികളിൽ മദിരാശിയിൽ വെച്ചുനടന്ന മദിരാശി സംസ്ഥാന ട്രേയ്ഡ് യൂണിയൻ കോൺഗ്രസിന്റെ (എം പി ടി യു സി) ഒന്നാം സമ്മേളനത്തിൽ വെച്ച് 'ഉല്പാദനം വർദ്ധിപ്പിച്ച് തൊഴിലാളികൾ നാടു രക്ഷിക്കും' എന്ന പ്രതിജ്ഞ ചെയ്തു.[6] അന്ന് മദിരാശി സംസ്ഥാനത്തിന്റെ ഭാഗമായിരുന്നല്ലോ മലബാർ ജില്ല. എൻ സി ശേഖർ ഈ സമ്മേളനത്തിൽ പങ്കെടുക്കുകയും സമ്മേളനതീരുമാനങ്ങൾ മലബാറിൽ നടപ്പിലാക്കുന്നതിന് നേതൃത്വം നല്കുകയും ചെയ്തു.

കോൺഗ്രസിനെക്കൂടാതെ ഒരു പാവ മന്ത്രിസഭ മദിരാശിയിൽ സ്ഥാപിക്കാനായി സാമ്രാജ്യത്വത്തിന്റെ പ്രോത്സാഹനത്തോടുകൂടി ഇന്ന് നടക്കുന്ന പരിശ്രമങ്ങളെ തടയാനായി -ഭക്ഷണക്കുഴപ്പം തീർക്കാനും ദേശരക്ഷ ശക്തിപ്പെടുത്താനും ദേശീയനേതാക്കന്മാരെ മോചിപ്പിക്കാനും വേണ്ടി പ്രവർത്തിക്കാമെന്നേല്ക്കുന്ന ഒരു ജനകീയ കൂട്ടുമന്ത്രിസഭ രൂപീകരിക്കാനായി- കോൺഗ്രസുകാരടക്കം സംസ്ഥാനത്തിലെ എല്ലാ രാഷ്ട്രീയ പാർട്ടികളും ഒത്തുശ്രമിക്കണമെന്ന് സമ്മേളനം അഭ്യർത്ഥിച്ചു.

തൊഴിലാളിവർഗ്ഗം മുൻപന്തിയിൽ നില്ക്കണം

1943 ജൂലൈ 7ന് എ ഐ ടി യു സി ജോയിന്റ് സെക്രട്ടറി മിസ് ശാന്താബാലറാവു കണ്ണൂരിലെത്തി യൂണിയൻ ഓഫീസുകൾ പരിശോധിച്ചു. കൂടാതെ അടുക്കും ചിട്ടയോടും കൂടി പ്രവർത്തിക്കുന്നതിനു യൂണിയൻ പ്രവർത്തകരെ അഭിനന്ദിക്കുകയും ചെയ്തു.

വൈകുന്നേരം കണ്ണൂർ ടൗൺഹാളിൽ വെച്ച് ചിറയ്ക്കൽ താലൂക്ക് നെയ്ത്തു തൊഴിലാളി യൂണിയൻ സെക്രട്ടറി ചാത്തുനായരുടെ അദ്ധ്യക്ഷതയിൽ നടന്ന യോഗത്തിൽ അവർ പ്രസംഗിച്ചു.

യാതൊരുതരത്തിലും ഒരു കമ്യൂണിസ്റ്റല്ലാത്ത മിസ് ശാന്താബാലറാവു തൊഴിലാളി അണികളിൽ ഐക്യത്തിനുവേണ്ടി വാദിച്ചുകൊണ്ടൊരു പ്രസംഗം ചെയ്തു. അഖിലേന്ത്യ ട്രേഡ് യൂണിയൻ കോൺഗ്രസിൽ കമ്യൂണിസ്റ്റെന്നോ കോൺഗ്രസെന്നോ വ്യത്യാസമില്ലെന്നും തൊഴിലാളി സംഘടനയെ ഇന്നു ഭിന്നിപ്പിക്കുന്നവർ രാജ്യദ്രോഹമാണ് ചെയ്യുന്നതെന്നും അവർ പ്രഖ്യാപിച്ചു. കേരളത്തിലെ തൊഴിലാളികളുടെ സംഘടനാശക്തിയെ അവർ അഭിനന്ദിച്ചു.

സ: കെ ബി പണിക്കർ പ്രസംഗം തർജമചെയ്തു.

പിന്നീടു സംസാരിച്ചതു സ: എൻ സി ശേഖറാണ്. അദ്ദേഹം തന്റെ ഉജ്ജ്വലമായ പ്രസംഗത്തിൽ "ജപ്പാനിൽ പ്രജാധിപത്യമാണ്, ടോജോ തിരഞ്ഞെടുക്കപ്പെട്ട പ്രതിനിധിയാണ്" എന്നും മറ്റും ദേശാഭിമാനികൾക്ക് ക്ലാസുകൊടുക്കുന്ന രാജ്യദ്രോഹികൾക്കെതിരായി താക്കീതു നല്കി. ഹാൾ കരഘോഷം കൊണ്ടു മുഴങ്ങി. ഉല്പാദനക്കുഴപ്പവും ദേശീയക്കുഴപ്പവും തീർക്കുന്നതിൽ മുൻ നില്ക്കേണ്ടതു തൊഴിലാളിവർഗ്ഗമാണെന്നു സ:ശേഖർ ഉദ്ബോധിപ്പിച്ചു.[7]

പിറ്റേദിവസം താലൂക്ക് പാർട്ടി ഓഫീസ് സന്ദർശിച്ച ശാന്താബാലറാവുവിനെ അവിടത്തെ ചിട്ടയായ പ്രവർത്തനവും വാൾന്യൂസ് പേപ്പറും കമ്യൂൺ ജീവിതവും മറ്റും വല്ലാതെ അതിശയിപ്പിച്ചു.

ചിറയ്ക്കൽ നെയ്ത്തു തൊഴിലാളി സമ്മേളനം

1943 ആഗസ്ത് 1 ന് കണ്ണൂർ ടൗൺഹാളിൽ വെച്ചുനടന്ന ചിറയ്ക്കൽ നെയ്ത്തു തൊഴിലാളികളുടെ സമ്മേളനത്തിൽ എൻ സി ശേഖർ പങ്കെടുക്കുകയുണ്ടായി. 1500 തൊഴിലാളികൾ സമ്മേളനത്തിൽ പങ്കെടുത്തതിൽ 68 പേർ സ്ത്രീകളും 76 പേർ കുട്ടികളുമായിരുന്നു.[8]

ഈ സമ്മേളനം ചിറയ്ക്കൽ താലൂക്കിലെ കൈത്തറി തൊഴിലാളികളുടെ കഷ്ടപ്പാടുകളെയും ക്ലേശങ്ങളെയും കുറിച്ച് ചർച്ച നടത്തി. പാവപ്പെട്ട തൊഴിലാളികളുടെ ദയനീയാവസ്ഥയെക്കുറിച്ച് എൻ സി ശേഖർ ഒരു ലേഖനത്തിൽ എഴുതി:

> ചിറയ്ക്കൽ താലൂക്കിൽക്കിട്ടുന്ന ഒഴക്കയരിപോലും വാങ്ങുവാൻ കെല്പില്ലാതെ ജീവിതംമുട്ടി ഉഴലുന്ന 12,000ത്തിൽപ്പരം തൊഴിലാളികളുടെയും അവരുടെ കുടുംബങ്ങളുടെയും കഥ ഇന്നു കഷ്ടമാണ്, ഹൃദയഭേദകമാണ്. അവിടത്തെ ഒരു തൊഴിലാളി അയാളുടെ ജ്യേഷ്ഠനെഴുതിയ ഒരു കത്തിന്റെ ഭാഗമാണിത്..... "ഒരുറുപ്പിക ഉണ്ടായിരുന്നതു തീർന്നു. എനിക്കാണെങ്കിൽ പണിയില്ല. എല്ലാവർക്കും സുഖക്കേടും. ജീവിക്കാൻ ഒരു വഴിയും കാണുന്നില്ല."
>
> ഇങ്ങനെ ഒരാളല്ല, 12000 ത്തിലധികം ആളുകളും അവരുടെ കുടുംബങ്ങളുമാണ് ചിറയ്ക്കൽ താലൂക്കിലുള്ളത്. എങ്ങോട്ടാണിതു നീങ്ങുകയെന്നു സർവ്വരും ആലോചിച്ചുനോക്കുക. സംഭ്രമജനകവും ദയനീയവും ഭയങ്കരവുമായ ഈ തൊഴിലില്ലായ്മ തുണിക്ഷാമം വർദ്ധിപ്പിക്കുന്നുവെന്നു മാത്രമല്ല, പട്ടിണി വർദ്ധിപ്പിക്കുന്നു, പകർച്ചവ്യാധികൾ പരത്തുന്നു. ആശയറ്റ ജനങ്ങൾ എന്തും ചെയ്തേക്കും. അങ്ങനെയായാൽ നാട്ടിൽ എങ്ങനെ സമാധാനമുണ്ടാവും? കച്ചവടക്കാർ എങ്ങനെ വ്യാപാരം നടത്തും? കൃഷിക്കാർ എങ്ങനെ കൃഷി തുടരും? വീടുകളും വളപ്പുകളുമുള്ളവർ എങ്ങനെ സമാധാനത്തോടുകൂടിയിരിക്കും? നാട്ടുകാർ ആലോചിക്കണം. അവരെ മുഴുവൻ ബാധിക്കുന്ന പ്രശ്നമാണിത്.[9]

യോഗത്തിൽവെച്ച് താഴെപ്പറയുന്ന ആവശ്യങ്ങൾ തൊഴിലാളികൾ ഗവൺമെന്റിന്റെ മുമ്പിൽവെച്ചു.

(1) കൈത്തറികളിൽ നെയ്യാൻ സാധിക്കുന്ന യുദ്ധ ഓർഡറുകൾ കൊടുക്കുക;

(2) പൊതുജനങ്ങൾക്കുപയോഗിക്കാനുള്ള സ്റ്റാൻഡേർഡ് വസ്ത്രത്തിന്റെ ഓർഡറുകൾ കൈത്തറികൾക്കും കൊടുക്കുക;

(3) കെട്ടിയിരിപ്പു സ്റ്റോക്കുകൾ വിറ്റഴിക്കാനുള്ള മാർക്കറ്റിങ് സൗകര്യങ്ങൾ ഉണ്ടാക്കിക്കൊടുക്കുക, അല്ലെങ്കിൽ മര്യാദവിലയ്ക്കു സ്റ്റോക്കുകൾ ഗവൺമെന്റ് ഏറ്റെടുക്കുക.

(4) നിയന്ത്രിത വില നിശ്ചയിച്ച് നൂൽ സപ്ലൈ ചെയ്യാൻ ഉടൻ തുടങ്ങുക;

(5) തൊഴിലാളികളുടെ ഇന്നത്തെ കൂലിയിൽ കുറവുവരുത്താതിരിക്കാൻ ഉറപ്പുകൊടുക്കുക;

(6) വാഗൺസൗകര്യം ഉണ്ടാക്കിക്കൊടുക്കുക;

(7) 5 മുതൽ മഗ്ഗങ്ങൾ വെച്ചു പ്രവർത്തിക്കുന്ന ഫാക്ടറികളെ ഫാക്ടറി

ആക്ടിൽപ്പെടുത്തുക.[10]

തങ്ങളുടെ കഷ്ടപ്പാടുകളെപ്പറ്റി നേരിട്ട് കളക്ടറെ കണ്ട് സംസാരിക്കാൻ യോഗം ഒരു നിവേദക സംഘത്തെ തിരഞ്ഞെടുത്തു. എന്നാൽ കൂടിക്കാഴ്ചക്ക് കളക്ടർ തയ്യാറായില്ല.

മുതലാളിമാരുടെ ഭീഷണിക്കുമുമ്പിൽ ഗവൺമെന്റ് മുട്ടുകുത്തുകയാണ് ചെയ്തത്. അവരുടെ താളത്തിനൊത്ത് അധികൃതർ തുള്ളി.

നാടിന്റെയും മാർക്കറ്റിന്റെയും രക്ഷക്കത്യാവശ്യമായ താഴെ പറയുന്ന നടപടികൾ ഗവൺമെന്റ് ഉടൻ എടുക്കണമെന്ന് എൻ സി ആവശ്യപ്പെട്ടു.

1) കലക്ടർ നിവേദകസംഘത്തെക്കാണാൻ അനുമതി നല്കണം.

2) ഇന്നാട്ടിനുവേണ്ട സ്റ്റാൻഡേർഡ് വസ്ത്രത്തിന്റെ ഓർഡറുകളുടെ നല്ലൊരു ശതമാനം കൈത്തറി വ്യവസായത്തിനു നല്കണം.

3) നിയന്ത്രണം ഉടൻ നടപ്പാക്കണം, ഉടൻ ക്ലിപ്തപ്പെടുത്തണം. സെപ്തംബർ 30–നു വരെ നീട്ടിക്കൊണ്ടു പോകരുത്.

ഈ പ്രക്ഷോഭണത്തിൽ മുതലാളിമാരെയും നാട്ടുകാരെയുമാകെ യോജിപ്പിച്ചണിനിരത്തേണ്ടതു ചിറയ്ക്കൽ നെയ്ത്തു തൊഴിലാളി യൂണിയന്റെ കടമയാണ്. ദേശപ്രേമമുള്ള ദേശീയ സംഘടനകളും ഗ്രാമസേവാസംഘങ്ങളും കിസാൻസംഘങ്ങളും വിദ്യാർത്ഥി ഫെഡറേഷനും അദ്ധ്യാപകന്മാരുമെല്ലാം ഇതിൽ യോജിച്ചു സഹായിക്കേണ്ടതാണ്.

താഴെ പറയുന്ന മൂന്നാവശ്യങ്ങൾക്കും വേണ്ടി മുതലാളിമാരടക്കം ജനങ്ങളെയും ജനകീയ സംഘടനകളെയും അണിനിരത്തേണ്ടതു ചിറയ്ക്കൽ നെയ്ത്തുതൊഴിലാളി യൂണിയന്റെ അടിയന്തര ചുമതലയാണെന്ന് എൻ സി വ്യക്തമാക്കി.

1) ഉടൻ ഫാക്ടറികൾ തുറക്കുക, തൊഴിൽ തുടരുക.

2) തുണിസ്റ്റോക്കുകൾ ഉടൻ വിറ്റഴിക്കുക; നാട്ടുകാർക്കു മര്യാദ വിലയ്ക്കു വസ്ത്രം വില്ക്കാൻ വേണ്ടി താലൂക്കുഭക്ഷണക്ഷാമ നിവാരണ കമ്മിറ്റിയെയോ മലബാർ ഭക്ഷണ കമ്മിറ്റിയെയോ ഏല്പിക്കുക.

3) നൂൽനിയന്ത്രണം ഉടൻ നടപ്പിൽ വരുത്താൻ വേണ്ടി തൊഴിലാളികളോടും പൊതുജനങ്ങളോടും യോജിച്ചു പ്രക്ഷോഭം കൂട്ടുക.

തൊഴിലാളികളുടെ ദുരിതങ്ങൾ നിവാരണം ചെയ്യാൻ അടിയന്തരമായി താഴെപ്പറയുന്ന കാര്യങ്ങൾ നടപ്പിലാക്കണമെന്ന് എൻ സി ആവശ്യപ്പെട്ടു:[11]

തൊഴിലാളി പ്രസ്ഥാനം രണ്ടാം ലോകമഹായുദ്ധകാലത്ത്

1939 സെപ്തംബർ ഒന്നിന് ജർമ്മനി പോളണ്ടിനെ ആക്രമിക്കുകയുണ്ടായി. സെപ്തംബർ 3 ന് ബ്രിട്ടനും ഫ്രാൻസും ജർമ്മനിക്കെതിരെ യുദ്ധം പ്രഖ്യാപിച്ചു. അതോടെ സാമ്രാജ്യത്വ യുദ്ധം ആരംഭിച്ചു. ഈ സാമ്രാജ്യത്വ യുദ്ധകാലഘട്ടത്തിൽ കമ്യൂണിസ്റ്റ് പാർട്ടിയും തൊഴിലാളിവർഗ്ഗവും ബ്രിട്ടീഷ് ഗവൺമെന്റിനെതിരെ ശക്തമായി പോരാടി. എന്നാൽ 1941 ജൂൺ 22 ന് ജർമ്മനി സോവിയറ്റ് യൂണിയനെ ആക്രമിച്ചതോടെ യുദ്ധത്തിന്റെ സ്വഭാവത്തിൽ മാറ്റമുണ്ടായതായി കമ്യൂണിസ്റ്റ് പാർട്ടി വിലയിരുത്തി. സാമ്രാജ്യത്വയുദ്ധം ജനകീയയുദ്ധമായി മാറിയതായി 1941 ഡിസംബറിൽ കമ്യൂണിസ്റ്റ് പാർട്ടി പ്രഖ്യാപിച്ചു. എന്നാൽ കോൺഗ്രസ് ബ്രിട്ടീഷ് നയത്തിനെതിരെ ക്വിറ്റിന്ത്യാ സമരം ആരംഭിച്ചു. അത്യന്തം ഗുരുതരമായ ഈ സാഹചര്യത്തിൽ

തങ്ങളുടെ നയം എന്തായിരിക്കണമെന്ന് തീരുമാനിക്കാൻ എ ഐ ടി യു സി യോഗം കൂടി.

ജർമ്മനി, ഇറ്റലി മുതലായ ഫാസിസ്റ്റ് ശക്തികൾക്കെതിരായി സഖ്യശക്തികൾ വിജയിക്കേണ്ടത് ലോക തൊഴിലാളി പ്രസ്ഥാനത്തിന്റെയും സ്വാതന്ത്ര്യം ആഗ്രഹിക്കുന്ന എല്ലാവരുടെയും ആവശ്യമാണെന്ന് എ ഐ ടി യു സി വിലയിരുത്തി. അത്തരത്തിലുള്ള ഒരു നയം എ ഐ ടി യു സി യിലെ ബഹുഭൂരിപക്ഷം പ്രവർത്തകരുടെയും ആഗ്രഹമായി പുറത്തുവന്നു. ജയിലിൽ കിടക്കുന്ന ദേശീയ നേതാക്കന്മാരെ മോചിപ്പിക്കണമെന്നും ഒരു ദേശീയ ഗവൺമെന്റ് രൂപീകരിക്കണമെന്നും ഗവൺമെന്റിന്റെ മൃഗീയമായ മർദ്ദനനയം അവസാനിപ്പിക്കണമെന്നും എ ഐ ടി യു സി ആവശ്യപ്പെട്ടു. 1942 സെപ്തംബർ 25-ാം തീയതി 'മർദ്ദന വിരുദ്ധദിന'മായി ആചരിക്കാൻ തീരുമാനിച്ചു. എന്നാൽ, യുദ്ധത്തിനു തടസ്സമുണ്ടാക്കുന്ന രീതിയിൽ യാതൊന്നും ചെയ്യാൻ പാടില്ലെന്ന് എ ഐ ടി യു സി വ്യക്തമാക്കി.[12]

എ ഐ ടി യു സിയുടെ ഭാഗമായ കെ ആർ ടി യു സിയുടെ സെക്രട്ടറിയെന്ന നിലയിൽ എൻ സി ശേഖർ ഈ നയങ്ങൾ കേരളത്തിൽ നടപ്പിലാക്കുന്നതിന് നേതൃത്വം കൊടുത്തു. ഫാസിസത്തിനെതിരായ യുദ്ധത്തിന്റെ ആവശ്യങ്ങൾക്ക് വേണ്ടിയും ജനങ്ങളുടെ നിത്യോപയോഗത്തിനുവേണ്ടിയും സാധനങ്ങൾ വർദ്ധിച്ച തോതിൽ ഉല്പാദിപ്പിക്കുവാൻ അദ്ദേഹം കേരളത്തിലെ തൊഴിലാളികളെ ആഹ്വാനം ചെയ്തു. അതേസമയം തൊഴിലാളികളുടെ തൊഴിൽപരമായ അവകാശങ്ങൾ നേടിയെടുക്കുന്നതിന് അദ്ദേഹം നിലകൊണ്ടു. ജനങ്ങളുടെ ദൈനംദിന ജീവിതത്തിനാവശ്യമുള്ള സാധനങ്ങളെല്ലാം റേഷൻ കടകൾ മുഖേന ലഭ്യമാക്കുന്നതിനും, കരിഞ്ചന്തയും, പൂഴ്ത്തിവയ്പ്പും തടയുന്നതിനും, കുറഞ്ഞവിലയ്ക്ക് സാധനങ്ങൾ ലഭ്യമാക്കുന്നതിനും, ജനകീയ കമ്മിറ്റികൾ രൂപീകരിക്കുന്നതിനും അദ്ദേഹം നേതൃത്വം നല്കി. ഒരു ദേശീയ ഗവൺമെന്റ് രൂപീകരിച്ച് ദേശീയരക്ഷ ഭദ്രമാക്കണമെന്നുള്ള കമ്യൂണിസ്റ്റ് പാർട്ടിയുടെയും എ ഐ ടി യു സിയുടെയും കേന്ദ്ര മുദ്രാവാക്യം അദ്ദേഹം ശക്തമായി പ്രചരിപ്പിച്ചു. യുദ്ധയത്നങ്ങൾക്ക് അനുകൂലമായും അതേസമയം ബ്രിട്ടീഷ് ഗവൺമെന്റിന്റെ മർദ്ദന നയത്തെ രൂക്ഷമായി വിമർശിച്ചും കൊണ്ടുള്ള നിലപാടായിരുന്നു അദ്ദേഹത്തിന്റേത്. ഇതിലൂടെ കർഷക ഇടത്തരം ജനവിഭാഗങ്ങളുമായി ഐക്യം സ്ഥാപിക്കുന്നതിനും ബഹുജനപ്രസ്ഥാനം ഉയർത്തിക്കൊണ്ടുവരുന്നതിനും അദ്ദേഹത്തിനു കഴിഞ്ഞു. മഹാത്മജി ഉൾപ്പെടെയുള്ള ദേശീയനേതാക്കന്മാരുടെ മോചനത്തിനു വേണ്ടി അദ്ദേഹം ശക്തമായി നിലകൊണ്ടു.

മദ്രാസ് പ്രൊവിൻഷ്യൽ ട്രേഡ് യൂണിയൻ കോൺഗ്രസ് കമ്മിറ്റി മുൻകൈയെടുത്ത് മദ്രാസ് പ്രവിശ്യയിലാകെ കൈത്തറി തൊഴിലാളികളുടെ ഒരു സംഘടന രൂപകരിച്ചപ്പോൾ മലബാറിലെ തൊഴിലാളികളെയും അതിൽ ചേർക്കുന്നതിന് എൻ സി നേതൃത്വമെടുത്തു. ബീഡിവ്യവസായം സഹകരണാടിസ്ഥാനത്തിൽ സംഘടിപ്പിച്ച് തൊഴിലാളികൾക്ക് ജോലി നല്കുന്ന ഒരു പദ്ധതി നടപ്പിലാക്കുവാനുള്ള ട്രേഡ് യൂണിയൻ കോൺഗ്രസിന്റെ തീരുമാനം വിജയിപ്പിക്കാനും അദ്ദേഹം യത്നിച്ചു. തിരുവണ്ണൂർ കോട്ടൺമിൽ, കണ്ണൂർ സ്പിന്നിങ് മിൽ, ആറോൺമിൽ തുടങ്ങിയ കമ്പനികളിലെ തൊഴിലാളികളുടെ പ്രശ്നങ്ങളും അദ്ദേഹം കൈകാര്യം ചെയ്യുകയും അതിൽ ചില വിജയങ്ങളുണ്ടാകുകയും ചെയ്തു. റീഗേകമ്മിറ്റി എന്ന് അറിയപ്പെടുന്ന

അഖിലേന്ത്യാ തൊഴിലന്വേഷണ കമ്മിറ്റി ഇന്ത്യാഗവൺമെന്റ് ഏർപ്പെടുത്തിയപ്പോൾ ആ കമ്മിറ്റിക്ക് മുമ്പിൽ തെളിവുനൽകാൻ എം പി ടി യു സിയുടെ നിർദ്ദേശപ്രകാരം എൻ സി പ്രവർത്തിക്കുകയുണ്ടായി. പാലക്കാട്ടും കണ്ണൂരുമുള്ള മുൻസിപ്പൽ തൊഴിലാളി യൂണിയനുകൾ ട്രേഡ് യൂണിയനടിസ്ഥാനത്തിൽ പ്രവർത്തിച്ചുതുടങ്ങുകയും പ്രവിശ്യാടിസ്ഥാനത്തിലുള്ള പ്രക്ഷോഭങ്ങളിൽ പങ്കെടുക്കുകയും ചെയ്തതിലും എൻ സി യുടെ കൈകൾ കാണാം. വയനാട്ടിലെയും പാലക്കാട്ടെയും മറ്റും തോട്ടം തൊഴിലാളി കളെ ട്രേഡ് യൂണിയൻ അടിസ്ഥാനത്തിൽ സംഘടിപ്പിക്കുന്നതിൽ ചെറിയൊരു പങ്ക് എൻ സി വഹിക്കുകയുണ്ടായി. 1945 ൽ കൊച്ചി തുറമുഖ പ്രദേശത്തെ ജോലിയില്ലാത്ത തൊഴിലാളികൾക്കുവേണ്ടി ദുരിതാശ്വാസ പ്രവർത്തനങ്ങൾ സംഘടിപ്പിക്കാൻ എൻ സി തയ്യാറായി.

തിരുവിതാംകൂറിൽ എൻ സി യുടെ പ്രസംഗം നിരോധിക്കുന്നു

രണ്ടാം ലോകമഹായുദ്ധാനന്തരം തിരുവിതാംകൂറിലെ ആലുവാ, ചേർത്തല, ആലപ്പുഴ, കൊല്ലം, പുനലൂർ തുടങ്ങിയ നിരവധി തൊഴിൽ കേന്ദ്രങ്ങളിൽ എൻ സി ശേഖറും പി കൃഷ്ണപിള്ളയും സന്ദർശിക്കുകയും അവിടത്തെ ട്രേഡ് യൂണിയൻ പ്രവർത്തകരുമായി ബന്ധപ്പെട്ട് സംഘടനാ പ്രവർത്തനം ശക്തമാക്കുകയും ചെയ്തു. 1945 സെപ്തംബർ മാസത്തിൽ ആലപ്പുഴ, കൊല്ലം മുതലായ പ്രദേശങ്ങളിൽ അവർ നിരന്തരം സന്ദർശിച്ച് പ്രസംഗിക്കുകയുണ്ടായി. അവരുടെ ആവേശകരമായ പ്രസംഗങ്ങൾ തൊഴിലാളി സമരങ്ങൾക്ക് പ്രചോദനകരമായിത്തീർന്നു. തിരുവിതാംകൂർ ഗവൺമെന്റിന് ഇത് സഹിക്കാൻ പറ്റുന്നതായിരുന്നില്ല. ഇതിനെത്തുടർന്ന് കൊല്ലം, കോട്ടയം ജില്ലകളിൽ എൻ സി ശേഖറും പി കൃഷ്ണപിള്ളയും പ്രസംഗിക്കുന്നത് രണ്ടുമാസത്തേക്ക് നിരോധിച്ചു. തിരുവിതാംകൂറിലെ ഭരണത്തിനെതിരെ അപവാദം പറഞ്ഞുകൊണ്ട് പ്രകോപനപരമായ പ്രസംഗങ്ങൾ നടത്തുകയും തൊഴിൽ കുഴപ്പങ്ങൾ സൃഷ്ടിക്കാൻ ശ്രമിക്കുകയും ചെയ്യുന്നു എന്നു പറഞ്ഞുകൊണ്ടായിരുന്നു നിരോധനം.[13]

കൊച്ചി ട്രേഡ് യൂണിയൻ കൗൺസിൽ സമ്മേളനം

എ ഐ ടി യു സിയുടെ ശാഖയായി കേരളത്തിൽ പ്രവർത്തിച്ചിരുന്നത് കേരള റീജിയണൽ ട്രേഡ് യൂണിയൻ കൗൺസിൽ (കെ ആർ ടി യു സി) ആയിരുന്നു. അതിന്റെ കീഴിൽ മലബാർ, തിരുവിതാംകൂർ, കൊച്ചി എന്നിവിടങ്ങളിൽ ട്രേഡ് യൂണിയൻ കൗൺസിലുകൾ രൂപം കൊണ്ടിരുന്നു. കൊച്ചിയിൽ പി കെ ഡീവർ എം എൽ സി പ്രസിഡന്റും ജോർജ് ചടയംമുറി സെക്രട്ടറിയുമായി കൊച്ചി ട്രേഡ് യൂണിയൻ കൗൺസിൽ രൂപം കൊണ്ടത് 1945 ഡിസംബർ 9നാണ്.[14] ഈ സംഘടനയുടെ ആഭിമുഖ്യത്തിൽ 1946 ജനുവരി 13-ന് പള്ളുരുത്തിയിൽ വെച്ച് ഒരു പൊതു സമ്മേളനം ചേർന്നു. ഈ സമ്മേളനത്തിൽ 32 യൂണിനുകളിൽ നിന്നായി 58 പ്രതിനിധികൾ പങ്കെടുത്തിരുന്നു.

സമ്മേളനത്തിൽ കെ ആർ ടി യു സി സെക്രട്ടറിയായിരുന്ന എൻ സി ശേഖർ പങ്കെടുക്കുകയുണ്ടായി. പ്രസിഡന്റ് ആർ സുഗതനും സമ്മേളനത്തിൽ പങ്കെടുത്തു. യോഗം പാസ്സാക്കിയ രണ്ടു പ്രമേയങ്ങൾ തൊഴിലില്ലായ്മ,

വ്യാവസായീകരണം എന്നിവയെപ്പറ്റിയായിരുന്നു.

യൂണിയനുകളെ അംഗീകരിക്കുക, കുറഞ്ഞ കൂലി മാസത്തിൽ കുറഞ്ഞത് നാല്പതു രൂപയാക്കി തിട്ടപ്പെടുത്തുക തുടങ്ങി 17 അടിയന്തരാവശ്യങ്ങളും സമ്മേളനം മുന്നോട്ടുവച്ചു.

ക്ഷാമബത്ത 1945 ജനുവരി മുതലുള്ള മുൻബാക്കി സഹിതം കൊടുക്കണമെന്നും കൊല്ലത്തിൽ മൂന്നു മാസത്തെ ശമ്പളം ബോണസായി അനുവദിക്കണമെന്നും സമ്മേളനത്തിൽ പാസാക്കിയ പ്രമേയങ്ങളിൽ പ്രത്യേകം പറഞ്ഞിരുന്നു. ആമ്പല്ലൂർ മില്ലിലും സീതാറാം മില്ലിലും ഉള്ള കൂലി നിരക്കുകൾ ഇതരസംസ്ഥാനങ്ങളിലെ കൂലി നിരക്കിനേക്കാൾ വളരെ കുറവാണെന്ന് പരുത്തി മിൽ തൊഴിലാളികളെപ്പറ്റിയുള്ള പ്രമേയം ചൂണ്ടിക്കാണിച്ചിരുന്നു. ടാറ്റാ മിൽ തൊഴിലാളികൾ, തൃപ്പൂണിത്തുറ കൈത്തറി നെയ്ത്തു തൊഴിലാളികൾ, സ്റ്റാന്റേർഡ് ഫർണിച്ചറിലെ പിരിച്ചുവിടൽ, പി.ഡബ്ല്യൂ.ഡിലെ തൊഴിലാളികൾ, ചെത്തുതൊഴിലാളികളുടെ അടിയന്തരാവശ്യങ്ങൾ എന്നിവയെപ്പറ്റിയും പ്രമേയങ്ങൾ പാസാക്കിയിരുന്നു. ബീഡിത്തൊഴിലാളികളെയും നിലവിലുള്ള തൊഴിൽ നിയമങ്ങളുടെ പരിധിയിൽ കൊണ്ടു വരണമെന്ന് ആവശ്യപ്പെട്ടിരുന്നു. 1945 നവംബർ പതിനാറാം തീയതി മുതൽ മലബാർ പ്രദേശത്തെ വടകരയിലെ ബീഡിചുരുട്ടുതൊഴിലാളികളെ ലോക്കൗട്ട് ചെയ്തത് തെറ്റാണെന്നും ലോക്കൗട്ട് പിൻവലിക്കേണ്ടതാണെന്നും സമ്മേളനം ആവശ്യപ്പെടുകയുണ്ടായി. ബോണസ് തുടങ്ങിയ ആവശ്യങ്ങൾക്കു വേണ്ടി അവിടത്തെ തൊഴിലാളികൾ പ്രക്ഷോഭണം നടത്തിവരികയായിരുന്നു. സൗത്തിന്ത്യൻ റയിൽവേ തൊഴിലാളികളുടെ ആവശ്യങ്ങൾ അനുവദിച്ചുകൊടുക്കണമെന്നും ലേബർ ഡിപ്പാർട്ട്മെന്റ് ഭംഗിയായി സംഘടിപ്പിക്കണമെന്നും സമ്മേളനം ആവശ്യപ്പെട്ടു. എ ഐ ടി യു സി ജനറൽ സെക്രട്ടറി എൻ എം ജോഷിയെ കേന്ദ്ര നിയമസഭയിലെ തൊഴിലാളി പ്രതിനിധിയായി ഇന്ത്യാ ഗവൺമെന്റ് നോമിനേറ്റ് ചെയ്യാത്തതിൽ സമ്മേളനം ശക്തമായി പ്രതിഷേധിച്ചു. പ്രായപൂർത്തി വോട്ടവകാശം നടപ്പാക്കണമെന്ന് സമ്മേളനം ആവശ്യപ്പെട്ടു അന്തിക്കാട്ട് ചെത്തു തൊഴിലാളി സംഘത്തെ നിരോധിച്ചതിൽ യോഗം പ്രതിഷേധം പ്രകടിപ്പിച്ചു. കൊച്ചിയിലും തിരുവിതാംകൂറിലും നിലനിന്ന പൗരസ്വാതന്ത്ര്യ മർദ്ദനത്തിൽ യോഗം ശക്തമായ പ്രതിഷേധം രേഖപ്പെടുത്തി.[15]

തൊഴിലില്ലായ്മ സമ്മേളനം

അഖിലമലബാർ കിസാൻ സംഘത്തിന്റെ പ്രത്യേക ക്ഷണമനുസരിച്ച് 1945 ഡിസംബർ 30 ന് കോഴിക്കോട്ട് വെച്ച്, സ. എൻ സി ശേഖറിന്റെ അദ്ധ്യക്ഷതയിൽ, നാടിനെ ബാധിക്കുന്ന തൊഴിലില്ലായ്മയെ എങ്ങനെ നേരിടണമെന്ന് ആലോചിക്കാനായി ഒരു സമ്മേളനം കൂടി. കോൺഗ്രസ്– ലീഗ് സംഘടനകളെക്കൂടി സമ്മേളനത്തിന് ക്ഷണിച്ചിരുന്നെങ്കിലും അവയുടെ പ്രതിനിധികളാരും തന്നെ പങ്കെടുത്തില്ല. എന്നാൽ മലബാറിലുള്ള മിക്ക ട്രേഡ് യൂണിയനുകളുടെയും കിസാൻസംഘങ്ങളുടെയും പ്രതിനിധികൾ പങ്കെടുത്തിരുന്നു. അതിനുപുറമെ കമ്യൂണിസ്റ്റ് പാർട്ടി നേതാക്കന്മാരും അദ്ധ്യാപക പ്രവർത്തകരും പങ്കെടുക്കുകയുണ്ടായി.[16]

പ്രതിനിധി സമ്മേളനത്തിനുശേഷം വൈകുന്നേരം 6 മണിക്ക് മുതലക്കുളം മൈതാനിയിൽ വെച്ച് പൊതുയോഗംകൂടി. പ്രതിനിധി സമ്മേളനം അംഗീക

രിച്ച പ്രമേയങ്ങൾ പൊതുയോഗത്തിൽ വിശദീകരിച്ചു. പൊതുയോഗത്തിൽ അദ്ധ്യക്ഷതവഹിച്ചുകൊണ്ട് എൻ സി ശേഖർ ചെയ്ത പ്രസംഗത്തിൽ തൊഴിലില്ലാതെ വലയുന്ന കൊച്ചിയിലെ വമ്പിച്ചൊരു ജനസമൂഹത്തിന്റെ യഥാർത്ഥാനുഭവങ്ങൾ എടുത്തു പറഞ്ഞു. അതുതന്നെയാണ് മലബാറിന്റെ കഥയാകാൻ പോകുന്നതെന്നു അദ്ദേഹം താക്കീതു നൽകി. നിരവധി പ്രമേയങ്ങളും സമ്മേളനം അംഗീകരിച്ചു.[17]

പൂർണ്ണ സ്വാതന്ത്ര്യ ദിനം

1946 ജനുവരി 26 ന്റെ പൂർണ്ണസ്വാതന്ത്ര്യദിനത്തിൽ കോഴിക്കോട്ടെ 3000 തൊഴിലാളികൾ പണിമുടക്കി.[18] ബ്രിട്ടനെ കെട്ടുകെട്ടിക്കാൻ വേണ്ടിയുള്ള അവസാന സമരത്തിൽ തൊഴിലാളികൾ മറ്റാരുടെയും പിന്നിലല്ലെന്ന് കോഴിക്കോട് പട്ടണത്തിൽ നടത്തിയ ഘോഷയാത്രയിൽ അവർ തെളിയിച്ചു. ദേശീയ തൊഴിലാളികളും പണിമുടക്കിൽ പങ്കെടുത്തു. പ്രകടനത്തിൽ ദേശീയ ക്കൊടിയും ചെങ്കൊടിയും ഒപ്പം പാറിപ്പറന്നു. “ബ്രിട്ടനെ കെട്ടുകെട്ടിക്കണം” എന്നതായിരുന്നു ജാഥകളിൽ മുഴങ്ങിയ പ്രധാനമുദ്രാവാക്യം. തലശ്ശേരിയിലെയും കണ്ണൂരിലെയും വിവിധ വിഭാഗം തൊഴിലാളികളും സ്വാതന്ത്ര്യദിനത്തിൽ പണിമുടക്കുകയുണ്ടായി.[19] തിരുവിതാംകൂറിൽ അന്നേ ദിവസം പണിമുടക്കി പ്രകടനം നടത്തിയത് മുപ്പതിനായിരത്തിൽപ്പരം തൊഴിലാളികളാണ്.[20] കൊച്ചിയിലെയും വിവിധ വിഭാഗം തൊഴിലാളികൾ അന്നേദിവസം പണിമുടക്കി പ്രകടനം നടത്തികൊണ്ട് സ്വാതന്ത്ര്യദിനം ആഘോഷിച്ചു.[21]

എൻ സി ശേഖറും മറ്റു തൊഴിലാളി നേതാക്കളുടെയും കഠിനമായ ശ്രമത്തിന്റെ ഫലമായാണ് ഇത്ര വ്യാപകമായ രീതിയിൽ തൊഴിലാളികളെ രംഗത്തിറക്കാൻ കഴിഞ്ഞത്.

1946 മാർച്ച് 10 ന് ആലപ്പുഴ വെച്ച് നടന്ന ആലപ്പുഴ കയർ ഫാക്ടറി വർക്കേഴ്സ് യൂണിയന്റെ വാർഷിക സമ്മേളനത്തിൽ അദ്ധ്യക്ഷത വഹിച്ചത് എൻ സി ശേഖരായിരുന്നു. 1946 ഫെബ്രുവരി 26 ന് ആരംഭിച്ച് 110 ദിവസം നീണ്ടു നിന്ന ഐതിഹാസികമായ ആറോൺ മിൽ തൊഴിലാളി സമരം, 1946 ജൂലൈ 10 അർദ്ധരാത്രി മുതൽ ആരംഭിച്ച് 25 ദിവസം നീണ്ടു നിന്ന അഖിലേന്ത്യാ പോസ്റ്റൽ ആന്റ് ടെലഗ്രാഫ് തൊഴിലാളി സമരം, 1946 ആഗസ്റ്റ് 24 അർദ്ധരാത്രി മുതൽ ആരംഭിച്ച് ഒരു മാസക്കാലം നീണ്ടുനിന്ന അഖിലേന്ത്യാ റെയിൽവെ തൊഴിലാളി സമരം, 1946 ഒക്ടോബർ 21 മുതൽ ആരംഭിച്ച മലബാറിലെയും തെക്കൻ കർണ്ണാടകത്തിലെയും ബീഡി ചുരുട്ട് തൊഴിലാളികൾ നടത്തിയ സമരം, 1947 ഡിസംബർ 15 മുതൽ ശമ്പള വർദ്ധനവിനു വേണ്ടി മദിരാശിയിലെ എൻ ജി ഒ മാർ നടത്തിയ സമരം എന്നിവയെല്ലാം സംഘടിപ്പിക്കുന്നതിനും വിജയിപ്പിക്കുന്നതിനും നേതൃത്വപരമായ പങ്കാണ് എൻ സി ശേഖർ വഹിച്ചത്.

സൂചനകൾ

1. ദേശാഭിമാനി, 4 ഒക്ടോബർ 1942
2. *ദേശാഭിമാനി*, 14 മാർച്ച് 1943
3. മേൽചൊന്നത്

4. *ദേശാഭിമാനി*, 16 മേയ് 1943
5. എൻ സി ശേഖർ സ്മരണിക– 2012, പു: 42
6. *ദേശാഭിമാനി*, 25 ജൂലൈ 1943
7. മേൽചൊന്നത്
8. *ദേശാഭിമാനി*, 15 ആഗസ്ത് 1943
9. മേൽചൊന്നത്
10. മേൽചൊന്നത്
11. മേൽചൊന്നത്
12. *കേരളത്തിലെ ട്രേഡ് യൂണിയൻ പ്രസ്ഥാനത്തിന്റെ ചരിത്രം*, പു: 129
13. അനുബന്ധം: I
14. *കേരളത്തിലെ ട്രേഡ് യൂണിയൻ പ്രസ്ഥാനത്തിന്റെ ചരിത്രം*, പു:148
15. മേൽചൊന്നത്, പു: 149–50
16. *ദേശാഭിമാനി*, 6 ജനുവരി 1946
17. മേൽചൊന്നത്
18. *ദേശാഭിമാനി*, 28 ജനുവരി 1946
19. *ദേശാഭിമാനി*, 29, 30 ജനുവരി 1946
20. *ദേശാഭിമാനി*, 31 ജനുവരി 1946
21. മേൽചൊന്നത്

22

കൽക്കത്താ തീസിസ് നടപ്പിലാക്കാൻ

ഇന്ത്യൻ കമ്യൂണിസ്റ്റ് പാർട്ടിയാകെ രൂക്ഷമായ സമരങ്ങളുടെ നടുവിലായിരുന്നപ്പോഴാണ് അധികാരകൈമാറ്റത്തെക്കുറിച്ചുള്ള മൗണ്ട് ബാറ്റൻ പദ്ധതി പുറത്തുവന്നത്. 1947 ജൂൺ 3 ന് ആയിരുന്നു ആ പദ്ധതി പ്രഖ്യാപിച്ചത്. "ജനമുന്നേറ്റ പാതയിൽ ഉപയോഗിക്കാവുന്ന ഒരായുധമെന്ന നിലയ്ക്ക് അതിനെ ചില നിബന്ധനകളോടെ പിന്തുണക്കണമെന്നായിരുന്നു" മൗണ്ട് ബാറ്റൻ പദ്ധതി സംബന്ധിച്ച് ജൂണിൽ കൂടിയ പാർട്ടിയുടെ കേന്ദ്രകമ്മിറ്റി അംഗീകരിച്ച നയം. എന്നാൽ ഈ നയത്തിനെതിരെ ശക്തമായ മറ്റൊരഭിപ്രായഗതി പാർട്ടിക്കുള്ളിൽ രൂപം കൊണ്ടു. "ഔപചാരികമായി അധികാരക്കൈമാറ്റം നടത്തവെ തന്നെ ഇന്ത്യയെ ഒരു കോളനിയായി നിലനിർത്താനുള്ള ബ്രിട്ടീഷുകാരുടെ ഗൂഢപദ്ധതിയാണിതെന്ന്" ബി ടി രണദിവെയുടെ നേതൃത്വത്തിലുള്ള മറ്റൊരു വിഭാഗം അഭിപ്രായപ്പെട്ടു. 1948 ഫെബ്രുവരി 28 മുതൽ മാർച്ച് 6 വരെ കൽക്കത്തയിൽ വെച്ചുനടന്ന രണ്ടാം പാർട്ടി കോൺഗ്രസിൽ ഈ രണ്ട് അഭിപ്രായഗതികൾ തമ്മിൽ ഏറ്റുമുട്ടി.

പ്രധാനമായും രണ്ടുരേഖകളാണ് കോൺഗ്രസിൽ അവതരിപ്പിക്കപ്പെട്ടത്. ഒന്ന്, സാർവ്വദേശീയ- ദേശീയ സ്ഥിതിഗതികൾ വിലയിരുത്തുകയും അതിന്റെ അടിസ്ഥാനത്തിൽ കടമകൾ എന്തെന്ന് എണ്ണിപ്പറയുകയും ചെയ്യുന്ന *രാഷ്ട്രീയ തീസിസ്.* രണ്ട്, ജനകീയ യുദ്ധകാലഘട്ടം മുതൽ പാർട്ടി നേതൃത്വത്തെ ബാധിച്ച ആശയപരവും രാഷ്ട്രീയവും സംഘടനാപരവുമായ തെറ്റുകൾ സ്വയം വിമർശനപരമായി വിലയിരുത്തുന്ന രേഖയായ *പരിഷ്കരണവാദികളുടെ വ്യതിയാനം സംബന്ധിച്ച റിപ്പോർട്ട്.*

ചർച്ചകൾക്കുശേഷം പാർട്ടി കോൺഗ്രസ് ഈ രേഖകൾ അംഗീകരിച്ചു. 1947 ആഗസ്ത് 15ന് നമുക്ക് ലഭിച്ച സ്വാതന്ത്ര്യം വഞ്ചനാപരമായ ഒന്നാണെന്ന നിഗമനത്തിൽ പാർട്ടി കോൺഗ്രസ് ചെന്നെത്തി. മുമ്പ് എങ്ങനെയാണോ ബ്രിട്ടീഷ് ഭരണാധികാരികൾക്കും നാട്ടുരാജാക്കന്മാരെപ്പോലുള്ള അവരുടെ പാദസേവകർക്കും എതിരായി വിപ്ലവസമരം നടത്തിയത് അതുപോലെ ഇന്ത്യയിലെ പുതിയ ഭരണാധികാരികൾക്കുമെതിരായി തെലങ്കാന–പുന്നപ്ര വയലാർ മാതൃകയിൽ വിപ്ലവസമരം തുടരാൻ കോൺഗ്രസ് തീരുമാനിച്ചു. കോൺഗ്രസ് ഹാളിൽ പ്രതിദ്ധ്വനിച്ചത് "തെലങ്കാനാമാർഗ്ഗം നമ്മുടെ മാർഗ്ഗം"

എന്ന മുദ്രാവാക്യമായിരുന്നു. എല്ലായിടത്തും തെലങ്കാന മാതൃകയിൽ ഭരണം സ്ഥാപിച്ച് നെഹ്റു ഗവൺമെന്റിനെ കടപുഴക്കിയെറിയാൻ കൽക്കത്തയിൽ ചേർന്ന രണ്ടാം പാർട്ടി കോൺഗ്രസ് ആഹ്വാനം ചെയ്തു. അതായത് ജനവിരുദ്ധ കോൺഗ്രസ് ഗവൺമെന്റിനെ പുറത്താക്കി 'ജനകീയ ജനാധിപത്യ ഭരണം' സ്ഥാപിക്കുക. കൽക്കത്താ തീസിസ് എന്ന പേരിൽ ഈ നയം അറിയപ്പെട്ടു.

പാർട്ടി കോൺഗ്രസിന്റെ അവസാന ദിവസം പുതിയ കേന്ദ്രകമ്മിറ്റിയിലേക്ക് 31 അംഗങ്ങളടങ്ങിയ ഒരു പാനൽ പഴയ കേന്ദ്രകമ്മിറ്റി അവതരിപ്പിച്ചു. ആ സമയം പുതിയ ആറു പേരുകൾ കൂടി കേന്ദ്രകമ്മിറ്റിയിലേക്ക് ഉയർന്നു വന്നു. അതിനെത്തുടർന്നുണ്ടായ വോട്ടെടുപ്പിൽ 31 അംഗ പാനലിലെ അംഗമായിരുന്ന അന്നത്തെ ജനറൽ സെക്രട്ടറി പി സി ജോഷി പരാജയപ്പെട്ടു. പുതിയ കേന്ദ്രകമ്മിറ്റികൂടി ബി ടി രണദിവെയെ പാർട്ടി ജനറൽ സെക്രട്ടറിയായി തിരഞ്ഞെടുത്തു. അദ്ദേഹമുൾപ്പെടെ 9 പേരടങ്ങിയ ഒരു പൊളിറ്റ് ബ്യൂറോയും തിരഞ്ഞെടുക്കപ്പെട്ടു.

കേരളത്തിൽ നിന്ന് ഇ എം എസ് നമ്പൂതിരിപ്പാട്, പി കൃഷ്ണപിള്ള, കെ സി ജോർജ് എന്നിവരെ കേന്ദ്രകമ്മിറ്റിയിലേക്ക് തിരഞ്ഞെടുത്തു.

ജനവിരുദ്ധ കോൺഗ്രസ് ഗവൺമെന്റിനെ നീക്കം ചെയ്ത് ഒരു 'ജനകീയ ജനാധിപത്യ ഗവൺമെന്റ്' സ്ഥാപിക്കുക എന്ന ലക്ഷ്യംവെച്ച് തൊഴിലാളികളെയും കൃഷിക്കാരെയും പാവപ്പെട്ടവരെയും യോജിപ്പിച്ച് അണിനിരത്തി സമരരംഗത്തിറങ്ങാൻ പാർട്ടി കൽക്കത്തയിൽ വെച്ച് പരിപാടികളാവിഷ്കരിച്ചു. ഇതിനായി നിയമവിധേയമായി മാത്രം പോരാ, നിയമവിരുദ്ധമായും പാർട്ടി സംഘടന നീങ്ങേണ്ടിവരുമെന്ന് പാർട്ടി നേതൃത്വം മുൻകൂട്ടി മനസ്സിലാക്കിയിരുന്നു. ഇന്റലിജൻസ് വഴി സർക്കാരും ഇത് തിരിച്ചറിഞ്ഞു. പ്രതിനിധികൾക്കു കൽക്കത്തയിൽ നിന്നും മടങ്ങിപ്പോകാൻ കഴിയുന്നതിനു മുമ്പു തന്നെ ഗവൺമെന്റ് പാർട്ടിക്കെതിരെ ആഞ്ഞടിച്ചു. അതിവിപുലമായ അധികാരങ്ങൾ പൊലീസിനും ഉദ്യോഗസ്ഥന്മാർക്കും നല്കിക്കൊണ്ടുള്ള പൊതുരക്ഷാ നിയമം(പബ്ലിക് സെക്യൂരിറ്റി ഓർഡിനൻസ്) അവർ പുറപ്പെടുവിച്ചു. പല സംസ്ഥാനങ്ങളിലും ഈ നിയമം ഉടൻ നടപ്പിൽ വരുത്തി. നേതാക്കന്മാർക്കെതിരെ അറസ്റ്റ് വാറണ്ട് പുറപ്പെടുവിച്ചു. നേതാക്കന്മാരെ മാത്രമല്ല, സാധാരണ പ്രവർത്തകരെയും അറസ്റ്റുചെയ്യാൻ കരുക്കൾ നീക്കി.

കരുതൽ തടങ്കൽ നിയമം അനുസരിച്ച് നേതാക്കന്മാരെ തടവിലാക്കി. പൊലീസിന്റെ പിടിയിൽ പെടാതിരുന്ന നേതാക്കളിൽ പലരും ഒളിവിൽ പോയി. സമ്മേളനത്തിൽ പങ്കെടുത്തിരുന്ന പ്രതിനിധികളിൽ പലരും വളരെ കരുതലോടെയും അതീവരഹസ്യമായിട്ടുമായിരുന്നു അവരുടെ സംസ്ഥാനങ്ങളിൽ എത്തിച്ചേർന്നത്.

കൽക്കത്താ കോൺഗ്രസ് നയം നടപ്പിലാക്കുന്നതിനെ സംബന്ധിച്ച് പൊളിറ്റ്ബ്യൂറോയും തെലങ്കാന സമരം നയിക്കുന്ന ആന്ധ്രാ നേതാക്കളും തമ്മിൽ അഭിപ്രായവ്യത്യാസം ഉടലെടുത്തു. കൽക്കത്താ കോൺഗ്രസ് തീരുമാനത്തിന്റെ അർത്ഥം രാജ്യവ്യാപകമായി റഷ്യൻ രീതിയിലുള്ള വിപ്ലവത്തിനു രാഷ്ട്രത്തെ സന്നദ്ധമാക്കുകയാണെന്ന് പൊളിറ്റ്ബ്യൂറോ വിലയിരുത്തി. എന്നാൽ തെലങ്കാന മാർഗ്ഗമെന്നാൽ അതല്ലെന്നും ഏറെക്കുറെ ചൈനീസ് വിപ്ലവമാർഗ്ഗമാണെന്നും ആന്ധ്രാനേതാക്കൾ പറഞ്ഞു. ഇന്ത്യയ്ക്ക് ഏറ്റവും അനുയോജ്യം ചൈനീസ് മാർഗ്ഗമാണെന്ന് തെലങ്കാന തെളിയിച്ചതായും അവർ വാദിച്ചു.

കമ്യൂണിസ്റ്റ് പാർട്ടി കേന്ദ്രകമ്മിറ്റി തെലങ്കാന സമര നേതാക്കളുടെ വാദം അംഗീകരിച്ചില്ല. ആന്ധ്രാ നേതാക്കളുടെ നയപരമായ തെറ്റിനെക്കുറിച്ച് പാർട്ടി അണികളെ മുഴുവൻ പഠിപ്പിക്കാൻ വ്യാപകമായ ഉൾപ്പാർട്ടി ചർച്ചകൾ സംഘടിപ്പിക്കപ്പെട്ടു. കൂടാതെ തൊഴിലാളിവർഗ്ഗ ഉയിർത്തെഴുന്നേല്പിന്റെ മുന്നോടിയായി 1949 ൽ റെയിൽവേ തൊഴിലാളികളുടെ പണിമുടക്കവും സംഘടിപ്പിച്ചു. രാജ്യത്ത് നിലനില്ക്കുന്ന വിപ്ലവവികാരത്തെ പർവ്വതീകരിച്ചു കാണിക്കുകയായിരുന്നു. അതിനാൽ പണിമുടക്ക് പൊളിഞ്ഞു. സ്വയം വിമർശനപരമായി ഈ പരാജയത്തെ പരിശോധിക്കുന്നതിനുപകരം പണിമുടക്കു പരാജയപ്പെട്ടതിന്റെ കുറ്റം മുഴുവൻ പാർട്ടി സഖാക്കളുടെ മേൽ വെച്ചുകൊടുക്കയാണ് പൊളിറ്റ്ബ്യൂറോ ചെയ്തത്. ഇതിനെത്തുടർന്ന് പല സംസ്ഥാനങ്ങളിലും പാർട്ടി നേതൃത്വത്തെ പുനഃസംഘടിപ്പിക്കുകയും നിരവധി പാർട്ടി പ്രവർത്തകർക്കെതിരെ അച്ചടക്ക നടപടികൾ സ്വീകരിക്കുകയുമുണ്ടായി.

1948 മാർച്ച് തൊട്ട് 1950 ജനുവരി വരെ നയപരമായും സംഘടനാപരമായും എടുത്ത നടപടികൾ ഇന്ത്യൻ കമ്യൂണിസ്റ്റ് പാർട്ടിക്കകത്തും ലോക കമ്യൂണിസ്റ്റ് പ്രസ്ഥാനത്തിലും രൂക്ഷമായ വിമർശനത്തിനിടയാക്കി. സാർവ്വദേശീയ കമ്യൂണിസ്റ്റ് ഇൻഫർമേഷൻ ബ്യൂറോയുടെ(കോമിൻ ഫോറം) മുഖപത്രത്തിൽ ഇന്ത്യൻ പാർട്ടി നയം മാറ്റുന്നതായിരിക്കും നല്ലതെന്ന ഉപദേശമടങ്ങുന്ന ഒരു മുഖക്കുറിപ്പ് പ്രത്യക്ഷപ്പെട്ടു. അതിന്റെ അടിസ്ഥാനത്തിൽ സ്ഥിതിഗതികളാകെ ചർച്ച ചെയ്യുന്നതിനു 1950 മാർച്ച് അവസാനം മുതൽ മേയ് അവസാനം വരെ കേന്ദ്രകമ്മിറ്റിയുടെ ഒരു സമ്പൂർണ്ണയോഗം പൊളിറ്റ് ബ്യൂറോ വിളിച്ചുകൂട്ടി. മുപ്പതു സഖാക്കൾ ആദ്യം അനൗപചാരികമായും പിന്നീട് ഔപചാരികമായും ഗ്രൂപ്പുകളായും കൂട്ടായും ഇന്ത്യൻ സ്ഥിതിഗതികൾ ചർച്ച ചെയ്തു. പാർട്ടി അക്കാലത്തു നിരോധിക്കപ്പെട്ടിരുന്നതിനാൽ വളരെ രഹസ്യമായി ഒളിവിലിരുന്നാണ് ഈ ചർച്ചകൾ നടത്തിയത്. ചർച്ചയുടെ അവസാനം എടുത്ത തീരുമാനങ്ങൾ:

1. ആന്ധ്രാ ലൈനിനെ ശരിവയ്ക്കുകയും, പൊളിറ്റ് ബ്യൂറോ ലൈനിനെ തള്ളിക്കളയുകയും ചെയ്തു. 2. ജനറൽ സെക്രട്ടറി സ്ഥാനത്തുനിന്നു രണദിവെയെ പുറത്താക്കിയശേഷം തെലങ്കാന സമരത്തിന്റെ നേതാക്കളിൽ പ്രമുഖനായിരുന്ന രാജേശ്വര റാവുവിനെ ജനറൽ സെക്രട്ടറിയാക്കി.3. രാജേശ്വര റാവു ജനറൽ സെക്രട്ടറിയും ബസവപുന്നയ്യ അടക്കം ആകെ മൂന്നുപേർ അംഗങ്ങളായ പൊളിറ്റ് ബ്യൂറോ രൂപംകൊണ്ടു. 4. കേന്ദ്രകമ്മിറ്റി പുനഃസംഘടിപ്പിച്ചു. അംഗസംഖ്യ വളരെ കുറച്ചുകൊണ്ടുള്ളതായിരുന്നു(പന്ത്രണ്ടോ പതിമൂന്നോ)കേന്ദ്രകമ്മിറ്റി. ആ കമ്മിറ്റിയിൽ ആന്ധ്രാ ലൈനിന്റെ പിന്തുണക്കാർക്ക് ഭൂരിപക്ഷമുണ്ടായിരുന്നു. 5. രണദിവെ അടക്കം അഞ്ചുപേരെ സസ്പെന്റ് ചെയ്യുകയും അവർ പാർട്ടി സംഘടനാ തത്ത്വങ്ങൾ ലംഘിച്ചിട്ടുണ്ടോ എന്നന്വേഷിക്കുന്നതിനായി ഒരു കമ്മീഷനെ നിയമിക്കുകയും ചെയ്തു.

പക്ഷേ, ആറ് മാസത്തിലധികം രാജേശ്വരറാവുവിന്റെ നേതൃത്വത്തിലുള്ള കമ്മിറ്റിക്ക് തുടരാൻ കഴിഞ്ഞില്ല. തുടർന്ന് അജയ്ഘോഷ് കൺവീനറായി ഒരു പുതിയ പൊളിറ്റ് ബ്യൂറോയും കേന്ദ്രകമ്മിറ്റിയും തിരഞ്ഞെടുക്കപ്പെട്ടു. ഇങ്ങനെ മൂന്നു വർഷത്തിനിടയിൽ രണ്ടു ജനറൽ സെക്രട്ടറിമാർ മാറാനിടയായ സാഹചര്യത്തിൽ സോവിയറ്റ് പാർട്ടിയുടെ സഹകരണം തേടാൻ കേന്ദ്ര കമ്മിറ്റി തീരുമാനിച്ചു.

മോസ്കോയിൽ പോയ പ്രതിനിധിസംഘം സ്റ്റാലിന്റെ നേതൃത്വത്തിലുള്ള സോവിയറ്റ് പാർട്ടിയുമായി ചർച്ചകൾ നടത്തിയശേഷം *പാർട്ടി പരിപാടി, നയ പ്രഖ്യാപനരേഖ* എന്നിങ്ങനെ രണ്ടു രേഖകൾ തയ്യാറാക്കി. ഇതിൽ പാർട്ടി പരിപാടി പ്രതിനിധിസംഘം ഇന്ത്യയിൽ തിരിച്ചെത്തുന്നതിനു മുമ്പായിത്തന്നെ ഇവിടെയെത്തിക്കുകയും അത് അച്ചടിച്ച് പ്രസിദ്ധീകരിക്കുകയുമുണ്ടായി. പാർട്ടിയിലുടനീളം ഈ രണ്ടു രേഖകളെപ്പറ്റിയും സവിസ്തരം ചർച്ച നടത്തിയതിനുശേഷം 1951 ഒക്ടോബർ 9 മുതൽ 15 വരെ കൽക്കത്തയിൽ വെച്ച് ഒരു രഹസ്യയോഗം ചേർന്ന് അവ അംഗീകരിച്ചു.

രണ്ടാം കോൺഗ്രസിനു മുമ്പത്തെ വലത് അവസരവാദത്തിന്റെയും അതിനുശേഷമുണ്ടായ ഇടതു സെക്ടേറിയൻ നയങ്ങളുടെയും നിഷേധമായിരുന്നു കൽക്കത്തയിൽവെച്ച് അംഗീകരിച്ച പുതിയ നയം. പുതിയ പാർട്ടി പരിപാടി അംഗീകരിച്ചതോടെ 1948–50 കാലത്ത് പാർട്ടിയ്ക്കുള്ളിൽ പൊട്ടിപ്പുറപ്പെട്ട അഭിപ്രായ വ്യത്യാസങ്ങൾ അവസാനിച്ചു.

ഈ യോഗം 21 അംഗങ്ങളുള്ള ഒരു പുതിയ കേന്ദ്രകമ്മിറ്റിയെയും അതിൽനിന്ന് 7 അംഗങ്ങളടങ്ങിയ ഒരു പൊളിറ്റ് ബ്യൂറോയേയും തിരഞ്ഞെടുത്തു. അജയ്ഘോഷിനെ ജനറൽ സെക്രട്ടറിയായും തിരഞ്ഞെടുത്തു.

1948 മുതൽ ഒളിവിൽ പ്രവർത്തിക്കുകയായിരുന്ന എൻ സി ശേഖർ രഹസ്യമായി കൽക്കത്തയിൽ വെച്ചു നടന്ന രണ്ടാം പാർട്ടി കോൺഗ്രസിൽ പങ്കെടുക്കാൻ പോയി. സമ്മേളനം കഴിഞ്ഞ് പൊലീസിനെ കബളിപ്പിച്ചാണ് അദ്ദേഹം തിരിച്ച് കേരളത്തിലെത്തിയത്. ഒളിവിലിരിക്കുമ്പോഴാണ് 1948 മാർച്ചിൽ അദ്ദേഹത്തിന്റെ അമ്മ മരിക്കുന്നത്.

അതുപോലെ തന്നെ 1951 ഒക്ടോബർ 9 മുതൽ 15 വരെ കൽക്കത്തയിൽ വെച്ചുനടന്ന രഹസ്യയോഗത്തിലും എൻ സി ശേഖർ പങ്കെടുത്തിരുന്നു.[1] 122 പ്രതിനിധികളാണ് രാജ്യത്തിന്റെ വിവിധ ഭാഗങ്ങളിൽ നിന്നായി പങ്കെടുത്തത്.

രണ്ടാം കോൺഗ്രസിൽ പങ്കെടുത്തു തിരിച്ചെത്തിയ എൻ സി ശേഖറും കൂട്ടരും ആ നയങ്ങൾ കേരളത്തിൽ നടപ്പിലാക്കുന്നതിനുള്ള പരിപാടികൾ ആവിഷ്കരിച്ചു. കേരളത്തിൽ അറിയപ്പെടുന്ന നിരവധി സഖാക്കളെ അറസ്റ്റ് ചെയ്ത് ജയിലിനുള്ളിലാക്കിയിരുന്നു. പുറത്തുള്ളവർക്ക് പരസ്യമായി പ്രവർത്തിക്കാൻ കഴിഞ്ഞിരുന്നുമില്ല. അതിനാൽ രഹസ്യമായി മാത്രം പ്രവർത്തിക്കുന്ന ഒരു നേതൃത്വത്തിന്റെ ആവശ്യകത അന്നത്തെ സാഹചര്യത്തിൽ ആവശ്യമായിരുന്നു. ഇതിനെത്തുടർന്ന് കേരളത്തിൽ നിന്ന് കേന്ദ്രകമ്മിറ്റിയിലേക്ക് തിരഞ്ഞെടുക്കപ്പെട്ട ഇ എം എസ് നമ്പൂതിരിപ്പാട്, പി കൃഷ്ണപിള്ള, കെ സി ജോർജ് എന്നിവരടങ്ങിയ ഒരു രഹസ്യ പാർട്ടി കേന്ദ്രം നിലവിൽ വന്നു.[2]

പാർട്ടി രഹസ്യകേന്ദ്രത്തിന്റെ പ്രവർത്തനത്തിനുവേണ്ടി ഐ സി പി നമ്പൂതിരി, കെ ജി എൻ തമ്പാൻ (രാവുണ്ണി നായർ), കെ പി നാണു, പപ്പു ഏട്ടൻ, പി കെ കുഞ്ഞനന്തൻ നായർ, കൊച്ചനുജപ്പിഷാരടി തുടങ്ങി ഏതാനും ചിലരെ തിരഞ്ഞെടുത്തു.

പാർട്ടി നേതൃത്വത്തിന്റെ നിർദ്ദേശപ്രകാരം ഇവർ ആദ്യമായി ചെയ്തത് പാർട്ടി നേതൃത്വത്തിനു ഒളിവിലിരുന്നു പ്രവർത്തിക്കാൻ പറ്റിയ ഷെൽട്ടറുകളും ടെക് വിഭാഗവും സംഘടിപ്പിക്കലായിരുന്നു. ആലുവപ്പുഴയുടെ വടക്കേ തീരത്തുള്ള ചൊവ്വരയും വെള്ളാരപ്പള്ളിയും, ആലുവയ്ക്കടുത്തുള്ള മഞ്ഞുമ്മൽ, ചേരാനെല്ലൂർ, ഇടപ്പള്ളി പ്രദേശവും, അതിന് ചുറ്റുമുള്ള

പരിസരങ്ങളുമാണ് അതിനുവേണ്ടി അവർ കണ്ടെത്തിയത്. അവിടങ്ങളിലെ പാവപ്പെട്ട കൃഷിക്കാരുടെയും കർഷകത്തൊഴിലാളികളുടെയും അലുമിനിയം കമ്പനി തൊഴിലാളികളുടെയും വീടുകൾ രഹസ്യപ്രവർത്തനത്തിന് ഏറ്റവും പറ്റിയതായിരുന്നു. മൂന്നു മാസത്തിനുള്ളിൽ രഹസ്യ സംഘടനയുടെ പ്രവൃത്തികൾ പൂർത്തിയാക്കിയ അവർ നേതാക്കന്മാർക്ക് താമസിക്കാനും കമ്മിറ്റിയോഗം ചേരാനും സാങ്കേതിക പ്രവർത്തനങ്ങൾ നടത്താനും മറ്റുമായി പതിനാറു ഷെൽട്ടറുകൾ സ്ഥാപിച്ചു. ഇവയെ കൂട്ടിയിണക്കുന്നതിനും പ്രവർത്തിപ്പിക്കുന്നതിനും പുറംലോകവുമായി ബന്ധം പുലർത്തുന്നതിനുമായി 'ടെക്' എന്ന രഹസ്യ സംഘടനയും രൂപീകരിച്ചു. അതിനു കീഴിൽ നിരവധി എസ്കോർട്ടുകൾ, കൊറിയർമാർ, ചാരന്മാർ എന്നിവരെയും നിയമിച്ചു.

പാർട്ടി സന്ദേശങ്ങൾ കൈമാറുക, കൽക്കത്തയിൽ പ്രവർത്തിക്കുന്ന പാർട്ടികേന്ദ്രവുമായും ബോംബെയിലെ പാർട്ടിയുടെ പ്രചാരണകേന്ദ്രവുമായും പി പി എച്ച് (പീപ്പിൾസ് പബ്ലിഷിംഗ് ഹൗസ്)മായും ബന്ധപ്പെടുക തുടങ്ങിവയായിരുന്നു ടെക്കിന്റെ ചുമതല. രഹസ്യസംഘടനയിൽ നേതൃത്വത്തെ സഹായിച്ചിരുന്നവർ ടെക്-മാൻ, ഡെൻ-കീപ്പർ, കൊറിയർ, എസ്കോർട്ട്, കട്ട്-ഔട്ട് തുടങ്ങിയ പേരുകളിലാണ് അറിയപ്പെട്ടത്.

തിരുവനന്തപുരത്തിനും നാഗർകോവിലിനും ഇടയിലെ തക്കലയിൽ കല്ലച്ചും ചെറിയ അച്ചടിയന്ത്രവും സ്ഥാപിച്ച് രഹസ്യരേഖകളും സർക്കുലറുകളും തയ്യാറാക്കാനുള്ള സംവിധാനങ്ങളുമുണ്ടാക്കി. തെക്കൻ തിരുവിതാംകൂറുകാരനായ തങ്കയ്യയ്ക്കായിരുന്നു അതിന്റെ ചുമതല നല്കിയിരുന്നത്.[3]

രഹസ്യ സംഘടനാ പ്രവർത്തനങ്ങളോടൊപ്പം ടെക്കിൽ പ്രവർത്തിക്കുന്നവർ ആർക്കും സംശയം തോന്നാത്തവിധത്തിൽ ചില പരസ്യ പ്രവർത്തനങ്ങളും നടത്തേണ്ടിയിരുന്നു. അതിനുള്ള പ്രായോഗികമായ പദ്ധതികളും തയ്യാറാക്കപ്പെട്ടു.

ഒളിവിലുള്ള സഖാക്കളുടെ രഹസ്യപ്രവർത്തനങ്ങളും മറ്റുള്ളവരുടെ പരസ്യമായ പ്രവർത്തനങ്ങളും കൂട്ടിയിണക്കിക്കൊണ്ടുള്ള ഒരു പ്രവർത്തന ശൈലിയായിരുന്നു പാർട്ടിനടപ്പിലാക്കിയിരുന്നത്. മിക്കവാറും രാത്രി കാലങ്ങളിൽ ഏതെങ്കിലും ഒളിവുസങ്കേതങ്ങളിൽ പാർട്ടി കമ്മിറ്റികൾ യോഗം ചേരും. മൂന്നുദിവസം നീണ്ടുനിന്ന ഒരു യോഗം കുത്താട്ടുകുളത്തിനടുത്ത് ഇടയാർ മുട്ടുംമുഖത്തു മലയിലുള്ള കുര്യച്ചൻ എന്നയാളുടെ വീട്ടിൽ സംഘടിപ്പിച്ചു. എൻ സി ശേഖറും ആ യോഗത്തിൽ പങ്കെടുത്തിരുന്നു. ആ യോഗത്തിൽ കൃഷ്ണപിള്ളയെ കൂടാതെ ഇ എം എസ്, അച്യുതമേനോൻ, പി ടി പുന്നൂസ് തുടങ്ങിയവരും പങ്കെടുത്തു. യോഗം നടക്കുന്ന നാളുകളിൽ മുട്ടുംമുഖം മലയിലേക്ക് പൊലീസോ, പൊലീസ് ഏജന്റുമാരോ കടന്നു ചെല്ലാതിരിക്കാൻ പാർട്ടിയേയും പാർട്ടി നേതാക്കളെയും കണ്ണിലെ കൃഷ്ണമണിപോലെ കരുതിപോന്ന കുത്താട്ടുകുളത്തെ പാർട്ടി പ്രവർത്തകർ ശ്രദ്ധിച്ചിരുന്നു.

പലസ്ഥലങ്ങളിലും ഇതുപോലുള്ള രഹസ്യയോഗങ്ങൾ സംഘടിപ്പിച്ച് എൻ സി ശേഖർ, പി കൃഷ്ണപിള്ള, ഇ എം എസ്, കെ സി ജോർജ്ജ് തുടങ്ങിയ നേതാക്കൾ കൽക്കത്താ തീസിസിനെപ്പറ്റിയും തുടർന്ന് നടത്തേണ്ട പ്രവർത്തന പരിപാടികളെക്കുറിച്ചും പ്രവർത്തകരെ ബോദ്ധ്യപ്പെടുത്തിയിരുന്നു. ഇക്കാലത്ത് കേരളത്തിന്റെ പല ഭാഗങ്ങളിലുള്ള ഷെൽട്ടറുകളിൽ എൻ സി എത്തുകയും സഖാക്കൾക്കുവേണ്ട നിർദ്ദേശങ്ങൾ കൊടുക്കുകയും

ചെയ്തിരുന്നു.

മഞ്ഞുമ്മൽ പ്രദേശമായിരുന്നു ആദ്യത്തെ പാർട്ടി രഹസ്യ കേന്ദ്രം. അവിടെ ടി ആർ ജോസഫിന്റെ വസതിയായിരുന്നു എൻ സിയുടെ ഷെൽട്ടർ.

1948 ആഗസ്റ്റ് 19 ന് പാമ്പുകടിയേറ്റ് അന്തരിക്കുന്നതിനും ഏതാനും മണിക്കൂറുകൾക്കുമുമ്പാണ് കൃഷ്ണപിള്ളയും എൻ സി ശേഖറും തമ്മിൽ കണ്ടുപിരിഞ്ഞത്. *മായാത്തസ്മരണകൾ* എന്ന ലേഖനത്തിൽ എൻ സി എഴുതി:

> അവസാനം 15 കൊല്ലത്തിനുശേഷം ഞാൻ കൃഷ്ണപിള്ളയെ വിട്ടു പിരിയുന്നത് 1948 ആഗസ്ത് 19 ന് വെളുപ്പാൻ രാവിലെ നാലരമണിക്കാണ്.[4]

മാരാരിക്കുളത്തിന് കിഴക്ക് കഞ്ഞിക്കുഴി പഞ്ചായത്തിൽപ്പെട്ട കണ്ണർക്കാട്ടു പ്രദേശത്തും ചുറ്റുമായി അവർ ഏതാനും ദിവസമായി ഒളിവിൽ കഴിയുകയായിരുന്നു. ആഗസ്ത് 9 ന് രാത്രി എൻ സി ശേഖർ അവിടെയെത്തി. മേനോൻ എന്നായിരുന്നു അദ്ദേഹത്തിന്റെ ഒളിവ് നാമധേയം. പിറ്റേന്നു രാത്രി രാമൻ എന്ന പി കൃഷ്ണപിള്ളയുമെത്തി. കണ്ണർകാട്ട് ചെല്ലിക്കണ്ടത്തിൽ നാണപ്പന്റെ വീടായിരുന്നു കൃഷ്ണപിള്ളയുടെ ഒളിസങ്കേതം. എൻ സി ശേഖർ, കെ സി ജോർജ്ജ്, പി ടി പുന്നൂസ് തുടങ്ങിയ കമ്യൂണിസ്റ്റ് നേതാക്കളൊക്കെ ഇവിടെ ഒളിവിലിരുന്നിട്ടുണ്ട്. അന്നു രാത്രിതന്നെ മേനോനും രാമനും തമ്മിൽക്കണ്ട് കമ്മിറ്റികൂടുന്നതിനെപ്പറ്റി പലതും സംസാരിച്ചു. കണ്ണർകാട്ടെ ദേശാഭിമാനി വായനശാലക്കടുത്തു മേനോൻ ഒളിവിലിരിക്കുന്ന ചെറ്റപ്പുരയ്ക്കടുത്തുവെച്ചാണ് ഒരു മണിക്കൂറോളം അവർ സംസാരിച്ചത്. അതുകഴിഞ്ഞ് മേനോൻ സ്വന്തം താവളത്തിലേക്ക് പോയി.

തുടർന്നുള്ള ദിവസങ്ങളിലും മേനോനും രാമനും വായനശാലയിലെത്തും. ഈ വായനശാല ആ നാട്ടിലെ വിപ്ലവപ്രസ്ഥാനത്തിന്റെ ദീപസ്തംഭമാണ്. ഇവിടെ വെച്ച് പാർട്ടിയുടെ സുപ്രധാന തീരുമാനങ്ങളെടുത്തിട്ടുള്ള പല രഹസ്യകമ്മിറ്റികളും നടന്നിട്ടുണ്ട്. പുന്നപ്രവയലാർ സമരകാലത്ത് മാരാരിക്കുളം പ്രദേശത്തെ പ്രവർത്തനത്തിന്റെ സിരാകേന്ദ്രമായിരുന്നു ഈ വായനശാല. സി ജി സദാശിവൻ, കുമാരപ്പണിക്കർ, കെ കെ നായർ, കെ കെ കുഞ്ഞൻ മുതലായവരൊക്കെ അവിടെയെത്തും. അവർ വായനശാലക്കുപിറകിലുള്ള പഞ്ചാരമണൽക്കുന്നിൽ ഒത്തുകൂടും. പിന്നീട് പാർട്ടി പ്രവർത്തനങ്ങളെക്കുറിച്ചുള്ള ചർച്ച തകൃതിയായി നടക്കും. വളരെ ഇരുട്ടുന്നതുവരെ ആ ചർച്ച നീണ്ടുനില്ക്കും.

ഇതിനിടയിൽ രഹസ്യമായി മറ്റു സ്ഥലങ്ങളിലെത്തി പാർട്ടി പ്രവർത്തനത്തിനു കൃഷ്ണപിള്ള നേതൃത്വം നല്കും. 1948 ആഗസ്ത് 19 ന് പുലർച്ചെ രണ്ടു മണിയ്ക്കാണ് കൃഷ്ണപിള്ള കാർമാർഗ്ഗം ചേർത്തല കഞ്ഞിക്കുഴിയിൽ ഇറങ്ങിയത്. കൃഷ്ണപിള്ളയുടെ വരവുംകാത്ത് റോഡിൽനിന്നും കുറച്ചകലെ നിശ്ചിത സ്ഥലത്തുള്ള സങ്കേതത്തിൽ നിയോഗിക്കപ്പെട്ടവർ നില്ക്കുന്നുണ്ടായിരുന്നു. കുറച്ചുമാറി ഒരു തൊഴിലാളിയുടെ വീട്ടിലായിരുന്നു എൻ സി. അദ്ദേഹം ഇരിക്കുന്ന സ്ഥലത്ത് കൃഷ്ണപിള്ളയെത്തി രഹസ്യ ചർച്ചയിലേർപ്പെട്ടു.[5]

എൻ സിയുമായുള്ള ചർച്ച കഴിഞ്ഞ് കൃഷ്ണപിള്ള മടങ്ങിയതാണ്

നേരത്തെ സൂചിപ്പിച്ച ആഗസ്ത് 19-ാം തീയതി വെളുപ്പാൻ കാലത്ത് നാലരമണി.

അതുകഴിഞ്ഞ് കണ്ണർകാട്ട് ചെല്ലിക്കണ്ടത്തിൽ നാണുവിന്റെ വീട്ടിലെത്തിയ കൃഷ്ണപിള്ളയെ അവിടെ വച്ച് രാവിലെ പത്തുമണികഴിഞ്ഞ സമയത്ത് പാമ്പു കടിക്കുകയും അദ്ദേഹത്തിന്റെ അന്ത്യം സംഭവിക്കുകയുമാണുണ്ടായത്.

കൃഷണപിള്ള അന്തരിച്ചതിനെതുടർന്ന് കേരളത്തിലെ മറ്റുരണ്ട് കേന്ദ്രകമ്മിറ്റി മെമ്പറന്മാരായ ഇ എം എസ് നമ്പൂതിരിപ്പാട്, കെ സി ജോർജ്ജ് എന്നിവർക്കുപുറമെ എൻ സി ശേഖറേയും കൂടി ഉൾപ്പെടുത്തി രഹസ്യസ്റ്റേറ്റ് കമ്മിറ്റി കേന്ദ്രം രൂപീകരിച്ചു. ഇതായിരുന്നു അന്നത്തെ പാർട്ടി സംസ്ഥാന സെക്രട്ടറിയേറ്റ്. 1950 ഫെബ്രുവരി 14 ന് ഈ രഹസ്യകേന്ദ്രത്തിന്റെ പ്രധാന പ്രവർത്തകനായിരുന്ന തമ്പാൻ അറസ്റ്റിൽപ്പെടുകയും തുടർന്ന് പാർട്ടി കേന്ദ്രമാകെ പൊളിയുകയും ചെയ്യുന്നതുവരെ അതു തുടർന്നു.

എൻ. സി മഞ്ഞുമ്മൽ പ്രദേശത്ത് ടി. ആർ ജോസഫിന്റെ വസതിയിൽ ഒളിവിൽ കഴിയുമ്പോൾ അദ്ദേഹത്തിന് സ്ഥിരമായി *ഹിന്ദു* പത്രമെത്തിച്ചിരുന്നത് പയ്യപ്പിള്ളി ബാലൻ ആയിരുന്നു. അതിനുവേണ്ടി ബാലൻ പത്രക്കാരനായി. ഇംഗ്ലീഷ് അറിയാത്ത ആൾ ഇംഗ്ലീഷ് പത്രം വാങ്ങിക്കൊണ്ടു പോയാൽ, അയാൾ പൊലീസിന്റെ ശ്രദ്ധയിൽപ്പെട്ടാൽ ഉണ്ടായേക്കാവുന്ന ആപത്ത് ഒഴിവാക്കുന്നതിനുവേണ്ടിയായിരുന്നു വരിക്കാരനായത്. എട്ടുമാസം ബാലൻ എൻ സിക്ക് പത്രമെത്തിക്കുകയുണ്ടായി.

1949 ജനുവരിയോടെ മഞ്ഞുമ്മൽ സുരക്ഷിതമല്ലെന്നു കണ്ട് സംസ്ഥാന കമ്മിറ്റിയുടെ കേന്ദ്രം അങ്കമാലിക്കടുത്ത് നെടുമ്പാശ്ശേരിയിലേക്ക് മാറ്റി.

രണ്ടാം പാർട്ടി കോൺഗ്രസ് എടുത്ത തീരുമാനങ്ങൾ കേരളത്തിൽ നടപ്പിലാക്കുന്നതിൽ എൻ സി വഹിച്ച പങ്ക് നിസ്സാരമല്ല. കേരളത്തിൽ തൊഴിലാളികളുടെയും കർഷകരുടെയും മുന്നേറ്റം സംഘടിപ്പിക്കുന്നതിൽ ശ്രദ്ധേയമായ പങ്ക് അദ്ദേഹം വഹിക്കുകയുണ്ടായി. തൊഴിലാളിവർഗ്ഗ ഉയിർത്തെഴുന്നേല്പിന്റെ മുന്നോടിയായി 1949 മാർച്ചിൽ റെയിൽവെ തൊഴിലാളികളുടെ പണിമുടക്ക് സംഘടിപ്പിക്കാൻ പൊളിറ്റ് ബ്യൂറോ തീരുമാനിച്ചപ്പോൾ അത് വിജയിപ്പിക്കാൻ എൻ സിയും രംഗത്തിറങ്ങി.

ഭക്ഷണക്ഷാമം സ്വാതന്ത്ര്യാനന്തരം രൂക്ഷമായി. കരിഞ്ചന്തയും പൂഴ്ത്തിവയ്പ്പും തടയാൻ ഗവൺമെന്റ് നടപടിയൊന്നും കൈക്കൊണ്ടില്ല. എന്നു മാത്രമല്ല നെല്ല് പൂഴത്തിവെച്ച് കരിഞ്ചന്ത നടത്തുന്ന ജന്മിമാർക്ക് ഗവൺമെന്റ് കൂട്ടുനില്ക്കുകയും ചെയ്തു. മിച്ചം വരുന്ന നെല്ല് സൊസൈറ്റിയിൽ കൊടുത്ത് റേഷൻകടകൾ മുഖേന വിതരണം നടത്തണമെന്ന് കർഷകസംഘം ആവശ്യപ്പെട്ടെങ്കിലും ജന്മിമാരോ ഗവൺമെന്റോ അതു ചെവിക്കൊള്ളാൻ തയ്യാറായില്ല. ഈ സാഹചര്യത്തിൽ ജന്മിമാർ പൂഴത്തിവെച്ച നെല്ല് സർക്കാർ കൊടുക്കുന്ന വിലക്കെടുത്ത് ജനങ്ങൾക്കിടയിൽ വിതരണം നടത്തുവാൻ കമ്യൂണിസ്റ്റ് പാർട്ടിയും കർഷക സംഘടനയും തീരുമാനിച്ചു. ഇത് സംഘട്ടനങ്ങൾക്ക് വഴിവെച്ചു. തങ്ങളുടെ ധാന്യം കൊള്ള ചെയ്യപ്പെട്ടു എന്ന് ജന്മിമാർ പൊലീസിൽ പരാതിപ്പെട്ടു. ഇതിനെത്തുടർന്ന് പൊലീസും എം എസ് പിയും പലയിടത്തും കർഷകസംഘം പ്രവർത്തകരെയും കമ്യൂണിസ്റ്റുകാരെയും മൃഗീയമായി വേട്ടയാടുകയും മർദ്ദിക്കുകയും ചെയ്തു.

അതിന്റെ ഫലമായി പല സ്ഥലങ്ങളിലും വെടിവയ്പ്പുണ്ടാവുകയും നിരവധിപ്പേർ കൊല്ലപ്പെടുകയും ചെയ്തു.

1948 ഏപ്രിൽ 12 നു കോറോത്ത് നടന്ന വെടിവെപ്പിൽ ഒരാൾ കൊല്ലപ്പെട്ടു. അതേദിവസം തന്നെ കമ്യൂണിസ്റ്റ് പാർട്ടി മുഖപത്രമായ *ദേശാഭിമാനി* നിരോധിക്കപ്പെട്ടു. ഏപ്രിൽ 15 നു തില്ലങ്കേരിയിൽ നടന്ന വെടിവയ്പ്പിൽ ഏഴുപേരും, ഏപ്രിൽ 23 ന് എം എസ് പി പെരളത്ത് നടത്തിയ വെടിവയ്പ്പിൽ ഒരാളും കൊല്ലപ്പെട്ടു. ഏപ്രിൽ 28 നു പി സി അനന്തനെ കോൺഗ്രസുകാരും ഗുണ്ടകളും ചേർന്ന് പിടിച്ചുകൊണ്ടുവന്ന് പൊലീസ് സ്റ്റേഷനിൽവെച്ച് മർദ്ദിച്ചതിനുശേഷം മൃതപ്രായമായപ്പോൾ പായയിൽ കെട്ടി വളപ്പട്ടണം പുഴയിൽ താഴ്ത്തി. ഏപ്രിൽ 30 നു ഒഞ്ചിയത്ത് വെടിവെച്ച് എട്ടുപേരെ കൊലപ്പെടുത്തി. രണ്ടുപേർ ലോക്കപ്പിൽവെച്ച് മർദ്ദനമേറ്റു മരിച്ചു. മേയ് 1 നു മുനയൻ കുന്നിൽ നടന്ന വെടിവയ്പിൽ ആറുപേരും മേയ് 28 നു പഴശ്ശിയിൽ നടന്ന വെടിവയ്പ്പിൽ 4 പേരും കൊല്ലപ്പെട്ടു. മേയ് 13 ന് മൊയാരത്ത് ശങ്കരനെ മർദ്ദിച്ചു കൊന്നു. മേയ് 26 ന് മദിരാശി ഗവൺമെന്റ് പി കൃഷ്ണപിള്ള ഉൾപ്പെടെ ഒളിവിലുള്ള 98 കമ്യൂണിസ്റ്റുകാർക്കെതിരായി തടങ്കൽ വാറണ്ടുകൾ പുറപ്പെടുവിച്ചു. ജൂൺ 10 ആയപ്പോൾ മലബാറിൽ കമ്യൂണിസ്റ്റുകാർക്കെതിരായി 286 കേസുകൾ ചാർജ്ജുചെയ്യുകയുണ്ടായി. ഈ കേസുകളിൽ ആകെ പ്രതികളുടെ എണ്ണം 2130. 1689 പേർ അറസ്റ്റ് ചെയ്യപ്പെട്ടു. ആദ്യ റിപ്പബ്ലിക് ദിനമായ 1950 ജനുവരി 26 നായിരുന്നു നാട്ടികയിൽ സർദാർ ഗോപാലകൃഷ്ണനെ കൊലപ്പെടുത്തിയത്. 1950 മേയ് 4 നു പാടിക്കുന്നിൽ വെടിവെച്ച് കമ്യൂണിസ്റ്റ് പാർട്ടിയിൽപ്പെട്ട 3 പേരെ കൊലപ്പെടുത്തുകയുണ്ടായി. 1948–50 കാലത്ത് ലോക്കപ്പിൽ വെച്ച് നടന്ന മൃഗീയമായ മർദ്ദനങ്ങളുടെ ഫലമായി മരണപ്പെട്ടവർ പി സി അനന്തനുൾപ്പെടെ 24 കർഷക-കമ്യൂണിസ്റ്റ് പ്രവർത്തകരായിരുന്നു. കൂടാതെ 5 തൊഴിലാളി പ്രവർത്തകരും രക്തസാക്ഷികളായി.

പുറത്തു മാത്രമല്ല ജയിലിനുള്ളിലും കമ്യൂണിസ്റ്റു തടവുകാർ ധീരമായ സമരം നടത്തി. ലാത്തിച്ചാർജ്ജും വെടിവെയ്പ്പും അവിടെയുണ്ടായി.

രാജേശ്വരറാവു പി ബിയെ എതിർത്തുകൊണ്ട് ഡാങ്കെ, ഘാട്ടെ, അജയ്ഘോഷ് എന്നിവർ ചേർന്ന് ഒരു കുറിപ്പ് തയ്യാറാക്കിയ കാര്യം പറഞ്ഞിട്ടുണ്ടല്ലോ. ഈ രേഖയെ 'ത്രീ പി രേഖ' എന്നാണ് പാർട്ടിക്കുള്ളിൽ അറിയപ്പെട്ടത്. പ്രകാശ്, പ്രസാദ്, പ്രമോദ് എന്നായിരുന്നു യഥാക്രമം ഈ മൂന്നുപേരുടെയും ഒളിവിലെ പേർ. പേരിലെ ആദ്യാക്ഷരങ്ങൾ ചേർത്താണ് ത്രീ പി രേഖ എന്നറിയപ്പെട്ടത്. മറുവശത്തെ രേഖയെ തെലങ്കാന രേഖയെന്നും.

ഈ പ്രത്യയശാസ്ത്ര തർക്കം കേരളത്തിലും വ്യക്തമായ ചേരിതിരിവുണ്ടാക്കി. സി. അച്യുതമേനോൻ, എൻ ഇ ബാലാറാം, കെ എ കേരളീയൻ, എം എൻ ഗോവിന്ദൻ നായർ, കല്ലാട്ട് കൃഷ്ണൻ മുതലായവരായിരുന്നു 'ത്രീ പി രേഖ' യുടെ കേരളത്തിലെ പ്രധാന വക്താക്കൾ.

എൻ സി ശേഖർ ആന്ധ്രാ ലൈനിന്റെ പക്ഷത്തായിരുന്നു. ഈ പക്ഷത്തെ മറ്റു പ്രമുഖർ കെ വി പത്രോസ്, കെ സി ജോർജ്ജ്, ഇ കെ നായനാർ, വി എസ് അച്യുതാനന്ദൻ, എസ് കുമാരൻ തുടങ്ങിയവരായിരുന്നു. ഈ തർക്കത്തിൽ ഇ എം എസ് വ്യക്തമായ നിലപാട് പരസ്യമായി സ്വീകരിച്ചിരുന്നില്ല. രണ്ടു കാഴ്ചപ്പാടുകളും തമ്മിൽ സമന്വയമുണ്ടാവാൻ പ്രത്യേക

സംസ്ഥാന തല നേതൃത്വ സമ്മേളനം കൂടണമെന്ന് ഇ എം എസ് ആവശ്യപ്പെട്ടു.[6]

സമ്മേളനത്തിനുള്ള സ്ഥലം കണ്ടെത്തുകയായിരുന്നു പിന്നീടുള്ള ശ്രമം. അവസാനം സ്ഥലം കണ്ടെത്തുകയും സമ്മേളനം നടക്കുകയും ചെയ്തു.

സമ്മേളനത്തിനുശേഷം ഒരു പാചകക്കാരനെ അവിടെ നിർത്തിയിട്ട് മറ്റേയാളെ തിരിച്ചയച്ചു. പിന്നീട് കൊച്ചാറിലെ ഷെൽട്ടറിലേക്ക് മാറി. സോപ്പ് ബിസിനസ് നടത്തുന്നവർ എന്ന വ്യാജേനയാണ് ഈ വീട് വാടകയ്ക്കെടുത്തത്. കൊച്ചാറിന്റെ തീരത്ത് ദരിദ്രരും താഴ്ന്ന ഇടത്തരക്കാരുമായ നായന്മാർ താമസിക്കുന്ന ഓടുമേഞ്ഞ ഈ കൊച്ചു വീടായിരുന്നു കുറെ നാളത്തെ എൻ സിയുടെയും മറ്റും ഷെൽട്ടർ. അടുക്കള ഉൾപ്പെടെ മൂന്നു മുറികളുള്ള ഈ വീട് സുരക്ഷിതമായിരുന്നു. എൻ സിയെ കൂടാതെ ഇ എം എസ്, കെ സി ജോർജ്ജ്, പപ്പുഏട്ടൻ, കെ പി നാണു, കുഞ്ഞനന്തൻ നായർ തുടങ്ങിയവരാണ് സ്ഥിരം അന്തേവാസികൾ. കൊച്ചനുജപ്പിഷാരടി ഇടയ്ക്കിടെ എത്തും.

കക്കൂസ് ഇല്ലാത്തതിനാൽ വീട്ടിൽനിന്നും അല്പം അകലെയുള്ള തോട്ടത്തിലാണ് എല്ലാവരും പ്രാഥമികാവശ്യങ്ങൾ നിർവ്വഹിച്ചിരുന്നത്. കൊച്ചാറ്റിൻകരയിൽ താമസിക്കുന്ന കാലത്ത് പലപ്പോഴും കനത്ത സാമ്പത്തിക ബുദ്ധിമുട്ടായിരുന്നു അവർക്ക് അനുഭവിക്കേണ്ടി വന്നത്. ആഹാരത്തിനുപോലും വക കാണാതെ ഏറെ പ്രയാസപ്പെടേണ്ടി വന്നു. അരി വാങ്ങാൻ കാശില്ലാത്തതിനാൽ പലപ്പോഴും ശ്രീപത്മനാഭ സ്വാമി ക്ഷേത്രത്തിൽനിന്നും പടച്ചോറ് വാങ്ങി കൊണ്ടുവന്ന് വിശപ്പടക്കിയിരുന്നു.

പിന്നീട് ഈ പ്രദേശത്ത് ചിക്കൻപോക്സ് പടർന്നു പിടിച്ചതിനെത്തുടർന്നാണ് എൻ സിയും കൂട്ടരും ഈ ഒളിസങ്കേതം ഉപേക്ഷിക്കുന്നത്. പിന്നീട് നെടുമങ്ങാട്ടായി അവരുടെ സങ്കേതം.

1952 മാർച്ചിൽ കോഴിക്കോട് മുതലക്കുളം മൈതാനിയിൽ നടന്ന ഒരു ബഹുജന റാലിയിൽ പ്രത്യക്ഷപ്പെട്ടുകൊണ്ടാണ് എൻ. സി തന്റെ നാലു വർഷത്തിലധികം കാലം നീണ്ടുനിന്ന ഒളിവുജീവിതത്തിനു വിരാമമിട്ടത്.

സൂചനകൾ

1. ബർലിൻ കുഞ്ഞനന്തൻനായർ, *പൊളിച്ചെഴുത്ത്*, മാതൃഭൂമി ബുക്സ്, (കോഴിക്കോട്–2011), പു:120
2. ഇ എം എസ് നമ്പൂതിരിപ്പാട്, *കമ്യൂണിസ്റ്റ് പാർട്ടി കേരളത്തിൽ* 1, പു, 314
3. *സഖാവ് പി കൃഷ്ണപിള്ള ഒരു സമഗ്രജീവചരിത്രപഠനം*, പു:982–83
4. *സഖാവ് പി കൃഷ്ണപിള്ള കേരളത്തിലെ പ്രഥമ കമ്യൂണിസ്റ്റ്*, പു:55
5. മേൽചൊന്നത്, പു: 55
6. *പൊളിച്ചെഴുത്ത്*, പുറം:107

23

സൈദ്ധാന്തിക രംഗത്ത്

1952–1953 ലെ പ്ലീനം

ആയിരത്തിത്തൊള്ളായിരത്തി അമ്പത്തി ഒന്ന് ഒക്ടോബറിൽ കൂടിയ പ്രത്യേക അഖിലേന്ത്യാ സമ്മേളനം അംഗീകരിച്ച പാർട്ടി പരിപാടിയും നയപ്രഖ്യാപനരേഖയും, 1952 ലെ തിരഞ്ഞെടുപ്പിനെ നേരിടുന്നതിനുവേണ്ടി അംഗീകരിച്ച നയസമീപനം എന്നിവ മുഖാന്തിരം അതേവരെ പാർട്ടിക്കകത്തുണ്ടായിരുന്ന അഭിപ്രായവ്യത്യാസം തീർത്ത് മുന്നോട്ടു പോകാൻ കഴിഞ്ഞിരുന്നെങ്കിലും ആശയപരവും വൈകാരികവുമായി പൂർണ്ണമായ ഐക്യം ഉണ്ടാക്കാൻ കഴിഞ്ഞിരുന്നില്ല. ചില അഭിപ്രായ വ്യത്യാസങ്ങൾ പിന്നെയും അവശേഷിച്ചു. ആദ്യ ലോകസഭാ തിരഞ്ഞെടുപ്പിൽ മുഖ്യപ്രതിപക്ഷമായി മാറാൻ കമ്മ്യൂണിസ്റ്റ് പാർട്ടിക്ക് കഴിഞ്ഞു. എന്നാൽ ഈ മുന്നേറ്റങ്ങൾക്കിടയിലും സംഘടനയുടെ ദുർബ്ബലാവസ്ഥ തുടർന്നു. പോരാട്ടങ്ങൾ പാർലമെന്ററി തലത്തിൽ മാത്രം ഒതുങ്ങിനിന്നു. അതിനെ വിവിധതലത്തിലേക്ക് വ്യാപിപ്പിക്കാൻ കഴിയാത്ത പ്രതിസന്ധി നിലനിന്നു. പൂർണ്ണ സ്വാതന്ത്ര്യത്തിനും ജനാധിപത്യത്തിനുംവേണ്ടിയുള്ള ദേശീയ മുന്നേറ്റം കരുപ്പിടിപ്പിക്കുന്നതിന് സംഘടനക്കകത്തുള്ള ദൗർബ്ബല്യങ്ങൾ പരിഹരിക്കേണ്ടത് അത്യാവശ്യമായി മാറി. അതിനുവേണ്ടി പാർട്ടിയുടെ വിശാലമായ പ്ലീനം വിളിച്ചുകൂട്ടാൻ തീരുമാനിച്ചു. 1952 ഡിസംബർ 30 മുതൽ 1953 ജനുവരി 10 വരെ കൽക്കത്തയിൽ നടന്ന പ്ലീനത്തിൽ കേന്ദ്രമ്മിറ്റി അംഗങ്ങൾക്കും കേന്ദ്ര കൺട്രോൾ കമ്മിറ്റി അംഗങ്ങൾക്കും പുറമെ വിവിധ പ്രവിശ്യകളിൽ നിന്നായി 61 പ്രതിനിധികളും പങ്കെടുത്തു.

എൻ സി ശേഖറും ആദ്യന്തം പ്ലീനത്തിൽ പങ്കെടുക്കുകയുണ്ടായി. പ്ലീനത്തിൽ നടന്ന ചർച്ചകളെയും പ്ലീനം കൈക്കൊണ്ട തീരുമാനങ്ങളെയും കുറിച്ച് 1953 ജനുവരി 24 ന്റെ *നവയുഗത്തിൽ ഇന്ത്യൻ കമ്യൂണിസ്റ്റ് പാർട്ടിയുടെ വിപുലീകരിച്ച സി സി യോഗം* എന്ന തലക്കെട്ടിൽ എൻ സി ഒരു ലേഖനമെഴുതുകയും ചെയ്തു. പ്ലീനത്തിന്റെ പരിശോധനക്കും ചർച്ചക്കും വിഷയമായ കാര്യങ്ങളെക്കുറിച്ച് ആ ലേഖനത്തിൽ എൻ സി വിശദീകരിച്ചെഴുതി.

ഇന്ത്യൻ കമ്യൂണിസ്റ്റ് പാർട്ടിയുടെ മുഖ്യമായ കടമയെന്താണെന്ന് പ്ലീനം വ്യക്തമാക്കി. സുശക്തമായ പാർട്ടി കെട്ടിപ്പടുക്കുന്നതിനുവേണ്ടി ചില

സംഘടനാപരമായ തീരുമാനങ്ങളും പ്ലീനം കൈക്കൊണ്ടു. ഉടൻതന്നെ പാർട്ടി നടപ്പിലാക്കേണ്ട തീരുമാനങ്ങളെന്താണെന്നും പ്ലീനം വ്യക്തമാക്കി.

രാഷ്ട്രീയവും പ്രത്യയശാസ്ത്രപരവും സംഘടനാപരവുമായ തലങ്ങളിൽ കൂടുതൽ വ്യക്തതയുണ്ടാക്കാൻ കൽക്കത്ത പ്ലീനം സഹായിച്ചുവെന്ന് എൻ സി തന്റെ മേൽപറഞ്ഞ ലേഖനത്തിൽ വ്യക്തമാക്കി. ഇതുപോലുള്ള ലേഖനങ്ങളിലൂടെ കമ്യൂണിസ്റ്റ് പാർട്ടി പ്രവർത്തകരെ ആശയപരമായി ശക്തരാക്കുന്നതിൽ എൻ സി വഹിച്ച പങ്ക് വളരെ വലുതാണ്.

അഖിലേന്ത്യാ കിസാൻ സമ്മേളനം

1953 ഏപ്രിൽ 23 മുതൽ 27 വരെ കണ്ണൂരിൽ വെച്ച് അഖിലേന്ത്യാ കിസാൻ സഭയുടെ പതിനൊന്നാം സമ്മേളനം നടത്താൻ തീരുമാനിച്ചു. ആ സമ്മേളനം വിജയിപ്പിക്കുന്നതിന് കമ്യൂണിസ്റ്റ് പാർട്ടിയും മറ്റു വർഗ്ഗ ബഹുജനസംഘടനകളും കയ്യൂർ സഖാക്കളെ തൂക്കിക്കൊന്ന മാർച്ച് 29 മുതൽ സജീവമായി രംഗത്തിറങ്ങാൻ ആഹ്വാനം ചെയ്തുകൊണ്ട് 1953 മാർച്ച് 28 ന് നവയുഗം വാരികയിൽ എൻ സി ശേഖർ എഴുതിയ ലേഖനമാണ് *മാർച്ച് 29 കയ്യൂർ വീരസഖാക്കൾ ദിനം* എന്നത്. ഈ ലേഖനത്തിൽ അന്നത്തെ കൃഷിക്കാരുടെ പ്രശ്നങ്ങളും അതിൽ നിന്നും രക്ഷനേടാനുള്ള മാർഗ്ഗങ്ങളും അദ്ദേഹം വിശദീകരിച്ചു.

കർഷകരുടെ ആവശ്യങ്ങൾക്കുവേണ്ടി സമരം നടത്തുന്ന ഇന്ത്യയിലെ കൃഷിക്കാരുടെ 10 ലക്ഷത്തോളം അംഗങ്ങളുള്ള അഖിലേന്ത്യാ കിസാൻ സഭയുടെ സമ്മേളനം വിജയിപ്പിക്കാൻ കേരള കമ്യൂണിസ്റ്റ് പാർട്ടിയുടെ പേരിൽ എൻ സി അതേ ലേഖനത്തിൽ ആഹ്വാനം ചെയ്തു:

കപട സോഷ്യലിസ്റ്റുകൾക്കെതിരെ

കോൺഗ്രസ് പാർട്ടിയുടെ നയങ്ങളെയെന്നപോലെ തന്നെ മറ്റു പല പാർട്ടികളുടെയും നയങ്ങളെയും കമ്യൂണിസ്റ്റ് പാർട്ടിക്ക് ശക്തമായി എതിർക്കേണ്ടി വന്നു. അതിലൊരു പ്രധാന പാർട്ടിയാണ് പ്രജാ സോഷ്യലിസ്റ്റ് പാർട്ടി. 1934 ൽ കോൺഗ്രസിനകത്ത് കോൺഗ്രസ് സോഷ്യലിസ്റ്റ് പാർട്ടിയായി (സി എസ് പി) രൂപംകൊണ്ട് സ്വാതന്ത്ര്യാനന്തരം ഇന്ത്യൻ സോഷ്യലിസ്റ്റ് പാർട്ടിയായും (ഐ എസ് പി) പിന്നീട് പ്രജാസോഷ്യലിസ്റ്റ് പാർട്ടിയായും (പി എസ് പി) മാറിയ രാഷ്ട്രീയ കക്ഷിയാണത്.

സ്വാതന്ത്ര്യാനന്തരം നടന്ന ഒന്നാം പൊതുതിരഞ്ഞെടുപ്പിൽ (1951–52) ഒന്നുകിൽ കോൺഗ്രസിനെ തോല്പിച്ച് അധികാരത്തിലെത്താമെന്നും അതല്ലെങ്കിൽ ഇങ്ങേയറ്റം കോൺഗ്രസ് കഴിഞ്ഞാൽ ഏറ്റവും വലിയ പാർട്ടിയാകാമെന്നും അവർ വ്യാമോഹിച്ചു. ഇതുപോലെ അവരെ ബാധിച്ചിരുന്ന മറ്റൊരു വ്യാമോഹമാണ് കടുത്ത കമ്യൂണിസ്റ്റ് വിരോധം. ലോകത്തെ വിവിധ സോഷ്യൽ ഡെമോക്രാറ്റിക് പാർട്ടികളെപ്പോലെ, മുതലാളിത്തത്തോടുള്ള വിരോധത്തെക്കാൾ കമ്യൂണിസത്തോടും സാമ്രാജ്യത്വത്തോടുള്ളതിനേക്കാൾ സോവിയറ്റ് യൂണിയനോടുമുള്ള വിരോധമായിരുന്നു അവർക്കുണ്ടായിരുന്നത്. ജയപ്രകാശ് നാരായണൻ, ആചാര്യ നരേന്ദ്രദേവ്, അശോകമേത്ത, റാംമനോഹർ ലോഹിയ, യൂസഫ് മെഹർ അലി തുടങ്ങിയ അതിപ്രഗൽഭരായ നേതാക്കളടങ്ങിയതായിരുന്നു ഈ പാർട്ടി.

"ഒരു തത്ത്വശാസ്ത്രവും തങ്ങളെ ബന്ധിതരാക്കുന്നില്ലെന്ന"താണ് തങ്ങളുടെ മേന്മയെന്ന് വീമ്പിളക്കുന്ന പ്രജാസോഷ്യലിസ്റ്റ് പാർട്ടിയുടെയും മാർക്സിസ്റ്റുകാരെന്നവകാശപ്പെടുന്ന ആർ എസ് പി, കെ എസ് പി മുതലായ പാർട്ടികളുടെയും നയങ്ങളെ പലപ്പോഴും എൻ സി ശേഖറിന് ശക്തമായി വിമർശിക്കേണ്ടി വരികയും തുറന്നുകാട്ടേണ്ടതായി വരുകയും ചെയ്തു. അതിനുവേണ്ടി പല ലേഖനങ്ങളും അദ്ദേഹം എഴുതിയിട്ടുണ്ട്. അതിൽ വളരെ പ്രധാനപ്പെട്ട ഒന്നാണ് 1953 ഏപ്രിൽ 11ന് *നവയുഗ*ത്തിലെഴുതിയ *പ്രജാ സോഷ്യലിസം വഞ്ചന തുടരുന്നു* എന്ന ലേഖനം. ജയപ്രകാശ് നാരായണന്റെ നേതൃത്വത്തിലുള്ള പി എസ് പിയുടെ നയങ്ങളെ താത്ത്വികമായി തന്നെ തുറന്നുകാട്ടുന്ന ഒരു ലേഖനമാണത്.

"പ്രജാസോഷ്യലിസം എന്നത് പിന്തിരിപ്പൻ കുത്തക മുതലാളി ത്തത്തിന്റെ സംരക്ഷണവലയും സാമ്രാജ്യത്വവാദികളുടെ ആശയങ്ങൾക്കും ആധിപത്യത്തിനും വേണ്ടി പൊരുതുന്ന മുന്നണിയുമാണ്" എന്ന് ഇന്ത്യൻ കമ്യൂണിസ്റ്റ് പാർട്ടി ജനറൽ സെക്രട്ടറി അജയഘോഷ് തന്റെ *ഇന്ത്യൻ സോഷ്യലിസ്റ്റ് പാർട്ടിയുടെ പ്രമാണങ്ങളും പ്രവൃത്തികളും* എന്ന കൃതിയിൽ പറഞ്ഞത് ശരിയാണെന്ന് ഈ ലേഖനത്തിൽ എൻ സി സമർത്ഥിക്കുന്നു.

1953 ഒക്ടോബർ 24ന് *നവയുഗ*ത്തിലെഴുതിയ *പൊതുപരിപാടി അത്യാവശ്യം* എന്ന ലേഖനത്തിൽ 1953 ഒക്ടോബർ 18 ന് എറണാകുളം രാജേന്ദ്രമൈതാനിയിൽ വെച്ചു കൂടിയ ഇടതുപക്ഷ ഐക്യമുന്നണി കമ്മിറ്റിയുടെ ആഭിമുഖ്യത്തിൽ നടന്ന യോഗത്തിൽ കമ്യൂണിസ്റ്റ് പാർട്ടി പ്രതിനിധിയായ കെ എ രാജൻ, ആർ എസ് പി പ്രതിനിധിയായ എൻ ശ്രീക ണ്ഠൻ നായർ, കെ. എസ് പി പ്രതിനിധിയായ മത്തായി മാഞ്ഞൂരാൻ എന്നിവർ വ്യത്യസ്ത അഭിപ്രായങ്ങൾ പ്രകടിപ്പിച്ചതിനെ വിമർശിക്കുന്നു.

നവംബർ 21 ന് എൻ സി ശേഖർ *നവയുഗ*ത്തിലെഴുതിയ *വഴിപിഴച്ചു പോകരുത്* എന്ന ലേഖനത്തെ വിമർശിച്ചുകൊണ്ട് ആർ എസ് പി നേതാവ് വിജയരാഘവൻ *സഖാവ്* വാരികയുടെ 47-ാം ലക്കത്തിൽ ഒരു ലേഖനം എഴുതി. ആ ലേഖനത്തെ വിമർശിച്ചുകൊണ്ട് എൻ സി 1953 ഡിസംബർ 18 ന്റെ *നവയുഗ*ത്തിലെഴുതിയ ലേഖനമാണ് *തെറ്റിദ്ധാരണയും ആശയക്കുഴപ്പവും.*

ഇങ്ങനെ ആർ എസ് പി നേതാക്കളായ എൻ ശ്രീകണ്ഠൻ നായർ, കെ ബാലകൃഷ്ണൻ, വിജയരാഘവൻ, കെ എസ് പി നേതാവ് മത്തായി മാഞ്ഞൂരാൻ, പി എസ് പി നേതാവായ ജയപ്രകാശ് നാരായണൻ മുതലായവരുടെ വാദമുഖങ്ങളെയും നയപരിപാടികളെയും നേരിടാൻ പല ലേഖനങ്ങളും എൻ സി *ദേശാഭിമാനി* പത്രം, *നവയുഗം* വാരിക മുതലായ പ്രസിദ്ധീകരണങ്ങളിലെഴുതിയിട്ടുണ്ട്.

24

സാമ്രാജ്യത്വത്തിനെതിരെ

ഫ്രഞ്ച്- ഇന്ത്യൻ പ്രദേശങ്ങളുടെ വിമോചനം

ആയിരത്തിത്തൊള്ളായിരത്തി നാല്പത്തിയേഴിൽ ഇന്ത്യ സ്വാതന്ത്ര്യമായതിനുശേഷവും പോണ്ടിച്ചേരി, യാനം, കാരയ്ക്കൽ, ചന്ദ്രനഗർ, മാഹി (മയ്യഴി) എന്നീ പ്രദേശങ്ങളിൽ ഫ്രഞ്ച് ഭരണം നിലനിന്നിരുന്നു. 1949ൽ ചന്ദ്രനഗർ ഫ്രഞ്ചുകാർ ഇന്ത്യാ ഗവൺമെന്റിനു വിട്ടു കൊടുത്തു. 1954ൽ ഇന്ത്യയുമായി ഒരു ഉടമ്പടിയിൽ ഒപ്പുവെച്ചുകൊണ്ട് പോണ്ടിച്ചേരിയുൾപ്പെടെയുള്ള മറ്റു പ്രദേശങ്ങളിൽ നിന്നും ഫ്രഞ്ചുകാർ പിന്മാറി.

ഫ്രഞ്ച് അധീനപ്രദേശങ്ങളിൽ നിന്നും പിന്മാറുന്നതുവരെ അവിടെ മൃഗീയമായ ആക്രമണങ്ങളും അടിച്ചമർത്തൽ നയവുമാണ് ഫ്രഞ്ച് ഗവൺമെന്റ് നടത്തിക്കൊണ്ടിരുന്നത്. ഫ്രഞ്ച് അടിമത്തത്തിനെതിരായി 1934 മുതൽക്കെ തൊഴിലാളികളുടെയും മറ്റും നേതൃത്വത്തിൽ നടന്ന സമരങ്ങളെ ഗവൺമെന്റ് ക്രൂരമായാണ് നേരിട്ടത്. 1952 ഡിസംബർ 13 ന് *നവയുഗം വാരിക*യിൽ എഴുതിയ *ഫ്രഞ്ചിന്ത്യൻ വിമോചനസമരം മുന്നോട്ട്* എന്ന ലേഖനത്തിൽ എൻ സി എഴുതി:

> സാമ്രാജ്യത്വ അടിമത്തത്തിനെതിരായി ഫ്രഞ്ചിന്ത്യൻ ജനങ്ങൾ 1934 മുതൽക്കേ പോരാട്ടം തുടങ്ങിയിരിക്കുന്നു. ട്രേഡ് യൂണിയൻ സംഘടന ഉണ്ടാക്കാനുള്ള അവകാശത്തിനുവേണ്ടി തൊഴിലാളിവർഗ്ഗം ആരംഭിച്ച സമരത്തോടുകൂടിയാണ് അതു രൂപംകൊള്ളാൻ തുടങ്ങിയത്. 1936 ൽ അത് കൊടുമ്പിരിക്കൊണ്ട ബഹുജന പ്രസ്ഥാനമായി. അതിനെതിരായി ഫ്രഞ്ച് സാമ്രാജ്യാധികാരികൾ കൈക്കൊണ്ടത് പട്ടാളനടപടിയായിരുന്നു. 12 തൊഴിലാളികളെ ഫ്രെഞ്ചു കൂളന്മാർ കണ്ണിൽ ചോരയില്ലാതെ വെടിവെച്ചുവീഴ്ത്തി. തൊഴിലാളിവർഗ്ഗം ധീരോദാത്തമായി പോരാടുകതന്നെ ചെയ്തു. കീഴടങ്ങാൻ കൂട്ടാക്കിയില്ല. അതോടുകൂടി ശക്തമായ ട്രേഡ് യൂണിയനുകൾ കെട്ടിപ്പടുത്തു. 30000 തൊഴിലാളികൾ ചേർന്ന ഒരു ട്രേഡ് യൂണിയൻ ഫെഡറേഷനാണ് അതിൽ നിന്നും ഉടലെടുത്തത്.

തുടർന്ന് തന്റെ ലേഖനത്തിൽ 1952 വരെ ഫ്രഞ്ചിന്ത്യൻ പ്രദേശങ്ങളിൽ നടന്ന തൊഴിലാളിവർഗ്ഗത്തിന്റെ മുന്നേറ്റങ്ങളെയും അതിനെ അടിച്ചമർത്താൻ ഗവൺമെന്റെടുത്ത നിഷ്ഠുരമായ നടപടികളെയും കുറിച്ച് അദ്ദേഹം വിവരിക്കുന്നു. അതിനുശേഷം ഫ്രഞ്ചുകാർ ഇന്ത്യൻ പ്രദേശങ്ങളിൽ ആധിപത്യം സ്ഥാപിച്ചിരിക്കുന്നതിന്റെ ഉദ്ദേശ്യത്തെക്കുറിച്ച് എൻ സി എഴുതി:

> ഇന്ത്യയിലുള്ള ഫ്രഞ്ചധീനപ്രദേശങ്ങൾ ചൂഷണം ചെയ്യത്തക്കവണ്ണം പ്രകൃതി വിഭവങ്ങളാൽ സമൃദ്ധമല്ല, എങ്കിലും ഫ്രഞ്ചുകുത്തക മുതലാളിത്തം അവിടെ സാമ്രാജ്യം സ്ഥാപിച്ചിരിക്കുകയാണ്. പോണ്ടിച്ചേരി, കാരയ്ക്കൽ, മാഹി എന്നീ പ്രദേശങ്ങളെ സ്വതന്ത്ര തുറമുഖങ്ങളാക്കി വച്ചിരിക്കുന്നു. പ്രധാനമായി വിയത്നാം, സയാം എന്നീ രാജ്യങ്ങളിലേക്ക് യാതൊരു തടസവും കൂടാതെ പട്ടാളത്തെ കയറ്റി അയക്കുന്ന സൗകര്യത്തിനുവേണ്ടിയാണത്. മറ്റൊരു കാര്യത്തിനുകൂടി ഫ്രഞ്ചു സാമ്രാജ്യം ഈ പ്രദേശങ്ങളെ ഉപയോഗിക്കുന്നുണ്ട്; സാർവ്വദേശീയമായി കള്ളക്കച്ചവടം ചെയ്തു കുറ്റന്മാരായിട്ടുള്ള ഒരു കൂട്ടം കടൽകള്ളന്മാർക്കു നിർബ്ബാധം സാധനങ്ങൾകൊണ്ടിറക്കി വ്യാപാരം നടത്താൻ. പോരെങ്കിൽ, ഇപ്പോൾ യുദ്ധത്തിനുശേഷം ഈ ഫ്രഞ്ചധീനപ്രദേശങ്ങളെ അമേരിക്ക യുദ്ധത്താവളമാക്കിക്കൊണ്ടിരിക്കുകയാണ്. അങ്ങനെ ഇന്ത്യയുടെ മേൽ ആധിപത്യം ചെലുത്താനും, ഏഷ്യയിലൊരു കൂട്ടക്കൊല നടത്താനും, ലോകത്തെയാകെ അടക്കിഭരിച്ചുകളയാമെന്നു വ്യാമോഹിക്കുന്ന അമേരിക്കൻ യുദ്ധവെറിയന്മാരുടെ ഒരുക്കുകൂട്ടലിന് ഈ പ്രദേശങ്ങൾ വിട്ടുകൊടുത്തിരിക്കുകയാണ്.

ഫ്രഞ്ചിന്ത്യൻ ജനങ്ങളുടെ വിമോചനത്തോടെ മാത്രമെ ഇതിൽനിന്നും രക്ഷ നേടാൻ കഴിയുകയുള്ളൂ എന്ന് എൻ സി പറഞ്ഞു. അതിനു ഫ്രഞ്ചിന്ത്യൻ ജനങ്ങളുടെ വിമോചനസമരത്തോട് ഇന്ത്യൻ വിഭാഗത്തിലെ ജനങ്ങൾ കൂറും ഐക്യവും പുലർത്തണം. അതിനുവേണ്ടി 1952 ഡിസംബർ 14ന് മദിരാശി സംസ്ഥാനമാകെ ഫ്രഞ്ചു ദിനം കൊണ്ടാടാനുള്ള കമ്യൂണിസ്റ്റ് പാർട്ടിയുടെ കേരള, തമിഴ്നാട്, ആന്ധ്രാ സംസ്ഥാന കമ്മിറ്റികളുടെ പാർട്ടി ഘടകങ്ങളോടും പൊതുജനങ്ങളോടുമുള്ള അഭ്യർത്ഥന ഏറ്റെടുത്തുകൊണ്ട് കേരളീയരും തങ്ങളുടെ കൂറും ഐക്യവും പ്രകടിപ്പിക്കാൻ എൻ സി ആഹ്വാനം ചെയ്തു.

മാഹിയെ മോചിപ്പിക്കുന്നതിനുള്ള പ്രസ്ഥാനം ശക്തമായതിനെത്തുടർന്ന് രണ്ടരനൂറ്റാണ്ടുകാലത്തെ ഫ്രഞ്ചാധിപത്യം അവസാനിക്കുകയും 1954 ജൂലൈ 16 ന് മാഹി സ്വതന്ത്രമാകുകയും ചെയ്തു. മാഹി വിമോചനപ്രസ്ഥാനത്തിൽ കമ്യൂണിസ്റ്റ് പാർട്ടി ശ്രദ്ധേയമായ പങ്കാണ് വഹിച്ചത്. സ്വാതന്ത്ര്യ ദിനം ആഘോഷിക്കാൻ മാഹി കടൽപ്പുറം ജനങ്ങളെകൊണ്ട് നിറഞ്ഞു. താൻകൂടി പോരാടിനേടിയ സ്വാതന്ത്ര്യ ദിനാഘോഷത്തിൽ പങ്കെടുക്കാൻ എൻ സി ശേഖറും അവിടെയെത്തി.

അമേരിക്കൻ സാമ്രാജ്യത്വത്തിനെതിരെ

സാമ്രാജ്യത്വത്തെ എക്കാലത്തും എൻ സി ശേഖർ ശക്തമായി എതിർ

ത്തിരുന്നു. സ്വാതന്ത്ര്യസമരകാലത്ത് ബ്രിട്ടനെ പുറത്താക്കുന്നതിനുവേണ്ടി തന്റെ ജീവിതം ഉഴിഞ്ഞുവെച്ച എൻ സി സ്വാതന്ത്ര്യത്തിനുശേഷം ആംഗ്ലോ അമേരിക്കൻ ചേരിയുടെ ശക്തനായ എതിരാളിയായിത്തീർന്നു. ഇന്ത്യയിലും മറ്റു മൂന്നാം ലോക രാജ്യങ്ങളിലും ആധിപത്യം പുലർത്താനുള്ള അമേരിക്കയുടെയും മറ്റും നയത്തെ തന്റെ ലേഖനങ്ങളിലൂടെയും പ്രസംഗങ്ങളിലൂടെയും അദ്ദേഹം തുറന്നുകാട്ടി.

1952ൽ അമേരിക്കയുടെ സഹകരണത്തോടെ നെഹ്റു ഗവൺമെന്റ് ആരംഭിച്ച 'സാമൂഹ്യവികസന പദ്ധതി'യെ എൻ സി ശക്തമായി എതിർത്തു. രണ്ടാംലോക മഹായുദ്ധത്തിനുശേഷം ഹിറ്റ്ലറുടെ യുദ്ധംമൂലം തകർന്ന ബ്രിട്ടനുൾപ്പെടെയുള്ള പശ്ചിമയൂറോപ്യൻ രാജ്യങ്ങളെ പുനരുദ്ധരിക്കുന്നതിനുവേണ്ടി അമേരിക്ക കൊണ്ടുവന്ന മാർഷൽ പദ്ധതി ആ രാജ്യങ്ങളെ സാമ്പത്തികമായി പുനരുദ്ധരിക്കുന്നതിനുപകരം കേവലം അധഃപതിപ്പിക്കുക മാത്രമല്ല പൂർണ്ണമായും അമേരിക്കയുടെ രാഷ്ട്രീയ മേധാവിത്വത്തിൽ അടിമപ്പെടുത്തുകയും കമ്പോളമാക്കി മാറ്റിത്തീർക്കുകയുമാണ് ചെയ്തതെന്ന് എൻ സി എഴുതി. ഇതു മനസ്സിലാക്കിയ ഇന്ത്യയിലെ ദേശാഭിമാനികളും സ്വാതന്ത്ര്യവാദികളുമാകെ ഇന്ത്യയ്ക്കു നല്കാനുറച്ച അമേരിക്കൻ സഹായത്തെ എതിർക്കുകയാണ് ചെയ്തത്. ഇന്ത്യയിലുയർന്നു വന്ന ഈ എതിർപ്പിനെത്തുടർന്നാണ് അമേരിക്കൻ സാമ്രാജ്യവാദികൾ മാർഷൽ പദ്ധതിയെ 'ചതുർമുഖ' സഹായ പദ്ധതിയെന്ന് പേരുമാറ്റിയതെന്ന് 1952 നവംബർ 8 ന് *നവയുഗത്തിൽ* പ്രസിദ്ധീകരിച്ച *ഇന്തോ- അമേരിക്കൻ സഹകരണം* എന്ന ലേഖനത്തിൽ എൻ സി വ്യക്തമാക്കി.

ഈ ഉടമ്പടിയനുസരിച്ച് 11 പദ്ധതികളാണ് ഇന്ത്യാ ഗവൺമെന്റ് അംഗീകരിച്ചത്. തുടർന്ന് തന്റെ ലേഖനത്തിൽ 11 പദ്ധതികളേതെല്ലാമെന്ന് എൻ സി വിശദീകരിക്കുന്നു. അതിനുശേഷം ഇന്ത്യയുടെ സാങ്കേതിക പരിജ്ഞാനത്തെ വികസിപ്പിച്ചുയർത്താനെത്തിയ 77 പേരടങ്ങിയ സാങ്കേതിക വിദഗ്ദ്ധസംഘത്തെക്കുറിച്ച് അദ്ദേഹം വിവരിച്ചു.

ഇന്ത്യാക്കാർക്ക് യാതൊരു ഉപയോഗവുമില്ലാത്തതാണ് ഈ സാമൂഹ്യ വികസന പദ്ധതിയെന്ന് അതേ ലേഖനത്തിൽ എൻ സി വിലയിരുത്തി. ഈ നടപടികൾക്കൊന്നിനും തന്നെ നമ്മുടെ ജനങ്ങളുടെ ജീവിതത്തെ ബാധിച്ചിരിക്കുന്ന സാമ്പത്തിക പ്രശ്നത്തിനു പരിഹാരം കാണാൻ സാദ്ധ്യമല്ല.

സാമൂഹ്യ വികസനപദ്ധതിയുടെ യഥാർത്ഥലക്ഷ്യം എന്താണെന്ന് എൻ വി വ്യക്തമാക്കുന്നുണ്ട്:

> അമേരിക്കൻ മൂലധനം ഇന്ത്യയിൽ ഇറക്കുമതി ചെയ്യാനുള്ള ഒരു യുദ്ധ പദ്ധതിയാണ് സാമൂഹ്യവികസന പദ്ധതി. അമേരിക്കൻ സാമ്രാജ്യ ഗവൺമെന്റിന്റെ സ്റ്റേറ്റു ഡിപ്പാർട്ടുമെന്റ് സാമ്പത്തികമായി വികസിച്ചിട്ടില്ലാത്ത രാജ്യങ്ങളുടെ വികസനത്തിനുവേണ്ടി സഹായിക്കാനുള്ള സഹകരണപരിപാടി എന്നു അമേരിക്കൻ യുദ്ധപദ്ധതിയുടെ നാലാമത്തെ ഇനത്തിൽ വളരെ വ്യക്തമായി പറയുന്നത് ശ്രദ്ധിക്കുക.

ഇന്ത്യയുടെ രാഷ്ട്രീയ പരമാധികാരത്തെയോ സാമ്പത്തിക സ്വാതന്ത്ര്യത്തെയോ ബാധിക്കുന്ന ഒന്നല്ല അമേരിക്കൻ സഹായം എന്നു നെഹ്റു ഗവൺമെന്റ് അവകാശപ്പെടുന്നതിൽ എത്രമാത്രം കഴമ്പുണ്ടെന്ന് ഇതിൽ

നിന്നും വ്യക്തമാകുമെന്ന് എൻ സി വ്യക്തമാക്കി. അതുകൊണ്ട് അദ്ദേഹം തൊഴിലാളി വർഗ്ഗത്തിനോട് ഇങ്ങനെ ആഹ്വാനം ചെയ്തുകൊണ്ട് ലേഖനം ഉപസംഹരിക്കുന്നു:

> ഇതോടുകൂടി ഇന്ത്യയിൽ വർദ്ധിച്ചുവരുന്ന അമേരിക്കൻ സ്വാധീനവും ഭയങ്കരമായ ചാരവൃത്തിയും തടയാനും, ചൈന, സോവിയറ്റ് യൂണിയൻ, കിഴക്കൻ യൂറോപ്യൻ രാജ്യങ്ങൾ ഉൾപ്പെടെയുള്ള എല്ലാ രാജ്യങ്ങളുമായി കച്ചവട ഉടമ്പടി ചെയ്ത് ഇന്ത്യയുടെ സ്വതന്ത്രമായ കച്ചവടവും, വ്യാവസായികവികസനവും കാർഷികപരിഷ്കാരവും നടപ്പിൽവരുത്താൻ ഇന്ത്യയിലെ തൊഴിലാളിവർഗ്ഗം മുൻകൈയെടുത്ത് മറ്റെല്ലാ ജനങ്ങളെയും പുരോഗമനതാല്പര്യക്കാരെയും കൂട്ടിയിണക്കുന്ന ശക്തിമത്തായ പ്രക്ഷോഭവും സമരവും സംഘടിപ്പിച്ചില്ലെങ്കിൽ ഇന്ത്യയുടെ ഭാവി ഇന്നത്തേതിലും ഭയങ്കരമായിരിക്കും.

1952 ൽ കൊറിയയുടെ മേൽ അമേരിക്കൻ സാമ്രാജ്യവാദികൾ നടത്തിയ ക്രൂരമായ ആക്രമണത്തെ എൻ സി ശക്തമായി എതിർത്തു. ഈ കൊടും ക്രൂരമായ രാക്ഷസീയ സാമ്രാജ്യയുദ്ധം അവസാനിപ്പിക്കാൻ സോവിയറ്റ് യൂണിയന്റെ മുൻ കൈയാലും ചൈനീസ് റിപ്പബ്ലിക്കിന്റെ സഹകരണത്താലും സർവ്വോപരി ലോകസമാധാന പ്രസ്ഥാനത്തിന്റെ വമ്പിച്ച ശക്തിയാലും അമേരിക്കൻ സാമ്രാജ്യവാദികൾ യുദ്ധവിരാമസംഭാഷണം നടത്താൻ നിർബ്ബന്ധിക്കപ്പെട്ടു. എന്നാൽ സംഭാഷണം സ്തംഭനത്തിലായി. അതിന്റെ കാരണത്തെപ്പറ്റി 1954 ജൂണിൽ *നവയുഗത്തിലെത്തിയ അമേരിക്കൻ ആക്രമണകാരികളുടെ കൂട്ടക്കൊലയിൽ പ്രതിഷേധിക്കുക* എന്ന ലേഖനത്തിൽ എൻ സി പറഞ്ഞു:

> ....ആത്മാർത്ഥമായി യുദ്ധമവസാനിപ്പിക്കാനുള്ള വാസനയല്ല അമേരിക്കൻ ആക്രമണകാരികൾ കാണിക്കുന്നതെന്ന് ലോകം ഇതാ മനസിലാക്കിയിരിക്കുന്നു. യുദ്ധവിരാമ സംഭാഷണം ആരംഭിച്ചിട്ട് മാസം പത്തു കഴിഞ്ഞു. തടവുകാരെ കൈമാറ്റം ചെയ്യുന്ന പ്രശ്നത്തിന്മേലാണ് സംഭാഷണം സ്തംഭനാവസ്ഥയിലെത്തിയിട്ടുള്ളത്. എല്ലാ തടവുകാരെയും തിരിച്ചറിയാൻ അമേരിക്കൻ യുദ്ധവൈതാളികൾ സന്നദ്ധരല്ല. യുദ്ധത്തടവുകാരായി പിടിക്കപ്പെട്ടിട്ടുള്ള കൊറിയൻ ഭടന്മാരെയും ചൈനീസ് വളണ്ടിയർമാരെയും തിരിച്ചയക്കാൻ അമേരിക്കൻ അക്രമികൾ കൂട്ടാക്കുന്നില്ല. കമ്യൂണിസ്റ്റ് രാജ്യത്തിലേക്ക് തിരിച്ചുപോകാൻ കൂട്ടാക്കാത്ത ഭടന്മാരെ തിരിച്ചയക്കാതിരിക്കാൻ കൊറിയയും ചൈനയും സമ്മതിക്കണമെന്നാണ് അമേരിക്കൻ സാമ്രാജ്യവാദികൾ വാദിക്കുന്നത്. ഈ തോന്ന്യാസവാദം വാസ്തവത്തിൽ പ്രത്യക്ഷമാക്കുന്ന ഒരു വസ്തുതയുണ്ട്. അമേരിക്കൻ കൊലയാളികൾക്ക് സമാധാനപരമായ ഒരു യുദ്ധവിരാമ ഒത്തുതീർപ്പ് ആവശ്യമില്ല. അവർക്ക് സന്ധിസംഭാഷണത്തെ പൊളിക്കണം, നശീകരണയുദ്ധം സർവ്വവ്യാപിയാക്കണം.

അതിനവർ ചെയ്തത് പാൻ മുൻജോണിൽ സന്ധിസംഭാഷണം നടന്നുകൊണ്ടിരിക്കെ തന്നെ മനുഷ്യലോകത്തെ നടുക്കിക്കളഞ്ഞ ആക്രമണങ്ങളും കൂട്ടക്കൊലയും അമേരിക്കൻ കൊലയാളികൾ യുദ്ധതടവുകാരെ പാർപ്പി

ച്ചിരുന്ന കോജെ ക്യാമ്പിൽ നടത്തി. എന്നാൽ അമേരിക്ക ഇക്കാര്യം നിഷേധിച്ചു. ഇത് പച്ചക്കള്ളമാണെന്ന് തെളിവുകൾ നിരത്തി സമർത്ഥിച്ചുകൊണ്ട് അമേരിക്ക നടത്തുന്ന കൂട്ടക്കൊലകൾ കോജെ ദ്വീപിൽ മാത്രമല്ല മറ്റു പല സ്ഥലങ്ങളിലും നടക്കുന്നുണ്ടെന്ന കാര്യം എൻ സി തന്റെ ലേഖനത്തിൽ ചൂണ്ടിക്കാണിച്ചു.

ഇതവസാനിപ്പിക്കാനും സമാധാനസന്ധി ഒപ്പിടാനും എൻ സി അമേരിക്കൻ സാമ്രാജ്യവാദികളോടാവശ്യപ്പെട്ടു:

> ഈ അമേരിക്കൻ ആക്രമണകാരികൾ കൊറിയയിലെ ജനനിബിഡമായ ചെറുതും വലുതും പട്ടണങ്ങളെ നാപ്പാം ബോംബെറിഞ്ഞു ശ്മശാന തുല്യമാക്കി. കർഷകർ തിങ്ങി കുടിപാർക്കുന്ന ഗ്രാമപ്രദേശ ങ്ങളെല്ലാംതന്നെ ബോംബെറിഞ്ഞു തരിപ്പണമാക്കി. ലക്ഷക്കണക്കിനു സ്ത്രീകളെയും കുഞ്ഞുങ്ങളെയും കൊന്നൊടുക്കി.
> ഈ ഫാസിസ്റ്റ് കൂളത്തത്തെ പുരോഗമന ലോകജനതയാകെ പ്രതിഷേധിക്കുന്നു, വെറുക്കുന്നു, നിന്ദിക്കുന്നു. ഇത് അവസാനിപ്പിക്കാൻ ഉടൻ, കൊറിയയിൽ യുദ്ധമവസാനിപ്പിക്കാനും സമാധാന സന്ധി ഒപ്പിടാനും അമേരിക്കൻ സാമ്രാജ്യവാദികളോടാവശ്യപ്പെടുന്നു.

25

ഐക്യകേരളത്തിനുവേണ്ടി

ഇന്ത്യൻ സംസ്ഥാനങ്ങൾ ഭാഷയുടെ അടിസ്ഥാനത്തിലായിരിക്കണമെന്ന ആവശ്യം ആദ്യമായി ഉന്നയിച്ചത് ഇന്ത്യൻ നാഷണൽ കോൺഗ്രസാണ്. 1920 ഡിസംബറിൽ കൂടിയ നാഗ്പൂർ കോൺഗ്രസ് സമ്മേളനം ഗാന്ധിജിയുടെ നിർദ്ദേശ പ്രകാരം കോൺഗ്രസിന്റെ സംഘടന ഭാഷയുടെ അടിസ്ഥാനത്തിലായിരിക്കണമെന്ന് തീരുമാനിച്ചു. ബ്രിട്ടീഷ് ഭരണം ഇതിനെ ശക്തിയുക്തം എതിർത്തു. ഇത് കോൺഗ്രസ് ഒരു രാഷ്ട്രീയായുധമായിട്ടാണ് ഉപയോഗിക്കുന്നതെന്ന് അവർ പറഞ്ഞു. എന്നാൽ ഭരണം കൈയിൽ കിട്ടിയപ്പോൾ കോൺഗ്രസ് അതിൽ നിന്നും പിന്മാറി. മുമ്പ് പറഞ്ഞതെല്ലാം മറന്നു. ഇതിനെതിരെ പ്രക്ഷോഭങ്ങൾ രാജ്യവ്യാപകമായി ഉയർന്നുവന്നു.

കേരളത്തിലെ കോൺഗ്രസുകാരിൽ ഒരു വിഭാഗം പശ്ചിമസംസ്ഥാനത്തിനു വേണ്ടി വാദിച്ചു. കെ കേളപ്പനായിരുന്നു അവരിൽ പ്രമുഖൻ.

കേരളസംസ്ഥാനത്തിൽ ഗോകർണ്ണം മുതൽ കന്യാകുമാരിവരെയുള്ള പ്രദേശങ്ങൾ ഉൾപ്പെടുത്തണമെന്ന് അദ്ദേഹം പറഞ്ഞു. ഭാഷയെ അടിസ്ഥാനമാക്കിയുള്ള ഐക്യകേരളത്തിനുപകരം ഭരണസൗകര്യം മുൻനിർത്തിക്കൊണ്ടുള്ള പശ്ചിമതീര സംസ്ഥാനത്തിനുവേണ്ടിയാണ് കേളപ്പനും കൂട്ടരും നിലകൊണ്ടത്. ഗോകർണ്ണം തൊട്ടുള്ള കർണ്ണാടക പ്രദേശങ്ങൾ, തമിഴ് താലൂക്കുകൾ ഉൾപ്പടെയുള്ള തിരുകൊച്ചി, കോയമ്പത്തൂർ ജില്ലയിലെയും ഊട്ടമണ്ടുജില്ലയിലെയും ഏതാനും താലൂക്കുകൾ ഉൾപ്പെടെയുള്ളതായിരിക്കും ആ പശ്ചിമതീര സംസ്ഥാനം. ഇതിനെ തമിഴ്നാട്ടുകാരും കർണ്ണാടകക്കാരും തുറന്നു എതിർക്കുകയുണ്ടായി.

വി കെ കൃഷ്ണമേനോനെയും കോഴിപ്പുറത്തു മാധവമേനോനേയും പോലുള്ള ഒരു ചെറിയവിഭാഗം കോൺഗ്രസുകാർ ഭാഷാസംസ്ഥാനത്തെ ശക്തമായി എതിർക്കുകയും ദക്ഷിണമേഖല സംസ്ഥാനത്തിനുവേണ്ടി വാദിക്കുകയും ചെയ്തു.

എന്നാൽ കേരളസംസ്ഥാന രൂപീകരണത്തിന്റെ യഥാർത്ഥ കാഴ്ചപ്പാട് അവതരിപ്പിച്ചത് കമ്യൂണിസ്റ്റ് പാർട്ടിയായിരുന്നു. ഭാഷയുടെ അടിസ്ഥാനത്തിൽ സംസ്ഥാനങ്ങൾ രൂപീകരിക്കണമെന്ന് പാർട്ടി പറഞ്ഞു. 1930കളിൽ കോൺഗ്രസ് സോഷ്യലിസ്റ്റ് പാർട്ടിയുടെയും 1940കളിൽ കമ്യൂണിസ്റ്റ്

പാർട്ടിയുടെയും അതിന്റെ വർഗ്ഗ ബഹുജന സംഘടനയുടെയും നേതൃത്വ ത്തിൽ നടന്ന സമരങ്ങൾ ഐക്യ കേരളം എന്ന ആശയത്തെ ശക്തിപ്പെടുത്തി.

1952 ൽ ഒളിവിൽ നിന്നു പുറത്തുവന്ന എൻ സി ശേഖർ ഐക്യകേരളം നേടാൻ ധീരമായി പോരാടി. 'പശ്ചിമതീരസംസ്ഥാന'വാദക്കാരുടെയും 'ദക്ഷിണ സംസ്ഥാന' വാദക്കാരുടെയും അഭിപ്രായങ്ങളെയും വാദങ്ങളെയും ഒന്നൊന്നായി അരിഞ്ഞുവീഴ്ത്തിയ അദ്ദേഹം കേരളത്തിനു സാമ്പത്തിക ഭദ്രതയുണ്ടെന്നും മലയാളി ഒരു 'ദേശീയജനവിഭാഗ'മാണെന്നും ഊന്നിപ്പ റഞ്ഞു. ആ ആവശ്യം ഉന്നയിച്ചുകൊണ്ട് നിരവധി പ്രസംഗങ്ങൾ അദ്ദേഹം നടത്തി. ലേഖനങ്ങൾ എഴുതി. രാജ്യസഭയിൽ സംസാരിച്ചു. തർക്ക പ്രദേശ ങ്ങളിൽ ഗ്രാമത്തെ അടിസ്ഥാന ഘടകമായെടുത്ത് ഭാഷാ ഭൂരിപക്ഷം നോക്കി വിഭജനം നടത്തണമെന്ന് എൻ സി നിർദ്ദേശിച്ചു. ഗ്രാമങ്ങളിലും താലൂക്കു കളിലും കമ്യൂണിസ്റ്റ് പാർട്ടിയുടെ നേതൃത്വത്തിൽ പ്രകടനങ്ങളും റാലികളും സമ്മേളനങ്ങളും സംഘടിപ്പിക്കാൻ അദ്ദേഹം നേതൃത്വം നല്കി. അതിലൂടെ കമ്യൂണിസ്റ്റ് പാർട്ടിയുടെ നിലപാട് അദ്ദേഹം ജനങ്ങളുടെ മുമ്പിൽ ഭംഗിയായി അവതരിപ്പിച്ചു.

സംസ്ഥാനരൂപീകരണത്തിനു ഭാഷ മാത്രമായിരിക്കണം അടിസ്ഥാനം എന്ന് കമ്യൂണിസ്റ്റ് പാർട്ടി കണക്കാക്കുന്നതായി ചിലർ കുറ്റപ്പെടുത്തി. ആ വിമർശനത്തെ തുറന്ന് കാട്ടിക്കൊണ്ട് മേൽ പറഞ്ഞ ലേഖനത്തിൽ എൻ സി എഴുതി:

> ഭാഷാ സംസ്ഥാനം എന്നു പറയുമ്പോൾ പ്രസ്തുത സംസ്ഥാന രൂപീ കരണത്തിനു ഭാഷ മാത്രമായിരിക്കണം പരിഗണനാർഹമായ ഉപാധി യായിരിക്കേണ്ടത് എന്ന് കമ്യൂണിസ്റ്റ് പാർട്ടി ഒരിക്കലും വാദിക്കുക യില്ല..... കമ്യൂണിസ്റ്റ് പാർട്ടിയും മറ്റു ദേശാഭിമാനികളായ ജനാധിപത്യ വാദികളും വാദിക്കുന്നത് ഒരു ദേശീയ ജനവിഭാഗത്തിന്റെ നിലനില്പി നെയും അവർ ചരിത്രപരമായി ഉൾക്കൊള്ളുന്ന സാംസ്കാരിക സ്വഭാ വങ്ങളെയും സാമ്പത്തികവും ഭൂമിശാസ്ത്രപരവുമായ പ്രത്യേകതക ളെയും പരിഗണിച്ചുകൊണ്ടുള്ള ഭാഷാസ്റ്റേറ്റുകൾ രൂപീകരിക്കണമെ ന്നാണ്. അതിന്റെ അർത്ഥം, ഒരു സ്റ്റേറ്റു രൂപീകരണത്തിന് ഭാഷ അവ ശ്യാവശ്യം പരിഗണിക്കേണ്ട ഘടകങ്ങളിൽ, അഥവാ ഉപാധികളിൽ ഒന്നായിരിക്കണമെന്നു മാത്രമാണ്. ഇങ്ങനെ രൂപീകരിക്കുന്ന സംസ്ഥാ നങ്ങളിൽ ഇതര ഭാഷകൾ സംസാരിക്കുന്ന ന്യൂനപക്ഷങ്ങൾ ഉണ്ടാ വും. അതു നമ്മുടെ രാജ്യത്തിന്റെ എന്നല്ല ഇന്ത്യയെപ്പോലുള്ള ഏതു ബഹുദേശീയ സ്റ്റേറ്റിന്റെയും പ്രകൃതമായിരിക്കും. അങ്ങനെയുള്ള ന്യൂന പക്ഷങ്ങൾക്ക് ഭൂരിപക്ഷങ്ങൾക്കുമുള്ള എല്ലാ സൗകര്യങ്ങളും ഉറപ്പി ച്ചുകൊടുക്കുകയും സംരക്ഷിക്കുകയും ചെയ്യുകയെന്നതു ജനാധിപ ത്യത്തിന്റെ കടമയാകുന്നു.
>
> ഇതിന്റെ അർത്ഥം സാമുവൽ ആറോണും കൂട്ടരും വാദിക്കുന്നതുപോ ലെ, കേരളക്കരയെയോ കർണാടക പ്രദേശത്തെയോ തമിഴുപ്രദേശ ത്തിൽ നിലനിറുത്തിക്കൊണ്ടോ ലയിപ്പിച്ചുകൊണ്ടോ ഉള്ള ഒരു ദക്ഷിണ സംസ്ഥാനമാണോ? അല്ല. ഒരിക്കലുമല്ല. അതു വാസ്തവത്തിൽ മേല്പറഞ്ഞ തത്ത്വങ്ങൾക്കു കടകവിരുദ്ധമാണ്.

മലയാളികൾ ഒരു ദേശീയജനവിഭാഗമാണെന്ന് അംഗീകരിക്കാൻ കോൺഗ്രസുകാർ തയ്യാറായില്ല. അതുകൊണ്ടാണവർ പശ്ചിമ സംസ്ഥാന വാദവും ദക്ഷിണ സംസ്ഥാനവാദവുമൊക്കെയായി രംഗത്തുവന്നത്. എന്നാൽ മലയാളികൾ ഒരു ദേശീയ ജനവിഭാഗമാണെന്ന് മേൽപറഞ്ഞ ലേഖനത്തിൽ എൻ സി ശേഖർ തെളിവുകൾ നിരത്തി സ്ഥാപിച്ചു.

ഐക്യകേരളമുണ്ടായാൽ അതിനു സാമ്പത്തിക ഭദ്രതയുണ്ടാകുകയില്ലെന്ന് ഒരു വിഭാഗം വാദിച്ചു. മലയാളികൾ ഒരു ദേശീയ വിഭാഗമാണെന്നും കേരളക്കരയ്ക്ക് ഒരു സ്റ്റേറ്റുണ്ടാവാൻ സാമ്പത്തികഭദ്രതയുണ്ടെന്നും സ്ഥാപിക്കാൻ ശ്രമിച്ച മാതൃഭൂമിയുടെ നിലപാടിനെ വിമർശിച്ചുകൊണ്ട് കോൺഗ്രസ് നേതാവും മുതലാളിയുമായ ആറോൺ എഴുതി:

> കേരള സംസ്ഥാനം ഇന്ത്യയിലെ മറ്റേതു സംസ്ഥാനത്തെക്കാളും സാമ്പത്തികഭദ്രത തികഞ്ഞതായിരിക്കുമെന്നു *മാതൃഭൂമി* പുറപ്പെടുവിക്കുന്ന അഭിപ്രായങ്ങൾ അഭ്യൂഹങ്ങളും അഭിലാഷങ്ങളും മുൻനിറുത്തിക്കൊണ്ടുമാത്രമാണ്. അല്ലാതെ യഥാർത്ഥമായ സ്ഥിതിവിവരക്കണക്കുകൾ മുഖേന അക്കാര്യം ഇന്നുവരേക്കും സമർത്ഥിക്കപ്പെട്ടിട്ടല്ല.[1]

ഇതിനു മറുപടിയായി മേല്പറഞ്ഞ ലേഖനത്തിൽ എൻ സി എഴുതി:

> ഇതു കേരളക്കരയുടെ ഇന്നത്തെ സാമ്പത്തികശക്തിയെപ്പറ്റിയും, ഇനി വികസിക്കാനുള്ള വിപുലമായ സാദ്ധ്യതകളെയും കഴിവുകളെയും കുറിച്ചും, ഒരു ദേശീയ സ്റ്റേറ്റിനും കേന്ദ്രഗവൺമെന്റിനും തമ്മിലുണ്ടായിരിക്കേണ്ട യഥാർത്ഥ ബന്ധത്തെപ്പറ്റിയും, വേണ്ടത്ര വിവരമില്ലാത്തവരെ തെറ്റിദ്ധരിപ്പിച്ചുകളയാൻ ഉപയുക്തമായ അടിസ്ഥാനരഹിതമായ ഭീഷണി മാത്രമാണ്.
>
> .....സാമുവലിനെപ്പോലുള്ള ഭദ്രതാവാദക്കാർ ഇന്നു ഇന്ത്യക്കു സാമ്പത്തിക ഭദ്രതയുണ്ടെന്നു വാദിക്കുമോ? ഇന്ത്യൻ സാമ്പത്തിക സംവിധാന നയത്തെ നിയന്ത്രിക്കുന്നതാകെ ബ്രിട്ടീഷ് സാമ്രാജ്യവാദികളല്ലേ? അവരുടെ മൂലധനമേധാവിത്വത്തിൽക്കൂടെ. നെഹ്റുവിനുകൂടി സമ്മതിക്കേണ്ടിവന്നു, ഇന്ത്യ സാമ്പത്തിക സ്വാതന്ത്ര്യം നേടിയിട്ടില്ല എന്ന്. എങ്കിൽപ്പിന്നെ ഈ ഭദ്രതാവാദക്കാർ, ആരുടെ സാമ്പത്തികഭദ്രതയെപ്പറ്റിയാണ് പറയുന്നത്......

കേരളത്തിന്റെ നികുതിയിതരവരുമാനം എടുത്തുകാട്ടിക്കൊണ്ട് ഒറീസ, ആന്ധ്രാ, മദ്ധ്യപ്രദേശ് സ്റ്റേറ്റുകളെക്കാൾ കേരളസ്റ്റേറ്റ് മെച്ചപ്പെട്ടതായിരിക്കും എന്ന് *നവയുഗം* വാരികയിൽ 1953 ആഗസ്ത് 1 നു എഴുതിയ *ഐക്യകേരളത്തിന്റെ സാമ്പത്തിക ഭദ്രത* എന്ന ലേഖനത്തിൽ എൻ സി സമർത്ഥിച്ചു.

വ്യവസായികമായി നോക്കിയാലും, വ്യവസായാവശ്യത്തിനുള്ള അസംസ്കൃത പദാർത്ഥങ്ങളെപ്പറ്റി അന്വേഷിച്ചാലും കേരളം മറ്റൊരു സ്റ്റേറ്റിന്റെയും പിന്നിലല്ലെന്ന് മാത്രമല്ല പല ഇനങ്ങളിലും മറ്റേതു സ്റ്റേറ്റിനെക്കാളും മുന്നണിയിലാണെന്ന് വിശദമായിത്തന്നെ മേല്പറഞ്ഞ ലേഖനത്തിൽ എൻ സി വ്യക്തമാക്കി.

കേരളത്തിലെ കാർഷിക രംഗത്തെയും അദ്ദേഹം പരാമർശിക്കുന്നു. കാർഷികോല്പന്നങ്ങളുടെ വില ഇന്നത്തെ തോതിൽ നിലനില്

ക്കുകയില്ലെന്നും അതുകൊണ്ട് അവയെ കേരളാസ്റ്റേറ്റിന്റെ ധനോത്ഭവസ്തുക്കളായി എടുക്കേണ്ടതില്ലെന്നും കേരള സ്റ്റേറ്റ് രൂപീകരണത്തെ എതിർക്കുന്നവരും, ദക്ഷിണ സംസ്ഥാന സിദ്ധാന്തക്കാരുമായ കുറെപ്പേർ വാദിച്ചു. മറ്റു ചിലർ ഉന്നയിച്ച വാദം കേരളത്തിലൊട്ടാകെ ആവശ്യമായ ഭക്ഷണ സാധനങ്ങളിൽ 40 ശതമാനം മാത്രമെ ഇവിടെയുണ്ടാക്കുന്നുള്ളുവെന്നും 60 ശതമാനം കമ്മിയാണെന്നും അതിനു കേന്ദ്രഗവൺമെന്റിനെയാണ് ആശ്രയിക്കേണ്ടതെന്നും വാദിച്ചു. ഈ വാദങ്ങളുടെ പൊള്ളത്തരത്തെ തുറന്നുകാട്ടിയ എൻ സി പുതിയൊരു കേരളസ്റ്റേറ്റ് രൂപംകൊണ്ടാലേ കേരളത്തിലെ ഭക്ഷണകമ്മി നികത്താൻ കഴിയുകയുള്ളൂവെന്ന് അടിവരയിട്ടു വ്യക്തമാക്കി. അദ്ദേഹത്തിന്റെ മേല്പറഞ്ഞ ലേഖനത്തിൽ നിന്ന്:

> ഇന്നത്തെ കൃഷി കാര്യങ്ങളിൽ കാണുന്ന അരാജകത്വവും അനാസ്ഥയും മാറണമെങ്കിൽത്തന്നെ ജനങ്ങളോടു ഉത്തരവാദപ്പെട്ട ഒരു കേരള സ്റ്റേറ്റുണ്ടായേ കഴിയൂ. ആ സ്റ്റേറ്റിന് നമ്മുടെ കൃഷിയെ വളരെ അധികം വികസിപ്പിക്കാനും പോഷിപ്പിക്കാനും കഴിയും........ശാസ്ത്രീയ വളം ഉപയോഗിച്ച് ഇന്നുള്ള കൃഷിഭൂമിയിലും തരിശായും റിസർവ്വായും തള്ളപ്പെട്ടിരിക്കുന്ന ഭൂമിയിലും കൃഷി ചെയ്താൽ ഇവിടത്തെ ഭക്ഷണക്കമ്മി നികത്താൻ യാതൊരു പ്രയാസവുമില്ല. അതിന് ജനങ്ങളോട് ഉത്തരവാദപ്പെട്ട ഒരു ഗവൺമെന്റു ഉണ്ടാകേണ്ടതു ഒഴിച്ചുകൂടാൻ പാടില്ലാത്ത ആവശ്യമായിത്തീർന്നിരിക്കുന്നു.

തുടർന്ന് സാങ്കേതിക വിദ്യാഭ്യാസത്തിന്റെ പ്രാധാന്യത്തെക്കുറിച്ച് പരാമർശിച്ച അദ്ദേഹം പോളിടെക്നിക്കുകളുൾപ്പെടെയുള്ള സാങ്കേതിക സ്ഥാപനങ്ങൾ സ്ഥാപിച്ച് അത് വികസിപ്പിക്കണമെങ്കിൽ പുതിയൊരു കേരളസ്റ്റേറ്റ് രൂപം കൊള്ളണമെന്ന് ഉറപ്പിച്ച് പറഞ്ഞു.

തിരുകൊച്ചിയും മലബാറും ഒന്നായാൽ മലബാർ ഉദ്യോഗസ്ഥന്മാരുടെയും അദ്ധ്യാപകരുടെയും ശമ്പളം കുറഞ്ഞുപോകും എന്ന് വാദിച്ചുകൊണ്ട് അവരെ കേരളാസ്റ്റേറ്റ് രൂപീകരണത്തിനെതിരെ തിരിച്ചുവിടാൻ സാമുവൽ ആറോണെപ്പോലുള്ള കോൺഗ്രസുകാർ ശ്രമിച്ചു. ഇതിന് മേല്പറഞ്ഞ ലേഖനത്തിൽ എൻ സി ഇങ്ങനെ മറുപടി നല്കി:

> ....ഇന്നുവരെയും, കൃഷിക്കാരുടെ കാർഷികപരിഷ്കരണത്തിനുള്ള പ്രക്ഷോഭങ്ങളെയും, സമരങ്ങളെയും അദ്ധ്യാപകന്മാരുടെ ജോലിസ്ഥിരതക്കും ശമ്പളക്കയറ്റത്തിനുംവേണ്ടിയുള്ള പ്രക്ഷോഭങ്ങളെയും സമരങ്ങളെയും സർവ്വഥാ എതിർത്തുകൊണ്ടിരിക്കുന്ന സാമുവൽ ആറോൺ ഇന്നു ഉദ്യോഗസ്ഥന്മാരുടെയും അദ്ധ്യാപകന്മാരുടെയും ശമ്പളകാര്യത്തെ പിടിച്ചു കേരളസ്റ്റേറ്റ് രൂപീകരണത്തെ എതിർക്കുന്നതെന്തിന് എന്ന് ആർക്കും മനസിലാവും. ഇതിന്റെ ഉദ്ദേശ്യം വ്യക്തമാണ്. അദ്ധ്യാപകന്മാരെയും മറ്റുദ്യോഗസ്ഥന്മാരെയും കേരളാസ്റ്റേറ്റ് രൂപീകരണത്തിനുവേണ്ടിയുള്ള കേരളീയരുടെ പ്രക്ഷോഭത്തിനെതിരായി തിരിച്ചുവിടാൻ. ജനങ്ങളുടെ ഏകീകരിച്ച ശക്തിയുടെ ഫലമായി ഒരു കേരളാസ്റ്റേറ്റുണ്ടാവുമെങ്കിൽ, അതേ ശക്തികൊണ്ടുതന്നെ അദ്ധ്യാപകന്മാരുടെയും മറ്റുദ്യോഗസ്ഥന്മാരുടെയും ശമ്പളക്രമം സമീകരിക്കു

ന്നതിനും മതിയായ ജീവിതത്തോതും അവകാശങ്ങളും നേടുന്നതിനും സംരക്ഷിക്കുന്നതിനും സാധിക്കുമെന്നു തീർച്ചയാണ്. അതുകൊണ്ട് സാമ്പത്തികഭദ്രതാ സിദ്ധാന്തക്കാരുടെ വാദം അപ്രസക്തവും കുത്സിതവുമാണെന്നു ചൂണ്ടിക്കാണിച്ചുകൊള്ളട്ടെ!

ഇനി മറ്റു സർവ്വീസുകളെപ്പറ്റിയാണെങ്കിൽ അവ, അതായത്, സർവ്വീസ് കമ്മീഷൻ, അഡ്വക്കേറ്റു ജനറൽ, മെഡിക്കൽ കോളേജ്, എഞ്ചിനീയറിംഗ് കോളേജ്, യൂണിവേഴ്സിറ്റി, ഹൈക്കോടതി തുടങ്ങിയ ഭരണകൂടസംബന്ധമായ സ്ഥാപനങ്ങൾ ഇന്നു തിരു-കൊച്ചി സ്റ്റേറ്റിലുള്ളതാണ്. മലബാറുകൂടി കൂട്ടിച്ചേർക്കുമ്പോഴുണ്ടാകുന്ന(തമിഴ്പ്രദേശം ഒഴിച്ചുള്ള) കേരളാസ്റ്റേറ്റിൽ ആ സ്ഥാപനങ്ങളെ പരിഷ്കരിക്കാനും വികസിപ്പിക്കാനും പ്രയാസമില്ല. അതിനു പ്രത്യേക നിധിയോ കണ്ടുപിടിത്തമോ വേണ്ടിവരുന്നതല്ല.

വിദ്യാഭ്യാസമേഖലയിലും ചികിത്സാ സ്ഥാപനങ്ങളിലും ഗതാഗത സൗകര്യത്തിലും വാണിജ്യത്തിലും കാർഷിക സൗകര്യങ്ങളിലും, തോട്ട കൃഷികളിലും തിരു-കൊച്ചിയിലെ മലയാള് പ്രദേശവും മലബാറും മലബാറിനോടു തൊട്ടുകിടക്കുന്ന മലയാളപ്രദേശവും ചേർത്തുള്ള കേരളാസ്റ്റേറ്റ് മറ്റേതു സ്റ്റേറ്റിനേക്കാളും മുന്നണിയിലായിരിക്കും എന്ന വാസ്തവത്തെ തകർക്കാൻ ശ്രമിക്കുന്നവർക്ക് ഈ വസ്തുതകൾ മനസ്സിലാക്കേണ്ടതില്ല.

മേല്പറഞ്ഞ വസ്തുതകളിൽ നിന്നും കേരളാസ്റ്റേറ്റ് രൂപീകരിച്ചാൽ അത് സ്വയംപര്യാപ്തതയുള്ള ഒരു സ്റ്റേറ്റായിരിക്കില്ലെന്നുള്ള പിന്തിരിപ്പന്മാരുടെ മുറവിളിക്ക് യാതൊരു അടിസ്ഥാവുമില്ലെന്ന് എൻ സി പറഞ്ഞു. ഈ വസ്തുത സാമ്പത്തികഭദ്രതവാദക്കാർക്കും ദക്ഷിണ സംസ്ഥാനവാദക്കാർക്കും അറിയാത്തതല്ലെന്നും അദ്ദേഹം ചൂണ്ടിക്കാട്ടുന്നു. പിന്നെ എന്തുകൊണ്ടാണ് അവർ ദക്ഷിണ സംസ്ഥാന വാദം ഉയർത്തുന്നതെന്ന് ഇന്ത്യൻ കമ്യൂണിസ്റ്റ് പാർട്ടിയുടെ കേരള കമ്മിറ്റി 1953 ജൂൺ 23 ന് പുറപ്പെടുവിച്ച പ്രസ്താവനയിലെ താഴെ പറയുന്ന ഭാഗം ഉദ്ധരിച്ചുകൊണ്ട് അദ്ദേഹം മേല്പറഞ്ഞ ലേഖനത്തിൽ മറുപടി പറയുന്നു:

> തിരു-കൊച്ചിയെക്കൂടി മദിരാശി സ്റ്റേറ്റിനോടു ചേർത്തിട്ട്, ആന്ധ്ര സ്റ്റേറ്റ് രൂപീകരിച്ചതിനാൽ നഷ്ടപ്പെട്ട നികുതി നികത്താമെന്നും, വെള്ളക്കാരും നാടന്മാരുമായ എസ്റ്റേറ്റുടമകൾക്കും ബാങ്കർമാർക്കും കച്ചവടക്കമ്പനികൾക്കും മറ്റു സ്ഥാപിതതാല്പര്യക്കാർക്കും മലയാളികളും തമിഴരുമായ സാധാരണ ജനങ്ങളെ കൂടുതൽ സൗകര്യമായി കൊള്ളയടിക്കാമെന്നും കേരളത്തിലെയും തമിഴ്നാട്ടിലെയും ശക്തിപ്പെട്ടുവരുന്ന ജനാധിപത്യ പ്രസ്ഥാനത്തിനകത്ത് ആശയക്കുഴപ്പവും ഭിന്നിപ്പും ഉണ്ടാക്കാമെന്നും ഈ ദക്ഷിണ സംസ്ഥാനത്തിന്റെ പിന്നിലുള്ളവർ ആഗ്രഹിക്കുന്നു.

ഐക്യകേരളത്തിനു വേണ്ടി ശക്തമായ പ്രക്ഷോഭം ആരംഭിക്കാൻ ആഹ്വാനം ചെയ്തുകൊണ്ടാണ് എൻ സി തന്റെ ലേഖനം അവസാനിപ്പിക്കുന്നത്. അദ്ദേഹം എഴുതി:

ഐക്യകേരള സ്റ്റേറ്റിനുവേണ്ടിയുള്ള പ്രക്ഷോഭം കടലാസിൽ മാത്രമായാൽപ്പോരാ. ഇന്ത്യാ ഗവൺമെന്റു നിയമിക്കുമെന്നു പറയപ്പെടുന്ന ഉന്നതാധികാരക്കമ്മിറ്റി നമുക്കൊരു കേരളാസ്റ്റേറ്റുണ്ടാക്കിത്തരുമെന്നു പ്രതീക്ഷിച്ചിരുന്നുകൂടാ. കാരണം, ഇന്നത്തെ ഭരണാധികാരികൾ ദേശീയ സ്റ്റേറ്റുകൾ സ്ഥാപിച്ച്, ജനങ്ങളുടെ ജീവിതത്തോത് ഉയർത്തുന്നതിനുള്ള നടപടികൾ എടുക്കുന്നതിനും ഇന്ത്യൻ ജനങ്ങളെയാകെ യഥാർത്ഥ ദേശീയാടിസ്ഥാനത്തിൽ ഐക്യപ്പെടുത്തുന്നതിനും എല്ലാ ജീവിതതുറകളിലും ജനങ്ങളെക്കൊണ്ടു മുൻകൈയെടുപ്പിക്കുന്നതിനും എതിരായ നിലപാടാണ് എടുത്തിട്ടുള്ളത്. ഇന്ത്യൻ ഐക്യത്തിന്റെയും (വെറും കൃത്രിമമാണീവാദം) സാമ്പത്തികാഭദ്രതാവാദത്തിന്റെയും ദക്ഷിണസംസ്ഥാനവാദത്തിന്റെയും മറയിൽ നില്ക്കുന്ന ഈ കൂട്ടർ ജനങ്ങളെ ഭിന്നിപ്പിച്ചു ചൂഷണം ചെയ്യുന്ന സാമ്രാജ്യവാദികളുടെ നിലപാടാണ് അംഗീകരിച്ചിരിക്കുന്നത്. ഉന്നതാധികാരകമ്മിറ്റി സ്ഥാപനവും മറ്റും ബഹുജനങ്ങളുടെ ജനാധിപത്യാവകാശങ്ങളുടെ നേരെയുള്ള പിന്തിരിപ്പൻ രാഷ്ട്രീയതന്ത്രം മാത്രമാണ്. ഇവരുടെ നേരെ യോജിച്ചുറച്ച ബഹുജനശക്തി ഇളകിമറിയുന്നുവെങ്കിൽ മാത്രമേ ജനങ്ങളുടെ ജനാധിപത്യാവകാശങ്ങളും ദേശീയ ഐക്യവും സ്വാതന്ത്ര്യവും സംരക്ഷിക്കപ്പെടാൻ സാധിക്കുകയുള്ളൂ.

കമ്യൂണിസ്റ്റ് പാർട്ടി ഈ രാജ്യത്തിലെ എല്ലാ ജനാധിപത്യവാദികളോടും ദേശീയതാല്പര്യക്കാരോടും ചേർന്നുനിന്നുകൊണ്ട് ആഹ്വാനം ചെയ്യുന്നു:

നമ്മുടെ രാജ്യത്തെ വ്യവസായങ്ങളും കൃഷിയും സംരക്ഷിക്കാൻ, വ്യവസായീകരിക്കാൻ, എല്ലാ വിഭാഗം ജനങ്ങളുടെയും ജീവിതത്തോതും വരുമാനവും വർദ്ധിപ്പിക്കാൻ,

1. മദ്രാസ് സ്റ്റേറ്റിലുള്ള മലയാള പ്രദേശങ്ങളും തിരു-കൊച്ചി സ്റ്റേറ്റും ഒന്നിച്ചുചേർത്ത് കേരള സ്റ്റേറ്റ് രൂപീകരിക്കുന്നിനു, തിരു-കൊച്ചി സ്റ്റേറ്റിലെ തമിഴ്പ്രദേശങ്ങൾ മദ്രാസ് സ്റ്റേറ്റിനോട് ചേർത്ത് തമിഴ്നാട് സ്റ്റേറ്റ് രൂപപ്പെടുത്തുന്നതിന്, ഐക്യകർണ്ണാടക സ്റ്റേറ്റു രൂപീകരിക്കുന്നതിന്.

2. അങ്ങനെ രൂപീകരിക്കപ്പെടുന്ന സ്റ്റേറ്റുകളിലുള്ള എല്ലാ ന്യൂനപക്ഷങ്ങളുടെയും താല്പര്യങ്ങളും ജനാധിപത്യാവകാശങ്ങളും സംരക്ഷിക്കാനുള്ള ഉറപ്പുകൊടുക്കുന്നതിന്

3. തർക്കവിഷയങ്ങളായ അതിർത്തിപ്രദേശങ്ങളെ സംബന്ധിച്ചു ഇരുഭാഗക്കാർക്കും സ്വീകാര്യവും ന്യായവുമായ തീരുമാനമുണ്ടാക്കാൻവേണ്ടി അതിർത്തിക കമ്മീഷനു, പ്രസ്തുത കാര്യം വിട്ടുകൊടുക്കുന്നതിന്,

4. തിരു-കൊച്ചിയെ പാർട്ട് എ സ്റ്റേറ്റാക്കി ഉയർത്തുന്നതിന് മലയാളി മഹാജനങ്ങളെ നിങ്ങൾ ഒറ്റക്കെട്ടായി യോജിക്കുക. ഭിന്നിപ്പുകാരായ "സാമ്പത്തിക ഭദ്രതാവാദ"ക്കാരും "ദക്ഷിണസംസ്ഥാന"വാദികളും പിന്തിരിയട്ടെ.

കേരളാസ്റ്റേറ്റിനുവേണ്ടിയുള്ള പ്രക്ഷോഭം ഓരോ ഗ്രാമത്തിലും കർഷകകുടുംബത്തിലും ഓരോ ഫാക്ടറിയിലും തൊഴിൽ സ്ഥലങ്ങളിലും

> ഓരോ തൊഴിലാളിയുടെയും മറ്റു ജീവനക്കാരുടെയും വീട്ടിലും അലയടിച്ചു ഉയരട്ടെ. ഇന്ത്യയുടെ അവിഭാജ്യഘടകമെന്ന നിലയിലുള്ള ഒരു കേരളാസ്റ്റേറ്റ് കേരളീയരുടെ ജന്മാവകാശമാണ്. അതു വിജയപ്രദമാകും; വിജയപ്രദമാകണം.

ഭാഷാ സംസ്ഥാനങ്ങൾക്കുവേണ്ടിയുള്ള പോരാട്ടം ശക്തമായതിനെത്തുടർന്ന് 1953 ആഗസ്തിൽ ജസ്റ്റിസ് ഫാസിൽ അലി അദ്ധ്യക്ഷനായിക്കൊണ്ട് ഒരു 'സംസ്ഥാന പുന:സംഘടനാ കമ്മീഷനെ' ഗവൺമെന്റ് നിയമിച്ചു. മൂന്നംഗ കമ്മിറ്റിയിലെ മറ്റംഗങ്ങൾ സർദാർ കെ എം പണിക്കർ, പണ്ഡിറ്റ് ഹൃദയനാഥ് കുൻസ്രു എന്നിവരായിരുന്നു. 1955 ഒക്ടോബർ 10ന് കമ്മീഷൻ അതിന്റെ നിർദ്ദേശങ്ങൾ സമർപ്പിച്ചു. ചർച്ചകൾക്കുശേഷം ഭേദഗതികളോടെ 1956 ആഗസ്ത് 10 ന് ബിൽ അംഗീകരിച്ചു. അതിന്റെ അടിസ്ഥാനത്തിൽ 1956 നവംബർ ഒന്നിന് കേരള സംസ്ഥാനം നിലവിൽ വന്നു. കമ്യൂണിസ്റ്റ് പാർട്ടിയും എൻ സി ശേഖറും പറഞ്ഞ രീതിയിൽ തന്നെ തിരുവിതാംകൂർ, കൊച്ചി, മലബാർ എന്നീ പ്രദേശങ്ങളിൽ മലയാളം സംസാരിക്കുന്ന പ്രദേശങ്ങളെ ഉൾപ്പെടുത്തി കൊണ്ടുള്ളതായിരുന്നു പുതുതായി രൂപംകൊണ്ട കേരളം.

കേരളം രൂപം കൊണ്ടതിനുശേഷം 1956 നവംബർ 17 ന് *നവയുഗം* വാരികയിൽ *കേരളം ചില പ്രശ്നങ്ങൾ* എന്ന ശീർഷകത്തിൽ എൻ സി എഴുതിയ ലേഖനത്തിൽ പുതുതായിരൂപംകൊണ്ട കേരള സംസ്ഥാനം അഭിമുഖീകരിക്കുന്ന പ്രശ്നങ്ങൾ വിവരിച്ചു. പ്രത്യേകിച്ച് മലബാറിന്റെ വ്യാവസായിക പിന്നോക്കാവസ്ഥ, തൊഴിലില്ലായ്മ, അപരിഷ്കൃതമായ കൃഷി, നിത്യോപയോഗസാധനങ്ങളുടെ വിലക്കയറ്റത്തിനാനുപാതികമായി കൂലിയും ശമ്പളവും കിട്ടായ്ക മുതലായവയെക്കുറിച്ചെല്ലാം അദ്ദേഹം വിശദീകരിച്ചു. പഞ്ചവത്സര പദ്ധതി നടപ്പിൽ വന്നെങ്കിലും ജനങ്ങളുടെ ജീവിതത്തോതല്ല ഉയർന്നതെന്നും ജീവിതച്ചെലവും സാമ്പത്തികഭാരവുമാണ് ഉയർന്നതെന്നും എൻ സി ചൂണ്ടിക്കാണിച്ചു. പണക്കാർ കൂടുതൽ പണക്കാരാവുകയും പാവങ്ങൾ കൂടുതൽ പാപ്പരാക്കപ്പെടുകയും ചെയ്യുന്ന സാമ്പത്തിക പ്രവർത്തനങ്ങളാണ് ഇവിടെ നടന്നു കൊണ്ടിരിക്കുന്നതെന്ന് എൻ സി പറഞ്ഞു.

സംസ്ഥാനം അഭിമുഖീകരിക്കുന്ന പ്രശ്നങ്ങളോടൊപ്പം പുതിയ സംസ്ഥാനത്തിന്റെ വളർച്ചക്കുള്ള നിർദ്ദേശങ്ങളും ഈ ലേഖനത്തിൽ അദ്ദേഹം മുന്നോട്ടു വെച്ചു. രണ്ടാം പഞ്ചവത്സര പദ്ധതി, വ്യവസായീകരണം, കാർഷികപരിഷ്കാരം, തൊഴിൽസൃഷ്ടി, വിദ്യാഭ്യാസപരവും സാംസ്കാരികവുമായ വളർച്ച എന്നീകാര്യങ്ങൾ സംഘടിപ്പിക്കുകയും അതിനായി കെല്പും പൊതുജന താല്പര്യവും ഉള്ള ഒരു ഗവൺമെന്റുണ്ടാവുകയും വേണമെന്ന് അദ്ദേഹം പറഞ്ഞു. അതുപോലെ ട്രേഡ് യൂണിയനുകളും, കിസാൻ സംഘടനകളും, വിദ്യാർത്ഥി സംഘടനകളുമെല്ലാം പൗരസ്വാതന്ത്ര്യത്തിനുവേണ്ടിയും വിദ്യാഭ്യാസ പരിഷ്കാരത്തിനുവേണ്ടിയും മറ്റും വാദിക്കുകയും ഏതെങ്കിലും ഒരു ജനവിഭാഗത്തിന്റെ അവകാശങ്ങൾക്കെതിരായ അധികൃതനടപടികൾക്കെതിരായി ശബ്ദമുയർത്തുകയും ചെയ്യേണ്ടതുണ്ടെന്ന് എൻ സി ആവശ്യപ്പെട്ടു.

സൂചനകൾ

1. *എൻ സി ശേഖർ തെരഞ്ഞെടുത്ത ലേഖനങ്ങൾ,* പു: 173

26

ട്രേഡ് യൂണിയൻ പ്രസ്ഥാനം 1950 കളിൽ

ഐ ഐ ടി യു സി യുടെ കൽക്കത്ത കൺവെൻഷൻ

ആയിരത്തിത്തൊള്ളായിരത്തി അൻപത്തിരണ്ട് മേയ് 24, 25 തീയതികളിൽ കൽക്കത്തയിൽ വെച്ചു എ ഐ ടി യു സിയുടെ വിപുലമായ കൺവെൻഷൻ നടന്നു. കൺവെൻഷനിൽ 165 അഫിലിയേറ്റഡ് യൂണിയനുകളിൽ നിന്നും 25 അസോസിയേറ്റ് യൂണിയനുകളിൽ നിന്നുമായി 976 പ്രതിനിധികൾ പങ്കെടുത്തു. കേരളത്തിലെ പ്രതിനിധികളെ കെ പി ടി യു സി സെക്രട്ടറി എന്ന നിലയിൽ നയിച്ചത് എൻ സി ശേഖർ തന്നെയായിരുന്നു.

സമ്മേളനത്തിൽ അദ്ധ്യക്ഷതവഹിച്ചത് അരുണ ആസഫ് അലിയാണ്. തൊഴിലാളിവർഗ്ഗ ഐക്യത്തിനുവേണ്ടി ശക്തിയായ പ്രവർത്തനം സംഘടിപ്പിക്കാൻ അവർ ഉദ്ബോധിപ്പിച്ചു. സോഷ്യലിസ്റ്റ് പാർട്ടി നേതൃത്വത്തിന്റെ ഭിന്നിപ്പിക്കൽ അടവുകളും നയങ്ങളും ഇനിയെങ്കിലും അവസാനിപ്പിക്കാൻ അവർ അഭ്യർത്ഥിച്ചു.[1]

എ ഐ ടി യു സി ജനറൽ സെക്രട്ടറി എസ് എ ഡാങ്കെ സമർപ്പിച്ച റിപ്പോർട്ടും ഐക്യത്തിനുള്ള അഭ്യർത്ഥനയും തൊഴിലാളികളുടെ യഥാർത്ഥ താല്പര്യത്തിനും നന്മയ്ക്കും വേണ്ടി ആത്മാർഥമായി പ്രവർത്തിക്കുന്ന ആരുടെയും ഹൃദയത്തെ ഇളക്കിത്തീർക്കുന്ന ഒന്നായിരുന്നു.[2] സമ്മേളനം 70 പ്രമേയങ്ങൾ അംഗീകരിച്ചു.

സമ്മേളനം പ്രതിനിധികളിൽ അങ്ങേയറ്റം ആവേശം ഉളവാക്കി. സമ്മേളനത്തെ റിവ്യൂ ചെയ്തുകൊണ്ട് എൻ സി ശേഖർ എഴുതിയ ഒരു ലേഖനത്തിൽ അതേക്കുറിച്ച് ഇങ്ങനെ പറഞ്ഞു:

> എല്ലാ വ്യവസായങ്ങളിൽനിന്നും തൊഴിലാളികളും ആപ്പീസ് ക്ലാർക്കുമാരും ആയിരക്കണക്കിൽ ഘോഷയാത്രകളായി വന്നു പങ്കെടുത്തുവെന്നതു മാത്രമല്ല, ഐ എൻ ടി യു സിയുടെയും ഹിന്ദ്മസ്ദൂർ സഭയുടെയും സ്വാധീനത്തിൽപ്പെട്ട എഴുപതോളം യൂണിയനുകളിൽ നിന്നും പിന്തിരിപ്പൻ നേതൃത്വങ്ങൾ വിലങ്ങടിച്ചുനിന്നിട്ടും കൂട്ടാക്കാതെ തൊഴിലാളികൾ ബാനറുകൾ പിടിച്ചുകൊണ്ട് ഘോഷയാത്രയായി റാലിയിൽ പങ്കെടുത്തിട്ടുണ്ട് എന്ന റിപ്പോർട്ട് പ്രതിനിധികളായ ഞങ്ങളിൽ അത്യധികം ആവേശവും ആശയും ഉളവാക്കിത്തീർത്തു.[3]

മേല്പറഞ്ഞ ലേഖനത്തിൽ കേരള ട്രേഡ് യൂണിയനുകളുടെ കൺവെൻഷൻ ചേരാനുള്ള അഭ്യർത്ഥനയും എൻ സി നടത്തി:

> ഈ ചരിത്രപ്രസിദ്ധമായ എ ഐ ടി യു സി കൺവെൻഷന്റെ അനുഭവങ്ങൾ റിപ്പോർട്ടു ചെയ്യുകയും അതു മനസ്സിലാക്കുകയും അതനുസരിച്ച് ഇവിടത്തെ തൊഴിലാളികളുടെ സ്ഥിതിയുടെ വെളിച്ചത്തിൽ കേരളത്തിലെ ട്രേഡ് യൂണിയൻ പ്രവർത്തനം ട്രേഡ് യൂണിയൻ ഐക്യത്തിന്റെ അടിസ്ഥാനത്തിൽ പുനഃസംഘടിപ്പിക്കേണ്ടത് ഇന്ത്യൻ തൊഴിലാളിവർഗ്ഗത്തിന്റെ പൊതുവെയും കേരള തൊഴിലാളിവർഗ്ഗത്തിന്റെ പ്രത്യേകിച്ചുമുള്ള ആവശ്യമാകുന്നു. അതനുസരിച്ച് ജൂൺ 27, 28 തീയതികളിൽ ആലപ്പുഴ കയർ ഫാക്ടറി തൊഴിലാളി യൂണിയൻ ഓഫീസിൽ കെ പി ടി യു സിയുടെ ആഭിമുഖ്യത്തിൽ സമ്മേളിക്കുന്ന കേരള ട്രേഡ് യൂണിയനുകളുടെ ഒരു കൺവെൻഷനിൽ എല്ലാ ട്രേഡ് യൂണിയനുകളും പ്രതിനിധികളും കെ പി ടി യു സി മെമ്പർമാരും പങ്കെടുക്കേണ്ടത് ഒഴിച്ചുകൂടാൻ പാടില്ലാത്തതാകുന്നു. അങ്ങനെ എ ഐ ടി യു സിയുടെ തീരുമാനങ്ങൾ പ്രവർത്തനത്തിൽ വരുത്താനുള്ള വഴികളാരായുന്ന പ്രസ്തുത സമ്മേളനത്തിൽ എല്ലാ ട്രേഡ് യൂണിയനുകളും രണ്ടു പ്രതിനിധികളെ വീതം അയക്കണമെന്ന് അഭ്യർത്ഥിക്കാൻ എനിക്ക് അതിയായ സന്തോഷമുണ്ട്.[4]

അന്തിക്കാട് ചെത്തുതൊഴിലാളി സമരം

തങ്ങളുടെ ചില ആവശ്യങ്ങൾ കള്ളുഷാപ്പുടമകൾ അനുവദിക്കാതിരുന്നതുകൊണ്ട് ഏനാമാവ്–പെരിങ്ങോട്ടുകര (അന്തിക്കാടു) ചെത്തുതൊഴിലാളികൾ 1953 ജനുവരിയിൽ പണിമുടക്കി. തിരുകൊച്ചി ഗവൺമെന്റ് ഭീകരമായ മർദ്ദനം അഴിച്ചു വിട്ടു. തങ്ങളുടെ എക്സൈസ് ഡിപ്പാർട്ട്മെന്റിന്റെയും പൊലീസ് ഡിപ്പാർട്ട്മെന്റിന്റെയും മേധാവികളെ അഴിച്ചുവിട്ടു സമരം അടിച്ചമർത്താൻ ശ്രമിച്ചു. ഇതോടൊപ്പം ഷാപ്പുടമകളുടെ പ്രതികാര നടപടികളും. കൂടാതെ *എക്സ്പ്രസ്* പത്രവും പ്രജാ സോഷ്യലിസ്റ്റ് പാർട്ടിയും ഈ അടിച്ചമർത്തൽക്കാരോടൊപ്പം ചേർന്നു.

ചെത്തുതൊഴിലാളി പണിമുടക്കിന് പൂർണ്ണ പിന്തുണ പ്രഖ്യാപിച്ച എൻ സി മേല്പറഞ്ഞ മർദ്ദന നയങ്ങളെ ശക്തമായി എതിർത്തു. 1953 ഫെബ്രുവരി 14ന് *നവയുഗ*ത്തിലെഴുതിയ ഒരു ലേഖനത്തിൽ അദ്ദേഹം ഇങ്ങനെ ആവശ്യപ്പെട്ടു:

> "കള്ളിന്റെ വില വർദ്ധിപ്പിക്കുക, പ്രതികാര നടപടികൾ അവസാനിപ്പിക്കുക, ചാർജ്ജു ചെയ്ത കേസുകൾ പിൻവലിക്കുക, ട്രേഡ് യൂണിയൻ അവകാശങ്ങൾ അംഗീകരിക്കുകയും പ്രവർത്തന സ്വാതന്ത്ര്യം അനുവദിക്കുകയും ചെയ്യുക–ഈ ആവശ്യങ്ങൾക്കുവേണ്ടിയുള്ള പ്രക്ഷോഭം സംഘടിതമായി ശക്തിപ്പെടുത്തിയേ തീരൂ."
>
> "അന്തിക്കാട്ടെ പണിമുടക്കോടുകൂടി ഉത്ഭവിച്ചിരിക്കുന്ന പ്രശ്നങ്ങളും പ്രക്ഷോഭങ്ങളും അന്തിക്കാട്ടെ ചെത്തുകാരെ ബാധിക്കുന്നവ മാത്രമാണെന്നു കരുതി ഒതുക്കി നിർത്തിക്കൂടാത്തതാണ്. അങ്ങനെയുള്ള

വിചാരം തുടങ്ങുന്നത് ആത്മഹത്യാപരമാണ്.

തിരു–കൊച്ചി ചെത്തുതൊഴിലാളി യൂണിയനുകളുടെ ഫെഡറേഷൻ ഈ പ്രക്ഷോഭം ഏറ്റെടുക്കേണ്ടതാണ്."

"അന്തിക്കാട്ടെ ചെത്തുതൊഴിലാളികൾ ടി വിയുടെ കത്തിൽ പറഞ്ഞിട്ടുള്ള ആവശ്യങ്ങൾ ഉടനടി അനുവദിക്കാനുള്ള പ്രക്ഷോഭവും ശക്തിപ്പെടുത്തേണ്ടതാണ്. എന്തായാലും വിജയം തൊഴിലാളികൾക്കുള്ളത്. കുത്സിതബുദ്ധികൾക്കും കുത്തിത്തിരിപ്പുകാർക്കും ഉള്ളതല്ല, ആ വിജയം."

മട്ടാഞ്ചേരിയിലെ തുറമുഖതൊഴിലാളി വെടിവയ്പ്പിനെതിരെ

1953 സെപ്റ്റംബർ 15 ന് മട്ടാഞ്ചേരിയിലെ തുറമുഖതൊഴിലാളികളുടെ നേരെ പൊലീസ് വെടിവെച്ചു.

ഈ വെടിവയ്പ്പിൽ മൂന്നുപേർ മരിക്കുകയും നൂറുപേർക്ക് പരുക്കുപറ്റുകയും ചെയ്തു. നഗരമാകെ ഇതിൽ പ്രതിഷേധിച്ചു. മട്ടാഞ്ചേരിയിലും തുറമുഖത്തും ഹർത്താൽ ആചരിച്ചു.

തൃശ്ശൂർ ജില്ല മജിസ്ട്രേട്ട് ഈ പ്രദേശത്ത് 144 പ്രഖ്യാപിച്ചു. പൊലീസ് വീടുപരിശോധനകളും അറസ്റ്റും മർദ്ദനവും മുറയ്ക്ക് നടത്തി. ഈ പ്രദേശത്തെ ജനങ്ങളുടെ ജീവനും സ്വത്തിനും രക്ഷയില്ലെന്ന നിലയായി.

ഈ വെടിവയ്പ്പിലും ലാത്തിച്ചാർജ്ജിലും ശക്തമായി പ്രതിഷേധിച്ച എൻ സി ശേഖർ കേരളത്തിലെ തൊഴിലാളിവർഗ്ഗത്തോടും നാട്ടുകാരോടും ഈ മൃഗീയമായ വേട്ടയാടലിനെതിരെ രംഗത്തുവരാൻ ആഹ്വാനം ചെയ്തു.

ഒക്ടോബർ അവസാനം എൻ സി ശേഖറിന്റെ അദ്ധ്യക്ഷതയിൽ കരിപ്പാലം മൈതാനത്ത് കൂടിയ പ്രതിഷേധ യോഗത്തിൽ എ കെ ഗോപാലൻ പ്രസംഗിച്ചു. യോഗം വെടിവയ്പ്പും തൊഴിലാളികളുടെ മറ്റു പ്രശ്നങ്ങളുമായി ബന്ധപ്പെട്ട് പല പ്രമേയങ്ങളും പാസാക്കി. മട്ടാഞ്ചേരി വെടിവയ്പ്പിനെപ്പറ്റി പരസ്യാന്വേഷണം നടത്തണമെന്നായിരുന്നു യോഗത്തിൽ ഉയർന്നു വന്ന പ്രധാന ആവശ്യം.[5] യോഗത്തിൽ നിന്ന് റിലീഫ് കമ്മിറ്റിയുടെ ഫണ്ടിലേക്ക് സംഭാവനകൾ പിരിഞ്ഞു കിട്ടി. മട്ടാഞ്ചേരിയിലെ രക്തസാക്ഷികളുടെ കുടുംബങ്ങൾക്കും പരിക്കേറ്റവർക്കും സഹായകമായി ഒരു തുക യോഗത്തിൽ വെച്ച് എ കെ ജി വിതരണം ചെയ്തു.

സാട്ടാ കച്ചവടത്തിനെതിരെ

കേരളത്തിൽ മാത്രം സാട്ടാ കച്ചവടം അനുവദിച്ചുകൊണ്ട് കേന്ദ്രകോൺഗ്രസ് ഗവൺമെന്റ് ഒരു ഉത്തരവ് പാസാക്കി. ഇതിനെതിരെ എൻ സി ശേഖർ ശക്തമായി രംഗത്തുവന്നു. ഈ തീരുമാനത്തെ രൂക്ഷമായി എതിർത്തുകൊണ്ട് *നാശകരമായ സാട്ടാകച്ചവടം ഉടനെ നിയമവിരുദ്ധമാക്കുക* എന്ന ശീർഷകത്തിൽ ഒരു ലേഖനം എൻ സി 1952 നവംബർ 6 ന്റെ നവയുഗം വാരികയിലെഴുതി.

സാട്ടാകച്ചവടത്തിലടങ്ങിയ അഴിമതിയുടെയും കൊള്ളയടിയുടെയും സ്വഭാവത്തെക്കുറിച്ച് തുടർന്ന് തന്റെ ലേഖനത്തിൽ എൻ സി വിവരിക്കുന്നു.

ഇന്ത്യാഗവൺമെന്റ് സാട്ടാക്കച്ചവടത്തിനു ലൈസൻസ് കൊടുത്തതിനെ

ത്തുടർന്ന് കേരളക്കരയിലെ വ്യാപാരകേന്ദ്രങ്ങളിലെ വൻകിട ചൂതാട്ട (സാട്ടാ) കച്ചവടക്കാർ സജീവമായിത്തീർന്നുവെന്നും അതിനെത്തുടർന്ന് കൊപ്ര, ഓയിൽമിൽ, അടയ്ക്കവ്യവസായത്തിനും കുരുമുളക്, ഏലം, ഇഞ്ചി, പുൽത്തൈലം തുടങ്ങിയ വിലയേറിയ സുഗന്ധദ്രവ്യ വ്യാപാരത്തിനും വമ്പിച്ച തകർച്ച സംഭവിച്ചിരിക്കുന്നതായി എൻ സി പറഞ്ഞു. തന്മൂലം കേരളത്തിലെ ലക്ഷക്കണക്കിനുള്ള കൃഷിക്കാരും ചെറുകിട കച്ചവടക്കാരും നാശഗർത്ത ത്തിലേക്ക് തള്ളിവീഴ്ത്തപ്പെടാൻ പോകുകയാണെന്ന് അദ്ദേഹം പറഞ്ഞു. ഇവിടത്തെ കർഷകനും കച്ചവടക്കാരനും നശിച്ചാൽ തൊഴിലാളി വർഗ്ഗത്തിനു തൊഴിലില്ലായ്മയും പട്ടിണിയുമാണ് പ്രതിഫലമെന്ന് അദ്ദേഹം ചൂണ്ടിക്കാട്ടി.

ഇന്ന് കേരളത്തിലുടനീളം നടക്കുന്ന തൊഴിലില്ലായ്മ, പട്ടിണി, പട്ടിണിനിവാരണം, ദാരിദ്ര്യം എന്നിവ ഇല്ലായ്മ ചെയ്യാനുള്ള സാമ്പത്തികാഭി വൃത്തി കേരളത്തിനു കൈവരുത്തണമെന്നാഗ്രഹിക്കുന്ന എല്ലാ ജനവിഭാഗ ങ്ങളും കക്ഷിവ്യത്യാസമെന്യേ ബോധപൂർവ്വം ഏകോപിച്ച് നിന്ന് ഈ സാട്ടാ കച്ചവടത്തെ എതിർക്കണമെന്ന് എൻ സി അഭ്യർത്ഥിച്ചു. കർഷകർ, ചെറുകച്ച വടക്കാർ, ഗവൺമെന്റിന്റെ വാണിജ്യ വ്യവസായ നയത്തിന്റെ തിക്തഫലമായ തൊഴിലില്ലായ്മയിലും പട്ടിണിയിലും ദാരിദ്ര്യത്തിലും ആണ്ടു കിടന്നുഴലുന്ന തൊഴിലാളികളും ഒറ്റക്കെട്ടായി നിന്ന് താഴെക്കാണുന്ന അടിയന്തര നടപടികൾ നടപ്പിലാക്കാൻ കേന്ദ്രഗവൺമെന്റിനെ നിർബ്ബന്ധിക്കുന്ന പ്രക്ഷോഭം ശക്തമായി ആരംഭിക്കണമെന്ന് ലേഖനത്തിൽ അദ്ദേഹം ആഹ്വാനം ചെയ്തു. അടിയന്തര നടപടികൾ:

1. സാട്ടാകച്ചവടം ഉടനെ നിയമവിരുദ്ധമാക്കി അതുടനെ അവസാനി പ്പിക്കുക.

2. ബഹുമുഖ വില്പനനികുതി റദ്ദുചെയ്യുകയും ഏകമുഖ വില്പനനി കുതി ചുമത്തുകയും, അതു കയറ്റുമതി കച്ചവടക്കാരിൽനിന്നും ഈടാക്കുക യും ചെയ്യുക.

3. കുരുമുളക്, ചുക്ക്, ഏലം, ഇഞ്ചി, പുൽതൈലം തുടങ്ങിയ സുഗന്ധ ദ്രവ്യങ്ങൾ കയറ്റി അയക്കുന്നത് നിയന്ത്രിക്കാനും പരിശോധിക്കാനും ഉല്പാദ കരായ കർഷകരുടെയും നാടൻ കച്ചവടക്കാരുടെയും പ്രതിനിധികളടങ്ങിയ ഒരു കമ്മിറ്റിയെ നിയമിക്കുക.

4. സുഗന്ധദ്രവ്യങ്ങള കൃഷിചെയ്യുന്നത് പ്രോത്സാഹിപ്പിക്കാൻ ആവശ്യ മായ ഗവേഷണവും പ്രചാരണവും നടത്താൻ ഗവൺമെന്റ് ഉടനെ ഒരു വിദ ഗ്ദ്ധ സമിതിയെ നിയമിക്കണം.

5. വാണിജ്യത്തെ അപകടപ്പെടുത്തുന്ന കുത്തക കച്ചവടക്കാരുടെ കള്ള പ്രചാരണത്തെ തടയാൻ ഉടനടി ഗവൺമെന്റ് എതിർ നടപടികളെടുക്കണം.

6. എല്ലാ രാജ്യങ്ങളുമായി കച്ചവടം നടത്താനുള്ള സ്വാതന്ത്ര്യം ഇവിടത്തെ കച്ചവടക്കാർക്ക് അനുവദിക്കണം.

സാട്ടാ കച്ചവടത്തിന്റെ ആപൽക്കരമായ പ്രത്യാഘാതം ഈ ലേഖന ത്തിലൂടെ എൻ സി വിശദീകരിച്ചു. ഇതുകഴിഞ്ഞാണ് സാട്ടാ കച്ചവടം സാധൂക രിക്കുന്നതിനായി ഗവൺമെന്റ് ഒരു ബില്ല് പാർലമെന്റിൽ അവതരിപ്പിക്കാൻ തയ്യാറെടുത്തത്. 1952 ലെ *ഫോർവേഡ് കോൺട്രാക്റ്റ് ബിൽ* എന്നാണ് ബില്ലിന്റെ പേര്. ഈ ബില്ലിന്റെ തനിനിറം തുറന്നുകാട്ടികൊണ്ട് 1952 ഡിസം ബർ 22 ന്റെ *നവയുഗത്തിൽ* എൻ സി എഴുതിയ ലേഖനമാണ് *ഫോർവേഡ് കോൺട്രാക്ട് ബിൽ സാട്ടാകച്ചവടത്തെ സാധൂകരിക്കുന്ന ബിൽ* എന്നത്.

ഈ ബിൽ കേരളത്തിലെ കൃഷിക്കാരെ മാത്രമല്ല, കാർഷികോല്പന്നങ്ങളുടെ വ്യാപാരവും വ്യവസായവും നടത്തുന്ന ചെറുകച്ചവടക്കാരെയും ചെറുവ്യവസായികളെയും കൂടി പൊളിക്കുന്നതാണെന്ന് ബില്ലിന്റെ പ്രധാനഭാഗങ്ങൾ വിശദീകരിച്ചുകൊണ്ട് എൻ സി വ്യക്തമാക്കി. ഈ പ്രശ്നം മറ്റു പല സംസ്ഥാനങ്ങൾക്കും ബാധകമാണെന്നും എൻ സി വ്യക്തമാക്കി.

അതുകൊണ്ട് പാർലമെന്റ് മെമ്പറന്മാരും നിയമസഭാമെമ്പറന്മാരും ബഹുജന സംഘടനകളും ഈ പ്രധാനമായ പ്രശ്നത്തെ നേരിടാൻ കക്ഷി വ്യത്യാസമോ രാഷ്ട്രീയാഭിപ്രായമോ നോക്കാതെ ഒന്നിച്ചണിനിരക്കണമെന്ന് എൻ സി ആവശ്യപ്പെട്ടു. അവർ സാട്ടാബിൽ പിൻവലിക്കാനും സാട്ടാക്കച്ചവടം തികച്ചും നിരോധിക്കാനും കേന്ദ്രഗവൺമെന്റിനോട് ആവശ്യപ്പെടുകയും നിർബ്ബന്ധിക്കുകയും വേണം. ചൈനയും സോവിയറ്റ് യൂണിയനും കിഴക്കൻ യൂറോപ്യൻ രാജ്യങ്ങളുമായി നമ്മുടെ കച്ചവടക്കാർക്ക് സ്വതന്ത്രമായി വ്യാപാരം നടത്താനും അവിടന്നു നമുക്കാവശ്യമായ സർവ്വവിധ സാധനങ്ങളും ലഭിക്കുന്നതിനുംവേണ്ടി ഇന്ത്യാഗവൺമെന്റ് മേല്പറഞ്ഞ രാജ്യങ്ങളുമായി കച്ചവട ഉടമ്പടി ഉണ്ടാക്കാൻ നിർബ്ബന്ധിക്കണമെന്ന് എൻ സി ആവശ്യപ്പെട്ടു.

ഒരു വ്യവസായത്തിൽ ഒരു യൂണിയൻ

ഒരു വ്യവസായത്തിൽ ഒരു ട്രേഡ് യൂണിയൻ എന്ന തത്ത്വം തന്നെയാണ് എൻ സി ശേഖർ എക്കാലത്തും ഉയർത്തിപ്പിടിച്ചത്. എന്നാൽ ഐ എൻ ടി യു സി അതിനു വിരുദ്ധമായി മുന്നോട്ട് പോയി. യഥാർത്ഥ തൊഴിലാളി താല്പ്പര്യത്തിനു വേണ്ടി നിലകൊള്ളുന്ന ജനാധിപത്യ ട്രേഡ് യൂണിയനുകൾ പ്രവർത്തിക്കുന്ന രംഗങ്ങളിൽ ഐ എൻ ടി യു സി ചെന്ന് എതിർയൂണിയൻ രൂപീകരിച്ചു. കൃത്രിമ മെമ്പർഷിപ്പ് കാണിക്കുന്ന ഗവൺമെന്റ് അതിനു അംഗീകാരവും നല്കി. തൊഴിലാളികളുടെ യഥാർത്ഥ താല്പര്യത്തിനെതിരായി ആ സംഘടന പ്രവർത്തിച്ചു. മുതലാളിവർഗ്ഗവും അതിന്റെ ബിസിനസ് എക്സിക്യൂട്ടീവും ഗവൺമെന്റും പ്രതിനിധീകരിക്കുന്ന താല്പര്യത്തിനുവേണ്ടി അത് നിലകൊണ്ടു. ഈ സാഹചര്യത്തിൽ ഒരു വ്യവസായത്തിൽ ഒന്നിലധികം യൂണിയനുകളുണ്ടെങ്കിൽ അവയെല്ലാം അംഗീകരിക്കണമെന്ന് എൻ സി ശേഖർ ആവശ്യപ്പെട്ടു.[6]

ഇതിനെത്തുടർന്ന് ഒരു വ്യവസായത്തിൽ ഒരു യൂണിയൻ എന്ന തത്ത്വത്തെ കേരള പ്രൊവിൻഷ്യൽ ട്രേഡ് യൂണിയൻ കോൺഗ്രസ് പ്രസിഡന്റ് എൻ സി ശേഖർ എതിർത്തു എന്നു പറഞ്ഞുകൊണ്ട് പ്രചാരണം ഉണ്ടായി. ആലപ്പുഴയിൽ നിന്നു പ്രസിദ്ധീകരിച്ചിരുന്ന *തരംഗം* എന്നൊരു വാരിക ലേഖനം തന്നെ പ്രസിദ്ധീകരിച്ചു. ഇതിനെ തുറന്നു കാട്ടിക്കൊണ്ടും മേല്പറഞ്ഞ തന്റെ നിലപാട് ഒന്നുകൂടി സ്ഥാപിച്ചുകൊണ്ടും 1952 ഡിസംബർ 2 ന് *നവയുഗം* വാരികയിൽ എൻ സി എഴുതിയ ലേഖനമാണ് *തൊഴിലാളിവർഗ്ഗ ഐക്യവും ട്രേഡ് യൂണിയൻ ഐക്യപ്രശ്നവും.*

ഐ എൻ ടി യു സിയെപ്പോലുള്ള കുത്തക മുതലാളിത്ത ആയുധങ്ങളായ ഭിന്നിപ്പിക്കൽ ഏജൻസികൾക്കെതിരായി തൊഴിലാളികളാകെ ഒരു പൊതു താല്പര്യമുള്ള ഏക വർഗ്ഗമെന്ന നിലയിൽ യോജിക്കണമെന്ന ആഹ്വാനവും, യോജിച്ചില്ലെങ്കിൽ തൊഴിലാളി താല്പര്യത്തിന് ആപത്തുണ്ടെന്ന താക്കീതുമടങ്ങുന്ന ഒക്ടോബർ 18 ന്റെ *നവയുഗം* ലേഖനത്തെ അലങ്കോല

പ്പെടുത്തി ചിത്രീകരിച്ച *തരംഗം* വാരികയിലെ ലേബർകറസ്പോണ്ടന്റ്–യഥാർത്ഥത്തിൽ വ്യവസായത്തിന്നൊരു യൂണിയൻ എന്ന മുദ്രാവാക്യത്തെ എതിർക്കുകയും ഐ എൻ ടി യു സി യെപ്പോലുള്ള ഭിന്നിപ്പിക്കൽ ഏജൻസികളെ മറപിടിച്ച് അനുകൂലിക്കുകയുമാണ് ചെയ്യുന്നതെന്ന് എൻ സി വ്യക്തമാക്കി. മേൽപ്പറഞ്ഞ ലേഖനത്തിൽ നിന്ന്:

> ......ഒരു വ്യവസായത്തിൽ നിലനില്ക്കുന്ന ഒന്നിലധികം യൂണിയനുണ്ടെങ്കിൽ അവയെയെല്ലാം മുതലാളിയും ഗവൺമെന്റും അംഗീകരിപ്പിക്കാനുള്ള പ്രക്ഷോഭം ശക്തിപ്പെടുത്തണം. ഇതിനെതിരായി നില്ക്കുന്ന ട്രേഡ് യൂണിയൻ പ്രവർത്തകൻ ഏതു പാർട്ടിയിൽപ്പെട്ടവനായാലും ശരി അയാൾ തൊഴിലാളി ഐക്യത്തിന്റെ ശത്രുവാണ്; തൊഴിലാളികളെ ഭിന്നിപ്പിച്ചുനിർത്തി മുതലാളിത്ത താൽപ്പര്യത്തെ, ഗവൺമെന്റിന്റെ ചൂഷണ ഭരണത്തെ സംരക്ഷിക്കുന്ന ബൂർഷ്വാ ഏജന്റായിരിക്കും എന്നു തൊഴിലാളികൾ.......

ട്രേഡ് യൂണിയൻ ഐക്യം എങ്ങനെ കെട്ടിപ്പടുക്കാമെന്നും ഈ ലേഖനത്തിൽ എൻ സി വിശദീകരിക്കുന്നു. "തൊഴിലാളിവർഗ്ഗൈക്യത്തിനുള്ള–ട്രേഡ് യൂണിയൻ ഐക്യത്തിനുള്ള സമരം തൊഴിലാളികളുടെ അടിയന്തരാവശ്യങ്ങളുടെ അടിസ്ഥാനത്തിലും മർദ്ദനത്തിനും ചൂഷണത്തിനുമെതിരായ സമരങ്ങളിൽക്കൂടെയും മുന്നേറണം" എന്ന് എൻ സി പറഞ്ഞു.

1953 ൽ നടക്കാനിരുന്ന പഞ്ചായത്ത് തിരഞ്ഞെടുപ്പിന്റെ പശ്ചാത്തലത്തിൽ 1953 മാർച്ച് 14 നും 21 നും *നവയുഗം* വാരിക പ്രസിദ്ധീകരിച്ച *തൊഴിലാളികൾ നേരിടുന്ന പ്രശ്നങ്ങൾ* എന്ന ലേഖനത്തിൽ കേരള സംസ്ഥാനത്തെ പ്രശ്നങ്ങൾ പൊതുവെയും തൊഴിലാളികളുടെ പ്രശ്നങ്ങൾ വിശേഷിച്ചും സമഗ്രമായി പ്രതിപാദിക്കുന്നു. കോൺഗ്രസ് ഗവൺമെന്റിനെയും അത് ആവിഷ്കരിച്ച പഞ്ചവത്സര പദ്ധതിയുടെയും വർഗ്ഗസ്വഭാവം, ഐ എൻ ടി യു സിയുടെ തൊഴിലാളി വിരുദ്ധ നിലപാടുകൾ, തൊഴിലാളികളുടെ കടമകൾ തുടങ്ങി ഒട്ടേറെ വിഷയങ്ങൾ ഈ ലേഖനത്തിൽ എൻ സി കൈകാര്യം ചെയ്യുന്നു.

ഇന്ത്യൻ കുത്തകമുതലാളിമാരുടെ വാണിജ്യവ്യവസായ സംഘടനയായ ഫെഡറേഷൻ ഓഫ് ഇന്ത്യൻ ചേംബേഴ്സ് ഓഫ് കോമേർസ് ആന്റ് ഇന്ത്യൻ ഇൻഡസ്ട്രി (FICCI) 1953 ഡിസംബറിൽ ഇന്ത്യയിലെ പ്ലാനിങ്ങ് കമ്മീഷനും ധനകാര്യമന്ത്രിക്കും വാണിജ്യമന്ത്രിക്കും ഒരു മെമ്മോറാണ്ടം സമർപ്പിച്ചു. ആ മെമ്മോറാണ്ടത്തിലെ തൊഴിലാളി വിരുദ്ധവും ജനവിരുദ്ധവുമായ കാര്യങ്ങളെ തുറന്നുകാണിച്ചുകൊണ്ട് 1953 ഡിസംബർ 12 ന്റെ *നവയുഗ*ത്തിൽ എൻ സി ശേഖർ എഴുതിയ ലേഖനമാണ് *കുത്തക മുതലാളിമാരുടെ മെമ്മോറാണ്ടം.*

> മെമ്മോറാണ്ടത്തിലെ ആവശ്യങ്ങൾ ദേശീയ താല്പര്യത്തിനും തൊഴിലാളി കർഷക താല്പര്യത്തിനും എതിരായതാണ്. അതിനാൽ തൊഴിലാളികളും കർഷകരും മറ്റും ഇതിനെ ശക്തമായി എതിർക്കണമെന്നും അവരുടെ ആവശ്യങ്ങൾ നേടിയെടുക്കാൻ വേണ്ടി സുസംഘടിതമായി പ്രക്ഷോഭം ശക്തിപ്പെടുത്തണമെന്നും എൻ സി ആവശ്യപ്പെട്ടു. അവരുടെ അടിയന്തരാവശ്യങ്ങൾ ഏതൊക്കെയാണെന്നും എൻ സി ലേഖനത്തിൽ വിവരിക്കുന്നുണ്ട്.[10]

ഈ മെമ്മോറാണ്ട കർത്താക്കൾ ഇനിയും പാഠം പഠിക്കാൻ കൂട്ടാക്കുന്നില്ലെന്നും മറിച്ച് വിദേശസാമ്രാജ്യ മുതലാളിമാരെപ്പോലെ അവരും വൃഥാ സാമ്രാജ്യമോഹത്തിൽ കിടന്നുരുളുകയാണെന്നും എൻ സി കുറ്റപ്പെടുത്തി.

മേച്ചിലോട് വ്യവസായതൊഴിലാളികളുടെ പ്രശ്നങ്ങളിൽ

കേരളത്തിലെ ഒരു പ്രധാന വ്യവസമായിരുന്നു മേച്ചിലോട് വ്യവസായം. കേരളത്തിലാകെ നൂറ്റിഅൻപതിൽപ്പരം ഫാക്ടറികളിലായി ഇരുപതിനായിരത്തിൽപരം തൊഴിലാളികൾ ഈ വ്യവസായത്തിൽ പണിയെടുത്തുകൊണ്ടിരുന്നു.എന്നാൽ പല തൊഴിലാളി വിഭാഗങ്ങൾക്കും ഗവൺമെന്റ് മിനിമംവേജസിനുള്ള അർഹതയുണ്ടെന്ന് പ്രഖ്യാപിച്ചിട്ടും ഈ വ്യവസായത്തിലെ തൊഴിലാളികൾക്കുവേണ്ടി ഒരു മിനിമം വേജസ് കമ്മിറ്റി രൂപീകരിക്കുവാൻ മലബാർ ഉൾപ്പെട്ട മദിരാശി ഗവൺമെന്റോ തിരു-കൊച്ചി ഗവൺമെന്റോ തയ്യാറായില്ല. തൊഴിലാളികൾ ഇതിൽ അങ്ങേയറ്റം അസംതൃപ്തരായിരുന്നു.

ഈ വ്യവസായത്തിലെ ട്രേഡ് യൂണിയനുകൾ കൂലിവർദ്ധനവിനുവേണ്ടി നടത്തിവന്ന സമരങ്ങളിൽ ഉന്നയിച്ചിരുന്ന ആവശ്യങ്ങൾക്ക് ശാസ്ത്രീയമായ ഒരടിസ്ഥാനമുണ്ടാക്കുവാൻ എൻ സി ശേഖറിനെപ്പോലുള്ള ട്രേഡ് യൂണിയൻ പ്രവർത്തകർ ക്രിയാത്മകമായ നേതൃത്വം നല്കി. ഈ വ്യവസായത്തിലെ ഓരോ ജോലിയെപ്പറ്റിയും അതിന്റെ സാങ്കേതിക വശത്തെക്കുറിച്ചും എൻ സിയും മറ്റും നിഷ്കൃഷ്ടമായ ഒരു പഠനം നടത്തി. ഓരോ ജോലിയിലും ഉള്ള തൊഴിലാളി വിഭാഗത്തിന്റെ തൊഴിൽ വൈദഗ്ധ്യം അനുസരിച്ച് അവരെ വിവിധ കാറ്റഗറികളിലാക്കി പ്രത്യേക കൂലിനിരക്കുകൾ നല്കണമെന്ന് കാണിച്ചുകൊണ്ടുള്ള അടിയന്തരാവശ്യപ്പട്ടിക അവർ സമർപ്പിച്ചു. എൻ സി ശേഖറെക്കൂടാതെ കെ പി ഗോപാലൻ, ബാലചന്ദ്രമേനോൻ, കല്ലാട്ടുകൃഷ്ണൻ, ഒ ജെ ജോസഫ്, കോരുജി മുതലായവരാണ് ഇതിന് മുൻകൈയ്യെടുത്തത്.

കൂലി വർദ്ധനവിനും ബോണസിനുംവേണ്ടി 1952-57 കാലത്ത് കോഴിക്കോട്, തൃശൂർ-പുതുക്കാട്, ആലുവ, കൊല്ലം മുതലായ മേഖലകളിലെ ഓടു വ്യവസായ തൊഴിലാളികൾ അനവധി സമരങ്ങൾ നടത്തി. 1954 ൽ മലബാറിൽ കോമൺവെൽത്ത് ഫാക്ടറിയുടെ കൊടയ്ക്കൽ പ്രദേശത്തെ ഓട്ടുക്കമ്പനിയിൽ ഉണ്ടായ ലോക്കൗട്ടിനെത്തുടർന്ന് യൂണിയൻ നഷ്ടപരിഹാരം ആവശ്യപ്പെട്ടു. അതിനെത്തുടർന്ന് പ്രശ്നം അഡ്ജുഡിക്കേഷനു വിട്ടു. അങ്ങേയറ്റം ജാഗ്രതയോടെ യൂണിയൻ കേസ് നടത്തി. അവസാനം 1956ൽ അരലക്ഷം രൂപ നഷ്ട പരിഹാരമായി നല്കണമെന്ന വിധി സമ്പാദിച്ചു.[7] മലബാർ ജില്ലയിലെ മേച്ചിലോട് വ്യവസായത്തൊഴിലാളികൾ 1956 ൽ ബോണസിനുവേണ്ടിയും വിജയകരമായ പണിമുടക്ക് നടത്തി.

എന്നാൽ മിനിമം വേജസ് അനുവദിപ്പിക്കുവാൻ യൂണിയനുകൾ നടത്തിയ പ്രക്ഷോഭണത്തെ അന്നത്തെ ഗവൺമെന്റ് അവഗണിച്ചു. 1957 ൽ കേരളത്തിൽ ഇ എം ശങ്കരൻ നമ്പൂതിരിപ്പാടിന്റെ നേതൃത്വത്തിലുള്ള മന്ത്രിസഭ അധികാരത്തിൽ വന്നതിനുശേഷമാണ് ഓടു വ്യവസായത്തൊഴിലാളികൾക്ക് മിനിമം വേജസ് ഏർപ്പെടുത്തുവാനുള്ള പ്രഥമ മിനിമം വേജസ് കമ്മിറ്റി നിയമിക്കപ്പെട്ടത്.

സൂചനകൾ

1. തെരഞ്ഞെടുത്ത ലേഖനങ്ങൾ, പു: 265
2. മേൽചൊന്നത്
3. മേൽചൊന്നത്, പു: 267
4. മേൽചൊന്നത്
5. നവലോകം, 22 ഒക്ടോബർ 1953
6. തെരഞ്ഞെടുത്ത ലേഖനങ്ങൾ, പു: 191–92
7. *കേരളത്തിലെ ട്രേഡ് യൂണിയൻ പ്രസ്ഥാനത്തിന്റെ ചരിത്രം*, പു:238

27

പാർലമെന്ററിയൻ

ആയിരത്തിത്തൊള്ളായിരത്തി അൻപത്തിനാല് ഏപ്രിൽ 3–ാം തീയതി മുതൽ 1960 ഏപ്രിൽ 2–ാം തീയതി വരെയുള്ള ആറു വർഷക്കാലം എൻ സി ശേഖർ രാജ്യസഭാംഗമായിരുന്നു.[1] മറ്റു പ്രമുഖ കമ്യൂണിസ്റ്റുകാരെപ്പോലെ തന്നെ പാർലമെന്ററി പ്രവർത്തനത്തെ വിപ്ലവപ്രവർത്തനത്തിന്റെ ഭാഗമായാണ് അദ്ദേഹവും കണ്ടത്. തൊഴിലാളികൾ, കർഷകർ, അദ്ധ്യാപകർ, എൻ ജി ഒ മാർ, വിദ്യാർത്ഥികൾ, യുവജനങ്ങൾ, മഹിളമാർ തുടങ്ങി നാനാവിഭാഗം ജനങ്ങളുടെ അഭിപ്രായങ്ങളും അഭിലാഷങ്ങളും പ്രശ്നങ്ങളും വിമർശനങ്ങളും ഫലപ്രദമായി പാർലമെന്റിൽ പ്രതിഫലിപ്പിക്കാനും മറ്റുതരത്തിൽ അവയെ ഗവൺമെന്റിന്റെ ശ്രദ്ധയിൽപ്പെടുത്താനും അദ്ദേഹം പരമാവധി ശ്രമിച്ചു. അതിനുവേണ്ടി ചോദ്യങ്ങളും ഉപചോദ്യങ്ങളും ചോദിക്കുക, വിവിധതരം പ്രമേയങ്ങൾ അവതരിപ്പിക്കുക, ചർച്ചകളിലും മറ്റും പങ്കെടുത്തു പ്രസംഗിക്കുക തുടങ്ങി പാർലമെന്റിനകത്തു ചെയ്യാൻ പറ്റുന്ന എല്ലാ മാർഗ്ഗങ്ങളും അദ്ദേഹം ഉപയോഗിച്ചു. അതിനു പുറമെ മന്ത്രിമാരെയും ഉദ്യോഗസ്ഥന്മാരെയും കത്തുകൾ മൂലമോ നേരിട്ടു കണ്ടോ കാര്യങ്ങൾ ധരിപ്പിച്ച് ജനകീയ പ്രശ്നങ്ങൾക്ക് പരിഹാരം കാണാനും അദ്ദേഹം ശ്രമിച്ചു. പ്രഗത്ഭനായ ട്രേഡ് യൂണിയനിസ്റ്റ് എന്ന നിലയിൽ തൊഴിലാളികളുടെയും മറ്റു തൊഴിൽ സംബന്ധവുമായ പ്രശ്നങ്ങളുമാണ് എൻ സി കൂടുതലും രാജ്യസഭയിൽ അവതരിപ്പിച്ചത്.

1. തോട്ടം തൊഴിലാളികളുടെ ട്രേഡ് യൂണിയൻ അവകാശങ്ങൾ തടസ്സപ്പെടുത്തുന്നതിനെപ്പറ്റി, 2. യുറേനിയം–തോറിയം ഫാക്ടറി സ്ഥാപിക്കാൻ ഗവൺമെന്റ് ഉദ്ദേശിക്കുന്ന സ്ഥലത്തെപ്പറ്റി, 3. ക്രോപ്പ് ഷെയറിങ് സമ്പ്രദായം; ഭൂമി തരംതിരിക്കൽ; വിഗോട്ടി നിരക്ക്; ഉദ്യോഗസ്ഥ പീഡനം തുടങ്ങിയവയെപ്പറ്റി, കച്ച് സംസ്ഥാനത്തെ ജനതയിൽ നിന്നും ഗവൺമെന്റിന് ലഭിച്ച നിവേദനത്തെപ്പറ്റിയും അതിന്മേൽ എടുത്ത നടപടികളെയും പറ്റി, 4. ഇന്ത്യൻ സിവിൽ സർവ്വീസിലെ ആറ് ഓഫീസറന്മാർ 1958 ൽ രാജിവെച്ചതിനെപ്പറ്റി, 5. 1952, 1953, 1954, 1955 എന്നീ വർഷങ്ങളിൽ തിരുവിതാംകൂർ–കൊച്ചിയിൽ കയർ നിർമ്മിച്ച ഫാക്ടറികളുടെ എണ്ണം; അവയിൽ ജോലി ചെയ്യുന്ന തൊഴിലാളികളുടെ എണ്ണം; ഈ ഫാക്ടറികൾ നടത്തുന്ന കമ്പനികളുടെ പേരുകൾ; ഈ ഫാക്ടറികൾക്കുവേണ്ടി ഗവൺമെന്റ് തയ്യാറാക്കുന്ന വികസന

പദ്ധതികൾ എന്നിവയെക്കുറിച്ച്, 6. തിരുവിതാംകൂർ-കൊച്ചി ഗവൺമെന്റ് നിയമിച്ച മരച്ചീനി (കപ്പ) അന്വേഷണ കമ്മിറ്റി സംസ്ഥാനത്ത് ഒരു സ്റ്റാർച്ച് നിർമ്മാണ ഫാക്ടറി തുടങ്ങാൻ ശുപാർശ ചെയ്തതിനെപ്പറ്റി, 7. കൽക്കത്തയിലെ ഇൻസ്റ്റിറ്റ്യൂട്ട് ഓഫ് ബിസിനസ് മാനേജുമെന്റ് ആന്റ് സോഷ്യൽ വെൽഫെയറിനുള്ള സാമ്പത്തിക സഹായത്തെപ്പറ്റി, 8. മുൻ ഫ്രഞ്ച് അധീന പ്രദേശങ്ങളിലെ ഇന്ത്യൻ ദേശീയവാദികളെ സൈനിക സേവനത്തിനായി ഫ്രഞ്ച് ഗവൺമെന്റ് ഫ്രഞ്ച് സൈന്യത്തിൽ നിയമിച്ചതിനെക്കുറിച്ച്, 9. 1953 –1954 വർഷത്തിൽ ഇന്ത്യയിൽ കശുവണ്ടി സംസ്കരണ വ്യവസായത്തിനാവശ്യമായ അസംസ്കൃത കശുവണ്ടിയുടെ ആകെ അളവിനെക്കുറിച്ച്, 10. ഡൽഹി യൂണിവേഴ്സിറ്റി 'കരം ചാരി' യൂണിയന്റെ പരാതിയെപ്പറ്റി, 11. 1954 ഡിസംബർ 31 ന് അവസാനിക്കുന്ന അവസാനത്തെ അഞ്ച് വർഷക്കാലത്ത് ഇന്ത്യൻ മൂലധനത്തിന് പ്രവേശനം അനുവദിച്ച ഇന്ത്യയിൽ രജിസ്റ്റർ ചെയ്ത വിദേശകമ്പനികളെപ്പറ്റി. 12. ആർമി സ്റ്റോറുകളിൽ ഓവർ പ്രൊവിഷനിങ്ങ് ഒഴിവാക്കുന്നതിനുവേണ്ടി ഗവൺമെന്റ് എടുത്ത നടപടികളെപ്പറ്റി, 13. 1955 ജൂണിൽ കോമൺവെൽത്ത് രാജ്യങ്ങളിലെ ജയിലുകളിലെ ഇൻസ്പെക്ടർമാരുടെ ജനറൽ കോഴ്സിൽ ഇന്ത്യയിൽ നിന്ന് പങ്കെടുത്തവരെപ്പറ്റി, 14. തിരുവിതാംകൂർ-കൊച്ചി സ്റ്റേറ്റിലെ കയർ സഹകരണ സംഘങ്ങളെക്കുറിച്ച്, 15. മെസേഴ്സ് ഫെർട്ടിലൈസേഴ്സ് ആന്റ് കെമിക്കൽസ് ട്രാവൻകൂർ ലിമിറ്റഡ് എന്ന കമ്പനി ഏറ്റെടുക്കുന്നതിനെക്കുറിച്ച്, 16. 1956 ജനുവരിയിൽ തിരുവനന്തപുരം ഡിവിഷണൽ ബ്രാഞ്ചുകളിലെ ടെലഗ്രാഫ് തൊഴിലാളികളുടെ പ്രതിനിധികൾ വാർത്താവിനിമയ ഡെപ്യൂട്ടി മന്ത്രിയെ കണ്ട് ചർച്ച നടത്തിയതിനെപ്പറ്റി, 17. 1953 ഫെബ്രുവരി മൂന്നാം തീയതി ഗ്ലാസ് കോ എന്ന സ്ഥലത്തു വെച്ച് 'ക്ലാൻ ആൽഫിൻ' എന്ന കപ്പലിൽ കയറിയ 6 ഇന്ത്യക്കാരുടെ മരണത്തെ സംബന്ധിച്ച അന്വേഷണത്തെപ്പറ്റി, 18. 1955 വർഷത്തിൽ ഗ്രാമഫോണിന്റെയും തുന്നൽ മെഷീന്റെയും സൂചികളുടെ ഉല്പാദനത്തിൽ കുറവ് വരാനുള്ള കാരണത്തെപ്പറ്റി, 19. രാജ്യത്ത് വലിയ യന്ത്രസാമഗ്രികൾ നിർമ്മിക്കുന്നതിനുവേണ്ടി ലോഹവാർപ്പുശാലകളും ഉലകളും സ്ഥാപിക്കുന്നതിനുള്ള വിശദമായ പ്രോജക്ട് റിപ്പോർട്ടുകൾ തയ്യാറാക്കാമെന്ന് ചില വിദേശകമ്പനികൾ വാഗ്ദാനം ചെയ്തതിനെപ്പറ്റി, 20. പിംപ്രിയിലെ ഹിന്ദുസ്ഥാൻ ആന്റി ബയോട്ടിക്സ് ലിമിറ്റഡിൽ ഉല്പാദിപ്പിക്കുന്ന ആന്റി ബയോട്ടിക്സുകൾ വിതരണം ചെയ്യുന്ന മാർഗ്ഗത്തെപ്പറ്റി, 21. കേരളത്തിൽ അടച്ചുപൂട്ടിയ കശുവണ്ടി ഫാക്ടറികളുടെ എണ്ണം, അതുകാരണം തൊഴിൽ നഷ്ടപ്പെട്ട തൊഴിലാളികളുടെ എണ്ണം, അതിന്മേൽ ഗവൺമെന്റ് എടുത്ത ദുരിതാശ്വാസ നടപടികൾ എന്നിവയെപ്പറ്റി, 22. കേരളത്തിലെ സാമൂഹ്യ ക്ഷേമ കേന്ദ്രങ്ങളെപ്പറ്റി, 23. 1947–48, 1948–49 എന്നീ വർഷങ്ങളിൽ ഗവൺമെന്റ് ജപ്പാനിൽ നിന്നും ഇറക്കുമതി ചെയ്ത കൃത്രിമ സിൽക്ക് നൂലുകളെപ്പറ്റി, 24. ഗവൺമെന്റ് നിയമിച്ച സാങ്കേതിക വിദഗ്ദ്ധർ മലബാറിലേ നിർദ്ദിഷ്ട ഏറോഡ്രോമിന്റെ നിർമ്മാണത്തെക്കുറിച്ചുള്ള പദ്ധതികൾ സമർപ്പിച്ചതിനെക്കുറിച്ച്, 25. ട്രാവൻകൂർ-കൊച്ചിൻ ചെത്തു തൊഴിലാളി യൂണിയൻ മുന്നോട്ടുവെച്ച ആവശ്യങ്ങളും അതിൽ ഗവൺമെന്റ് എടുത്ത നടപടികളെയും കുറിച്ച്, 26. ആലുവായിലെ അലുമിനിയം ഫാക്ടറി തൊഴിലാളി യൂണിയന്റ ആവശ്യങ്ങളെപ്പറ്റി, 27. ഇന്ത്യയിലെയും കേരളത്തിലെയും സ്വാഭാവിക റബ്ബറിന്റെ ഉല്പാദനത്തെയും ഉല്പാദനം പ്രോത്സാഹിപ്പിക്കാൻ ഗവൺമെന്റ് സ്വീകരിക്കാൻ ഉദ്ദേശിക്കുന്ന നടപ

ടികളെയും പറ്റി, 28. മുൻ തിരുവിതാംകൂർ-കൊച്ചി ഗവൺമെന്റ് സബ്സിഡി നിരക്കിൽ വിതരണം ചെയ്യുന്ന കൃത്രിമവും അല്ലാത്തതുമായ വളങ്ങളുടെ അളവിനെയും മറ്റും കുറിച്ച്, 29. കേരളത്തിൽ റൂറൽ യൂണിവേഴ്സിറ്റി സ്ഥാപിക്കാൻ ഗവൺമെന്റ് ഉദ്ദേശിക്കുന്നുണ്ടോ എന്നതിനെപ്പറ്റി, 30. ഇന്ത്യൻ കലകൾ പഠിക്കുന്ന കോളേജാക്കി കേരള കലാമണ്ഡലത്തെ വികസിപ്പിക്കുന്നതിനെപ്പറ്റി, 31. ഡൽഹിയിലെ ഗവൺമെന്റ് ആശുപത്രികളിൽ ഫാനുകൾ നല്കുന്നതിനെപ്പറ്റി, 32. ചെമ്പിന്റെ ലഭ്യതയെക്കുറിച്ച് സ്മാൾ കൺഷിറിയേഴ്സിൽ നിന്ന് ഗവൺമെന്റിന് ലഭിച്ച പരാതിയെപ്പറ്റി, 33. എ ഐ ടി യു സി യുടെ പശ്ചിമബംഗാൾ കമ്മിറ്റി തേയിലയെക്കുറിച്ചുള്ള തോട്ടം അന്വേഷണകമ്മിറ്റിയുടെ നിർദ്ദേശങ്ങളെക്കുറിച്ച് പ്രധാനമന്ത്രിക്ക് സമർപ്പിച്ച മെമ്മോറാണ്ടത്തെപ്പറ്റി, 34. സംസ്ഥാനങ്ങളിൽ തൊഴിൽ അവാർഡുകൾ മുതലായവ വിലയിരുത്താനും നടപ്പാക്കാനുമുള്ള കമ്മിറ്റി സ്ഥാപിക്കലിനെപ്പറ്റി, 35. നടത്തിപ്പിലുള്ള പിഴവും സാമ്പത്തിക ബുദ്ധിമുട്ടും കൊണ്ട് അടച്ചുപൂട്ടിയ വ്യവസായങ്ങളെ ഏറ്റെടുക്കുന്നതിനെക്കുറിച്ച്, 36. ഇരുമ്പിന്റെയും ഉരുക്കിന്റെയും നിയന്ത്രിത വിലമൂലം ലുധിയാനയിലെ തയ്യൽ മെഷീൻ പോലെയുള്ളവ നിർമ്മിക്കുന്ന ഫാക്ടറികൾ അടച്ചു പൂട്ടേണ്ടി വന്നോ എന്നതിനെപ്പറ്റി, 37. കൊച്ചിയിലെ വെല്ലിങ്ടൺ ദ്വീപിലെ മലബാർ ഹോട്ടൽ തൊഴിലാളി യൂണിയനിൽ നിന്നുള്ള മെമ്മോറാണ്ടത്തെപ്പറ്റി, 38. കോഴിക്കോട് ഹെഡ് പോസ്റ്റാഫീസിന് കെട്ടിടം നിർമ്മിക്കുന്നതിനെപ്പറ്റി, 39. 1959 ഫെബ്രുവരി 7 ന് ഡൽഹിയിൽവെച്ച് നടന്ന ഇന്ത്യയിലെ ഭക്ഷ്യ-കാർഷിക മന്ത്രിയുടെയും ആന്ധ്രാപ്രദേശ്, മദ്രാസ്, മൈസൂർ, കേരളം എന്നിവിടങ്ങളിലെ ഭക്ഷ്യമന്ത്രിമാരുടെയും സമ്മേളനത്തെപ്പറ്റി, 40. 1957–58, 1958–59 എന്നീ വർഷങ്ങളിലെ ഇൻകംടാക്സ് ഇവേഷനെപ്പറ്റി, 41. ഡൽഹിയിലെ ജൂനിയർ ബെയ്സിക് സ്കൂളുകളെപ്പറ്റി, 42. കേരളത്തിലെ അളഗപ്പ ടെക്സ്റ്റൈൽസിന്റെ പ്രവർത്തനങ്ങളെക്കുറിച്ചുള്ള അന്വേഷണത്തെപ്പറ്റി, 43. ന്യൂഡൽഹിയിലെ ജനപഥ് ആന്റ് കോണാട്ട് സർക്കസിലെ പഞ്ച്കുയിൽ റോഡിലെ താല്കാലിക സ്റ്റാൾ ഉടമകളെ പുനഃരധിവസിപ്പിക്കുന്നതിനെപ്പറ്റി, 44. ചമ്പൽ പാലം നിർമ്മിച്ച എഞ്ചിനീയർമാർക്കെതിരെയുള്ള ആരോപണത്തെക്കുറിച്ച്, 45. വെല്ലിങ്ടൺ ദ്വീപിലെ സൈനിക കെട്ടിടത്തിന്റെ വില്പനയുമായി ബന്ധപ്പെട്ട ക്രമക്കേടുകളെക്കുറിച്ചുള്ള പരാതിയെപ്പറ്റി, 46. കുഷ്ഠരോഗത്തിനെതിരെയുള്ള പ്രവർത്തനത്തിന് ലക്ഷദ്വീപിലേക്ക് ഡോക്ടർമാരെ അയക്കുന്നതിനെപ്പറ്റി, 47. കൽക്കത്ത തെക്ക്-പടിഞ്ഞാറൻ നിയോജക മണ്ഡലത്തിൽ വോട്ടർമാർക്ക് തിരിച്ചറിയൽ കാർഡ് നിർബന്ധമാക്കിയതിനെക്കുറിച്ച്. 48. മോട്ടോർ ട്രാൻസ്പോർട്ട് തൊഴിലാളികൾക്കുവേണ്ടിയുള്ള നിയമനിർമ്മാണത്തെപ്പറ്റി, 49. ന്യൂസ് പേപ്പറുകളിലും ജേർണലുകളിലും കൊടുക്കുന്ന ഗവൺമെന്റ് പരസ്യത്തെപ്പറ്റി, 50. ടെക്സ്റ്റൈൽ മില്ലുകളിൽ ആട്ടോമാറ്റിക് നെയ്ത്തു യന്ത്രങ്ങൾ സ്ഥാപിച്ചതിനെപ്പറ്റി, 51. ബസിന്റെയും ട്രക്കിന്റെയും ടയറുകളുടെ കാര്യത്തിൽ നടന്ന കരിഞ്ചന്തയെപ്പറ്റി, 52. രാജ്യരക്ഷാ സ്ഥാപനങ്ങളിൽ ടി ബി ബാധിച്ച സിവിലിയൻ തൊഴിലാളികളെപ്പറ്റി, 53. ഇന്ത്യയിൽ വ്യാവസായിക ഗവേഷണത്തിന് വേണ്ടി പൈലറ്റ് പ്ലാന്റ് സ്ഥാപിക്കുന്നതിനു ഫ്രാൻസിൽ നിന്ന് സാങ്കേതിക സഹായം വാഗ്ദാനം ചെയ്തതിനെക്കുറിച്ച്, 54. ഗവൺമെന്റ് ഫങ്ഷന്റെ ക്ഷണക്കത്തുകളുടെ അച്ചടിയും വിതരണവും മൂലമുള്ള സാമ്പത്തിക സ്ഥിതിയെപ്പറ്റി, 55. സപ്ലൈസ് ആന്റ് ഡിസ്പോസൽസിന്റെ ഡയറക്ടർ ജനറലിന്റെ

പ്രവർത്തനങ്ങളെക്കുറിച്ച് എക്കണോമിക് കമ്മിറ്റിയുടെ പരിശോധനയെപ്പറ്റി, 56. ആഗ്രയിലെ ഷൂ വ്യവസായത്തിലെ പ്രതിസന്ധിയെപ്പറ്റി, 57. മോചന ഉത്തരവ് വന്ന് 19 മണിക്കൂറിനുശേഷം മോചനം നേടിയ ഒരു ചെറുപ്പക്കാര നെക്കുറിച്ചുള്ള വാർത്തയെപ്പറ്റി, 58. ദുർഗ്ഗാപ്പൂരിലെ കോക്ക് ഓവൻ പ്ലാന്റിൽ നിന്നും ചിത്തരഞ്ജനിലേക്ക് ഗ്യാസ് സപ്ലൈ ചെയ്യാനുള്ള പദ്ധതിയെപ്പറ്റി, 59. കേരളത്തിലെ പഞ്ചസാര ക്ഷാമത്തെക്കുറിച്ച്, 60. കേരള സ്റ്റേറ്റ് ട്രാൻസ്പോർട്ട് ബസിലെ കണ്ടക്ടർമാർ കണ്ടക്ടേഴ്സ് ലൈസൻസ് എടു ക്കണമെന്നാവശ്യപ്പെട്ടതിനെപ്പറ്റി, 61. ന്യൂഡൽഹിയിലെ പോസ്റ്റാഫീസുകളിലെ തിരക്കിനെപ്പറ്റി, 62. മോട്ടിബാഗിനു സമീപം തൊഴിലാളികൾക്ക് വീടുകൾ പണിയാൻ വേണ്ടി ന്യൂഡൽഹി മുനിസിപ്പൽ കമ്മിറ്റി സ്ഥലം ഏറ്റെടുക്കുന്ന തിനെപ്പറ്റി, 63. കേരളത്തിലെ പ്രൈവറ്റ് സ്കൂളുകളിലെ ക്രാഫ്റ്റ് ടീച്ചറന്മാ രുടെ വേതനത്തെപ്പറ്റി, 64. രണ്ടാം പഞ്ചവൽസര പദ്ധതിപ്രകാരം അനുവദി ക്കപ്പെട്ട ഫണ്ട് മുഴുവനും 1958–59 കാലത്തു തന്നെ കേരള ഗവൺമെന്റ് ചെലവഴിച്ചതിനെപ്പറ്റി, 65. ഡൽഹിയിലെ പൊലീസുകാരെപ്പറ്റി, 66. കേരള കാർഷിക ബന്ധ ബില്ലിന് അനുമതി നല്കുന്നതിനെപ്പറ്റി, 67. 1956, 1957, 1958 എന്നീ വർഷങ്ങളിൽ റെഡ്ഫോർട്ട് പ്രൈവറ്റ് ഫണ്ട് സൈന്യത്തിന്റെ ക്ഷേമത്തിനായി ഉപയോഗിച്ചതിനെപ്പറ്റി, 68. പ്രത്യേക പദ്ധതികൾക്കുള്ള യു കെയുടെ സഹായത്തെപ്പറ്റി, 69. കേരളത്തിലെ പൊലീസ് പരിഷ്കാരങ്ങളെ ക്കുറിച്ച് എൻ സി ചാറ്റർജി കമ്മിറ്റി സമർപ്പിച്ച റിപ്പോർട്ടിനെപ്പറ്റി, 70. മദ്രാസ് –ഡൽഹി ഡീലക്സ് ട്രെയിനിലെ കാറ്ററിങ് സ്റ്റാഫിന്റെ തൊഴിൽ ദിനങ്ങളെ പ്പറ്റി, 71. 1959 ഡിസംബർ 29 ന് കൂടിയ സെൻട്രൽ ബോർഡ് ഓഫ് ഫിഷറീ സിന്റെ യോഗത്തെപ്പറ്റി, 72. 1960 ജനുവരി 22 ഡൽഹി സ്റ്റേറ്റ് സ്കൂൾ ടീച്ചേഴ്സ് അസോസിയേഷൻ പ്രതിനിധി സംഘത്തിന്റെ മന്ത്രിയുമായുള്ള കൂടിക്കാഴ്ച യെപ്പറ്റി. 73. ദലായ് ലാമയുടെ സന്ദർശനത്തിനു ചെലവഴിച്ച തുകയെക്കുറി ച്ച്, 74. വിദേശ രാജ്യങ്ങളിൽ ഇന്ത്യൻ സിനിമകളുടെ മാർക്കറ്റ് സർവ്വെകളെ ക്കുറിച്ച് എന്ന് തുടങ്ങി ഇന്ത്യയിലെ ജനങ്ങളെയും രാജ്യത്തെയും ബാധി ക്കുന്ന നാനാതരം പ്രശ്നങ്ങൾ എൻ സി രാജ്യസഭയിൽ ഉന്നയിച്ചു മറുപടി തേടുകയുണ്ടായി.[2]

1954 മെയ് 3 ന് രാജ്യസഭയിൽ അവതരിപ്പിച്ച "ദി സ്പെഷ്യൽ മാരേജ് ബില്ലി"ന്റെ ചർച്ചയിൽ പങ്കെടുത്തുകൊണ്ടും, "1954 ലെ ദി സെൻട്രൽ എക്സൈസെസ് ആന്റ് സാൾട്ട് (അമെൻമെന്റ്) ബില്ലി"ന്റെ ചർച്ചയിൽ പങ്കെ ടുത്തുകൊണ്ടും, "1954 ലെ കരുതൽ തടങ്കൽ (ഭേദഗതി) ബില്ലി"ന്റെ ചർച്ച യിൽ പങ്കെടുത്തുകൊണ്ടും, 1954 സെപ്തംബർ 10 ന് കൊണ്ടുവന്ന "റസലൂ ഷൻ റീ ലാന്റ് റീഫോം ലെജിസ്ലേഷൻ ഇൻ സ്റ്റേറ്റ്സി"ന്റെ ചർച്ചയിൽ പങ്കെ ടുത്തുകൊണ്ടും, 1954 ഡിസംബർ 18 ന് അവതരിപ്പിച്ച "തേയില (ഭേദഗതി) ബിൽ 1954"ന്റെ ചർച്ചയിൽ പങ്കെടുത്തുകൊണ്ടും, "റസലൂഷൻ റീ: റേറ്റ് ഓഫ് ഡിവിഡന്റ് പേയബിൾ ബൈ റെയിൽവെ അണ്ടർ ടേക്കിങ്ങ് റ്റു ജനറൽ റെവന്യൂസി"ന്റെ (1954 ൽ) ചർച്ചയിൽ പങ്കെടുത്തുകൊണ്ടും, 1958 ഫെബ്രു വരി 20 ന് അവതരിപ്പിച്ച "1958–59 ലെ റെയിൽവെ ബഡ്ജറ്റി"ന്റെ പൊതു ചർച്ചയിൽ പങ്കെടുത്തു കൊണ്ടും "കേന്ദ്ര വില്പന നികുതി (ഭേദഗതി) ബില്ലി"ന്റെ ചർച്ചയിൽ പങ്കെടുത്തുകൊണ്ടും മറ്റും എൻ സി നടത്തിയ പ്രസം ഗങ്ങൾ നമ്മുടെ പാർലമെന്ററി ചരിത്രത്തിലെ ശ്രദ്ധേയമായ സംഭവങ്ങളാ ണ്.[3]

പാർലമെന്റിനെ എങ്ങനെ ജനനന്മയ്ക്കുപയോഗിക്കാം, പാർലമെന്ററി പ്രവർത്തനം ബഹുജന പ്രവർത്തനവുമായി എങ്ങനെ കൂട്ടി യോജിപ്പിക്കാം എന്നതായിരുന്നു എൻ സിയുടെ പാർലമെന്ററി പ്രവർത്തനത്തിന്റെ അടിസ്ഥാനം.

സൂചനകൾ

1. എൻ സി ശേഖർ സ്മരണിക - 2012, പു: 157
2. മേൽചൊന്നത്, പു: 159–202.
3. മേൽചൊന്നത്, പു: 158–186.

28

സാംസ്കാരിക പ്രവർത്തനം

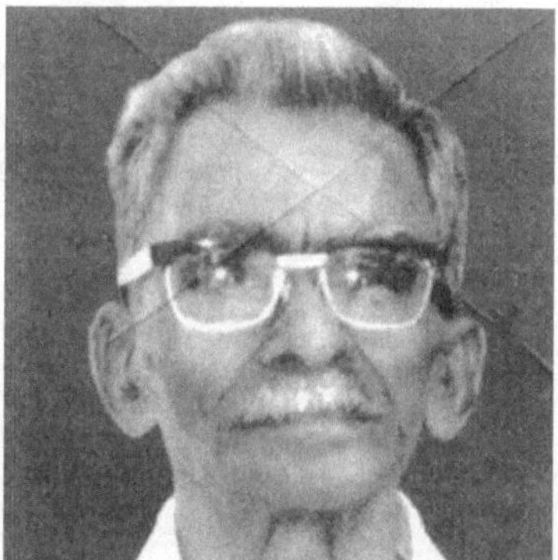

കലാ സാഹിത്യ സാംസ്കാരിക പ്രവർത്തനങ്ങളിലും എൻ സി ശേഖറിന് വലിയ താല്പര്യമായിരുന്നു.

1935 ൽ പാരീസിൽ വെച്ച് 'അഖിലലോക പുരോഗമന സാഹിത്യ സംഘടന' രൂപീകരിച്ചു. ഈ സംഘടനയുടെ ചുവട് പിടിച്ച് 1935 ഡിസംബർ മാസത്തിൽ അലഹബാദിൽ വെച്ച് നടന്ന സമ്മേളനത്തിൽ വെച്ച് ഇന്ത്യൻ 'പുരോഗമന സാഹിത്യ സംഘടന' രൂപംകൊണ്ടു. എന്നാൽ സംഘടനയുടെ സമ്പൂർണ്ണ യോഗം നടന്നത് 1936 ൽ ലക്നൗവിൽ വെച്ചാണ്. 1937 ൽ ഫെയ്സ്പൂരിൽ വെച്ച് സംഘടനയുടെ രണ്ടാം സമ്മേളനം നടന്നു. ഈ സംഘടനയുടെ ഉദ്ദേശ്യ ലക്ഷ്യങ്ങൾ ഇന്ത്യയൊട്ടുക്കും പ്രചരിപ്പിക്കുന്നതിന് പ്രാദേശിക ഭാഷാടിസ്ഥാനത്തിൽ സാഹിത്യ സംഘടനകൾക്ക് രൂപം നല്കി. ഇങ്ങനെ കേരളത്തിൽ രൂപംകൊണ്ട സംഘടനയാണ് 'ജീവൽ സാഹിത്യ സംഘം'. ഈ സംഘടന രൂപീകരിക്കുന്നതിന് നേതൃത്വം കൊടുത്തവരിൽ എൻ സി ശേഖറും പെടും.

1937 ഏപ്രിൽ 20 ന് തൃശ്ശൂരിൽ ചേർന്ന സമ്മേളനത്തിൽ വെച്ചാണ് സംഘടന രൂപംകൊണ്ടത്. എൻ സി ശേഖറെ കൂടാതെ ഇ എം എസ്, എൻ പി ദാമേദരൻ, എ മാധവൻ, കെ ദാമോദരൻ, പി ചന്ദ്രഹാസൻ, ചെറിയാൻ മാഞ്ഞൂരാൻ, കെ എ ദാമോദര മേനോൻ, പി കേശവദേവ്, കെ പി ജി നമ്പൂതിരി, സി നാരായണപിള്ള തുടങ്ങി എഴുപതോളം പേർ സമ്മേളനത്തിൽ പങ്കെടുത്തിരുന്നു.

"കല കലയ്ക്കുവേണ്ടിയല്ല, സാമൂഹ്യ പുരോഗതിക്കുവേണ്ടിയാണ്" എന്നതായിരുന്നു സംഘടനയുടെ മുദ്രാവാക്യം. അടിസ്ഥാനവർഗ്ഗത്തിന്റെ ജീവൽ

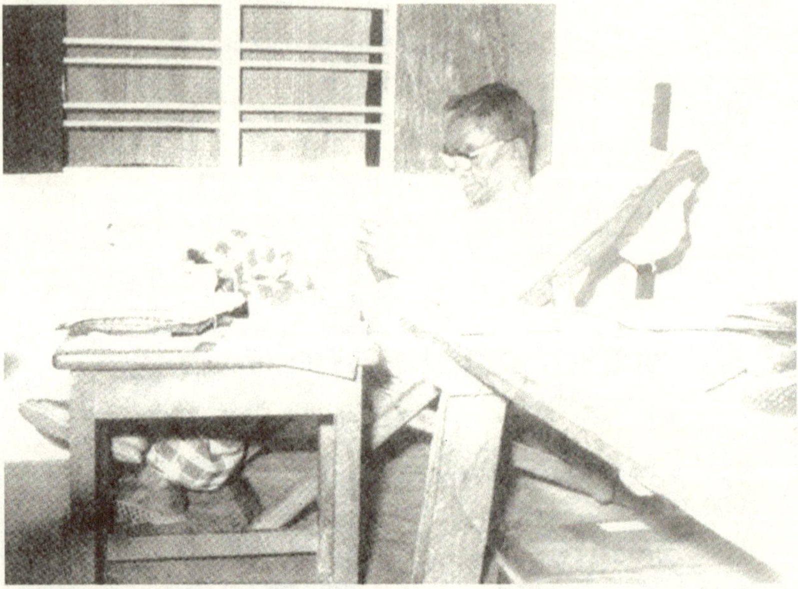

പ്രശ്നങ്ങൾക്ക് മുൻതൂക്കം കൊടുക്കുന്നതായിരിക്കണം സാഹിത്യം എന്നവർ പ്രഖ്യാപിച്ചു. സ്വാതന്ത്ര്യ സമരത്തിന്റെയും കർഷകത്തൊഴിലാളി സമരങ്ങളുടെയും വേലിയേറ്റ കാലഘട്ടത്തിൽ, ആ സമരങ്ങൾക്ക് ശക്തി പകരുക എന്നതായിരുന്നു ഈ സംഘടനയുടെ പ്രധാന ലക്ഷ്യം.

1944 ൽ ഈ സംഘടന അന്നത്തെ ലബ്ധപ്രതിഷ്ഠ സാഹിത്യകാരന്മാരെയുംകൂടി ഉൾപ്പെടുത്തിക്കൊണ്ട് 'പുരോഗമന സാഹിത്യ സംഘം' എന്നു പേരുമാറ്റി. 1948-49 കാലത്ത് കമ്യൂണിസ്റ്റ് സാഹിത്യകാരന്മാരും കമ്യൂണിസ്റ്റിതര സാഹിത്യകാരന്മാരും തമ്മിൽ സംഘടനയ്ക്കകത്ത് ചേരിതിരിഞ്ഞ് പോരാട്ടം നടത്തിയപ്പോൾ എൻ സി കമ്യൂണിസ്റ്റ് സാഹിത്യകാരന്മാരോടൊപ്പം ഉറച്ചുനിന്നു.

മറ്റുള്ളവരുടെ ഉയർച്ചയിലും വളർച്ചയിലും താല്പര്യം കാണിച്ച വ്യക്തിയായിരുന്നു എൻ സി. മറ്റുള്ളവരുടെ സാഹിത്യപരവും സാംസ്കാരികവുമായ കഴിവുകളെ അദ്ദേഹം പ്രോത്സാഹിപ്പിച്ചിരുന്നു. ഒരു ജോലിയന്വേഷിച്ച് അലഞ്ഞ് ഇന്ത്യയുടെ തലസ്ഥാന നഗരത്തിലെത്തിയ എം ഒ പുഷ്പാംഗദനെ എൻ സി ജോലിലഭിക്കാൻ സഹായിക്കുകയും കവിത പ്രസിദ്ധീകരിക്കാൻ സഹായിക്കുകയും ചെയ്ത കാര്യം അദ്ദേഹം വെളിപ്പെടുത്തുന്നുണ്ട്.

ഒരു പ്രദേശത്തെത്തിയാൽ ആ മേഖലയുടെ ചരിത്രവും ഭൂമിശാസ്ത്രവുമെല്ലാം അദ്ദേഹം പഠിച്ചുവെക്കും. അവിടത്തെ പ്രധാന പ്രവർത്തകരെയും അവരുടെ കുടുംബത്തെയും കുറിച്ചെല്ലാം അദ്ദേഹം മനസ്സിലാക്കും.

29

വായനയും എഴുത്തും

നന്നേ ചെറുപ്പം മുതൽക്കേ വായനയിൽ അതീവ തല്പരനായിരുന്നു എൻ സി ശേഖർ. വായനശാലാപ്രവർത്തനവും ജയിൽവാസവും അതിനു കൂടുതൽ സഹായകമേകി. ഒരു വിദ്യാർത്ഥിയുടെ വിനയത്തോടും ജിജ്ഞാസയോടും പുതിയ പുതിയ കാര്യങ്ങൾ അദ്ദേഹം അന്വേഷിച്ചു പോകുകയും പഠിക്കുകയും ചെയ്തിരുന്നു.

വളരെ സീരിയസായ പുസ്തകങ്ങൾ ആദ്യകാലം മുതൽക്കേ അദ്ദേഹം വായിച്ചിരുന്നു. 1930-31ലെ ജയിൽവാസകാലത്ത് ധാരാളം വായിക്കാനുള്ള അവസരം എൻ സിക്ക് ലഭിച്ചു. 1931 മാർച്ചിൽ കമ്യൂണിസ്റ്റ്ലീഗ് രൂപീകരിക്കുന്നതിനുമുമ്പു തന്നെ *എ ബി സി ഓഫ് കമ്യൂണിസം* (*ABC of Communism*), *സി പി എസ് യുവിന്റെ ചരിത്രം* എന്നീ പുസ്തകങ്ങൾ അദ്ദേഹം വായിച്ചിരുന്നു. തിരുവനന്തപുരം പബ്ലിക്ക് ലൈബ്രറിയിൽ നിന്നാണ് ആ പുസ്തകങ്ങൾ അദ്ദേഹത്തിനു കിട്ടിയത്.[1]

പിന്നീട് തന്റെ ദൈനംദിന രാഷ്ട്രീയപ്രവർത്തനത്തിന്റെ ഭാഗമായി അദ്ദേഹത്തിനു ധാരാളം വായിക്കേണ്ടിവന്നു. ഒളിവിലും തെളിവിലും ജയിലിലും വായന അദ്ദേഹം തുടർന്നുകൊണ്ടേയിരുന്നു. "നിരന്തരം സമരസജ്ജമായ ഒരു ജീവിതം. വിശ്രമരഹിതമായ പ്രക്ഷോഭയാത്രകൾ. അതിലെ ഒഴിച്ചുകൂടാനാവാത്ത ഭാഗമായിരുന്നു എൻ സിക്ക് വായന".[2] 1965-66 കാലത്ത് എൻ സി ജയിലിലായിരുന്ന സമയത്തെ അദ്ദേഹത്തിന്റെ വായനയെയും പുസ്തക പ്രേമത്തെയും കുറിച്ച് ഒപ്പമുണ്ടായിരുന്ന പി ഗോവിന്ദപ്പിള്ള ഇങ്ങനെ എഴുതി:

> കോഴിക്കോട് ദേശാഭിമാനി പത്രാധിപരായിരുന്നപ്പോഴാണ് പോലീസ് എന്നെ അറസ്റ്റു ചെയ്തത്. അതുകൊണ്ട് അവിടെയുണ്ടായിരുന്ന എന്റെ പുസ്തക ശേഖരത്തിൽ നിന്ന് പലതും ജയിലിൽ വായിക്കാൻ കൊണ്ടുവന്നിരുന്നു. ഒരുപക്ഷേ എന്നെക്കാൾ കൂടുതൽ അവ ഉപയോഗപ്പെടുത്തിയത് എൻ സി ശേഖർ ആയിരുന്നിരിക്കണം. അന്ന് കണ്ണൂർ ജയിലിൽ ഞങ്ങളോടൊപ്പം സി കൃഷ്ണൻ, കേളുവേട്ടൻ, കെ കുഞ്ഞാലി, പാട്യം ഗോപാലൻ, പുത്തലത്ത് നാരായണൻ, എ വി കുഞ്ഞമ്പു

തുടങ്ങിയവരും ഉണ്ടായിരുന്നു. അവരും പുസ്തകവായനയിൽ തല്പരരായിരുന്നു. എന്നാൽ അവ പലപ്പോഴും നോവലുകളോ മറ്റ് ലഘുവായനയ്ക്ക് ഉതകിയവയോ ആയിരിക്കും. എൻ സിയാകട്ടെ അവയിൽ ഏറ്റവും കനപ്പെട്ടവ തെരഞ്ഞെടുക്കാറാണ് പതിവ്- വില്യം ലോഗന്റെ *മലബാർ മാന്വൽ*, ടി കെ വേലുപിള്ള എഴുതിയ *തിരുവിതാം കൂർ സ്റ്റേറ്റ് മാന്വൽ* തുടങ്ങിയവയിലായിരുന്നു അദ്ദേഹത്തിന്റെ ശ്രദ്ധ.

ജയിലിൽനിന്ന് പുറത്തു വന്നതിനുശേഷം എൻ സി എന്റെ വീട്ടിൽ വന്ന് പുസ്തകങ്ങൾ വായിക്കാൻ കടമെടുത്തു കൊണ്ടുപോകാറുണ്ട്. ചിലപ്പോൾ തിരിച്ചു തരാറില്ല. ചോദിച്ചാൽ പിജിയുടെ കൈയിൽ ധാരാളം പുസ്തകമുണ്ടല്ലോ, ഇത് എനിക്ക് തന്നതായി കണക്കാക്കു എന്നായിരിക്കും എൻ സിയുടെ മറുപടി.[3]

എഴുത്ത്

കോൺഗ്രസ് സോഷ്യലിസ്റ്റ് പാർട്ടിയുടെയും കമ്യൂണിസ്റ്റ് പാർട്ടി യുടെയും നേതൃത്വത്തിൽ തൊഴിലാളികളെ സംഘടിപ്പിക്കുകയും അവരുടെ വർഗ്ഗസംഘടനകൾ കെട്ടിപ്പടുത്തുകൊണ്ട് അവരെ പോരാട്ടഭൂമിയിലേക്കി റക്കുകയും ചെയ്യുക മാത്രമല്ല അദ്ദേഹം ചെയ്തത്. ആശയപരമായും അവരെ അദ്ദേഹം സമരസജ്ജമാക്കി. തന്റെ പരന്ന വായനയിൽ നിന്നുകിട്ടിയ അറിവ് അതിനു അദ്ദേഹം ഉപയോഗിച്ചു. അങ്ങനെ വായനയിൽ നിന്നുകിട്ടിയ അറിവ് തനിക്ക് മാത്രമല്ല സമൂഹത്തിനും പ്രയോജനപ്പെടുത്താൻ അദ്ദേഹത്തിനു കഴിഞ്ഞു. തൊഴിലാളികളെ ബോധവാന്മാരാക്കാൻ നിരവധി ക്ലാസുകൾ അദ്ദേഹം നടത്തി. കുറിപ്പുകളെഴുതി. ലേഖനങ്ങൾ എഴുതി. ലഘുലേഖക ളെഴുതി. തൊഴിലാളി പ്രസ്ഥാനവുമായി ബന്ധപ്പെട്ട പുസ്തകം മലയാളത്തിൽ പരിഭാഷപ്പെടുത്തി. അങ്ങനെ തൊഴിലാളികൾക്ക് ശരിയായ രാഷ്ട്രീയ-സാം സ്ക്കാരിക വിദ്യാഭ്യാസം നല്കാൻ എൻ സി ശേഖർ അതീവ ശ്രദ്ധ കാണിച്ചു.

ആദ്യകാല ട്രേഡ് യൂണിയൻ സമ്മേളനങ്ങളിൽ പല രേഖകളും പ്രമേയങ്ങളും എഴുതിയിരുന്നത് എൻ സി ശേഖറായിരുന്നു.[4] എൻ സി എഴു തിയ അനേകം കുറിപ്പുകളും ലേഖനങ്ങളും 1942–60 കാലത്തെ *ദേശാഭി മാനി*യിൽ കാണാം. ഇന്ത്യൻ കമ്യൂണിസ്റ്റ് പ്രസ്ഥാനത്തിനകത്ത് തിരുത്തൽ വാദത്തിനെതിരെ(റിവിഷനിസം) ശക്തിയായ സമരം നടക്കുമ്പോഴാണ് 1963 ആഗസ്റ്റ് 15ന് *ചിന്തവാരിക* ആരംഭിച്ചത്. 'പ്രഭാശങ്കർ, ബോംബെ' എന്ന പേരിൽ ആ വാരികയിൽ ധാരാളം ലേഖനങ്ങൾ എൻ സി എഴുതുകയുണ്ടായി.[5] കൂടാതെ 1965–66 കാലത്ത് ജയിലിലുണ്ടായിരുന്നപ്പോഴും ധാരാളം ലേഖന ങ്ങൾ *ചിന്തവാരിക*യ്ക്ക് അദ്ദേഹം എഴുതി അയക്കുകയുണ്ടായി.

എൻ സിയുടെ കുറിപ്പുകളും ലേഖനങ്ങളും ലഘുലേഖകളും ബഹുഭൂരി പക്ഷവും തൊഴിലാളി പ്രസ്ഥാനവുമായി ബന്ധപ്പെട്ടതാണ്. കൈത്തറി, ടെക്സ്റ്റൈൽ, കയർ, റെയിൽവേ, പോസ്റ്റ് ആന്റ് ടെലഗ്രാഫ്, ബീഡി, മുനിസിപ്പൽ, ചെത്ത്, സോപ്പ്, കുട, തോണി, തുറമുഖ, കരിങ്കൽ തുടങ്ങി നാനാവിഭാഗം തൊഴിലാളികളുടെ പ്രശ്നങ്ങളെക്കുറിച്ചും അദ്ദേഹം എഴുതി യിട്ടുണ്ട്. മേല്പറഞ്ഞ തൊഴിലാളികളുടെ കഷ്ടപ്പാടുകളും ക്ലേശങ്ങളും പ്രശ്നങ്ങളും അവതരിപ്പിക്കുക മാത്രമല്ല അവയ്ക്കുള്ള പരിഹാരമാർഗ്ഗങ്ങളും തന്റെ ലേഖനങ്ങളിലും ലഘുലേഖകളിലും അദ്ദേഹം അവതരിപ്പിക്കുന്നു.

അവ നേടിയെടുക്കുന്നതിനുവേണ്ടി തൊഴിലാളികൾ ഒന്നിച്ചു നില്ക്കേണ്ട ആവശ്യകതയിൽ അദ്ദേഹം ഊന്നുന്നു. തൊഴിലാളി സമരത്തിനാഹ്വാനം ചെയ്തുകൊണ്ടും, സമരങ്ങളെ സഹായിക്കാനാവശ്യപ്പെട്ടുകൊണ്ടുമുള്ളതാണ് മറ്റുചില ലേഖനങ്ങൾ. ട്രേഡ് യൂണിയന്റെയും കമ്യൂണിസ്റ്റ് പാർട്ടിയുടെയും അഖിലേന്ത്യാ സമ്മേളനങ്ങളെക്കുറിച്ചും, കേരളസംസ്ഥാന സമ്മേളനങ്ങളെക്കുറിച്ചും വിശദീകരിച്ചുകൊണ്ടുള്ള ലേഖനങ്ങളുമുണ്ട്. കമ്യൂണിസ്റ്റ് പ്രവർത്തകർക്കെതിരെ എതിരാളികൾ നടത്തിയ ഭീഷണികളെയും വെല്ലുവിളികളെയും ആക്രമണങ്ങളെയും തുറന്നുകാട്ടിക്കൊണ്ടെഴുതിയ ലേഖനങ്ങളുണ്ട്. കർഷകരുടെ പ്രശ്നങ്ങൾ അവതരിപ്പിച്ചുകൊണ്ടുള്ള ലേഖനങ്ങളുമുണ്ട്. ക്ഷാമത്തെപ്പറ്റിയും ദുരിതാശ്വാസപ്രവർത്തനങ്ങളെപ്പറ്റിയുമുള്ള ലേഖനങ്ങളുണ്ട്. പാർലമെന്റിൽ അവതരിപ്പിക്കപ്പെട്ട ബില്ലുകളെ വിലയിരുത്തിക്കൊണ്ടുള്ള ലേഖനങ്ങളും അദ്ദേഹം എഴുതി. വിദേശനയരംഗത്തെപ്പറ്റിയെഴുതിയ ലേഖനങ്ങളുമുണ്ട്. ഇന്ത്യ-അമേരിക്ക ബന്ധത്തെ പറ്റിയെഴുതിയ ലേഖനങ്ങൾ അവയിൽ ശ്രദ്ധേയമാണ്. “കൈത്തറി, ടെക്സ്റ്റൈൽ, കയർ വ്യവസായങ്ങളിലെ പ്രശ്നങ്ങളും സങ്കീർണ്ണതകളും മുൻനിർത്തിയെഴുതിയ ഒട്ടേറെ കുറിപ്പുകൾ ആ മേഖലകളിലെ പഠനാന്വേഷണം തന്നെയാണ്. സാമ്പത്തികശാസ്ത്ര ഗവേഷകരും ചരിത്രവിദ്യാർത്ഥികളും അവയിൽ പലതിനെയും ഇപ്പോഴും അടിസ്ഥാനമാക്കാറുണ്ട്”.[6] “ജനങ്ങളുമായി എപ്പോഴും ഇടപെടുന്ന രാഷ്ട്രീയ പ്രവർത്തകർ അവരുടെ ചിന്താമണ്ഡലം ഏതേതു ദിശകളിൽ എങ്ങനെയെല്ലാം വ്യാപരിക്കണമെന്ന വ്യക്തമായ സൂചനകളാണ്” അദ്ദേഹത്തിന്റെ കുറിപ്പുകളും ലേഖനങ്ങളും ലഘുലേഖകളും.

ലേഖനങ്ങൾ

തന്റെ ദൈനംദിന രാഷ്ട്രീയ പ്രവർത്തനത്തിന്റെ ഭാഗമായി നിരവധി ലേഖനങ്ങൾ എൻ സി എഴുതിയിട്ടുണ്ടെന്നു പറഞ്ഞല്ലോ. അവയിൽ കാലാതിവർത്തിയായി നിലകൊള്ളുന്ന ചില ലേഖനങ്ങളെപ്പറ്റി പരാമർശിക്കേണ്ടതുണ്ട്. പി കൃഷ്ണപിള്ളയെപ്പറ്റി വളരെ വിശദമായ രണ്ടുമൂന്നു ലേഖനങ്ങൾ എൻ സി എഴുതിയിട്ടുണ്ട്. 1952 ആഗസ്റ്റ് 19 ന്റെ *നവയുഗം വാരിക*യിൽ പ്രസിദ്ധീകരിച്ച *കൃഷ്ണപിള്ള: ചില മായാത്ത സ്മരണകൾ* എന്ന ലേഖനമാണ് അതിലൊന്ന്. 1938-ൽ ജയിൽ മോചിതനായശേഷം ആലപ്പുഴ പണിമുടക്ക് രംഗത്തുവെച്ച് കൃഷ്ണപിള്ളയെ രഹസ്യമായി കണ്ടുമുട്ടിയ രംഗം വിവരിക്കുകയാണ് ഈ ലേഖനത്തിൽ. രണ്ടാമത്തേത് 1955 ൽ പ്രസിദ്ധീകരിച്ച *ദേശാഭിമാനി കൃഷ്ണപിള്ള* സ്മാരകഗ്രന്ഥത്തിൽ എഴുതിയ *മായാത്ത സ്മരണകൾ* എന്ന ലേഖനം. ഇതിൽ വടകര കോൺഗ്രസ് സമ്മേളനാവസരത്തിൽ ആദ്യമായി കൃഷ്ണപിള്ളയെ കണ്ടുമുട്ടിയതുമുതൽ അദ്ദേഹത്തിന്റെ സ്വാധീനഫലമായി 1934 ൽ മലബാറിൽ എത്തുന്നതുവരെയുള്ള കൃഷ്ണപിള്ളയുമായുള്ള തന്റെ ബന്ധത്തിലെ ഏതാനും സംഭവങ്ങൾ വിവരിക്കുന്നു. ഒപ്പം 1948 ആഗസ്ത് 19 ന് കൃഷ്ണപിള്ള പാമ്പുകടിയേറ്റ് മരിക്കുന്നതിന് ഏതാനും മണിക്കൂറുകൾ മുമ്പുമാത്രമാണ് ശേഖർ അദ്ദേഹത്തെ വിട്ടുപിരിഞ്ഞത് എന്നുള്ള കാര്യവും എടുത്തു പറയുന്നു.

മൂന്നാമത്തേത്, *കൃഷ്ണപിള്ള സ്മാരക കലാസമിതി ദശവാർഷിക സുവനീർ*, 1966 ൽ പ്രസിദ്ധീകരിച്ച *കൃഷ്ണപിള്ളയെ മനസ്സിലാക്കാനുള്ള മാനദണ്ഡം* എന്ന ലേഖനമാണ്. കൃഷ്ണപിള്ള ജീവിച്ചിരുന്നെങ്കിൽ അദ്ദേഹം

സിപിഐ(എം) നോടൊപ്പം ആയിരിക്കും ഉണ്ടായിരിക്കുക എന്നും കൃഷ്ണപിള്ളയെ ആദരിക്കാൻ സിപിഐക്കാർക്കവകാശമില്ലെന്നും അർത്ഥംവരുന്ന തരത്തിലുള്ളതായിരുന്നു ഈ ലേഖനം. കൃഷ്ണപിള്ളയുടെ നിലപാടുകളെപ്പറ്റിയും ജീവിതത്തെപ്പറ്റിയും വാദപ്രതിവാദ സാമർത്ഥ്യത്തെപ്പറ്റിയും വളരെ വിശദമായി മേല്പറഞ്ഞ ലേഖനങ്ങളിൽ ചർച്ച ചെയ്തിരിക്കുന്നത് കമ്മ്യൂണിസ്റ്റ് പാർട്ടിയുടെ ചരിത്രം രചിക്കാനും പഠിക്കാനും ശ്രമിക്കുന്നവർക്ക് വിലപ്പെട്ട മുതൽക്കൂട്ടായിരിക്കും. പൊതുവെ മറ്റുപല നേതാക്കളോടും മതിപ്പില്ലായിരുന്ന എൻ സിക്ക് കൃഷ്ണപിള്ളയോട് അങ്ങേയറ്റത്തെ സ്നേഹവും ബഹുമാനവുമാണുണ്ടായിരുന്നത്. മറ്റാരോടെങ്കിലും എൻസിക്ക് ഇത്രക്ക് മതിപ്പും ഇഷ്ടവും ഉണ്ടായിരുന്നുവോ എന്നും സംശയമാണ്. പാർട്ടി ബന്ധത്തിൽ കവിഞ്ഞ ആത്മബന്ധം അവർ തമ്മിൽ ഉണ്ടായിരുന്നുവെന്ന് ആ ലേഖനങ്ങൾ വ്യക്തമാക്കുന്നു. "കൃഷ്ണപിള്ളയുടെ ആന്തരികശക്തിയും പ്രത്യയശാസ്ത്രപരമായ അദ്ദേഹത്തിന്റെ ഉള്ളറിവിന്റെയും പ്രായോഗിക വീക്ഷണത്തിന്റെയും തൊഴിലാളിവർഗ്ഗ സ്നേഹത്തിന്റെയും തെളിഞ്ഞ ചിത്രമാണ് ഈ ലേഖനങ്ങൾ".

1952 ഒക്ടോബർ 4ന്റെ *നവയുഗം വാരിക*യിൽ പ്രസിദ്ധീകരിച്ച *കേരളത്തിന്റെ ജീവനാഡിയായ കയർവ്യവസായം പുനഃസംഘടിപ്പിക്കുക* എന്ന ലേഖനവും അതേവർഷം നവംബർ 8 ന്റെ ലക്കത്തിൽ പ്രസിദ്ധകരിച്ച *കയർ സമ്മേളനവും കയർ വ്യവസായ പ്രശ്നവും* എന്ന ലേഖനവും കേരളത്തിലെ പരമ്പരാഗത വ്യവസായങ്ങളിലൊന്നായ കയർ വ്യവസായത്തിന് കേരള സമ്പദ്വ്യവസ്ഥയിലുള്ള പ്രാധാന്യം, അത് നേരിടുന്ന പ്രതിസന്ധിയുടെ ആഴം, അതിനുള്ള കാരണങ്ങൾ, പരിഹാരമാർഗ്ഗങ്ങൾ എന്നിവ പ്രതിപാദിക്കുന്നു.

1953 ഡിസംബർ 23ന് എൻ സി ശേഖർ *നവയുഗ*ത്തിലെഴുതിയ ലേഖനമാണ് *കമ്മ്യൂണിറ്റി പ്രോജക്ടുകൾ* എന്നത്. ഇന്ത്യാ ഗവൺമെന്റ് ഒന്നാം പഞ്ചവത്സര പദ്ധതിയുടെ ഭാഗമായി ആരംഭിച്ച കമ്മ്യൂണിറ്റി പ്രോജക്ടുകളുടെ ദേശദ്രോഹ- കർഷകദ്രോഹ സ്വഭാവം തുറന്നുകാട്ടുകയാണ് ലേഖനത്തിന്റെ ആദ്യഭാഗത്ത് അദ്ദേഹം ചെയ്യുന്നത്. തുടർന്ന് കമ്മ്യൂണിറ്റി പ്രോജക്ടുകൾ കൃഷിക്കാർക്കും സാമൂഹ്യോൽകർഷത്തിനും പ്രയോജനപ്രദമാക്കിത്തീർക്കുന്നതിനുള്ള നിർദ്ദേശങ്ങൾ മുന്നോട്ടു വയ്ക്കുന്നു.

കേരള രാഷ്ട്രീയത്തിലും സമൂഹത്തിലും ജാതി-മത ശക്തികൾ ചെലുത്തുന്ന സ്വാധീനത്തെപ്പറ്റി ഏറെ ചിന്തിച്ചിട്ടുള്ള നേതാവാണ് എൻ സി ശേഖർ. ഈ ജാതിക്കും മതത്തിനും പിന്നിൽ രാഷ്ട്രീയ സാമ്പത്തികശക്തികൾ സ്വാധീനം ചെലുത്തുന്നതായി അദ്ദേഹം മനസ്സിലാക്കി. അതിനെക്കുറിച്ച് ദൂരക്കാഴ്ചയോടെ അദ്ദേഹം എഴുതുകയുണ്ടായി. 1960-ൽ *കമ്മ്യൂണിസ്റ്റ്* മാസികയിൽ ജാതി-മത സ്വാധീനത്തെപ്പറ്റി നടന്ന ഒരു ചർച്ചയിൽ പങ്കെടുത്തുകൊണ്ടെഴുതിയ *ജാതിമത സ്വാധീനത്തിന്റെ പിന്നിലെ രാഷ്ട്രീയ സാമ്പത്തികശക്തികൾ* എന്ന ലേഖനം അതിലൊന്നാണ്.

1972 ലെ തിരുവിതാംകൂർ കയർ ഫാക്ടറി വർക്കേഴ്സ് യൂണിയൻ കനക ജൂബിലി സുവനീറിൽ പ്രസിദ്ധീകരിച്ച ലേഖനമാണ് *സ്വാതന്ത്ര്യസമരത്തിൽ തൊഴിലാളിവർഗ്ഗത്തിന്റെ പങ്ക്* എന്നത്. (പു:25-32,36) ആധുനിക തൊഴിലാളി വർഗ്ഗത്തിന്റെ പിറവി മുതൽ ഇന്ത്യ സ്വാതന്ത്ര്യം നേടുന്നതിനു തൊട്ടുമുമ്പു വരെയുള്ള ഇന്ത്യൻ തൊഴിലാളി പ്രസ്ഥാനത്തിന്റെ ചരിത്രം, പ്രത്യേകിച്ച്

സ്വാതന്ത്ര്യസമരത്തിൽ തൊഴിലാളിവർഗ്ഗത്തിന്റെ പങ്ക് പ്രതിപാദിക്കുന്ന ലേഖനമാണിത്. 1944 ലെ ഐ എൻ ടി യു സിയുടെ രൂപീകരണവും യുദ്ധാനന്തര മുന്നേറ്റത്തെക്കുറിച്ചും ഇതിൽ പരാമർശിച്ചിട്ടില്ല. 1862-ൽ ഹൗറ റെയിൽവേ സ്റ്റേഷനിലെ 1200 തൊഴിലാളികൾ പണിമുടക്കിയതാണ് ഇന്ത്യയിലെ ആധുനിക തൊഴിലാളിവർഗ്ഗത്തിന്റെ ആദ്യ പണിമുടക്ക്. 1877 ലാണ് ഒന്നാമത്തെ തൊഴിലാളിസമരമുണ്ടായതെന്ന് എൻ സി ലേഖനത്തിൽ പറയുന്നത് ശരിയല്ല. മറ്റൊരു തെറ്റ് ഇന്ത്യയിൽ ആദ്യത്തെ മേയ്ദിനം കൊണ്ടാടിയത് ബോംബെയിലാണെന്ന് എഴുതിയതാണ്. 1923-ൽ ശിങ്കാരവേലു ചെട്ടിയാരുടെ നേതൃത്വത്തിൽ മദിരാശിയിലായിരുന്നു ആദ്യത്തെ മേയ്ദിനം കൊണ്ടാടിയത്. ഇന്ത്യൻ തൊഴിലാളിപ്രസ്ഥാനത്തിന്റെ വളർച്ചയിലെ പ്രധാനപ്പെട്ട ചില നാഴികക്കല്ലുകൾ ചൂണ്ടിക്കാണിക്കുക മാത്രമല്ല, 1930 കളിലെ കേരളത്തിലെ തൊഴിലാളി പ്രസ്ഥാനത്തിന്റെ ചുരുങ്ങിയ ചരിത്രവും ഈ ലേഖനത്തിൽ അനാവൃതം ചെയ്യുന്നുണ്ട്.

ലഘുലേഖകൾ

1946 ജനുവരിയിൽ ദേശാഭിമാനിയി പബ്ലിഷിംഗ് ഹൗസ് പ്രസിദ്ധീകരിച്ച ലഘുലേഖയാണ് *കൊച്ചിയിലെ തൊഴിലില്ലായ്മയും പരിഹാരമാർഗ്ഗങ്ങളും.* 1945-46 കാലത്ത് കൊച്ചിയിൽ ധാരാളം ഫാക്ടറികൾ അടച്ചിടപ്പെട്ടു. അതിനെത്തുടർന്ന് ഗുരുതരമായ തൊഴിലില്ലായ്മ പടർന്നുപിടിക്കുകയും പട്ടിണി വ്യാപകമാകുകയും ചെയ്തു. അന്നത്തെ കൊച്ചിയിലെ അവസ്ഥയിലേക്കും അതിന്റെ കാരണങ്ങളിലേക്കും വെളിച്ചം വീശുന്നതോടൊപ്പം തൊഴിലില്ലായ്മ പരിഹരിക്കാനുള്ള നിർദ്ദേശങ്ങളും മുന്നോട്ടുവെക്കുന്നു.

എൻ സി ശേഖറിന്റെ മറ്റൊരു ലഘുലേഖയാണ് *ഇന്ത്യൻ തൊഴിലാളി വർഗ്ഗത്തിന്റെ ഏക സംഘടന എ ഐ ടി യു സി* കോഴിക്കോട് ദേശാഭിമാനി പ്രസിദ്ധീകരണശാലയാണ് ഇത് പ്രസിദ്ധീകരിച്ചത്.

എൻ സി എഴുതിയ മറ്റൊരു ലഘുലേഖയാണ് *1953 ആഗസ്റ്റിൽ* പ്രഭാതം പ്രിന്റിംഗ് ആന്റ് പബ്ലിഷിംഗ് കമ്പനി പ്രസിദ്ധീകരിച്ച *കേരളത്തിൽ വിദേശമൂലധനം.* കേരളത്തിലെ വിദേശ മൂലധനത്തിന്റെ ആഴവും വ്യാപ്തിയും സ്ഥിതിവിവരക്കണക്കുകളുടെ അകമ്പടിയോടെ വിവരിക്കുകയാണ് ഇതിൽ. ഇവിടത്തെ ബാങ്കിംഗ്, കയർ, ഓട്, തോട്ടം, ലോഹങ്ങൾ, കടലാസ് നിർമ്മാണം, പഞ്ചസാര, എഞ്ചിനീയറിംഗ് തുടങ്ങിയ വ്യവസായങ്ങളിലും കയറ്റുമതി വ്യാപാരത്തിലും ബ്രിട്ടീഷ് മൂലധനത്തിന്റെ ആധിപത്യമാണ് നിലനിൽക്കുന്നതെന്ന് സ്ഥാപിച്ചുറപ്പിക്കുന്നു ഈ ലഘുലേഖയിൽ. അതേസമയം നാടൻ വ്യവസായങ്ങൾ തകർന്നുകൊണ്ടിരിക്കുകയാണെന്നും വിദേശമൂലധനത്തിലൂടെ കൊള്ളയടിച്ചുണ്ടാക്കുന്ന തുകയാണ് വിവിധ കമ്പനികളുടെ ലേബലിൽ ബ്രിട്ടീഷ് മൂലധനമെന്ന പേരിൽ ഇവിടെ കൊണ്ടുവന്നിരിക്കുന്നതെന്നും ഇതിൽ ചൂണ്ടിക്കാണിക്കുന്നു.

പതിനായിരം കുടുംബങ്ങൾ പെരുവഴിയിൽ എന്ന ലഘുലേഖയിൽ കൊച്ചിൻ ഹാർബർ പ്രദേശത്തെ തൊഴിലില്ലായ്മയെക്കുറിച്ച് വിവരിക്കുന്നു.

എൻ സിയുടെ ലേഖനങ്ങളും ലഘുലേഖകളും അധികവും ട്രേഡ് യൂണിയൻ പ്രസ്ഥാനവുമായി ബന്ധപ്പെട്ടവയാണ്. കമ്യൂണിസ്റ്റ് പാർട്ടിയുടെ തൊഴിൽനയം വിശദീകരിക്കുമ്പോൾ പ്രത്യയശാസ്ത്രപരമായ വെളിച്ചം ഉയർത്തിപ്പിടിക്കാൻ അദ്ദേഹത്തിനു കഴിഞ്ഞു. സമരം സമരത്തിനു

വേണ്ടിയല്ല; തൊഴിലാളികളുടെ അവകാശസംരക്ഷണത്തിലൂടെ സാമൂഹിക സമത്വവും പുരോഗതിയും കൈവരിക്കാനുള്ളതാണ് എന്നദ്ദേഹം വ്യക്തമാക്കി. വ്യാവസായിക രംഗത്തെ പ്രശ്നങ്ങളും സാമ്പത്തിക പ്രശ്നങ്ങളും കമ്യൂണിസ്റ്റ് കാഴ്ചപ്പാടിൽ വിശദീകരിക്കാൻ തന്റെ ലേഖനങ്ങളിലൂടെ അദ്ദേഹം ശ്രമിച്ചു. കേരളത്തിലെയും ഇന്ത്യയിലെയും തൊഴിലാളിപ്രസ്ഥാനത്തെപ്പറ്റി വ്യക്തമായ കാഴ്ചപ്പാടുകൾ എൻ സി ശേഖറിനുണ്ടായിരുന്നു. രാഷ്ട്രീയവും സാമൂഹികവും സാംസ്കാരികവും സാമ്പത്തികവുമായ അറിവുമായി ഒരു കമ്യൂണിസ്റ്റുകാരൻ എത്രമാത്രം ഉൾച്ചേർന്ന് നില്ക്കണമെന്നും അതെങ്ങനെ തന്റെ പ്രവർത്തനത്തിൽ പ്രയോജനപ്പെടുത്തണമെന്നും എൻ സി താൻ എഴുതിയ ലേഖനങ്ങളിൽ വ്യക്തമാക്കി.

മാർക്സും ട്രേഡ് യൂണിയനുകളും എന്ന പുസ്തകം ആദ്യമായി മലയാളത്തിലേക്ക് പരിഭാഷപ്പെടുത്തിയത് എൻ സി ആയിരുന്നു.

അഗ്നിവീഥികൾ

എൻ സി ശേഖർ അന്തരിച്ച് ഒരു വർഷം തികയുന്ന 1987 ഡിസംബർ 3–നാണ് അദ്ദേഹത്തിന്റെ ആത്മകഥയായ *അഗ്നിവീഥികൾ* പുറത്തിറങ്ങിയത്. എൻ സി തന്നെ സ്വന്തം കൈപ്പടയിൽ പല കാലങ്ങളിലായി എഴുതിവെച്ചതും ലേഖനരൂപത്തിൽ പലപ്പോഴായി വെളിച്ചം കണ്ടതുമായ രേഖകളത്രയും ചികഞ്ഞുനോക്കി അച്ചടിക്കാൻ പാകത്തിൽ ചിട്ടപ്പെടുത്തിയെടുത്തത് പ്രസിദ്ധ പത്രപ്രവർത്തകനായ ടി.വി.കൃഷ്ണൻ(ടി വി കെ) ആയിരുന്നു. എന്നാൽ എൻ സി തന്നെയായിരുന്നു തന്റെ ആത്മകഥക്ക് അഗ്നി വീഥികൾ എന്ന് പേരിട്ടത്.

എൻ സി അഗ്നിവീഥികളുടെ പണിപ്പുരയിൽ

അന്ന് കണ്ണൂരിൽ പുതുതായി ആരംഭിച്ച നോർത്ത് കേരള പ്രിന്റേഴ്സ് ആന്റ് പബ്ലിഷേഴ്സ് (എൻ കെ പി പി) ആണ് പുസ്തകം ആദ്യമായി പ്രസിദ്ധീകരിച്ചത്. 2010 മേയിൽ പ്രഭാതം പ്രിന്റിംഗ് ആന്റ് പബ്ലിഷിംഗ് കമ്പനി (പ്രൈവറ്റ്) ലിമിറ്റഡ് *അഗ്നിവീഥികൾ* പ്രസിദ്ധീകരിക്കുകയുണ്ടായി.

252 പുറങ്ങളുള്ള ഈ പുസ്തകത്തിന് അഞ്ച് ഭാഗങ്ങളുണ്ട്. *സ്നേഹമൂർത്തിയായ അപ്പൂപ്പൻ* എന്ന ഒന്നാം ഭാഗത്ത് (പു: 13–47) തന്റെ കുടുംബചരിത്രവും വിദ്യാഭ്യാസകാലവും അതോടൊപ്പമുള്ള പൊതു പ്രവർത്തനവുമാണ് എൻ സി വിവരിക്കുന്നത്.

പ്രക്ഷുബ്ധമായ മുപ്പതുകൾ എന്ന രണ്ടാംഭാഗത്ത്(പു:48–161) 1930 ലെ സിവിൽ ആജ്ഞാനിയമലംഘനപ്രസ്ഥാനത്തിൽ പങ്കെടുക്കുന്നതും തുടർന്ന് ജയിൽവാസം വരിക്കുന്നതും 'കമ്യൂണിസ്റ്റ് ലീഗും', 'യൂത്ത് ലീഗും' രൂപീകരിക്കുന്നതും അതിന്റെ പ്രവർത്തനങ്ങളും മറ്റും വിവരിക്കുന്നു. *സോഷ്യലിസത്തിന്റെ അരങ്ങേറ്റം* എന്ന മൂന്നാം ഭാഗത്ത് (പു: 162–199) 1932–34 കാലത്തെ പ്രവർത്തനങ്ങൾ വിവരിക്കുന്നു. തിരുവിതാംകൂറിലെ സംയുക്ത രാഷ്ട്രീയ പ്രക്ഷോഭണവും, രണ്ടാം സിവിൽ ആജ്ഞാനിയമലംഘന പ്രസ്ഥാനത്തിന്റെ പരാജയവും കോൺഗ്രസ് സോഷ്യലിസ്റ്റ് പാർട്ടിയുടെ രൂപീകരണവുമെല്ലാം ഈ ഭാഗത്ത് വിവരിക്കുന്നു.

കേരളത്തിലെ തൊഴിലാളിപ്രസ്ഥാനം എന്ന നാലാം ഭാഗത്ത് (പു:200–216) 1934–39 കാലത്തെ കേരളത്തിലെ തൊഴിലാളിമുന്നേറ്റത്തിന്റെ ചരിത്രം വിവരിക്കുന്നു.

രാഷ്ട്രീയ കുടിയേറ്റം എന്ന അഞ്ചാംഭാഗത്ത്(പു:217–252) തിരുവിതാംകൂറിൽ നിന്നും മലബാറിലേക്ക് അദ്ദേഹം കുടിയേറിയതിനെക്കുറിച്ചും വടകര സമ്മേളനത്തിൽ പങ്കെടുത്തതും പി.കൃഷ്ണപിള്ളയെ ആദ്യമായി കണ്ടുമുട്ടിയതും ഇടയത്ത് ജാനകിയെ വിവാഹം കഴിച്ചതുമൊക്കെ വിവരിക്കുന്നു. ഇ എം എസുമായുള്ള അഭിപ്രായവ്യത്യാസങ്ങളെക്കുറിച്ചും ഈ ഭാഗത്ത് അദ്ദേഹം പറയുന്നുണ്ട്.

ധാരാളം പുസ്തകങ്ങളുള്ള ഒരു ലൈബ്രറി എൻ സിക്കുണ്ടായിരുന്നു. അദ്ദേഹത്തിന്റെ മരണശേഷം കുറേനാൾ അതേപോലെ നിലനിന്ന ലൈബ്രറി പുതിയ തലമുറയെ അമ്പരപ്പിക്കുന്നതാണ്. പിന്നീട് ഈ പുസ്തകങ്ങൾ അദ്ദേഹത്തിന്റെ ഭാര്യ ജാനകിയും മകൻ രവിയും കണ്ണൂർ ദേശാഭിമാനിക്ക് സംഭാവനയായി നല്കുകയുണ്ടായി. പഴയകാലത്തെക്കുറിച്ചുള്ള പല റഫറൻസ് മെറ്റീരിയലുകളും അതിലുണ്ടായിരുന്നതായി പത്രപ്രവർത്തകനായ അനിൽകുമാർ എ.വി രേഖപ്പെടുത്തുന്നു.[7]

തെരഞ്ഞെടുത്ത ലേഖനങ്ങൾ

എൻ സി ശേഖർ എഴുതിയ പ്രധാനപ്പെട്ട ചില ലഘുലേഖകളുടെയും ലേഖനങ്ങളുടെയും സമാഹാരമാണ് ഈ പുസ്തകം. സി ഭാസ്കരൻ എഡിറ്റ് ചെയ്ത് ചിന്ത പബ്ലിഷേഴ്സ് പ്രസിദ്ധീകരിച്ച ഈ പുസ്തകത്തിന്റെ ആദ്യപതിപ്പ് പുറത്തിറങ്ങിയത് 2005 ഒക്ടോബറിലാണ്. 320 പുറങ്ങളുള്ള ഈ പുസ്തകത്തിന്റെ രണ്ടാം പതിപ്പ് 2012 നവംബറിൽ പ്രസിദ്ധീകരിച്ചു.

സൂചനകൾ

1. മാതൃഭൂമി, 29 ഡിസംബർ 1985
2. എൻ സി ശേഖർ തെരഞ്ഞെടുത്ത ലേഖനങ്ങൾ, പു:34
3. എൻ സി ശേഖർ സ്മരണിക–2012, പു: 25
4. എൻ സി ശേഖർ തെരഞ്ഞെടുത്ത ലേഖനങ്ങൾ, പു:33
5. എൻ സി ശേഖർ സ്മരണിക–2012, പു: 43
6. എൻ സി ശേഖർ തെരഞ്ഞെടുത്ത ലേഖനങ്ങൾ, പു:33
7. മേൽചൊന്നത്, പു: 34

30

പാർട്ടിയിൽനിന്നും പുറത്തേക്ക്

ആയിരത്തിത്തൊള്ളായിരത്തി അറുപത് ജൂൺ 15 ന് എൻ സിയെ സി പി ഐയിൽ നിന്ന് സസ്പെൻഡ് ചെയ്തു.[1] അതിനിടയാക്കിയ സാഹചര്യം ഇതായിരുന്നു. 1954 മുതൽ 1960 വരെ അദ്ദേഹം രാജ്യസഭാംഗമായിരുന്നല്ലോ. പാർലമെന്റ് അംഗമെന്ന നിലയിൽ എൻ സിക്ക് 400 രൂപ ശമ്പളമുണ്ടായിരുന്നു. അതിൽ 200 രൂപ പാർട്ടിക്ക് ലെവി അടയ്ക്കണം. അങ്ങനെയിരിക്കെ കണ്ണൂരിൽ ഒരു വീട് വയ്ക്കാൻ എൻ സിക്ക് ഗവൺമെന്റ് ലോൺ കിട്ടി. എൻ സി വീട് പണിയിച്ചു. ലോൺ തിരികെ അടയ്ക്കുന്നതിനുവേണ്ടി ലെവിയിൽ പകുതി ഇളവുചെയ്തുകൊടുക്കണമെന്ന് അദ്ദേഹം പാർട്ടിയോട് അപേക്ഷിച്ചു. എന്നാൽ പാർട്ടി ആ അഭ്യർത്ഥന തള്ളിക്കളഞ്ഞു.[2] 1958 അവസാനം പാർട്ടിയെടുത്ത ഈ തീരുമാനത്തിൽ പ്രതിഷേധിച്ചുകൊണ്ട് 1959 മുതൽ എൻ സി ലെവി അടയ്ക്കാൻ തയ്യാറായില്ല.[3] അങ്ങനെ ലെവി അടയ്ക്കുന്നതിൽ വീഴ്ച വരുത്തിയതിനാൽ 1960 ജൂൺ 15 ന് തൃശൂർ ജില്ലാ കമ്മിറ്റിയിൽ അംഗമായിരുന്ന എൻ സിയെ ജില്ലാകമ്മിറ്റി സസ്പെന്റ് ചെയ്യുകയുണ്ടായി.[4]

ഇന്ത്യൻ കമ്യൂണിസ്റ്റ് പാർട്ടിയിൽ നിന്നും സസ്പെന്റ് ചെയ്തതിനുശേഷം എൻ സി കുറച്ചുനാൾ ടെക്സ്റ്റൈൽ തുണിത്തരങ്ങളുടെ ഏജൻസി എടുത്ത് പ്രവർത്തിച്ചുവെങ്കിലും അതിൽ നിന്നും ഉദ്ദേശിച്ച ഫലം കിട്ടിയില്ല.

സി പി ഐ (എം)ൽ

1964ൽ ഇന്ത്യൻ കമ്യൂണിസ്റ്റ് പാർട്ടി പിളർന്നപ്പോൾ എൻ സി സി പി ഐ (എം)ന്റെ കൂടെയായി.[5] അതേക്കുറിച്ച് എൻ സി എഴുതിയതിങ്ങനെ:

> പാർട്ടി പിളർന്നപ്പോൾ എ കെ ജിയും കൂട്ടരും എന്നെ മാർക്സിസ്റ്റ് പാർട്ടിയിൽ അംഗമാക്കി.[6]

"ചൈനാ ചാരൻ"

1964 ഡിസംബർ 30 ന് ചൈനാചാരൻ എന്നാരോപിച്ച് രാജ്യരക്ഷാനിയമപ്രകാരം എൻ സി ശേഖറെ അറസ്റ്റ് ചെയ്ത് കണ്ണൂർ സെൻട്രൽ ജയിലിലടച്ചു.

ആൾ ഇന്ത്യാ റേഡിയോ പ്രസ്താവിച്ചത് കമ്യൂണിസ്റ്റ് പാർട്ടിയുടെ 600–ലധികം സജീവ പ്രവർത്തകരെ അറസ്റ്റ് ചെയ്തു കഴിഞ്ഞുവെന്നും അറസ്റ്റുകൾ തുടരുന്നു വെന്നുമാണ്. എ കെ ഗോപാലൻ, പി സുന്ദരയ്യ, പി രാമമൂർത്തി, ഹർകിഷൻ സിങ്ങ് സുർജിത്, ബസവ പുന്നയ്യ മുതലായവരെ കേരളത്തിൽ വെച്ച് അറസ്റ്റു ചെയ്തു. തൃശൂരിൽ വെച്ച് പൊളിറ്റ്ബ്യൂറോ യോഗം കൂടാൻ വന്നതായിരുന്നു അവർ. ഇവരെക്കൂടാതെ സി എച്ച് കണാരൻ, അഴീക്കോടൻ രാഘവൻ, ഇ ബാലാനന്ദൻ, എം എം ലോറൻസ്, കെ ആർ ഗൗരിയമ്മ, ടി കെ രാമകൃഷ്ണൻ തുടങ്ങിയ 41 പേരെ വിയ്യൂർ ജയിലിലാണ് അടച്ചത്. ആയിരത്തോളം പ്രവർത്തകരെ ഇങ്ങനെ ഇന്ത്യയാകെ അറസ്റ്റ് ചെയ്യുകയുണ്ടായി. ഇതിൽ കേരളത്തിൽ നിന്നും അറസ്റ്റ് ചെയ്ത 141 പേരും ഉൾപ്പെടും. ഈ 141 പേരെ വിയ്യൂർ, കണ്ണൂർ, തിരുവനന്തപുരം തുടങ്ങിയ വിവിധ ജയിലുകളിലാണടച്ചത്.

എൻ സിയെ കൂടാതെ ഇ കെ നായനാർ, കെ ചാത്തുണ്ണിമാസ്റ്റർ, കെ ഇ കെ നമ്പൂതിരി, പാട്യം ഗോപാലൻ, പി ഗോവിന്ദപ്പിള്ള, എ വി കുഞ്ഞമ്പു, ആലത്തൂർ ആർ കൃഷ്ണൻ, പി വി കുട്ടി, പി സി രാഘവൻ നായർ മുതലായവരെയൊക്കെ കണ്ണൂർ ജയിലിലാണടച്ചത്.

1965 മാർച്ചിൽ കേരളത്തിൽ നടക്കാനിരിക്കുന്ന തിരഞ്ഞെടുപ്പിൽ കമ്യൂണിസ്റ്റ് (മാർക്സിസ്റ്റ്) പാർട്ടിയെ പരാജയപ്പെടുത്തുക എന്നതായിരുന്നു അറസ്റ്റിനു പിന്നിലെ പ്രധാനലക്ഷ്യം.

എൻ സിയും മറ്റും ജയിലിൽ കിടക്കുമ്പോഴായിരുന്നു 1965 ൽ കേരളത്തിലെ ഇടക്കാല തിരഞ്ഞെടുപ്പ് നടന്നത്. എൻ സി ഉൾപ്പെടെയുള്ള സി പി ഐ(എം) നേതാക്കളെ ജയിലിൽ ഇട്ടുകൊണ്ട് തിരഞ്ഞെടുപ്പ് നടത്തിയാൽ സീറ്റുകൾ തൂത്തുവാരാമെന്നു കോൺഗ്രസും കുറെ സീറ്റുകൾ നേടാൻ കഴിയുമെന്ന് സി.പി.ഐയും കണക്കുകൂട്ടി. തിരഞ്ഞെടുപ്പിലെ രാഷ്ട്രീയ കക്ഷി ബന്ധം ഇങ്ങനെയായിരുന്നു. കോൺഗ്രസ് ഒരുഭാഗത്ത്, സി പി ഐയും ആർ എസ് പിയും ചേർന്ന സഖ്യം മറ്റൊരു ഭാഗത്ത്. മൂന്നാമതൊരു ഭാഗത്ത് സി പി ഐ (എം)–എസ് എസ് പി–കെ ടി പി–കെ എസ് പി സഖ്യം. ഇതിൽ മൂന്നാമത്തെ ചേരിയുമായി ഏതാനും സീറ്റുകളിൽ ധാരണയുണ്ടായിട്ടുണ്ടെങ്കിലും ബഹുഭൂരിപക്ഷം സീറ്റുകളിൽ മൂന്നാമത്തേതടക്കം എല്ലാ കൂട്ടുകെട്ടുകൾക്കുമെതിരായി സ്വന്തം സ്ഥാനാർത്ഥികളെ നിർത്തി മത്സരിപ്പിക്കുന്ന ലീഗും കേരളാ കോൺഗ്രസും ചേർന്ന നാലാം മുന്നണി.

ശക്തമായ തിരഞ്ഞെടുപ്പ് പോരാട്ടമാണ് നടന്നത്. സി പി ഐ (എം) നെതിരെ ഇതേവരെ തുടർന്നുവന്ന 'ചൈനീസ് ചാരൻ' ആരോപണം എതിരാളികൾ തുടർന്നും നടത്തി. പാർട്ടിക്കെതിരെ ആഭ്യന്തരമന്ത്രി നന്ദ ഇറക്കിയ 'ധവളപത്രം' കോൺഗ്രസിന്റെയും സി പി ഐ യുടെയും തിരഞ്ഞെടുപ്പ് പ്രചാരവേലയിൽ വൻതോതിൽ ഉപയോഗപ്പെടുത്തി.

തിരഞ്ഞെടുപ്പ് 1965 മാർച്ച് 4 നായിരുന്നു. സി പി ഐ(എം)ന്റെ പ്രധാനപ്പെട്ട നേതാക്കളെല്ലാം തടവറയ്ക്കുള്ളിലായിരുന്നു. എന്നാൽ തിരഞ്ഞെടുപ്പ് ഫലം പാർട്ടിക്ക് വൻ നേട്ടമുണ്ടാക്കി. പുതുതായി തിരഞ്ഞെടുത്ത നിയമസഭയിലെ ഏറ്റവും അധികം അംഗങ്ങളുള്ള (സ്വതന്ത്രരുൾപ്പെടെ 44 എണ്ണം) പാർട്ടിയായി സി പി ഐ (എം) മാറി. സി പി ഐക്ക് വെറും 3 സീറ്റു ലഭിച്ചപ്പോൾ ആർ എസ് പിക്ക് ഒന്നും കിട്ടിയില്ല. സി പി ഐക്ക് മത്സരിച്ച ഭൂരിപക്ഷം സീറ്റുകളിലും കെട്ടിവച്ച പണം നഷ്ടപ്പെട്ടു. കോൺഗ്രസ് രണ്ടാം

സ്ഥാനത്തായി. കോൺഗ്രസ് 36, കേരള കോൺഗ്രസ് 23, എസ് എസ് പി 13, മുസ്ലീംലീഗ് 6, ലീഗ് സ്വതന്ത്രർ 5, കേരള കോൺഗ്രസ് സ്വതന്ത്രൻ 1, കെ ടി പി സ്വതന്ത്രൻ 1, സ്വതന്ത്രാ പാർട്ടി 1 എന്നിങ്ങനെയായിരുന്നു മറ്റു കക്ഷികളുടെ നില. ജയിലിൽ കിടന്നുകൊണ്ട് മത്സരിച്ച സി പി ഐ(എം)ന്റെ 31–ൽ 29 പേരും വിജയിച്ചു. സി പി ഐ(എം) നേതാവായ ഇ എം എസിനോട് മന്ത്രിസഭ രൂപീകരിക്കാൻ ആവശ്യപ്പെട്ടു. തന്റെ പാർട്ടിയിലെ എം എൽ എ മാരെ ജയിലിൽ നിന്നു മോചിപ്പിച്ചാൽ താൻ മന്ത്രിസഭ രൂപീകരിക്കാൻ ശ്രമിക്കാമെന്ന് അദ്ദേഹം മറുപടി പറഞ്ഞു.

തിരഞ്ഞെടുക്കപ്പെട്ട 44 ൽ 29 പേരും ജയിലിനകത്തായിരുന്നു. അതുകൊണ്ട് ഒരു കോൺഗ്രസിതര മന്ത്രിസഭ രൂപീകരിക്കുന്നതടക്കമുള്ള നയപരമായ കാര്യങ്ങൾ തീരുമാനിക്കുന്നതിനുമുമ്പ് അവരെ പുറത്തുകൊണ്ടുവരുകയെന്നുള്ളതാണ് തന്റെ ലക്ഷ്യമെന്ന് ഇ എം എസ് പ്രഖ്യാപിച്ചു.[7] ജയിലിലടച്ചവരെ പുറത്തുവിടാൻ കേന്ദ്രഗവൺമെന്റ് തയ്യാറായില്ല. കേരളത്തിലെ തിരഞ്ഞെടുപ്പിൽ വിജയിച്ച ഇടതു കമ്യൂണിസ്റ്റുകാരെ തടങ്കലിൽ നിന്നു മോചിപ്പിക്കുകയില്ലെന്നു ആഭ്യന്തരമന്ത്രി നന്ദ 1965 മാർച്ച് 10 നു ലോകസഭയിൽ പറഞ്ഞു. ഇടതു കമ്യൂണിസ്റ്റുകാരുടെ അറസ്റ്റും തിരഞ്ഞെടുപ്പും തമ്മിൽ യാതൊരു ബന്ധവുമില്ലെന്നും അദ്ദേഹം വാദിക്കുകയുണ്ടായി. അവസാനം ഗവൺമെന്റ് രൂപീകരിക്കാൻ വേണ്ട ഭൂരിപക്ഷമുള്ള ഒരു കക്ഷിയും ഇല്ലെന്ന ന്യായം പറഞ്ഞ് ഗവർണ്ണർ നിയമസഭ പിരിച്ചുവിട്ടു. തുടർന്ന് കേരളത്തിൽ പ്രസിഡന്റ് ഭരണം ഏർപ്പെടുത്തി.

കണ്ണൂർ ജയിലിൽ ആവശ്യത്തിന് സൗകര്യമുണ്ടായിരുന്നില്ല. ജയിലിൽ സൗകര്യങ്ങൾ വർദ്ധിപ്പിക്കാനും രോഗികൾക്കാവശ്യമുള്ള ശുശ്രൂഷകൾ ലഭ്യമാക്കാനും കണ്ണടയില്ലാതെ വായിക്കാൻ ബുദ്ധിമുട്ടായവർക്ക് കണ്ണട ലഭ്യമാക്കാനും ഇതുപോലുള്ള മറ്റാവശ്യങ്ങൾക്കുവേണ്ടി ജയിലധികൃതർക്ക് എൻ സി ഉൾപ്പെടെയുള്ള തടവുകാർ നിവേദനങ്ങൾ സമർപ്പിച്ചു. അധികൃതർ അതൊന്നും ചെവിക്കൊള്ളാതെ വന്നപ്പോൾ തടവുകാർക്ക് പലപ്പോഴും നിരാഹാര സത്യഗ്രഹം നടത്തേണ്ടിവന്നു. കേന്ദ്രം കേരളത്തോട് കാണിക്കുന്ന അവഗണന അവസാനിപ്പിക്കുക, തടവുപുള്ളികൾക്ക് പരോൾ അനുവദിക്കുക, മറ്റത്യാവശ്യങ്ങൾ അംഗീകരിക്കുക എന്നീ ആവശ്യങ്ങൾ ഉന്നയിച്ചുകൊണ്ട് 1965 മാർച്ച് 29 ന് ഒരു നിരാഹാര സത്യഗ്രഹം നടത്തുകയുണ്ടായി. അതുപോലെ ജയിൽ സൗകര്യം വർദ്ധിപ്പിക്കുക, കുടുംബ അലവൻസ് അനുവദിക്കുക തുടങ്ങിയ ആവശ്യങ്ങൾ ഉന്നയിച്ചുകൊണ്ട് 1965 ആഗസ്റ്റ് 22 ന് നിരാഹാരസമരം നടത്തി. ഇതിലെല്ലാം എൻ സിയും പങ്കാളിയായി.

ജയിലിൽ ആകെ തിരക്കുതന്നെയായിരുന്നു എൻ സിക്കും മറ്റും. അന്തർദേശീയവും ദേശീയവും കേരളത്തെ സംബന്ധിച്ചതുമായ വിഷയങ്ങളെക്കുറിച്ചുള്ള ചർച്ചകൾ, സംവാദങ്ങൾ, ഹിന്ദി ഭാഷാപഠനം, ഇംഗ്ലീഷ് ക്ലാസുകൾ സംഘടിപ്പിക്കൽ, പുസ്തകവായന, യോഗാഭ്യാസ ക്ലാസുകൾ, കളികൾ, എഴുത്ത് തുടങ്ങി നാനാവിധ പ്രവർത്തനങ്ങളിൽ അവർ ഏർപ്പെട്ടിരുന്നു.[8]

പാചകകലയിലും എൻ സി വൈദഗ്ദ്ധ്യമുള്ളവനായിരുന്നുവെന്ന് പി ഗോവിന്ദപ്പിള്ള ഓർക്കുന്നു:

> എൻ സിയുമായി ഞാൻ വളരെയടുത്ത് ഇടപഴകിയത് 1965–67ൽ കണ്ണൂർ സെൻട്രൽ ജയിലിൽ ആയിരുന്നപ്പോഴാണ്. ഞാനും എൻ സിയോടൊപ്പം കരുതൽ തടങ്കൽകാരൻ ആയിരുന്നു. കരുതൽ തടങ്കൽ കാർക്ക് വേണമെങ്കിൽ യോജിച്ചു സ്വയം പാകം ചെയ്ത് ആഹാരം

കഴിക്കാം. അതിനുള്ള സാമഗ്രികളും പാത്രങ്ങളും കുറ്റവാളികളായി ശിക്ഷിക്കപ്പെട്ടവർ വഴിയുള്ളവരുടെ സേവനവും ലഭ്യമാണ്. അന്ന് എൻ സി ശേഖറുടെ പാചക വൈദഗ്ധ്യം എനിക്ക് ബോധ്യപ്പെട്ടു.....[9]

1966 ഏപ്രിൽ മാസത്തിൽ എൻ സി ജയിൽ മോചിതനായി.

1968 ൽ സി പി ഐ (എം)ൽ നിന്നു പുറത്താകുന്നു

ജയിൽ മോചിതനായ എൻ സി പ്രധാനമായും തന്റെ ശ്രദ്ധ കേന്ദ്രീകരിച്ചത് വരാൻ പോകുന്ന തിരഞ്ഞെടുപ്പിൽ സി പി ഐ (എം) നേതൃത്വത്തിലുള്ള ഐക്യമുന്നണി സ്ഥാനാർത്ഥികളെ വിജയിപ്പിക്കുന്ന കാര്യത്തിലാണ്. 1967 ഫെബ്രുവരി 15 മുതൽ 20 വരെയായിരുന്നു ഇന്ത്യയിൽ ലോകസഭാ തിരഞ്ഞെടുപ്പ്. കേരളത്തിൽ ലോകസഭയിലേക്കും നിയമസഭയിലേക്കും തിരഞ്ഞെടുപ്പ് ഫെബ്രുവരി 19 നായിരുന്നു. ഫലം പ്രഖ്യാപിച്ചപ്പോൾ ലോകസഭയിൽ 19 ൽ 18 ഉം ഐക്യമുന്നണി നേടി. 133 അംഗനിയമസഭയിൽ കോൺഗ്രസിന് 9 ഉം കേരളാ കോൺഗ്രസിന് 5 ഉം സീറ്റുകൾ ലഭിച്ചു. ഐക്യ മുന്നണിയിലെ ഏഴ് ഘടകകക്ഷികളിൽ സി പി ഐ (എം) ന് 52 ഉം സി പി ഐയ്ക്ക് 19 ഉം, എസ് എസ് പി ക്ക് 19 ഉം, മുസ്ലീം ലീഗിന് 14 ഉം, ആർ എസ് പിക്ക് 6 ഉം കെ ടി പി ക്ക് 2 ഉം കെ എസ് പി ക്ക് 1 ഉം സീറ്റുകൾ കിട്ടി. 6 സ്വതന്ത്രന്മാരും വിജയിക്കുകയുണ്ടായി. ഐക്യ മുന്നണി വമ്പിച്ച ഭൂരിപക്ഷം കരസ്ഥമാക്കിയതിനെത്തുടർന്ന് 1967 മാർച്ച് 6 ന് ഇ എം എസിന്റെ നേതൃത്വത്തിൽ ഒരു മന്ത്രിസഭ കേരളത്തിൽ രൂപം കൊണ്ടു.

ഐക്യമുന്നണി മന്ത്രിസഭ രൂപംകൊണ്ട് അധികനാൾ കഴിയുന്നതിനു മുമ്പുതന്നെ ഐക്യമുന്നണി രാഷ്ട്രീയത്തെ എൻ സി പരസ്യമായി വിമർശിക്കാൻ തുടങ്ങി.[10] ഐക്യമുന്നണി ഗവൺമെന്റിന്റെ ഭക്ഷ്യനയത്തിനെതിരെ അദ്ദേഹം പ്രക്ഷോഭം സംഘടിപ്പിച്ചു.[11] കൂടാതെ നിലവിലുള്ള നേതൃത്വത്തിനെതിരെ അദ്ദേഹം പാർട്ടിക്കുള്ളിൽ ക്യാമ്പയിനും നടത്തി. ഇക്കാര്യങ്ങൾ എൻ സി യെ സി പി ഐ (എം) ൽ നിന്ന് പുറത്താക്കുന്നതിലേക്കെത്തിച്ചു.

സൂചനകൾ

1. *മാതൃഭൂമി* ആഴ്ചപ്പതിപ്പ്, 29 ഡിസംബർ 1985, പു: 15
2. മേൽചൊന്നത്
3. *അഗ്നിവീഥികൾ*, പു:233
4. മാതൃഭൂമി ആഴ്ചപ്പതിപ്പ്, 29 ഡിസംബർ 1985,പു: 15; കേരളാകൗമുദി, 4 ഡിസംബർ 1986
5. എൻ സി ശേഖർ സ്മരണിക–2012,പു:43
6. മാതൃഭൂമി ആഴ്ചപ്പതിപ്പ്, 29 ഡിസംബർ 1985, പു: 15
7. ജനയുഗം, 9 മാർച്ച് 1965
8. ഇ കെ നായനാർ, ജയിലിലെ ഓർമ്മകൾ ചിന്ത പബ്ലിഷേഴ്സ്, (തിരുവനന്തപുരം ആഗസ്റ്റ് 2004) പു. 38
9. എൻ സി ശേഖർ സ്മരണിക – 2012, പു: 24
10. കേരളകൗമുദി, 4 ഡിസംബർ 1986
11. മാതൃഭൂമി ആഴ്ചപ്പതിപ്പ്, 29 ഡിസംബർ 1985

31

സി പി ഐ (എം)ൽ നിന്നും പുറത്തായശേഷം

ആയിരത്തിത്തൊള്ളായിരത്തി അറുപത്തിയെട്ട് ജനുവരി മദ്ധ്യത്തിൽ കൂടിയ സി പി ഐ (എം) സംസ്ഥാന കമ്മിറ്റി യോഗം എൻ സി ശേഖരെ പാർട്ടിയിൽ നിന്ന് പുറത്താക്കാൻ തീരുമാനിച്ചു. 1967 ജൂലൈ 21 മുതൽ അദ്ദേഹത്തെ പാർട്ടിയിൽ നിന്ന് സസ്പെൻഡ് ചെയ്ത് നിർത്തിയിരിക്കുകയായിരുന്നു. “പാർട്ടി വിരുദ്ധ പ്രവർത്തനങ്ങൾ നടത്തിയതിന് പാർട്ടിയിൽ നിന്ന് സസ്പെൻഡ് ചെയ്തിരുന്ന ശ്രീ എൻ സി ശേഖർ അതിനുശേഷവും തുടർച്ചയായി പാർട്ടിക്കകത്ത് ഛിദ്രവാസനകൾ ഉണ്ടാക്കാനുള്ള പ്രവർത്തനം തുടരുകയും പാർട്ടിയെ പിളർക്കാൻ ഉതകുമാറ്, പാർട്ടി ശത്രുക്കൾക്ക് മാത്രം സഹായകമായ വിധത്തിൽ ഡിസംബർ 30 ന് പരസ്യമായി പത്രപ്രസ്താവന പുറപ്പെടുവിക്കുകയും ചെയ്തിരിക്കുന്നു” എന്നും അതുകൊണ്ടാണ് അദ്ദേഹത്തെ പുറത്താക്കാൻ തീരുമാനിച്ചതെന്നും പാർട്ടി സ്റ്റേറ്റ് കമ്മിറ്റിയുടെ ഒരറിയിപ്പിൽ വ്യക്തമാക്കിയിരുന്നു.

സി പി ഐ(എം)ൽ നിന്നും പുറത്താക്കപ്പെട്ടശേഷം എൻ സി ശേഖർ നക്സലൈറ്റ് ഗ്രൂപ്പു കളുമായി ബന്ധം വെച്ചു. ചിതറിക്കിടക്കുന്ന നക്സലൈറ്റ് ഗ്രൂപ്പുകളെ സംഘടിപ്പിക്കാൻ അദ്ദേഹം ശ്രമിച്ചു. എന്നാൽ അവരിൽ ചിലർ അമേരിക്കൻ ചാരന്മാരാണെന്ന ധാരണ അദ്ദേഹത്തിൽ ഉണ്ടായതോടെ അദ്ദേഹം അവരിൽ നിന്നും അകന്നു കഴിഞ്ഞു.[1] അതേക്കുറിച്ച് എൻ സിക്ക് എന്താണ് പറയാനുള്ളതെന്ന് കേൾക്കുക:

> ....ഞാൻ നക്സലൈറ്റായി മുദ്രയടിക്കപ്പെട്ടു. ആ ഗ്രൂപ്പുകളോടൊക്കെ ഞാൻ ബന്ധപ്പെട്ടിരുന്നു. പക്ഷേ, ആരോടും എനിക്ക് യോജിക്കാൻ കഴിഞ്ഞില്ല. മാർക്സിസത്തിന്റെ പേരിൽ അവർ പ്രചരിപ്പിക്കുന്നത് വിഡ്ഢിത്തങ്ങളാണെന്ന് എനിക്കു തോന്നി.[2]

സി പി ഐ (എം)ൽ നിന്ന് പുറത്താക്കിയശേഷം മരണംവരെ എൻ സി ഒരു പാർട്ടി യിലും ചേരാതെ കമ്യൂണിസ്റ്റ് ചിന്താഗതിക്കാരനായി കഴിഞ്ഞു. എന്നാൽ പലകാര്യങ്ങളിലും സി പി ഐ (എം), സി പി ഐ, സി എം പി എന്നീ പാർട്ടികളുമായി ബന്ധം പുലർത്തി.

1985ൽ നണിയൂരിൽ കർഷക സംഘത്തിന്റെ 50-ാം വാർഷികം

എൻ സി ശേഖർ 85–ാം വയസ്സിൽ

ആഘോഷിച്ചപ്പോൾ ആഘോഷപരിപാടികളിൽ എൻ സിയും പങ്കെടുത്തിരുന്നു. സി പി ഐ (എം) നേതൃത്വത്തിലുള്ള കർഷകസംഘമാണ് ആ പരിപാടി സംഘടിപ്പിച്ചത്. അവിടെ ഹൃദയസ്പർശിയായ ഒരു പ്രസംഗം അദ്ദേഹം നടത്തുകയും ചെയ്തു.[3]

അവസാന കാലത്ത് സി പി ഐയുമായും അദ്ദേഹം അടുത്ത് ബന്ധപ്പെട്ടു പ്രവർത്തിക്കുകയുണ്ടായി. 'സമാധാന പ്രസ്ഥാന'ത്തിലും (ഐപ്സോ-IPSO), 'ഇന്തോ സോവിയറ്റ് സാംസ്കാരിക സമിതി' യുടെ (ഇസ്കസ്സ്-ISCUS) പ്രവർത്തനത്തിലും മറ്റും അദ്ദേഹം സഹകരിച്ചു പ്രവർത്തിച്ചു. മരിക്കുന്നതിനു ഒരാഴ്ച മുമ്പ് '1986 നവംബർ 23, 24, 25 തീയതികളിൽ കണ്ണൂർ വെച്ചുനടന്ന എ ഐ ടി യു സിയുടെ 23–ാമത് ദേശീയ സമ്മേളനത്തിന്റെ മുന്നോടിയായിട്ടുള്ള കേരള സംസ്ഥാന സമ്മേളനത്തിന്റെ സ്വാഗതസംഘം രക്ഷാധികാരിയായിരിക്കുവാൻ എൻ സി സമ്മതിക്കുകയും ഉദ്ഘാടന സമ്മേളനത്തിൽ സന്നിഹിതനാവുകയും ചെയ്തു.

സി പി ഐ(എം)ൽ നിന്നും പുറത്തായ എം.വി രാഘവനും കൂട്ടരും ചേർന്ന് 1986 ജൂലൈ 27ന് തൃശൂരിൽ വെച്ച് നടത്തിയ സംസ്ഥാന കൺവെൻഷനിൽ വെച്ച് കമ്യൂണിസ്റ്റ് മാർക്സിസ്റ്റ് പാർട്ടി (സി എം പി) രൂപീകരിച്ചപ്പോൾ എൻ സി ആ പാർട്ടിയുമായും അടുക്കുകയുണ്ടായി. പിന്നീട് നടന്ന സി എം പിയുടെ എറണാകുളം സമ്മേളനത്തിൽ എൻ സി പങ്കെടുക്കുകയും ചെയ്തു. നവംബർ 30ന് കോഴിക്കോട്ടു വെച്ചു സി എം പിയുടെ നേതൃത്വത്തിൽ സംഘടിപ്പിച്ച സിംബോസിയത്തിൽ പങ്കെടുത്തതായിരുന്നു എൻ സിയുടെ അവസാനത്തെ പൊതുപരിപാടി.[4]

അവസാനകാലത്ത് ഇങ്ങനെ പല പാർട്ടികളുമായി സഹവർത്തിത്വം പാലിച്ചതിനെക്കുറിച്ച് തന്റെ ആത്മകഥയിൽ എൻ സി ഇങ്ങനെ എഴുതി:

> ഏഴു ദശകങ്ങളിലായി നിറഞ്ഞുനിന്ന എന്റെ പൊതുജീവിത ചരിത്രം ഒരു തുറന്ന പുസ്തകമായി, ഞാൻ കൂടി ഉടനീളം പങ്കാളിയായ

തൊഴിലാളിവർഗ്ഗ പ്രസ്ഥാനവും പാർട്ടിയും സ്വീകരിക്കുമാറാകണം എന്നേ എനിക്ക് ഈ അവസാനകാലത്തിൽ, ആഗ്രഹമുള്ളൂ. ആരോടും പരിഭവമില്ല; അർഹതപ്പെട്ടത് കിട്ടിയില്ലെന്ന ആവലാതിയുമില്ല. സി പി എമ്മിൽ കഴിച്ചുകൂട്ടിയ ഇടവേളയെ കുറിച്ചോ ഏറ്റവും ഒടുവിലായി സി എം പിയുമായി സഹവർത്തിത്വം പുലർത്തിയതിനെക്കുറിച്ചോ അവസാനകാലത്ത് സി പി ഐയുമായി അടുത്തുബന്ധപ്പെട്ടു പ്രവർത്തിക്കാനുണ്ടായ സാഹചര്യത്തെക്കുറിച്ചോ എനിക്കാരോടും വിശദീകരിക്കാനുമില്ല. ഉൾവിളിക്കൊത്തു പ്രവർത്തിക്കുന്നു എന്നു ധരിച്ചാൽ മതി.[5]

സൂചനകൾ

1. കേരളകൗമുദി, 4 ഡിസംബർ 1986
2. മാതൃഭൂമി ആഴ്ചപ്പതിപ്പ്, 29 ഡിസംബർ 1985, പു: 15
3. *എൻ സി ശേഖർ സ്മരണിക-2012*, പു: 43
4. കേരള കൗമുദി, 4 ഡിസംബർ 1986
5. *അഗ്നിവീഥികൾ*, പു: 247

32

എൻ സി ശേഖർ: ഒരു വിലയിരുത്തൽ

ആയിരത്തിത്തൊള്ളായിരത്തി എൺപത്തി ആറ് നവംബർ 30ന് കോഴിക്കോട്ട് സി എം പി സംഘടിപ്പിച്ച സെമിനാറിൽ പങ്കെടുത്ത് തിരികെ വീട്ടിലേക്ക് വരുമ്പോൾ എൻ സിക്ക് ഹൃദ്രോഗബാധയുണ്ടായതിനെത്തുടർന്ന് കണ്ണൂരിലെ ഒരു സ്വകാര്യ ആശുപത്രി(ആശിർവാദ്, താവക്കര)യിൽ പ്രവേശിപ്പിച്ചു. രണ്ടുദിവസം ആശുപത്രിയിൽ കിടന്ന അദ്ദേഹം ഡിസംബർ 3-ാം തീയതി ബുധനാഴ്ച രാവിലെ അന്ത്യശ്വാസം വലിച്ചു. മരിക്കുമ്പോൾ അദ്ദേഹത്തിന് 82 വയസ്സായിരുന്നു പ്രായം.

എൻ സിക്ക് അന്തിമോപചാരമർപ്പിക്കാൻ രാഷ്ട്രീയ-സാമൂഹ്യ മണ്ഡലങ്ങളിൽ പ്രവർത്തിക്കുന്ന നിരവധിപേർ അദ്ദേഹത്തിന്റെ വസതിയായ കണ്ണൂരിൽ കൊറ്റാളിയിലെ വൃന്ദാവനത്തിലെത്തി. സി പി ഐ(എം) നേതാക്കളായ സി കണ്ണൻ, ചടയൻ ഗോവിന്ദൻ, പുത്തലത്ത് നാരായണൻ, സി പി ഐ ജില്ലാ സെക്രട്ടറി പള്ളിപ്രം ബാലൻ, കെ പി ആർ ഗോപാലൻ, കാന്തലോട്ടു കുഞ്ഞമ്പു, പാമ്പൻ മാധവൻ, ടി സി നാരായണൻ നമ്പ്യാർ, കെ പി കുമാരൻ തുടങ്ങിയവർ അവരിൽപ്പെടും.

വൈകുന്നേരം പയ്യാമ്പലം കടപ്പുറത്തെ പൊതുശ്മശാനത്തിൽ മൃതദേഹം സംസ്കരിച്ചു. അതിനുശേഷം നടന്ന സർവ്വകക്ഷി അനുശോചന യോഗത്തിൽ എൻ സിയുടെ സേവനങ്ങളെ പ്രാസംഗികർ സ്മരിക്കുകയുണ്ടായി.

എൻ സി: ഒരു വിലയിരുത്തൽ

ഒരു കമ്യൂണിസ്റ്റുകാരനുണ്ടായിരിക്കേണ്ട അച്ചടക്കത്തിന്റെ അഭാവം എൻ സി യെ ഒറ്റപ്പെടുത്തി. സംഘടനാപരമായ അച്ചടക്കം പാലിക്കുവാനും സംഘടനയുടെ ചട്ടക്കൂടിനകത്തുനിന്ന് പ്രവർത്തിക്കുവാനും പലപ്പോഴും അദ്ദേഹത്തിനു കഴിഞ്ഞില്ല. സംഘടനാ ചട്ടക്കൂട് ഒരു കമ്യൂണിസ്റ്റുകാരനെ സംബന്ധിച്ചിടത്തോളം വളരെ പ്രധാനപ്പെട്ട ഒന്നാണ്. സുവ്യക്തമായ അച്ചടക്കവും സൈദ്ധാന്തികമായ ഏകീകൃത നിലപാടും സ്വീകരിക്കുന്ന പാർട്ടി എന്ന നിലയിൽ കമ്യൂണിസ്റ്റ് പാർട്ടിയുടെ സംഘടനാ നിലപാടുകളോട് പൂർണ്ണമായി എൻ സി യോജിച്ചില്ല. ഈ പോരായ്മ കാരണമാണ് അദ്ദേഹം പാർട്ടി

യുടെ സംഘടനാ ചട്ടക്കൂടിന് വെളിയിലായിപ്പോയത്. ഇ എം എസ് എഴുതി:

> അവരിൽ ഒരാളായ എൻ സി ശേഖർ പിന്നീട് കമ്യൂണിസ്റ്റ് പാർട്ടിയിൽ ചേർന്ന് സജീവമായി പ്രവർത്തിച്ചു. എന്നാൽ കമ്യൂണിസ്റ്റ് ലീഗ് രൂപീകരിച്ച് പ്രവർത്തിച്ചിരുന്ന കാലത്തുണ്ടായിരുന്ന അതേ സങ്കുചിത മനോഭാവം കമ്യൂണിസ്റ്റ് പാർട്ടിയിൽ ചേർന്നതിൽ പിന്നീടും അദ്ദേഹത്തിന്റെ സമീപനത്തിൽ ഉണ്ടായിരുന്നു. സുസംഘടിതമായി അച്ചടക്കത്തോടെ പ്രവർത്തിക്കുന്ന ഒരു കമ്യൂണിസ്റ്റുകാരനായി പ്രവർത്തിക്കാൻ അദ്ദേഹത്തിന് ഒരു കാലത്തും കഴിഞ്ഞില്ല. ഇക്കാരണത്താൽ അദ്ദേഹം കമ്യൂണിസ്റ്റ് പാർട്ടിയിൽ നിന്നും പുറത്താക്കപ്പെടാൻ ഇടയായി.[1]

"എൻ സിയുടെ വാശിയും വീറും ചിലപ്പോൾ അതിരുകടന്നു പോകാറുണ്ട്. അങ്ങനെയാണ് ഒരിക്കൽ സംസ്ഥാനകമ്മിറ്റിയിൽ നിന്ന് ചില പ്രശ്നങ്ങളെ ചൊല്ലിയുണ്ടായ ഭിന്നതയെത്തുടർന്ന് എൻ സി ഇറങ്ങിപ്പോയത്. പാർട്ടിയിൽ നിന്നുതന്നെ തെറ്റിപ്പിരിഞ്ഞതും"[2]

യാന്ത്രികമായ പ്രത്യയശാസ്ത്രകാർക്കശ്യം അദ്ദേഹം വെച്ചുപുലർത്തിയിരുന്നു. അതുകാരണം പാർട്ടിയിൽനിന്നും സ്വയം പുറത്തുപോകേണ്ടി വന്നു.[3]

സി അച്യുതമേനോൻ എഴുതി:

> എൻ സിയുടെ പരുക്കൻ പ്രകൃതിയും ശുണ്ഠിയും അദ്ദേഹവുമായി അടുത്തിടപഴകിയിട്ടുള്ള എല്ലാവർക്കുമറിയാം. അതുപോലെതന്നെ സൈദ്ധാന്തിക പ്രശ്നങ്ങളിൽ അദ്ദേഹം കാണിച്ചിരുന്ന വിട്ടുവീഴ്ചയില്ലാത്ത പിടിവാശിയും. ഇതു അദ്ദേഹവുമായി ഒന്നിച്ചു പ്രവർത്തിക്കുന്നതിൽ പലർക്കും ബുദ്ധിമുട്ടുണ്ടാക്കിയിട്ടുണ്ട്.[4]

"എന്നാൽ കേരളത്തിലെ കമ്യൂണിസ്റ്റ് പ്രസ്ഥാനത്തിന്റെ ചരിത്രത്തിൽ ഉജ്ജ്വലമായ ഒരു സ്ഥാനമാണ് അഗ്നിവീഥിയിലൂടെ മുൻപിൻ നോക്കാതെ തല ഉയർത്തി നെഞ്ചുവിരിച്ചു നടന്നു കയറിയ ധിക്കാരിയായ ഈ ഒറ്റയാൻ വിപ്ലവകാരിക്കുള്ളത്. നാളത്തെ തലമുറയ്ക്ക് ഇത് അംഗീകരിക്കാതെ മുന്നോട്ടുപോകാനാവില്ല. നാളത്തെ ചരിത്രത്താളുകളിൽ ഈ വിപ്ലവകാരിയുടെ ധീരചരിത്രംകൂടി ഉൾപ്പെടുത്താതെ സത്യസന്ധമാകാനാവില്ല."[5] "മലബാറിനെ ചുവപ്പിക്കുന്നതിലും കേരളത്തിൽ കമ്യൂണിസ്റ്റ് തത്ത്വശാസ്ത്രം നട്ടു വളർത്തുന്നതിലും മുൻനിരയിൽ പ്രവർത്തിച്ച നേതാവ് എന്ന നിലയിൽ അദ്ദേഹം ചരിത്രത്തിൽ എക്കാലവും ഓർമ്മിക്കപ്പെടും."[6] "പാർട്ടിയുമായുള്ള ബന്ധത്തിൽ ഉടലെടുത്ത ശൈഥില്യങ്ങളും കയറ്റിറക്കങ്ങളും എന്തുതന്നെയായാലും അവയെയെല്ലാം അപ്രസക്തമാക്കിയ ചരിത്രസംഭാവനയായിരുന്നു എൻ സിയുടേത്. വ്യക്തികൾ എത്ര ആഗ്രഹിച്ചാലും ചില കൂട്ടിയോജിപ്പിക്കലുകൾ ഉണ്ടാക്കിയെടുക്കാൻ അനുഭവപ്പെടുന്ന ബുദ്ധിമുട്ടുകൾ നമുക്കുചുറ്റും എത്രയോ ഉണ്ട്. വികാരത്തിന്റെ ഭാഷയിലും ക്ഷോഭം കലർത്തിയും പ്രതികരിച്ചപ്പോഴും എൻ സി അടിസ്ഥാനപരമായി കമ്യൂണിസ്റ്റായിരുന്നു."[7] ഒരിക്കലും അദ്ദേഹം ഒരു കമ്യൂണിസ്റ്റ് വിരുദ്ധനായി മാറിയില്ല എന്നത് ഏറെ ശ്രദ്ധേയമാണ്. എൻ സി ഒരിക്കൽ പറഞ്ഞു: "ഒരു ഗ്രൂപ്പും പാർട്ടിയുമില്ലാതെ കമ്യൂണിസ്റ്റുകാരനായവനാണ് ഞാൻ. എന്റെ രാഷ്ട്രീയ ജീവിതം ഒരു തുറന്ന

പുസ്തകമാണ്. ഒരു പാർട്ടിയും എന്റെ പിന്നിലില്ലെങ്കിലും മരിക്കുന്നതുവരെ ഞാൻ കമ്യൂണിസ്റ്റുകാരനായി ജീവിക്കും".[8] ആ ജീവിതത്തിന്റെ വലിയ പ്രത്യേകതകളിലൊന്നായിരുന്നു കമ്യൂണിസ്റ്റുകാരനായി ജീവിക്കുമെന്നത്.

കമ്യൂണിസ്റ്റ് പ്രസ്ഥാനത്തിൽ നിന്നു പുറത്തു പോയതിൽ അവസാനകാലത്ത് എൻ സി ദുഃഖിച്ചു. അതു വേണ്ടിയിരുന്നില്ലെന്നു അദ്ദേഹത്തിനു തോന്നി. ഒരിക്കൽ ഒരു ചോദ്യത്തിനുത്തരമായി എൻ സി ഇങ്ങനെ പറഞ്ഞു: "പുറത്തു നിന്നുകൊണ്ട് പുതിയ ഗ്രൂപ്പുണ്ടാക്കി നേതൃത്വവിരുദ്ധ പ്രവർത്തനം നടത്തുന്നത് തെറ്റാണെന്ന് എനിക്ക് തോന്നി. എന്നെ പുറത്താക്കിയത് തെറ്റാണെന്ന് തോന്നിയതുകൊണ്ട് തിരികെ വിളിച്ചപ്പോൾ മടങ്ങിപ്പോയില്ല....... ഞാൻ അങ്ങനെ ചെയ്തത് ശരിയായില്ലെന്ന് പിന്നീട് എനിക്കുതോന്നിയിട്ടുണ്ട്. പ്രസ്ഥാനത്തിനുള്ളിൽ നിന്നുകൊണ്ടുള്ള സമരമേ വിജയിക്കുകയുള്ളൂ....... ഇനിയിപ്പോൾ എനിക്കൊന്നും കഴിയുമെന്ന് തോന്നുന്നില്ല........"[9] അന്തരിക്കുന്നതിനു ഒരു വർഷംമുമ്പാണ് എൻ സി ഇത് പറഞ്ഞത്. ആത്മകഥയിലൊരിടത്ത് എൻ സി ഇങ്ങനെ എഴുതി. "..... പുറത്തു പോയപ്പോഴാണ് അത്രയും കാലം ഞാൻ കൂടി പങ്കാളിയായ കയ്യാങ്കളി എത്രമേൽ ശ്രമകരമായ ഒരു പ്രക്രിയയാണെന്ന് മനസ്സിലായത്..." സംഘടനയിൽ നിന്ന് അകന്നുപോയെങ്കിലും എന്നും അദ്ദേഹം ഇടതുപക്ഷ ചിന്താഗതി വെച്ചുപുലർത്തിയിരുന്നു. തൊഴിലാളിവർഗ്ഗത്തിന്റെ മോചനത്തിനും പുരോഗതിക്കും അവരുടെ അവകാശ സംരക്ഷണത്തിനു വേണ്ടി അദ്ദേഹം തന്റെ ജീവിതം സമർപ്പിച്ചു.

എൻ സി യുടെ വ്യക്തിത്വത്തിലേക്ക് വെളിച്ചം വീശാൻ സഹായിക്കുന്ന ഒരു ചെറിയ സംഭവം കൂടി ഇവിടെ സൂചിപ്പിക്കുന്നത് അസ്ഥാനത്താവില്ല എന്ന് കരുതുന്നു. കുടുംബഷെയറായി എൻ സി ക്ക് കിട്ടിയ തുക അദ്ദേഹം വെങ്ങാനൂരെ പബ്ലിക് ലൈബ്രറി ആന്റ് റീഡിങ് റൂമിന് സംഭാവന നല്കി. അവിടത്തെ നല്ലവരായ നാട്ടുകാർ പിന്നീട് വായനശാല റോഡിന് "എൻ സി എസ് റോഡ്" എന്നു പേരിട്ടു. അത് ഉദ്ഘാടനം ചെയ്യാൻ കണ്ണൂരിൽ താമസിക്കുന്ന എൻ സിയെ അവർ ക്ഷണിച്ചു. ജീവിച്ചിരിക്കെ സ്വന്തം പേരിലുള്ള റോഡോ, കെട്ടിടമോ സ്ഥാപനമോ ഒക്കെ ഉദ്ഘാടനം ചെയ്യുക എന്നത് ആഹ്ലാദപൂർവ്വം പലരും നിർവ്വഹിക്കാറുണ്ടെങ്കിലും അത് അതിരുകടന്ന ആത്മനിന്ദയായിട്ടാണ് എൻ സിക്ക് തോന്നിയത്. അതിനാൽ വെങ്ങാനൂരിന്റെ സ്നേഹനിർഭരമായ ക്ഷണം എൻ സി സ്വീകരിക്കുകയുണ്ടായില്ല.

സ്വന്തമായ അഭിപ്രായങ്ങൾ ഉന്നയിക്കുന്നതിൽ ഒരു വൈമുഖ്യവും പ്രകടിപ്പിക്കാത്ത നേതാവായിരുന്നു എൻ സി ശേഖർ. കേരളത്തിൽ കമ്യൂണിസ്റ്റ്

പാർട്ടിക്കും തൊഴിലാളി പ്രസ്ഥാനത്തിനും നിസ്തുലമായ സംഭാവനയാണ് അദ്ദേഹം നല്കിയത്.

കേരളത്തിലെ ആദ്യകാല സ്വാതന്ത്ര്യസമരസേനാനി, തിരുവിതാംകൂറിലെ ഏകാധിപതിയായിരുന്ന സർ സി പി യെ ചരിത്രത്തിന്റെ ഇരുട്ടറയിലേക്ക് തള്ളുമെന്ന് അദ്ദേഹത്തിന്റെ കാൽച്ചുവട്ടിൽ നിന്ന് പ്രഖ്യാപിച്ച ധീരദേശാഭിമാനി, കേരളത്തിലെ കമ്യൂണിസ്റ്റ് പ്രസ്ഥാനത്തിന്റെ സ്ഥാപക നേതാക്കളിലൊരാൾ, കേരളത്തിലെ പ്രത്യേകിച്ച് മലബാറിലെ തൊഴിലാളി പ്രസ്ഥാനത്തിന് ഊടുംപാവും നല്കുന്നതിൽ നിർണ്ണായക പങ്കുവഹിച്ച വ്യക്തി, ഒരു ഉഗ്രൻ പോരാളി, അനിഷേധ്യനായ ഒരു വിപ്ലവ നായകൻ, മികവുറ്റ സംഘാടകൻ, ഊർജ്ജസ്വലനായ സമരനായകൻ, കമ്യൂണിസ്റ്റ് തത്ത്വശാസ്ത്രം ജനങ്ങളുടെ മനസ്സിൽ പതിപ്പിക്കുന്നതിൽ അനിതര സാധാരണമായ വൈഭവം കാട്ടിയ വിപ്ലവകാരി തുടങ്ങിയ നിലകളിൽ എൻ സി ശേഖർ എന്നും ഓർമ്മിക്കപ്പെടും. കേരളത്തിന്റെ ചരിത്രത്തിൽ അദ്ദേഹത്തിന്റെ നാമം തങ്കലിപികളാൽ രേഖപ്പെടുത്തുകതന്നെ ചെയ്യും.

സൂചനകൾ

1. ഇ എം എസ്, ആത്മകഥ, പു: 199
2. *എൻ സി ശേഖർ സ്മരണിക-2012*, പു:24
3. മേൽചൊന്നത്, പു:58
4. *അഗ്നിവീഥികൾ*, പു: XI-XII
5. എൻ സി ശേഖർ സ്മരണിക-2012, പു:58
6. മേൽചൊന്നത്, പു:28
7. എൻ സി ശേഖർ, തെരഞ്ഞെടുത്ത ലേഖനങ്ങൾ, പു:33
8. മാതൃഭൂമി ആഴ്ചപ്പതിപ്പ്, 29 ഡിസംബർ 1985
9. മേൽചൊന്നത്

അനുബന്ധം: 1

കൊല്ലം, കോട്ടയം ജില്ലകളിൽ എൻ സി ശേഖറും പി കൃഷ്ണ പിള്ളയും പ്രസംഗിക്കുന്നത് നിരോധിച്ചുകൊണ്ടുള്ള ഉത്തരവുകൾ.

C 1828/45/CS

ROC. No. 510/SB/DB/45.

31 Police Department.
Trivandrum, 28th Oct. 1945.

FROM

THE Inspector-General of Police,
Trivandrum.

To

THE Registrar, Huzur Secretariat.

2741

29/10

Reference:— My Daily Report Nos. 250, 251 & 253 dated 7, 8 and 10-9-1945 respectively containing speeches of P. Krishna Pillai and N.C. Sekhar at Alleppey on 5 & 6-9-1945 and at Quilon (Kilikolloor) on 8-9-1945, etc.

Sir,

Communists P. Krishna Pillai of Vaikom and N.C. Sekhar of Venganoor though citizens by birth of our State are now residing at Calicut and are frequently visiting the Labour centres in the State such as Alwaye, Shertalai, Alleppey, Quilon and Punalur and fomenting labour unrest. They visited these places in September and delivered intemperate and inflammatory speeches casting aspersions on the administration.

I request that Government may be pleased to instruct the District Magistrates, Quilon and Kottayam to pass orders in their respective Districts prohibiting N.C. Sekhar and P. Krishna Pillai from making public speeches.

The District Superintendents of Police, Quilon and Kottayam have been instructed to move the District Magistrates for issuing prohibitory orders in respect of these two persons.

Yours faithfully,

(Sd.)

Inspector-General of Police.

A. May be ordered

29.10.45

I agree

30/10/45 P. T. O

Note or Draft Continued

Submitted.

As ordered, the District Magistrates were * requested to issue orders prohibiting P.Krishna Pillai and N.C.Sekhar from making public speeches. Accordingly, the District Magistrates, Kottayam and Quilon, have issued the necessary orders (vide flags A and B).

*Vide page 17 of the file.

Letter No.C.157/1121/Magl.dated 28-12-1945 from the District Magistrate, Quilon, may be perused. The District Magistrate states that after the expiry of the order there is every likelihood of their making sudden appearances with a view to delivering inflammatory speeches. He, therefore, requests to extend that the period of prohibition may be extended indefinitely by prohibiting them from making speeches until further orders.

2/1/46

Can this be done i.e., [illegible] Please consult the A.G.

Confidential
Rec. no. 1826/45/CS

Huzur Cutchery, Trivandrum, 3-1-46.

Forwarded to the Advocate General, for favour of remarks.

Secretary to Govt.

No 1/46/2 dated 4-1-46 C.22/46/CS 5-1-46

This can be done under [illegible] 142 Cr.P.C.

20-1-'21

Submitted

The Advocate General's remarks supra may be perused. For orders, whether the D.R may be asked to forward the draft order.

5-1-46.

May be forwarded to the D.R for drafting the order 6/1/46. Yes

P.T.O.

Confidential 4.2.46 Huzur Cutchery,
ROC. No. 1826/45/CS Trivandrum, 3rd Feb. 46

Forwarded to the Legal Remembrancer to Govt., for favour of preparation of draft order.

Secretary to Govt.

C 211/46/CS
6-2-46.

4/2
4-2-46 No. ... February 1946.

The prohibitory orders issued by the District Magistrates of Kottayam and Quilon are dated 28-3-1121 and 11-4-1121 respectively. The orders were valid only for a period of two months and they have now ceased to be in force. See sub-section (6) of Section 142 of the Criminal Procedure Code. It is therefore not possible now to extend the period indefinitely by a notification issued by the Government. The question of making such an order absolute arises only in a case where an order of the District Magistrate is in force.

V. Ramakrishna Pillai
Legal Remembrancer to Government.

Submitted for orders.

7-2-46.

For the reasons stated in the L.R's note, D.M. Quilon may be told that the period of

No. 271

C 1872/45/C8 - S
16/11/45 - 4-11-1945

FROM

The District Magistrate, Kottayam.

To

The Registrar, Huzur Secretariat, Trivandrum.

Subject: Prohibitory orders against Messrs. P. Krishna Pillai & N.C. Sekhar from making speeches.

Reference: G.O.C.NO.1826/C.S., dated 6th November 1945.

With reference to the above, I have the honor to enclose herein a copy of my order dated 28-3-21 prohibiting the above individuals from making public speeches in this District for a period of 2 months.

Yours faithfully,

District Magistrate.

Submitted for perusal
17/11/45
17/11/45

Sec - Recorded.
17.11.45.

Confidential.

C. 157/121/Magl. Dist. Magistrate's Court, Quilon.

From

The District Magistrate,
Quilon.

To

The Registrar, Huzur Secretariat.

Subject:— Communists P.Krishna Pillai and N.C Shekar - prohibition to address any of the meetings in this District.

Ref:- ROC No. 1826/45/CS, dated 6th Novr 45.

Sir,

I am forwarding herewith for perusal copies of my orders issued under-Section 142 of the Crl.P.C. prohibiting Messrs. P.Krishna Pilla[illegible] and N.C. Sekhar from making public speeches in this District for a period of two months.

Yours faithfully,

District Magistrate.

MC/-

C. P. P. 531. Con. 19. 4,80,000. 19-7-118.

Confidential. C.15/46/Cs
6-1-46

ROC.NO.510/SB/DB/45.

Police Department
Trivandrum, Jan. 1946.

6/3/1/46

From
The Inspector General of Police,
Trivandrum.

To
The Registrar,
Huzur Secretariat.

218

Sub: Communists - P.Krishna Pillai and N.C.Sekhar - prohibition to address any meeting

Ref: Government letter ROC.No.1826/45/US dated 6-11-45.

Sir,

The District Magistrates, Quilon and Kottayam have passed orders in their respective Districts prohibiting P.Krishna Pillai and N.C.Sekhar from holding public meetings and delivering speeches for a period of two months from 11-4-121 and 28-3-121 respectively.

The above individuals who are now permanent residents of Calicut, visit the State occasionally and are bent upon making inflammatory and intemperate speeches and creating labour unrest.

I, therefore, request that Government may be pleased to make the prohibition absolute until Government order otherwise.

Yours faithfully,

[signature]

Inspector General of Police.

SS/

അനുബന്ധം:2

എൻ സി ശേഖറിന്റെ കുടുംബം

എൻ സി ശേഖർ : ജനനം–2 ജൂലൈ 1904
മരണം–3 ഡിസംബർ 1986

ഇടയത്ത് ജാനകി : എൻ സി ശേഖറിന്റെ ഭാര്യ.
2014 ഫെബ്രുവരി 7 ന് അന്തരിച്ചു.

എൻ സി ശേഖർ –ഇടയത്ത് ജാനകി ദമ്പതികൾക്ക് ആകെ 9 മക്കൾ പിറന്നു. മൂത്ത മകൻ രഘു അഞ്ചര വയസ്സ് പ്രായമുള്ളപ്പോഴും മകളായ രണ്ടാമത്തെ കുട്ടി നാലുമാസം തികയുന്നതിനുമുമ്പും രോഗാതുരയായി അകാലചരമമടഞ്ഞു. മറ്റുമക്കൾ:

1. **ഇടയത്ത് രവി:** ജീവിച്ചിരിക്കുന്നവരിൽ മൂത്തയാൾ. കണ്ണൂരിൽ താമസിക്കുന്നു. ഭാര്യയുടെ പേർ കമല. രണ്ടുമക്കൾ–രമേഷ് (അബുദാബി), രാകേഷ് (കെനിയ).

എൻ സി യുടെ കുടുംബം
ഇരിക്കുന്നവർ (ഇടത്തുനിന്ന്): രവി, എൻ സി ശേഖർ, ഇടയത്ത് ജാനകി, രേണു
നില്ക്കുന്നവർ (ഇടത്തുനിന്ന്): രാകേഷ്, ഇന്ദു, ശശി, രഘു, വേണു, രമേഷ്

2. **ഇടയത്ത് രഘു:** രണ്ടാമത്തെ മകൻ. 1986 ജൂലൈ മാസം മരണമടഞ്ഞു. വിവാഹിതനായിരുന്നു. ഭാര്യയുടെ പേർ രേവതി. മക്കൾ–ഇല്ല. (ശൈശവത്തിൽ മരിച്ച രഘുവിന്റെ പേരാണ് ഈ മകനും നല്കിയത്)
3. **ഇടയത്ത് വേണുശേഖർ:** ബാംഗ്ലൂരിൽ ജോലി ചെയ്യുന്നു. ഭാര്യയുടെ പേർ സജിത. രണ്ടുമക്കൾ– വിജേഷ്, വിജില.
4. **ഇടയത്ത് ശശി ശേഖർ:** ബാംഗ്ലൂരിൽ ജോലി ചെയ്യുന്നു. ഭാര്യ ഉമ. രണ്ടു മക്കൾ– രേഷ്മ, രാഹുൽ.
5. **ഇടയത്ത് ഇന്ദു ശേഖർ:** മഹാരാഷ്ട്രയിൽ പാൽഗർ എന്ന സ്ഥലത്ത് ജോലി ചെയ്യുന്നു. ഭാര്യ ഗീത. രണ്ടു മക്കൾ– വിനീത്, വിദ്യ.
6. **ഇടയത്ത് ഹരിശേഖർ:** ബാംഗ്ലൂരിൽ ജോലി ചെയ്യുന്നു. ഭാര്യ നിഷ. രണ്ടു മക്കൾ– ഹർഷ, ഹിരൻ.
7. **ഇടയത്ത് രേണു രാജേന്ദ്രൻ:** കണ്ണൂരിൽ താമസം. ഭർത്താവ് രാജേന്ദ്രൻ സുൽത്താൻ ബത്തേരിയിൽ ജോലി ചെയ്യുന്നു. രണ്ടു മക്കൾ– രാഹിൻ, റന്യ.

ജീവിതരേഖ

1904 ജൂലൈ 2: തിരുവനന്തപുരത്തിനടുത്ത് വെങ്ങാനൂരിൽ കുര്യാത്തി വീട്ടിൽ നാരായണപിള്ളയുടെയും ജാനകിയമ്മയുടെയും മകനായി പിറന്നു.

1908–1923: വിദ്യാഭ്യാസം

1921: നെയ്യാറ്റിൻകര ഇംഗ്ലീഷ് ഹൈസ്കൂളിൽ പഠിക്കുമ്പോൾ തന്നെ ബാലരാമപുരത്തെ 'സ്വരാജ് ആശ്രമ'ത്തിൽ അംഗമായി. ഇന്ത്യൻ നാഷണൽ കോൺഗ്രസിൽ അംഗമായി.

1920–22: ഖാദി–ഹരിജനോദ്ധാരണ പ്രവർത്തനത്തിൽ.

1924–26: വെങ്ങാനൂരിലെ 'സഹോദരസംഘ'ത്തിന്റെ സാമൂഹിക–സാംസ്കാരിക–വിദ്യാഭ്യാസ പ്രവർത്തനങ്ങളുമായി സജീവമായി ബന്ധപ്പെട്ടു പ്രവർത്തിച്ചു.

1930 ഏപ്രിൽ –മേയ്: പയ്യന്നൂർ ഉപ്പു സത്യഗ്രഹത്തിൽ പങ്കെടുക്കാൻ തിരുവനന്തപുരത്തുനിന്ന് പൊന്നറ ശ്രീധറുടെ നേതൃത്വത്തിൽ പോയ ജാഥയിൽ അംഗം.

1930 ജൂലൈ: കള്ളുഷാപ്പ് പിക്കറ്റിങ്ങിൽ പങ്കെടുത്തു അറസ്റ്റു വരിച്ചു. 1931 ജനുവരി വരെ തലശ്ശേരി സബ് ജയിലിലും കണ്ണൂർ സെൻട്രൽ ജയിലിലും . ജയിലിൽ വെച്ച് സോളി ബാട്‌ലിവാലയുമായി പരിചയപ്പെട്ടു. ആന്ധ്ര കേസരി ടി പ്രകാശവും അതേ ജയിലിലുണ്ടായിരുന്നു.

1931 മാർച്ച്: എൻ സി യും കൂട്ടരും ചേർന്ന് കമ്യൂണിസ്റ്റ് ലീഗ് സ്ഥാപിച്ചു.

1931 മാർച്ച് 24: ഭഗത്സിങ്ങിനെയും കൂട്ടരെയും വധിച്ചതിൽ പ്രതിഷേധിച്ച് തിരുവനന്തപുരത്ത് പ്രകടനം നടത്താൻ നേതൃത്വം കൊടുത്തു.

1931 മേയ് 1–3: വടകര വെച്ചുനടന്ന കോൺഗ്രസിന്റെ അഞ്ചാം കേരളസംസ്ഥാന സമ്മേളനത്തിന്റെ ഭാഗമായി നടന്ന രാഷ്ട്രീയ യാതനക്കാരുടെ സമ്മേളനത്തിൽ പ്രതിനിധിയായി പങ്കെടുത്തു. എൻ സി ശേഖർ പി. കൃഷ്ണപിള്ളയെ കണ്ടുമുട്ടി.

1931 ആഗസ്ത്: എൻ സിയും കൂട്ടരും ചേർന്ന് 'അഖില തിരുവിതാംകൂർ യൂത്ത് ലീഗ്' സ്ഥാപിച്ചു.

1931 സെപ്തംബർ: തിരുവനന്തപുരം ചാലയിലെ വിദേശ വസ്ത്ര ഷാപ്പ് പിക്കറ്റിങ്ങിൽ പങ്കെടുത്തു.

1932 ഫെബ്രുവരി: തിരുവനന്തപുരം ഓവർബ്രിഡ്ജിൽവെച്ച് നിയമലംഘനം നടത്തിയതിന് അറസ്റ്റ് ചെയ്ത് കന്റോൺമെന്റ് പൊലീസ് സ്റ്റേഷനിൽ കൊണ്ടുപോയി ക്രൂരമായി മർദ്ദിച്ചു.

1932–33: തിരുവിതാംകൂറിലെ നിവർത്തന പ്രസ്ഥാനത്തിൽ പങ്കെടുത്തു. ദുരിതാശ്വാസ പ്രവർത്തനങ്ങളിലേർപ്പെട്ടു.

1933–34: ബാലരാമപുരത്തെ ശ്രീ ചിത്തിരതിരുനാൾ ലൈബ്രറി ആന്റ് റീഡിങ്ങ് റൂമിന്റെ സെക്രട്ടറിയായി പ്രവർത്തിച്ചു.

1934: ഹാസ്യ സാഹിത്യകാരൻ ഇ വി കൃഷ്ണപിള്ളയുടെ പ്രസിൽ മാനേജർ ആയി പ്രവർത്തിച്ചു.

1937: എ ഐ ടി യു സി ജനറൽ കൗൺസിൽ അംഗമായി.

1937 ജൂലൈ: പി കൃഷ്ണപിള്ള, ഇ എം എസ് നമ്പൂതിരിപ്പാട്, കെ ദാമോദരൻ എന്നിവരോടൊപ്പം ചേർന്ന് കോഴിക്കോട്ട് വെച്ച് 'കമ്യൂണിസ്റ്റ് ഗ്രൂപ്പ്' രൂപീകരിച്ചു.

1938 ആഗസ്ത് 12: സ്റ്റേറ്റ് കോൺഗ്രസ് പ്രക്ഷോഭത്തിന്റെ ഭാഗമായി തിരുവിതാംകൂർ യൂത്ത്ലീഗ് നടത്തിയ തിരുവനന്തപുരത്തെ നിയമലംഘനസമരത്തിൽ ആദ്യമായി പങ്കെടുത്ത് അറസ്റ്റുവരിച്ചു.

1938 ആഗസ്ത് 12 –ഒക്ടോബർ 23: തിരുവനന്തപുരം സെൻട്രൽ ജയിലിൽ.

1938 ഒക്ടോബർ 25– നവംബർ: ആലപ്പുഴ തൊഴിലാളി സമരത്തിൽ.

1939–40: കോയമ്പത്തൂർ ജില്ലയിൽ കമ്യൂണിസ്റ്റുപാർട്ടി കെട്ടിപ്പടുക്കുന്നതിനായി നിയോഗിക്കപ്പെട്ടു.

1939–54: കേരളസംസ്ഥാന ട്രേഡ് യൂണിയൻ (കെ ആർ ടി യു സി, കെ പി ടി യു സി) ജനറൽ സെക്രട്ടറി, പ്രസിഡന്റ് എന്നീ സ്ഥാനങ്ങൾ മാറി മാറി വഹിച്ചു.

1940: കോയമ്പത്തൂർ ഗൂഢാലോചനക്കേസിൽ അറസ്റ്റിലായി. 6 വർഷത്തെ ശിക്ഷ. കോയമ്പത്തൂർ, സേലം ജയിലുകളിൽ കിടന്നു.

1942: 6 വർഷം ശിക്ഷിച്ചെങ്കിലും കമ്യൂണിസ്റ്റ് പാർട്ടി ജനകീയയുദ്ധം അംഗീകരിച്ചതോടെ ജയിൽ മോചിതനായി.

1943 ജനുവരി 1: കണ്ണൂരിലെ പാവപ്പെട്ട ഒരു തൊഴിലാളി കുടുംബത്തിലെ അംഗമായ ഇടയത്ത് ജാനകിയെ വിവാഹം കഴിച്ചു.

1943–60: എ ഐ ടി യു സി പ്രവർത്തകസമിതിയിൽ.

1943 മാർച്ച് 20,21: കോഴിക്കോട്ട് വെച്ച് നടന്ന സി പി ഐയുടെ ഒന്നാം സംസ്ഥാനസമ്മേളത്തിൽ സംസ്ഥാന കമ്മിററി അംഗമായി തിരഞ്ഞെടുത്തു.

1943–46: ക്ഷാമ ദുരിതാശ്വാസ പ്രവർത്തനങ്ങളിൽ മുഴുകി. ഭക്ഷണക്ഷാമം, പട്ടിണിമരണം, പകർച്ചവ്യാധികൾ എന്നിവയ്ക്കെതിരെ പോരാട്ടം.

1946: തിരഞ്ഞെടുപ്പു പ്രവർത്തനത്തിൽ

1947 ജനുവരി 24: കരുതൽ തടങ്കൽ നിയമപ്രകാരം അറസ്റ്റു ചെയ്തു വെല്ലൂർ ജയിലിലടച്ചു.

1947 ആഗസ്ത് 13: ആഗസ്ത് 15 ന്റെ സ്വാതന്ത്ര്യം പ്രമാണിച്ചു മോചിപ്പിച്ചു.

1948 ഫെബ്രുവരി: ഒളിവിൽ പോയി.

1948 ഫെബ്രുവരി 28– മാർച്ച് 6: രണ്ടാം പാർട്ടി കോൺഗ്രസിൽ പങ്കെടുത്തു.

1948 ആഗസ്ത്: ആഗസ്ത് 19 ന് കൃഷ്ണപിള്ള അന്തരിച്ചതിനെത്തുടർന്ന് കേരളത്തിലെ രഹസ്യപ്രവർത്തനത്തിന് നേതൃത്വംകൊടുത്ത മൂന്നംഗ സംസ്ഥാന സെക്രട്ടറിയേറ്റിൽ ഒരാൾ. മറ്റുരണ്ടുപേർ ഇ എം എസ്, കെ സി ജോർജ്ജ്.

1952 മാർച്ച്: ഒളിവ് ജീവിതം അവസാനിപ്പിച്ച് കോഴിക്കോട്ട് മുതലക്കുളം മൈതാനിയിൽ നടന്ന ഒരു യോഗത്തിൽ പ്രത്യക്ഷപ്പെട്ടു.

1952 ഡിസംബർ 30– 1953 ജനുവരി 10: കൽക്കത്തയിൽ നടന്ന സി പി ഐയുടെ പ്രത്യേക അഖിലേന്ത്യാ സമ്മേളനത്തിൽ (പ്ലീനം) പങ്കെടുത്തു.

1954–60: രാജ്യസഭാംഗം.

1960 ജൂൺ: പാർട്ടിക്ക് ലെവി നല്കാത്തതിനാൽ തൃശൂർ ജില്ലാക്കമ്മിറ്റി എൻ സിയെ സസ്പെന്റ് ചെയ്തു.

1964 ഏപ്രിൽ: ഇന്ത്യൻ കമ്യൂണിസ്റ്റ് പാർട്ടി പിളർന്നപ്പോൾ സി പി ഐ (എം) ൽ ചേർന്നു.

1965 ഡിസംബർ 30– 1966 ഏപ്രിൽ: ചൈനാ ചാരൻ എന്നു മുദ്രകുത്തി കണ്ണൂർ ജയിലിലടച്ചു.

1968 ജനുവരി: സി പി ഐ(എം) ൽനിന്ന് പുറത്തായി.

1985: നണിയൂരിൽ സി പി ഐ (എം) നേതൃത്വത്തിലുള്ള കർഷകസംഘം 50–ാം വാർഷികം ആഘോഷിച്ചപ്പോൾ അതിൽ പങ്കെടുത്തു പ്രസംഗിച്ചു.

1986 നവംബർ: നവംബർ 23, 24, 25 തീയതികളിൽ കണ്ണൂരിൽ വെച്ചുനടന്ന എ ഐ ടി യു സിയുടെ കേരള സംസ്ഥാന സമ്മേളനത്തിന്റെ സ്വാഗതസംഘം രക്ഷാധികാരിയായി.

1986 നവംബർ 30: കോഴിക്കോട്ട് സി എം പി സംഘടിപ്പിച്ച സെമിനാറിൽ പങ്കെടുത്തു

1986 ഡിസംബർ 3: കണ്ണൂരിൽ ഒരു സ്വകാര്യ ആശുപത്രിയിൽ വെച്ച് അന്തരിച്ചു.

ഗ്രന്ഥസൂചി

എൻ സി ശേഖറിന്റെ കൃതികൾ

അഗ്നിവീഥികൾ, പ്രഭാതം പ്രിന്റിംഗ് ആന്റ് പബ്ലിഷിംഗ് കമ്പനി (പ്രൈവറ്റ്) ലിമിറ്റഡ്, (തിരുവനന്തപുരം-മേയ് 2010)

തെരഞ്ഞെടുത്ത ലേഖനങ്ങൾ, (എഡിറ്റർ: സി ഭാസ്കരൻ), ചിന്ത പബ്ലിഷേഴ്സ്, (തിരുവനന്തപുരം-നവംബർ 2012)

ലഘുലേഖകൾ

ലേഖനങ്ങൾ

പ്രസംഗങ്ങൾ

രാജ്യസഭയിൽ ചോദിച്ച ചോദ്യങ്ങൾ, അവതരിപ്പിച്ച പ്രമേയങ്ങൾ, നടത്തിയ പ്രസംഗങ്ങൾ മുതലായവ.

ഗ്രന്ഥങ്ങൾ

അപ്പുക്കുട്ടൻ വള്ളിക്കുന്ന്, *അറിയപ്പെടാത്ത ഇ എം എസ്*, ശക്തി പബ്ലിക്കേഷൻസ്, (പെരിന്തൽമണ്ണ-1990)

അഴീക്കോടൻ രാഘവൻ, *രണഭൂമിയിൽനിന്നു,* (തയ്യാറാക്കിയത്: ആണ്ടലാട്ട്), ചിന്ത പബ്ലിഷേഴ്സ്, (തിരുവനന്തപുരം- ഒക്ടോബർ 1978)

കണാരൻ സി എച്ച്, *വേഗം പോര,* (തയ്യാറാക്കിയത്: ആണ്ടലാട്ട്), ചിന്ത പബ്ലിഷേഴ്സ്, (തിരുവനന്തപുരം-ഒക്ടോബർ 1978)

കുറുപ്പ് കെ കെ എൻ ഡോ. കേരളത്തിലെ കർഷക സമരങ്ങൾ, 1946-52, ശ്രദ്ധ പബ്ലിക്കേഷൻസ്, (തിരൂർ -1996)

കൃഷ്ണപിള്ള പി, *സഖാക്കളെ മുന്നോട്ട്*, ചിന്ത പബ്ലിഷേഴ്സ്, ആണ്ടലാട്ട് (എഡി:), (തിരുവനന്തപുരം-1998)

ഗോപാലൻ എ കെ, *എന്റെ ജീവിതകഥ*, ചിന്തപബ്ലിഷേഴ്സ്, (തിരുവനന്തപുരം-2004)

ജുബ്ബാ രാമകൃഷ്ണപിള്ള, *എന്റെ ഓർമ്മക്കുറിപ്പുകൾ*, മിത്രാനികേതൻ പ്രസ്, വെള്ളനാട്, (തിരുവനന്തപുരം-1993)

ജോർജ് കെ സി, *എന്റെ ജീവിതയാത്ര*, പബ്ലിഷർ: തങ്കമ്മ ചെറിയാൻ, നാഷണൽ ബുക്സ് സ്റ്റാൾ, (കോട്ടയം-1985)

ജോർജ് എം എ, *സഖാവ് ഇ എം എസ്*, പ്രസാധകൻ: ഗ്രന്ഥകർത്താവ്, വിതരണക്കാർ: കറന്റ് ബുക്സ്, (തൃശൂർ-1960)
ടി വി കെ, *സഖാവ്*, പ്രഭാതം പ്രിന്റിംഗ് ആന്റ് പബ്ലിഷിംഗ് കമ്പനി ലിമിറ്റഡ്, (തിരുവനന്തപുരം-1975)
നായനാർ ഇ കെ, ജയിലിലെ ഓർമ്മകൾ, ചിന്ത പബ്ലിഷേഴ്സ്, (തിരുവനന്തപുരം - ആഗസ്ത് 2004)
നാരായണൻ നായർ പി, *അരനൂറ്റാണ്ടിലൂടെ*, സാഹിത്യ പ്രവർത്തകസഹകരണസംഘം, (കോട്ടയം-1973)
നാരായണപിള്ള സി, *തിരുവിതാംകൂറിലെ സ്വാതന്ത്ര്യസമരം*, (തിരുവനന്തപുരം-1972)
നമ്പൂതിരിപ്പാട് ഇ എം എസ്, *ആത്മകഥ*, ചിന്ത പബ്ലിഷേഴ്സ്, (തിരുവനന്തപുരം-1985)
ഒരു ഇന്ത്യൻ കമ്യൂണിസ്റ്റിന്റെ ഓർമക്കുറിപ്പുകൾ, ചിന്തപബ്ലിഷേഴ്സ്, (തിരുവനന്തപുരം-1995)
കമ്യൂണിസ്റ്റ് പാർട്ടി കേരളത്തിൽ I, ചിന്ത പബ്ലിഷേഴ്സ്, (തിരുവനന്തപുരം-1984)
പിള്ള എ കെ, *കേരളവും കോൺഗ്രസും*, ചരിത്രം പബ്ലിക്കേഷൻസ് (തിരുവനന്തപുരം-1983)
പുതുപ്പള്ളി രാഘവൻ, *വിപ്ലവസ്മരണകൾ*, വാല്യം ഒന്ന്, സാഹിത്യ പ്രവർത്തകസഹകരണസംഘം, (കോട്ടയം-ഏപ്രിൽ 2009)
പ്രകാശം ആർ, *കേരളത്തിലെ ട്രേഡ് യൂണിയൻ പ്രസ്ഥാനത്തിന്റെ ചരിത്രം*, പ്രഭാതം പ്രിന്റിംഗ് ആന്റ് പബ്ലിഷിംഗ് കമ്പനി (പ്രൈവറ്റ്) ലിമിറ്റഡ്, (തിരുവനന്തപുരം-1979)
ബാലറാം എൻ ഇ, *കേരളത്തിലെ കമ്യൂണിസ്റ്റ് പ്രസ്ഥാനം: ഒന്നാംഭാഗം*, പ്രഭാതം പ്രിന്റിംഗ് ആന്റ് പബ്ലിഷിംഗ് കമ്പനി (പ്രൈവറ്റ്)ലിമിറ്റഡ്, (തിരുവനന്തപുരം-1990)
ഭാസ്കരൻ സി (എഡി:), *സഖാവ് പി കൃഷ്ണപിള്ള: കേരളത്തിലെ പ്രഥമ കമ്യൂണിസ്റ്റ്*, ചിന്ത പബ്ലിഷേഴ്സ്, (തിരുവനന്തപുരം-ഏപ്രിൽ 1995)
ഭാസ്കരൻ സി, *സഖാവ് പി കൃഷ്ണപിള്ള: കേരളത്തിലെ കമ്യൂണിസ്റ്റ് പ്രസ്ഥാനം: ആദ്യ പഥികർ*, ചിന്ത പബ്ലിഷേഴ്സ്, (തിരുവനന്തപുരം-ജൂലൈ 2010)
ബർലിൻ കുഞ്ഞനന്തൻ നായർ, *പൊളിച്ചെഴുത്ത്*, മാതൃഭൂമി ബുക്സ് (കോഴിക്കോട്- ആഗസ്ത് 2011)
മാധവൻ കെ, പയസ്വിനിയുടെ തീരത്ത്, പ്രഭാതം പ്രിന്റിംഗ് ആന്റ് പബ്ലിഷിംഗ് കമ്പനി (പ്രൈവറ്റ്) ലിമിറ്റഡ്, (തിരുവനന്തപുരം-1987)
മൊയാരത്ത് ശങ്കരൻ, *എന്റെ ജീവിതകഥ*, പി കെ ബ്രദേഴ്സ്, (കോഴിക്കോട് -1965)
വിജയൻ നായർ കെ പ്രൊഫ., *ആർ ശങ്കരനാരായണൻ തമ്പി*, സാംസ്കാരിക പ്രസിദ്ധീകരണ വകുപ്പ്, കേരള സർക്കാർ, (തിരുവനന്തപുരം-1999)
വിഷ്ണു ഭാരതീയൻ വി എം, *അടിമകളെങ്ങനെ ഉടമകളായി*, പ്രഭാതം പ്രിന്റിംഗ് ആന്റ് പബ്ലിഷിംഗ് കമ്പനി ലിമിറ്റഡ്, (തിരുവനന്തപുരം-1980)
ശാന്തിനികേതനം കൃഷ്ണൻനായർ, *പൊന്നറ ശ്രീധർ*, സാംസ്കാരിക പ്രസിദ്ധീകരണവകുപ്പ്, (തിരുവനന്തപുരം -സെപ്തംബർ 1999)

ശ്രീകണ്ഠൻനായർ എൻ, *കഴിഞ്ഞകാലചിത്രങ്ങൾ*, രണ്ടാംഭാഗം, സാഹിത്യ പ്രവർത്തക സഹകരണസംഘം, (കോട്ടയം-1976)

ശ്രീധരമേനോൻ എ പ്രൊഫ. *കേരളവും സ്വാതന്ത്ര്യസമരവും*, ഡി സി ബുക്സ്, (കോട്ടയം-1997)

സി പി ഐ(എം) ചരിത്ര കമ്മീഷൻ, *ഇന്ത്യയിലെ കമ്യൂണിസ്റ്റ് പ്രസ്ഥാനം: ഒരുചരിത്രം*, സഞ്ചിക I, ചിന്ത പബ്ലിഷേഴ്സ്, (തിരുവനന്തപുരം-ഒക്ടോബർ 2005)

സുവനീറുകൾ

എൻ സി ശേഖർ സ്മരണിക-2012, എൻ സി ശേഖർ ഫൗണ്ടേഷൻ, (കണ്ണൂർ-2012)

കമ്യൂണിസ്റ്റ് പാർട്ടി (പിണറായി-പാറപ്പുറം സമ്മേളനം) അമ്പതാം വാർഷിക സോവനീർ, കണ്ണൂർ

തിരുവിതാംകൂർ കയർ ഫാക്ടറി വർക്കേഴ്സ് യൂണിയൻ കനകജൂബിലി സോവനീർ, 1972

ഇ എം എസ് സമ്പൂർണ കൃതികൾ

സഞ്ചിക 1 മുതൽ 14 വരെ

സഞ്ചിക 53

വർത്തമാന പത്രങ്ങൾ

കേരളകൗമുദി

ജനയുഗം

ദേശാഭിമാനി

മാതൃഭൂമി

മലയാളമനോരമ

നവലോകം

ആഴ്ചപ്പതിപ്പുകൾ

ചിന്ത വാരിക

ജനയുഗം വാരിക

ദേശാഭിമാനി വാരിക

നവയുഗം വാരിക

പ്രഭാതം വാരിക

മാതൃഭൂമി ആഴ്ചപ്പതിപ്പ്

എൻ സി ശേഖറിന്റെ കുടുംബം
നില്ക്കുന്നവർ (ഇടത്തുനിന്ന്): ഹരി, രവി, ശശി, വേണു
ഇരിക്കുന്നവർ (ഇടത്തുനിന്ന്) ഗീത, നിഷ, രേണു, ഇടയത്ത് ജാനകി, കമല ഉമ, സജിത

ഇടയത്ത് ജാനകി

എൻ സി യുടെ സ്മൃതിമണ്ഡപം
പയ്യാമ്പലം കടൽപ്പുറം കണ്ണൂർ

www.ingramcontent.com/pod-product-compliance
Lightning Source LLC
LaVergne TN
LVHW101426051026
849519LV00005BC/1881
9789384445911